ஒளிவீசும்
அக்னிச் சிறகுகள் (1931-2015)
தன்வரலாறு

● அன்பார்ந்த வாசகருக்கு,

வணக்கம்.

காலச்சுவடு நூலை வாங்கியமைக்கு நன்றி.

நூலின் உள்ளடக்கம், உருவாக்கம், அட்டைப்படம் இன்ன பிற அம்சங்கள் பற்றிய உங்கள் கருத்துகளையும் ஆலோசனைகளையும் காலச்சுவடு வரவேற்கிறது. தகவல், எழுத்து, வாக்கியப் பிழைகள் தென்பட்டால் அவசியம் தெரிவித்து உதவுங்கள். நூல் தயாரிப்பில் கடும் குறைபாடு இருப்பின் மாற்றுப் பிரதி உங்களுக்குக் கிடைக்கக் காலச்சுவடு ஏற்பாடு செய்யும்.

மின்னஞ்சல்: **publisher@kalachuvadu.com**

காலச்சுவடு நாகர்கோவில் அலுவலகத்துக்குக் கடிதம் அனுப்பலாம்.

தங்கள்
எஸ்.ஆர். சுந்தரம் (கண்ணன்)
பதிப்பாளர் – நிர்வாக இயக்குநர்

Unauthorised use of the contents of this published book, whether in e-book or hardcopy format, for any type of Artificial Intelligence (AI) training — including but not limited to Machine Learning, Deep Learning, Natural Language Processing, Computer Vision, Chatbot Training, Image Recognition Systems, Recommendation Engines, and Language Models — is strictly prohibited without prior licensing from the publisher. Any such unauthorised use may result in legal action.

ஒளிவீசும்

அக்னிச் சிறகுகள் [1931–2015]

தன்வரலாறு

ஆ.ப.ஜெ. அப்துல் கலாம் (1931–2015)

ராமேஸ்வரத்தில் எளிய குடும்பம் ஒன்றில் பிறந்தவர். போராட்டங்கள் மிகுந்த பால்யப் பருவத்திலேயே வானத்தில் பறக்கும் கனவுகளைக் கொண்டிருந்தார். கடின உழைப்பு, கனவுகளை நனவாக்குவதில் தீவிரமான முனைப்பு, சவால்களையும் இடர்களையும் வாய்ப்புகளாகக் காணும் நோக்கு, புதுமைகளில் நாட்டம், தலைமைப் பண்பு ஆகியவற்றால் படிப்படியாக முன்னேறினார். இந்தியாவின் சுதேசி ஏவுகணைத் திட்டங்களின் சிற்பிகளில் ஒருவர். எஸ்.எல்.வி.–3, பிருத்வி, அக்னி போன்ற சாதனைகளின் முக்கியமான பங்காளி. இந்திய அறிவியல், தொழில்நுட்பத் துறையில் இவர் செய்த சாதனைகள் இந்தியப் பாதுகாப்புப் துறையை வலுவூட்டப் பெரிதும் பங்களித்துள்ளன. இவரது பணிகளின் பலனாகப் பத்ம பூஷண், பத்ம விபூஷண், பாரத ரத்னா ஆகிய உயரிய விருதுகளை இந்திய அரசு இவருக்கு அளித்துப் பெருமைப்படுத்தியது. 2002முதல் 2007வரை இந்தியாவின் குடியரசுத் தலைவராகப் பணியாற்றினார்.

அருண் திவாரி

ஆ.ப.ஜெ. அப்துல் கலாமிடம் ஹைதராபாதில் உள்ள பாதுகாப்பு ஆய்வு மற்றும் மேம்பாட்டிற்கான ஆய்வுக் கூடத்தில் (DRDL) பத்து ஆண்டுகளுக்கு மேல் பணியாற்றியவர். அப்துல் கலாமின் வாழ்வும் பணிகளும் பரவலாக மக்களுக்குத் தெரிய வேண்டும் என்னும் நோக்கத்துடன் அவருடைய வாழ்க்கை அனுபவங்களை எழுத்தில் வடித்திருக்கிறார்.

அரவிந்தன் (பி. 1964)
மொழிபெயர்ப்பாளர்

இதழாளர், எழுத்தாளர், மொழிபெயர்ப்பாளர்.

இதழியல் துறையில் 34 ஆண்டுக் கால அனுபவம் கொண்டவர். இந்தியா டுடே, காலச்சுவடு, சென்னை நம்ம சென்னை, நம் தோழி, தி இந்து தமிழ், டைம்ஸ் ஆஃப் இந்தியா ஆகிய இதழ்களில் பணியாற்றியுள்ளார். தற்போது காலச்சுவடு பதிப்பகத்தின் பதிப்பாசிரியராகப் பணியாற்றிவருகிறார்.

சிறுகதைகள், நாவல், இலக்கிய விமர்சனக் கட்டுரைகள், அரசியல் விமர்சனம், மொழிபெயர்ப்பு, மகாபாரதச் சுருக்கம், திரைப்படம், கிரிக்கெட் குறித்த கட்டுரைகள் என இதுவரை 27 நூல்கள் வெளியாகியுள்ளன. பால சரஸ்வதி மொழியாக்க நூலுக்கு 'கனடா இலக்கியத் தோட்டம்' வழங்கும் சிறந்த மொழிபெயர்ப்பு நூலுக்கான விருதைப் (2017) பெற்றிருக்கிறார்.

ஆ.ப.ஜெ. அப்துல் கலாம்
உடன்
அருண் திவாரி

ஒளிவீசும்
அக்னிச் சிறகுகள்
(1931–2015)
தன்வரலாறு

தமிழில்
அரவிந்தன்

காலச்சுவடு பதிப்பகம்

'Wings of Fire: An Autobiography' by A P J Abdul Kalam with Arun Tiwari - New Edition

Copyright © Universities Press (India) Private Limited 2025.

This translation of ***'Wings of Fire: An Autobiography'*** by ***A P J Abdul Kalam*** with Arun Tiwari - New Edition, First published in (November) 2025, is published by arrangement with Universities Press (India) Private Limited

ஒளிவீசும் அக்னிச் சிறகுகள் (1931–2015): தன்வரலாறு ◆ ஆசிரியர்: ஆ.ப.ஜெ. அப்துல் கலாம் உடன் அருண் திவாரி ◆ தமிழில்: அரவிந்தன் ◆ மொழிபெயர்ப்புரிமை: D.I. அரவிந்தன் ◆ விரிவுபடுத்தப்பட்ட புதிய பதிப்பு: நவம்பர் 2025 ◆ வெளியீடு: காலச்சுவடு பப்ளிகேஷன்ஸ் (பி) லிட்., 669, கே.பி. சாலை, நாகர்கோவில் 629001

காலச்சுவடு பதிப்பக வெளியீடு: 1404

oLiviicum aknic ciRakukaL (1931-2015): An Autobiography ◆ Author: A P J Abdul Kalam with Arun Tiwari ◆ Translated by: Aravindan ◆ Translation © D.I. Aravindan ◆ Language: Tamil ◆ New Expanded Edition: November 2025 ◆ Size: Demy 1x8 ◆ Paper: 18.6 kg N.S. Maplitho ◆ Pages: 328 + 16 colour

Published by Kalachuvadu Publications Pvt. Ltd., 669, K.P. Road, Nagercoil 629001, India ◆ Phone: 91-4652-278525 ◆ e-mail: publications@kalachuvadu.com ◆ Printed at Mani Offset, Chennai 600077

ISBN: 978-93-6110-890-7

11/2025/S.No. 1404, kcp 6121, 18.6 (1) rsss

என் பெற்றோரின் நினைவுக்கு

என் அன்னை

கடலலைகள்,
பொன்னிற மணல்வெளி
யாத்ரிகர்களின் நம்பிக்கை
ராமேஸ்வரம் மசூதித் தெரு
அனைத்தும் உன் வடிவில் ஒன்றிணைகின்றன
என் அன்னையே!

அரவணைக்கும் சொர்க்கத்தின் கரங்களாய்
நீ எனக்கு அமைந்தாய்
போர் நாட்கள் என் நினைவில் நிழலாடுகின்றன
வாழ்க்கையே போராட்டமாக இருந்த காலம் அது

கோயிலுக்கு அருகில் இருக்கும் துறவியிடம்
பாடம் கேட்க விடியலுக்கு முன்
மைல் கணக்கில் நடைப்பயணம்
அரபுப் பள்ளிக்கூடத்திற்குச் செல்ல மீண்டும்
மைல் கணக்கில் நடக்க வேண்டும்
மணல் குன்றுகளைத் தாண்டி
ரயில் நிலையச் சாலைக்குப் போய்
செய்தித்தாள்களை எடுத்து வந்து
கோயில் நகரத்தின் குடிமக்களுக்கு வினியோகிக்க வேண்டும்.
சூரிய உதயத்திற்குப் பின் சில மணிநேரங்கள் கழித்து
பள்ளிக்குச் செல்ல வேண்டும்.
மாலையில் படிப்பதற்கு முன் கடையில் வியாபாரம்

சின்னஞ்சிறுவனின் இந்த வலி வேதனைகளையெல்லாம்
என் அன்னையே, ஆன்மிக வலிமையாய் மாற்றினாய்!
இறைவனின் அருளைப் பெறத் தினமும் ஐந்துமுறை
மண்டியிட்டுத் தொழுது வணங்கினாய்
உன்னுடைய ஆழமான பக்திதான்
உன் குழந்தைகளின் வலிமை

உன்னிடம் இருக்கும் சிறந்ததை
யாருக்குத் தேவையோ அவர்களுக்குக் கொடுத்தாய்
எப்போதும் நீ கொடுத்துக்கொண்டே இருந்தாய்
இறைவன்மீது நம்பிக்கை வைத்துக் கொடுத்தாய்

எனக்கு இப்போதும் நினைவிருக்கிறது
அப்போது எனக்குப் பத்து வயது
உன் மடியில் படுத்து உறங்கினேன்.
என் உடன்பிறந்தோர் பொறாமைகொண்டார்கள்.
அது பவுர்ணமி இரவு,
நீ மட்டுமே அறிவாய் என் உலகை
அம்மா! என் அம்மா!
உன் கண்களிலிருந்து வழிந்த கண்ணீர்
என் முழங்காலில் சிந்தியது
நள்ளிரவில் நான் விழித்துக்கொண்டேன்
அம்மா, உன் குழந்தையின் வலி உனக்குத் தெரியும்
உன் கருணைக் கரங்கள் மென்மையாக வலியைப் போக்கின
உன் அன்பு, உன் அக்கறை, உன் நம்பிக்கை
அச்சமின்றி, இறைவனின் வலிமையின் துணையோடு
உலகை எதிர்கொள்ளும் வலிமையை எனக்குத் தந்தன

என் அன்னையே!
நியாயத் தீர்ப்பு நாளன்று நாம் மறுபடியும் சந்திப்போம்!

ஆ.ப.ஜெ. அப்துல் கலாம்

உள்ளடக்கம்

மொழிபெயர்ப்பாளர் குறிப்பு	11
அணிந்துரை	13
புதிய பதிப்பின் முன்னுரை	21
முன்னுரை	24
நன்றி	26
அறிமுகம்	28
I. முனைப்பு (1931–1963)	33
II. படைப்பு (1963–1980)	79
III. அமைதி (1981–1989)	166
IV. சிந்தனை (1990–1991)	244
V. விகாசம் (1991–2002)	269
VI. இந்தியத் தலைமை (2002–2015)	289
முடிவுரை	325

மொழிபெயர்ப்பாளர் குறிப்பு

இந்த நூலின் மொழியாக்கத்தில் முக்கிய மான உதவிகளைச் செய்தவர்களை நன்றியுடன் நினைவுகூர்கிறேன். சிக்கலான கருத்துகளையும் நுணுக்கமான தொழில்நுட்பத் தகவல்களையும் எளிமையாக்க நண்பர் தி.அ. ஸ்ரீனிவாஸன் உதவினார். இயற்பியல் தொடர்பான சில சொற்களைப் புரிந்துகொள்ளப் பேராசிரியர் சற்குணம் ஸ்டீவன் உதவி செய்தார். நடையில் உள்ள பிசிறுகளைக் கத்தரித்து ஊளைச் சதைகளை நீக்கியவர் ஆ. இரா. வேங்கடாசலபதி. கவிதைகளை மொழிபெயர்ப்பதில் இருந்த ஐயங்களைக் களைந்தவர் ஆர். சிவக்குமார். என் கையெழுத்தைப் புரிந்துகொண்டு தட்டச்சுச் செய்த காலச்சுவடு பணியாளர் குமரேஜ நந்தினி, வடிவமைத்த லதா, நூல் உருவாக்கப் பணிகளை ஒருங்கிணைத்த கலா முருகன் ஆகியோர் மிக விரைவாகவும் சிறப்பாகவும் இப்பணிகளைச் செய்தார்கள். இவர்கள் அனைவருக்கும் என் மனமார்ந்த நன்றி.

அரவிந்தன்

அணிந்துரை

'அக்னிச் சிறகுகள்' நூலின் இந்தப் புதிய பதிப்பிற்கான அணிந்துரையை எழுதும் பணியை நான் கடமையாக மட்டும் கருதவில்லை; என் வாழ்விலும் எண்ணற்றோர் வாழ்விலும் ஆழமான தாக்கத்தை ஏற்படுத்திய ஒருவரது வாழ்விற்குச் செலுத்தும் காணிக்கையாகவே பார்க்கிறேன். நான் அறியாமலேயே, எனது பகுத்தறியும் அறிவுக்கும் காரண அறிவிற்கும் அப்பாற்பட்ட வகையில், டாக்டர் ஆ.ப.ஜெ. அப்துல் கலாம் எனது ஆளுமையை வடிவமைப்பதில் முக்கியப் பங்காற்றியிருக்கிறார்.

1990களின் முற்பகுதியில், டாக்டர் ஆ.ப.ஜெ. அப்துல் கலாமுக்கு முன்பு பாதுகாப்புத்துறை அமைச்சரின் அறிவியல் ஆலோசகராக இருந்த டாக்டர் வி.எஸ். அருணாசலத்துடன் பணிபுரியும் வாய்ப்பு எனக்குக் கிடைத்தது. அப்போது டாக்டர் கலாம் ஹைதராபாத்தில் உள்ள பாதுகாப்பு ஆராய்ச்சி மற்றும் மேம்பாட்டு ஆய்வகத்தின் (DRDL) இயக்குநராகப் பணியாற்றிக்கொண்டிருந்தார். அவர் அடிக்கடி டாக்டர் அருணாசலத்திடம் தொலைபேசியில் பேசுவார். "ஹலோஓஓ. . ." என்று தனக்கே உரிய முறையில் தொடங்கும் அவர், பிறகு பணிவான குரலில், "அறிவியல் ஆலோசகரிடம் பேசலாமா?" என்பார். நான் இயல்பாகவே, "யார் பேசுகிறீர்கள்?" என்று கேட்பேன்.

பிறர் என் பெயரைத் தவறாக உச்சரிக்கும் போதெல்லம் நான் எரிச்சலடைவதில்லை

என்றாலும், அவர்கள் அதைச் சரியாக உச்சரிக்க முயற்சி எடுத்திருக்க வேண்டும் என்று விரும்புவேன். டாக்டர் கலாமுடன் நான் பேசிய முதல் உரையாடல் எனக்கு இன்னும் நினைவிருக்கிறது. அப்போது அவர் என் பெயரின் சரியான உச்சரிப்பைத் தெளிவுபடுத்திக்கொள்வதற்காகச் சற்று நேரம் எடுத்துக்கொண்டார். அந்தச் சிறிய செயல் எனக்கு மிகவும் முக்கியமானதாக இருந்தது. டாக்டர் கலாம் அனுமானத்தின் அடிப்படையில் ஒருபோதும் செயல்பட மாட்டார் என்பதே எனது மனதில் ஆழமாகப் பதிந்தது. தனக்கு ஏதாவது உறுதியாகத் தெரியவில்லை என்றால் கேள்விகள் கேட்டு அதைச் சரியாகப் புரிந்துகொள்வார். ஒரு சில அழைப்புகளுக்குப் பிறகு அவரது தனித்துவமான குரலை நான் உடனடியாக அடையாளம் கண்டுகொண்டேன். டாக்டர் கலாம் பெரும்பாலும் என் நலன் குறித்து விசாரிப்பார். அரசாங்கம், வானிலை, உணவு உள்ளிட்ட பல அன்றாட விஷயங்களைப் பற்றிப் பேசுவார். அந்த அழைப்புகள் எதிர்பாராத விதமாகத் தனிப்பட்டரீதியிலான உரையாடல்களாக மாறின.

டாக்டர் கலாம் பாதுகாப்புத்துறை அமைச்சரின் அறிவியல் ஆலோசகராக நியமிக்கப்பட்டபோது தில்லியில் உள்ள இந்தியன் இன்டர்நேஷனல் சென்டரில் அவருக்கு வரவேற்பு அளிக்கவும், டாக்டர் அருணாசலத்துக்குப் பிரியாவிடை கொடுக்கவும் ஒரு சிறிய கூட்டம் ஏற்பாடு செய்யப்பட்டிருந்தது. ஆசிய கிராமத்தில் உள்ள DRDO விருந்தினர் இல்லத்திலிருந்து டாக்டர் கலாமை அழைத்துவரும் பொறுப்பு என்னிடம் ஒப்படைக்கப்பட்டது. எனது வழக்கப்படி குறித்த நேரத்திற்கு முன்னதாகவே அங்கு சென்றுவிட்டேன். ஆசிய கிராமத்தின் நேர்த்தியான சூழலில் மனதைப் பறிகொடுத்திருந்த நான், முதல் மாடியிலிருந்து இறங்கி வந்து என்னைப் பார்த்து வணக்கம் சொன்ன டாக்டர் கலாமைக் கவனிக்கத் தவறினேன். அவர் காரின் பின் இருக்கையில் அமர்ந்துகொண்டார், நான் முன் இருக்கையில் அமர்ந்தேன். (அத்தகைய தகுதிக்குரிய ஒரு அதிகாரியுடன் இதற்கு முன் நான் பயணம் செய்ததில்லை. மூத்த அதிகாரி பயணிக்கும்போது கீழ்நிலை ஊழியர்கள் முன் இருக்கையில் அமர்ந்திருப்பதைப் பார்த்திருக்கிறேன்.) அப்போது அவர் இதமான சிரிப்புடன், "என்னப்பா, ஏன் அங்கே உட்கார்ந்திருக்கிறாய்? இங்கே இடம் இருக்கிறதே!" என்றார். நான் பதில் சொல்வதற்கு முன்பே, "நான் சொல்கிறேன், இங்கே வா!" என்று மீண்டும் அழைத்தார். அவருக்குப் பக்கத்தில் அமர்ந்து உரையாடியது அருமையான அனுபவமாக இருந்தது.

அவர் அன்புடன் என்னை "நம்ம பையன்" *(My Guy)* என்று அழைத்தார். எங்கள் வட்டத்தில் உள்ள அனைவருக்கும் அதன் பொருள் தெரியும். அந்த வகையில் அவருக்குத் தனிப்பட்ட முறையில் நான் நெருக்கமாக இருந்ததை இன்றுவரை நன்றியுடன் நினைத்துக் கொள்கிறேன். நான் அவரது "வேடிக்கையான பையனாகவும்" *(Funny Guy)* இருந்தேன். அது வெறும் கலகலப்புக்காகச் சொன்னதல்ல. நம்பிக்கையையும் மனதில் உண்மையாக இருப்பதையும் அது வெளிப்படுத்தியது. அவரிடம் கடினமான பாடங்களைக் கற்றுக்கொண்டபோதும் அல்லது உரிய காரணங்களுடன் அவருடன் முரண்பட்டபோதும் அந்த அங்கீகாரத்தைப் பெற்றேன்.

ஒரு சமயம் நான் சிறிது காலம் தாடி வைத்திருந்தேன். அவர் வழக்கம்போலவே சிந்தனைவயப்பட்ட பார்வையுடன் என்னைப் பார்த்து, "ஏன் தாடி வைத்திருக்கிறாய்?" என்று கேட்டார். என்னிடம் அதற்குச் சரியான பதில் இல்லை. அவர் எப்போதும் என்னைத் தாடியைச் சுத்தமாகச் சவரம் செய்து, மீசையுடன் பார்த்திருக்கிறார். அந்தத் தோற்றம்தான் தீவிரத்தையும் சுயமரியாதையையும் பிரதிபலிப்பதாக அவருக்குத் தோன்றியது. நான் அவரது குறிப்பைப் புரிந்துகொள்ளவில்லை. "நான் சொல்கிறேன், அதை எடுத்துவிடு" என்று அன்புக்கட்டளை இட்டார். 1995ஆம் ஆண்டு எனது மோட்டார் பைக் திருடுபோனபோது, டாக்டர் கலாம் கிட்டத்தட்ட ஆறு மாதங்களுக்கு என்னை ஒவ்வொரு நாளும் வீட்டில் கொண்டுபோய் விட்டார். ஒருமுறை கூட அதை அவர் சிரமமாக நினைக்கவில்லை. அந்த நீண்ட பயணத்தை இயல்பாகத் தனது அன்றாட வேலைகளில் சேர்த்துக் கொண்டார். அதிகாரத்தின் மூலம் அல்லாமல், அமைதியான செயல், உறுதியான இருப்பு, உண்மையான அக்கறை ஆகியவை மூலம் அவர் தந்தையின் உருவமாக விளங்கினார்.

கவிதையின் மீது பெரும் விருப்பம் கொண்ட டாக்டர் கலாம் தைவானைச் சேர்ந்த தனது நண்பரும் கவிதையின் ரசிகருமான அபோட் யூ ஹ்சியிடம் கவித்துவ ரசனையைப் பகிர்ந்துகொண்டார். கவிஞர்களை மொழி, கலாச்சாரத்தின் பாதுகாவலர்களாகப் பார்த்த அவர்கள், கவிதையை அமைதியின் தூதுவராகக் கருதினார்கள். உலக நல்லிணக்கத்திற்காக 1,000 கவிஞர்கள் எழுதிய 10,000 கவிதைகளைத் தொகுக்க வேண்டும் என்ற அபோட் யூ ஹ்சியின் பார்வை டாக்டர் கலாமைப் பெரிதும் ஈர்த்தது. 21ஆம் நூற்றாண்டின் சர்வதேச மன்றம் *(Crane Summit 21st Century International Forum)* நடத்திய 30ஆவது உலகக் கவிஞர்கள் மாநாட்டில் அவர் கலந்துகொண்டபோது

அவருடன் தைவானுக்குச் செல்லும் பாக்கியம் எனக்குக் கிடைத்தது. தைவானுக்குப் பயணம் செய்த இந்தியாவின் மிகவும் புகழ்பெற்ற மனிதர் கலாம் என்பதால், இந்த வரலாற்றுச் சிறப்புமிக்க பயணம் இன்றும் நினைவுகூரப்படுகிறது. ஜனாதிபதி மாளிகையில், அதிபர் மா யிங்-ஜியோ டாக்டர் கலாமுடன் அன்போடு உரையாடினார். டாக்டர் கலாமின் அறிவியல், இலக்கியச் சாதனைகளுக்குத் தனது பாராட்டுகளையும் தெரிவித்தார்.

ஒருமுறை வெளியூர் சென்றிருந்தபோது, ஓய்வறையில் காத்திருந்தோம். அப்போது வெளியே பாதுகாப்பு அதிகாரிகள் ஒரு இளம் பெண்ணை விசாரித்துத் தடுத்து நிறுத்தியதைக் குடியரசுத் தலைவர் கலாம் கவனித்தார். என்ன நடக்கிறது என்று பார்த்துவிட்டு வரச் சொன்னார். நான் விசாரித்தபோது, அந்தப் பெண் அவரது ஆசிகளைப் பெற விரும்பியதை அறிந்தேன். டாக்டர் கலாம் உடனடியாக அந்தப் பெண்ணை உள்ளே அனுமதிக்கச் சொல்லி அன்புடன் ஆசிகளை வழங்கினார். டாக்டர் கலாமைச் சந்தித்த மற்றவர்களைப் போலன்றி, அந்தப் பெண் அவருடன் புகைப்படம் எடுத்துக்கொள்ள வேண்டுமென்றோ அவருடைய கையெழுத்தையோ கேட்கவில்லை என்பதைக் கண்டு எனக்கு மிகுந்த வியப்பு ஏற்பட்டது. செல்ஃபி, ஆட்டோகிராஃப் என்று பிரபலங்களைத் தொந்தரவுசெய்வது சாதாரணமாகிவிட்ட உலகில், டாக்டர் கலாமின் ஆசீர்வாதத்தைத் தவிர வேறு எதையும் அந்தப் பெண் விரும்பாததைக் கண்டு நெகிழ்ந்துபோனேன்.

டாக்டர் கலாம் பயணங்களின்போது தனக்குச் சலுகைகள் கேட்டு ஊழியர்களை ஒருபோதும் தொந்தரவு செய்ய விரும்ப மாட்டார். உதாரணமாக, ஆரஞ்சுப் பழங்களில் உள்ள நார்த் துணுக்குகள் பல் செட்டில் சிக்காமல் இருக்க, அதை நீக்கிச் சாப்பிடுவது அவருக்கு எளிதாக இருக்கும் என்று எனக்குத் தெரியும். ஆனாலும் அதை நீக்கித் தரும்படி யாரிடமும் சொல்ல மாட்டார். ஆனால் என்னிடம் அவர் மிகவும் இயல்பாக உணர்ந்தார். நான் அதைச் செய்துகொடுத்தால் ஏற்றுக்கொள்வார். அந்தப் பழத்தைக் குழந்தையைப் போல ரசித்துச் சாப்பிடுவார்.

வசதி படைத்தவர்களோ, உயர் மட்டங்களில் இருப்பவர்களோ டாக்டர் கலாமைத் தயக்கமில்லாமல் அணுகுவார்கள். ஆனால் அடிமட்ட ஊழியர்கள், கருவிகளை இயக்குபவர்கள், ஓட்டுநர்கள், சரக்குகளைக் கையாளுபவர்கள், இதுபோன்ற

பிற பணிகளில் இருப்பவர்கள் கைகுலுக்கலுக்காகவோ, அன்பான வார்த்தைக்காகவோ புகைப்படத்திற்காகவோ அவரை அணுகுவதற்கு மிகவும் சிரமப்பட்டார்கள். அத்தகைய நபர்களைக் கவனிக்கும் அசாத்தியத் திறமை டாக்டர் கலாமுக்கு இருந்தது. பல சமயங்களில் அவரே முன்வந்து அவர்களுடன் பேசத் தொடங்குவார். அது பெரும்பாலும் புகைப்படத்துடனும் அன்பான பரிமாற்றத்துடன் முடிவடையும். அச்சந்திப்பு அவரை ஆராதித்தவர்களின் மனதில் நீங்காத நினைவாகத் தங்கிவிடும்.

அவர் குடியரசுத் தலைவராக இருந்த காலம் மிகவும் சவாலானது என்றே கருதுகிறேன். அவர் பெரும்பாலும் கூடுதல் நேரம் வேலை செய்வார். ஆனால் 'சோர்வு', 'வேலை அதிகம்' என்ற வார்த்தைகள் அவரது அகராதியில் இருந்ததாகத் தெரியவில்லை. உடனடியாகக் கவனித்தாக வேண்டிய கோப்புகளை, நான் சில சமயம் நள்ளிரவையும் தாண்டி அவரது படுக்கையறைக்குக் கொண்டுசெல்ல வேண்டியிருந்தது. என்னைப் பார்த்ததும், "நாளை பார்ப்போம்" என்பார். ஆனால் நான் திரும்பிப் போகத் தொடங்குவதற்கு முன்பே அவர் என்னை இருக்கச் சொல்லிவிட்டு, ஒவ்வொரு கோப்பையும் உடனடியாகப் பரிசீலித்து, அனைத்தையும் முடித்துவிடுவார். அவருக்கு வசதியைக் காட்டிலும் கடமை முக்கியமானது. ஒட்டுமொத்த அலுவலகமும் அதற்குச் சாட்சியாக இருந்தது.

குடியரசுத் தலைவர் கலாமின் அலுவலகச் சன்னல் முகலாயர் காலத்தின் பூங்காக்களைப் பார்த்தபடி இருந்தது. அங்கே மயில்கள் ஆடுவதை அவர் எப்போது கண்டாலும் ராஷ்டிரபதிபவன் புகைப்படக் கலைஞர்களுக்கு உடனடியாகத் தகவல் அனுப்புவார். மயில்களைத் தொந்தரவு செய்யாமல் அந்தக் காட்சியைக் படம்பிடிக்கச் சொல்வார். சுற்றுப்புறங்களின் இயற்கையான அழகைப் பாதுகாப்பதிலும் அவர் குறிப்பாக அக்கறை செலுத்தினார். அழகுக்காகக்கூடக் கிளைகளை வெட்டுவதை அவர் விரும்பவில்லை. இயற்கை சுதந்திரமாகச் செழிக்க வேண்டும் என்று விரும்பினார்.

டாக்டர் கலாமுக்கு இசை பெரும் ஆறுதலைத் தந்தது. உஸ்தாத் பிஸ்மில்லா கான், பண்டிட் ஹரிபிரசாத் சௌராசியா, பண்டிட் சிவகுமார் சர்மா ஆகியோரின் அமைதியான இசைக்கோவைகளும், எம்.எஸ். சுப்புலட்சுமியின் உருக்கமான பாடல்களும் அவரது படுக்கையறையில் மிதந்துகொண்டிருக்கும். அவர் அவற்றைத் தனது பழைய கேசட் பிளேயரில் ஒலிக்கவிடுவதையே விரும்பினார். அவரது

முக்கியமான சாதனங்களில் அதுவும் ஒன்று. ராஷ்டிரபதி பவனில் சிறிது வற்புறுத்தலுக்குப் பிறகு தயக்கத்துடன் வாங்கிய சிடி பிளேயரை அவர் ஒருபோதும் முழுமையாகப் பயன்படுத்தவில்லை. அவருக்குப் பிடித்த இசைக்கலைஞர்களின் சிடிக்களை நான் கொடுத்தபோது, அவர் என்னை அதை இயக்கும்படி கேட்டுக்கொள்வார். ஆனால் பழைய பாணியில் கேசட் பிளேயரில் இசை கேட்பதில்தான் அவருக்கு மகிழ்ச்சி. பழமையுடனான பிணைப்பு அவருடைய வசீகரத்தைக் கூட்டியது.

சில சமயங்களில் என் மனதில் கேள்விகளும் சந்தேகங்களும் நிறைந்திருக்கின்றன. எது நடந்தது, எது நடந்திருக்க முடியும் என்றெல்லாம் நினைத்து அலைபாய்கிறது. "நான் எல்லாவற்றையும் விட்டுவிட்டு ஷில்லாங்கிற்கு அவருடன் போயிருக்க வேண்டுமா? அதனால் ஏதாவது மாறியிருக்குமா? அந்த வலி அதிகமாக இருந்ததா? நான் ஏதேனும் உதவி செய்திருக்க முடியுமா? ஆறுதலாக இருந்திருப்பேனா? ஏதாவது செய்திருக்க முடியுமா?" என்று தொடர்ந்து யோசித்துக்கொண்டிருக்கிறேன். இந்தக் கேள்விகளுக்குப் பதில்கள் இல்லை. அவை வலியை மட்டுமே அதிகப்படுத்துகின்றன. சொல்லப்படாதவற்றின், அறியப்படாதவற்றின் மௌனத்துடன் வாழ்வதுதான் மிகவும் கடினமானது.

டாக்டர் கலாம் தனது பயணத்தின் ஒவ்வொரு கட்டத்திலும் எளிமையில் உறுதியாக இருந்தது குறிப்பிடத்தக்கது என்று தோன்றுகிறது. அவர் DRDOவில் இருந்தாலும், இந்திய அரசாங்கத்தின் முதன்மை அறிவியல் ஆலோசகராகப் பணியாற்றினாலும், இந்தியக் குடியரசுத் தலைவராகப் பதவி ஏற்றாலும் அவரது வாழ்க்கைமுறை ஒருபோதும் மாறவில்லை. அவரது தேவைகள் மிகக் குறைவு. அவரது அணுகுமுறை எளிமையானது. புகழ் அல்லது அதிகாரத்தால் அவரது மனநிலை சலனமடையவில்லை. உண்ணும் உணவிலிருந்து அணியும் உடைகள்வரை அனைத்தும் எளிமையாகவே இருந்தன. அவர் அன்றாடம் பயன்படுத்தும் பொருட்கள்கூடப் பெருமைக்காகவோ பகட்டுக்காகவோ மேம்படுத்தப்படவில்லை. குறிப்பிட்ட லட்சியம் கொண்ட வாழ்வை அவர் மேற்கொண்டார். உடைமைகளைச் சார்ந்த வாழ்க்கையை அல்ல. எதிலும் குறைந்தபட்சமாக இருந்தால் போதும் என்ற மனப்பான்மை, பற்றாக்குறையால் பிறந்ததல்ல. அவருடைய இயல்பே அதுதான். ஆடம்பரமான பொருட்களை வாங்க முடிந்தாலும், எது தேவையோ அதை மட்டும் வைத்து வாழ்வதையே அவர் விரும்பினார்.

‘அக்னிச் சிறகுகள்’ அனைத்து வயதினருக்கும் அனைத்துத் தரப்பினருக்கும் உத்வேகமூட்டும் சக்தியாக விளங்கிவருகிறது. எளிய பின்னணியைக் கொண்ட டாக்டர் கலாம் முன்னணி விஞ்ஞானியாக உயர்ந்த பயணம், உறுதியுடன் கூடிய கனவுகள் ஒரு தேசத்தின் தலைவிதியையே வடிவமைக்கும் என்பதை நினைவூட்டுகிறது. தொழில்நுட்பத்தில் சுயசார்புக்கும் தேசிய வலிமைக்கும் அவர் அளித்த முக்கியத்துவம் இன்றும் இந்தியாவின் அபிலாஷைகளுக்கு நெருக்கமாக இருக்கிறது. தனது வழிகாட்டிகள், சகாக்கள்மீது அவர் கொண்டிருந்த அசைக்க முடியாத நம்பிக்கையும் நன்றியும் எக்காலத்துக்கும் பொருந்தக்கூடிய, உலகம் முழுமைக்கும் பொதுவான விழுமியங்களைப் பிரதிபலிக்கின்றன. தனிப்பட்ட வெற்றிகள் ஒருபுறம் இருக்க, குடும்பத்துடனான ஆழமான பிணைப்பிலிருந்து தொடங்கி, தேசிய முன்னேற்றம், உலகளாவிய நல்லிணக்கம் என்ற பரந்த லட்சியங்கள்வரையிலும் ஒரு சமூகம் செழிப்பதற்கு அத்தியாவசியமான விழுமியங்களின் சாரத்தை இந்தப் புத்தகம் அழகாகப் படம்பிடிக்கிறது.

இந்தப் புதிய பதிப்பின் 17முதல் 22வரையிலான இயல்கள் 1991முதல் 2015இல் அவர் மறையும்வரையில் டாக்டர் கலாம் மேற்கொண்ட அசாதாரணப் பயணத்தின் ஆழமான பதிவுகளைக் கொண்டிருக்கின்றன. டாக்டர் கலாம் தன்னுடைய தன்வரலாற்றை முடித்த காலகட்டத்திற்குப் பிந்தைய அவருடைய வாழ்வை இந்தப் புதிய பகுதிகள் கூறுகின்றன. இவை வெறும் வரலாற்றுப் பதிவுகள் அல்ல; கலாமுக்கு நெருங்கிய துணையாக இருந்த பேராசிரியர் அருண் திவாரி பகிர்ந்துகொள்ளும் ஆத்மார்த்தமான நினைவுகள். நாட்டின் மிக உயர்ந்த பதவியை வகித்த பின்னரும், தேசத்தின் சேவைக்கும் அதன் இளைஞர்களுக்கும் தன்னை அர்ப்பணித்துக்கொண்ட ஒரு மனிதரின் வாழ்வின் சாரத்தை அவை படம்பிடிக்கின்றன. நிகழ்ச்சிகள், சிந்தனைகள், தனிப்பட்ட உரையாடல்கள் ஆகியவை மூலம் இந்தப் பகுதிகள் டாக்டர் கலாமின் கடைசி ஆண்டுகளை வரையறுத்த அவரது தொலைநோக்குப் பார்வையையும் எல்லையற்ற ஆற்றலையும் உயிர்ப்பிக்கின்றன. இந்த வகையில் அவை டாக்டர் கலாமுக்கான அஞ்சலியாக விளங்குகின்றன. அவர் வாழ்விலிருந்து உத்வேகம் பெறவும் துணிந்து பெரிய கற்பனைகளை வளர்த்துக்கொள்ளவும் நேர்மையுடனும் லட்சிய நோக்கத்துடனும் செயல்படுவதற்குமான அழைப்பாகவும் திகழ்கின்றன.

இந்த அணிந்துரை டாக்டர் கலாமின் மகத்துவத்தைக் கௌரவிக்கும் சிறிய, மனப்பூர்வமான செயல்பாடு. அவரது

வாழ்க்கை, பார்வை, விழுமியங்கள் ஆகியவற்றை இனிவரும் தலைமுறையினருக்குத் தெரிவிக்க உதவும் இந்த அர்த்தமுள்ள முயற்சியில் என்னையும் பங்குகொள்ளச்செய்த பதிப்பாளர்களுக்கு மனமார்ந்த நன்றியைத் தெரிவித்துக்கொள்கிறேன்.

ஹாரி ஷெரிடன்
(குடியரசுத் தலைவர் டாக்டர் அப்துல் கலாமின் தனிச் செயலாளர்)

புதிய பதிப்பின் முன்னுரை

அக்னிச் சிறகுகளின் ஆங்கில மூல நூலான 'விங்ஸ் ஆஃப் ஃபயர்' 1999இல் வெளியானது. இந்த நூல் இன்றுவரை 70க்கும் மேற்பட்ட பதிப்புகளைக் கண்டு, 20 லட்சத்திற்கும் மேற்பட்ட பிரதிகள் விற்பனையாகியிருக்கின்றன. இந்நூலின் பிரெயில் பதிப்பும் ஒலிப்புத்தகமும் வெளியாகியிருக்கின்றன. பலரும் பல இடங்களிலும் இந்நூலில் உள்ளவற்றை மேற்கோள் காட்டியிருக்கிறார்கள். எல்லாவற்றுக்கும் மேலாக, எண்ணற்ற மக்களுக்கு உத்வேகமூட்டும் சக்தியாக இது விளங்குகிறது.

இந்த நூல் வெளியான நேரத்தில் டாக்டர் கலாம் ஓய்வு பெறுவது குறித்துச் சிந்தித்துக் கொண்டிருந்தார். இந்தியாவுக்கான அவரது பார்வையைக் குழந்தைகளிடத்தில் கொண்டு செல்லக்கூடிய ஒரு பள்ளியை அமைக்க வேண்டுமென்று அவர் கனவு கண்டார். ஆனால் அதைக் காட்டிலும் மேலான பணிகளைச் செய்ய அவருக்கு அழைப்பு வந்தது.

டாக்டர் கலாம் பாதுகாப்பு அமைச்சரின் அறிவியல் ஆலோசகராகவும் DRDOவின் தலைவராகவும் நியமிக்கப்பட்டார். இந்தப் பணியில் அவர் தற்சார்புக்கான தேசிய அளவிலான முனைப்பை முன்னின்று செயல்படுத்தினார். பாதுகாப்புத் தொழில்நுட்பத்தின் பயன்கள் குடிமைச் சமூகத்திற்குக் கிடைக்கச்செய்ய முயற்சித்தார். அவருக்குப் பாரத ரத்னா விருது வழங்கப்பட்டது.

2002இல் அவர் இந்தியக் குடியரசுத் தலைவரானார். 2007இல் ஐரோப்பிய நாடாளுமன்றத்தில் அவர் ஆற்றிய உரை அவருக்கு மிகவும் பிடித்தமான உரையாகவும் குடியரசுத் தலைவர் என்ற முறையில் அவருடைய கடைசி உரையாகவும் அமைந்தது.

அக்னிச் சிறகுகள் நூலின் மூல வடிவம் டாக்டர் கலாமின் பிறப்புமுதல் 1991வரையிலான காலத்தைப் பற்றியது. 1991முதல் 2015வரையிலான காலத்தில் கலாமின் வாழ்வில் நடந்தவற்றைக் கொண்டு இந்த நூலை நிறைவு செய்யுமாறு பதிப்பகத்தினர் என்னிடம் கேட்டுக்கொண்டபோது என்முன் இரண்டு சவால்கள் இருந்தன. டாக்டர் கலாம் தனது வாழ்க்கையைப் பகிர்ந்துகொண்டதில் இருந்த வெளிப்படைத்தன்மையையும் வெகுளித்தனத்தையும் என்னால் கொண்டுவர முடியுமா என்பது ஒரு சவால். அணுசக்திச் சோதனைகள் உள்ளிட்ட அவரது பொது வாழ்வின் மிக முக்கியமான நிகழ்வுகளைச் *(high-voltage narrative)* சித்தரிப்பது மற்றொரு சவால்.

அக்னிச் சிறகுகள் நூலின் 16 இயல்கள் இதில் அப்படியே உள்ளன. “விகாசம்” என்னும் தலைப்புக் கொண்ட பகுதி, 1991முதல் 2002வரையிலான காலத்தைப் பற்றியது. ‘இந்தியத் தலைமை’ என்ற தலைப்பில் உள்ள ஆறாவது கடைசிப் பகுதி, 2002–2015க்கு இடையில் நடந்த நிகழ்வுகளைப் பற்றியது. டாக்டர் கலாம் எழுதிய பின்னுரை (முதல் பதிப்பின் கடைசிப் பகுதி) இயல் 16இன் முடிவில் உள்ளது. டாக்டர் கலாமின் தீர்க்கதரிசனத்தின்படி இந்தியா விரைவில் நான்காவது பெரிய பொருளாதாரமாக உருப்பெறும் எனவும், ‘வளர்ந்த நாடுகளின் வரிசையில் நமக்கான இடத்தைப்’ பிடிக்கும் என்றும் எதிர்பார்க்கப்படுகிறது.

தற்போது சேர்க்கப்பட்டுள்ள பகுதிகள் எனது தனிப்பட்ட நினைவுக் குறிப்புகள் என்பதை வலியுறுத்திச் சொல்ல விரும்புகிறேன். அவை டாக்டர் கலாமின் வாழ்வின் அசாதாரணமான இரண்டாவது கட்டத்தைப் பற்றியவை. இஸ்ரோவுக்குப் பிந்தைய காலம், குடியரசுத் தலைவராகப் பணியாற்றிய ஆண்டுகள், அவரது மறைவு ஆகியவை பற்றிய எனது நினைவுகளையும் சிந்தனைகளையும் இவை உள்ளடக்கியுள்ளன. இவை அவருடன் நான் நடத்திய பல உரையாடல்களை அடிப்படையாகக் கொண்டவை. இவை தனிப்பட்ட அனுபவங்கள், நினைவுகளின் தொகுப்பு. எனவே, நிகழ்வுகளின் துல்லியமான பதிவாக இவற்றைக் கருதக் கூடாது.

விரிவாக்கப்பட்ட இந்தப் பதிப்பில் பல புதிய புகைப்படங்கள் உள்ளன. டாக்டர் கலாமின் வாழ்வில் நிகழ்ந்த பல முக்கியமான தருணங்களை அவை பிரதிபலிக்கின்றன.

டாக்டர் கலாமுடனான எனது உறவு அக்னிச் சிறகுகள் நூலுக்கு அப்பாற்பட்டது. அவரது கடைசிப் புத்தகமான *Transcendence* உட்பட மேலும் நான்கு புத்தகங்களை நாங்கள் இணைந்து எழுதினோம். இந்தப் புத்தகம் விரிவாக்கப்பட்ட, முழுமையான வடிவத்தில் வெளியாவதைக் காண நான் உயிரோடு இருப்பதும், அதற்குப் பங்களிக்கும் வாய்ப்பைப் பெற்றிருப்பதும் எனக்குக் கிடைத்த பாக்கியமாகக் கருதுகிறேன்.

அருண் திவாரி

முன்னுரை

டாக்டர் ஆ.ப.ஜெ. அப்துல் கலாமின் கீழ் பத்து ஆண்டுகளுக்கும் மேலாகப் பணியாற்றினேன். அவரது வாழ்க்கை வரலாற்றை எழுதுவதற்கு இந்தத் தகுதி போதாது எனத் தோன்றலாம். அந்தத் தகுதி இருப்பதாக நானும் நினைத்துக்கொள்ளவில்லை. ஒருநாள் அவரிடம் பேசிக்கொண்டிருக்கும்போது, இந்திய இளைஞர்களுக்கு அவர் சொல்லும் செய்தி என்ன என்று கேட்டேன், அவர் சொன்ன பதில் என்னைக் கவர்ந்தது. பிறகு, அவரது நினைவுகளைப் பற்றி அவரிடம் கேட்பதற்கான தைரியத்தை வரவழைத்துக்கொண்டேன். காலத்தின் மணலில் தோண்டியெடுக்க முடியாமல் புதைக்கப்படுவதற்கு முன்பு அவற்றை எழுதிவைக்க விரும்பினேன்.

இரவு நேரங்களிலும் விடியலின் மங்கலான நட்சத்திரங்களின் கீழும் அமர்ந்து வெகுநேரம் பேசினோம். இப்படிப் பல அமர்வுகள் நிகழ்ந்தன. ஒரு நாளைக்குப் பதினெட்டு மணிநேரம் வேலை பார்ப்பதற்கு நடுவில் அவர் இதற்கு நேரம் ஒதுக்கினார். அவருடைய கருத்துகளின் ஆழமும் வீச்சும் என்னைக் கட்டிப்போட்டன. அவரிடம் மாபெரும் ஜீவசக்தி இருந்தது. கருத்துகளின் உலகில் புழங்குவதில் அவர் பெரிதும் மகிழ்ச்சி அடைந்தார். அவரது உரையாடல் பின்பற்ற எளிதானதல்ல. ஆனால் எப்போதும் புதியதாகவும் சிந்தனையைத் தூண்டுவதாகவும் இருந்தது. அவரது கதையாடலில் சிக்கல்கள், நுணுக்கங்கள், புதிரான உருவகங்கள், துணைக்கதைகள் ஆகியவை இருந்தன. அவரது அபாரமான அறிவு படிப்படியாக வெளிப்பட்டுத் தொடர்ச்சியான உரையாடலின் வடிவத்தை எடுத்தது.

அவர் சொன்னதையெல்லாம் எழுத உட்கார்ந்தபோதுதான் எனக்குள்ள போதாமை புரிந்தது. ஆனால் இந்தப் பணியின் முக்கியத்துவத்தை உணர்ந்திருந்தேன். இந்த முயற்சியில் இறங்க எனக்கு அனுமதி அளித்ததைக் கௌரவமாகக் கருதினேன். அதைச் செய்து முடிப்பதற்கான துணிவையும் திறனையும் பெறுவதற்காக மனதாரப் பிரார்த்தனை செய்தேன்.

டாக்டர் கலாம் இந்தியாவின் சாதாரணக் குடிமக்கள்மீது அபரிமிதமான பாசம் கொண்டவர். அவர்களுக்காகத்தான் இந்தப் புத்தகம் எழுதப்பட்டுள்ளது. டாக்டர் கலாமும் அத்தகைய சாதாரணக் குடிமக்களில் ஒருவர்தான். மிகுந்த எளிமையும் பணிவும் கொண்ட மக்களுடன் அவருக்கு உள்ளுணர்வு சார்ந்த தொடர்பு இருந்தது. அவரது எளிமை, உள்ளார்ந்த ஆன்மிகம் ஆகியவற்றின் அடையாளம் இது.

இந்தப் புத்தகத்தை எழுதிய அனுபவம் எனக்குப் புனித யாத்திரையைப் போன்றது. வாழ்வின் உண்மையான மகிழ்ச்சியை ஒரே ஒரு வழியில் மட்டுமே காண முடியும் என்பதை அவர் மூலம் அறிந்துகொண்டேன். ஒவ்வொருவரும் தனக்குள் மறைந்திருக்கும் அறிவின் நிரந்தரமான ஆதாரத்துடன் கொள்ளும் தொடர்புதான் அந்த மகிழ்ச்சியை அடையும் வழி. இதை ஒவ்வொருவரும் தேடிக் கண்டடைய வேண்டும். உங்களில் பலர் டாக்டர் கலாமை நேரில் சந்தித்திருக்க மாட்டீர்கள். ஆனால் இந்தப் புத்தகத்தின் மூலம் நீங்கள் அவருக்கு நெருக்கமாகி விடுவீர்கள்; அவர் உங்கள் ஆன்மிக நண்பராக மாறிவிடுவார் என்று நம்புகிறேன்.

டாக்டர் கலாம் என்னிடம் கூறிய பல சம்பவங்களில் ஒரு சிலவற்றை மட்டுமே இந்த நூலில் என்னால் சேர்க்க முடிந்தது. இது அவருடைய வாழ்வின் சுருக்கமான சித்திரம் மட்டுமே. முக்கியமான சில சம்பவங்கள் விட்டுப்போயிருக்கலாம். டாக்டர் கலாம் ஒருங்கிணைத்த திட்டங்களில் பங்களிப்புச் செய்த சிலரைப் பற்றிய பதிவுகள் விடுபட்டிருக்கலாம். எனக்கும் டாக்டர் கலாமுக்கும் இடையே பணி வாழ்வில் கால் நூற்றாண்டுக் கால இடைவெளி இருந்ததால் சில முக்கியமான பிரச்சினைகளை நான் பதிவு செய்யாமல் இருந்திருக்கலாம் அல்லது அவை உருமாறியிருக்கலாம். இவையெல்லாம் தவறுதலாக நடந்தவை. இதுபோன்ற குறைபாடுகளுக்கு நான் மட்டுமே பொறுப்பு.

அருண் திவாரி

நன்றி

இந்தப் புத்தகத்தை எழுதுவதற்குப் பங்களித்த அனைவருக்கும், குறிப்பாக எனக்காக நேரம் செலவிட்டுத் தங்கள் அறிவை என்னுடன் பகிர்ந்து கொண்ட ஒய்.எஸ். ராஜன், ஏ. சிவதாணுப் பிள்ளை, ஆர்.என். அகர்வால், பிரஹலாதா, கே.வி.எஸ்.எஸ். பிரசாத ராவ், டாக்டர் எஸ்.கே. சால்வன் ஆகியோருக்கு நன்றி.

பேராசிரியர் கே.ஏ.வி. பண்டாலை, ஆர். சுவாமிநாதன் ஆகியோர் இந்தப் பிரதியைப் படித்துப் பார்த்துக் கறாராக மதிப்பிட்டுக் கருத்துரைத்தார்கள். அதற்காக இருவருக்கும் நன்றி. டாக்டர் பி. சோம ராஜுவின் வெளியில் தெரியாத, ஆனால் உறுதியான ஆதரவுக்காக அவருக்கும் நன்றி. எனது மனைவியும் சமரசமற்ற விமர்சகருமான டாக்டர் அஞ்சனா திவாரி கடுமையான விமர்சனங்களை மென்மையான முறையில் முன்வைத்தார். அவருக்கு எனது மனமார்ந்த நன்றி.

யுனிவர்சிட்டீஸ் பிரஸ் பதிப்பகத்துடன் பணிபுரிவது மகிழ்ச்சியளிக்கும் அனுபவம். பதிப்பகத்தின் ஆசிரியர் குழுவும் நூல் தயாரிப்புப் பிரிவின் ஊழியர்களும் அளித்த ஒத்துழைப்பும் மிகவும் முக்கியமானவை.

புகைப்படக் கலைஞர் பிரபு போன்ற சிறந்த மனிதர்கள் பலரும் தன்னலம் கருதாமல் என்னையும் இந்த நூலையும் செம்மைப்படுத்தியிருக்கிறார்கள். அவர்கள் அனைவருக்கும் நன்றி.

இறுதியாக, இதை எழுதும்போது எனது மகன்கள் அசீமும் அமோலும் உணர்வுப்பூர்வமாக அளித்த ஆதரவுக்காக அவர்களுக்கு மனமார்ந்த நன்றி. டாக்டர் கலாம் பெரிதும் மதித்த, இந்தப் படைப்பில் பிரதிபலிக்க வேண்டும் என்று விரும்பிய வாழ்க்கைப் பார்வை என் மகன்களிடம் இருக்க வேண்டும் என்று விரும்புகிறேன்.

அருண் திவாரி

அறிமுகம்

இந்தியா தனது இறையாண்மையை நிலைநாட்டிக்கொள்ளவும் பாதுகாப்பை வலுப்படுத்திக் கொள்ளவும் மேற்கொள்ளும் தொழில்நுட்ப முயற்சிகளைப் பற்றி உலகில் பலரும் கேள்வி எழுப்பும் நேரத்தில் இந்தப் புத்தகம் வெளியாகிறது. ஏதாவது ஒரு பிரச்சினையை முன்னிட்டு மக்கள் எப்போதும் தங்களுக்குள் சண்டையிட்டுக்கொள்கிறார்கள். வரலாற்றுக்கு முற்பட்ட காலத்தில் உணவுக்காகவும் இருப்பிடத்திற்காகவும் போர்கள் நடந்தன. காலப்போக்கில் மதம், கருத்தியல் ஆகிய நம்பிக்கைகளின் அடிப்படையில் போர்கள் நடந்தன. இப்போது பொருளாதார, தொழில்நுட்ப மேலாதிக்கத்திற்காக அதிநவீனப் போர்முறைகளைக் கொண்ட போராட்டம் நடக்கிறது. இதன் விளைவாக, பொருளாதார, தொழில்நுட்ப மேலாதிக்கம் அரசியல் அதிகாரமாகவும் உலகின் மீதான கட்டுப்பாடாகவும் பார்க்கப்படுகிறது.

கடந்த சில நூற்றாண்டுகளில், தொழில்நுட்ப ரீதியாக மிகவும் வலுவாக வளர்ந்த ஒருசில நாடுகள் தங்களுடைய சுய லாபங்களுக்காக உலகைத் தங்கள் கட்டுப்பாட்டிற்குள் கொண்டுவந்தன. இந்த வல்லரசுகள் புதிய உலக அமைப்பின் தலைவர்களாகத் தம்மை அறிவித்துக்கொண்டுள்ளன. இப்படிப்பட்ட சூழ்நிலையில் இந்தியா போன்ற நூறு கோடிக்கும் மேல் மக்கள் வாழும் நாடு என்ன செய்ய முடியும்? தொழில்நுட்பரீதியாக வலுவாக

இருப்பதைத் தவிர நமக்கு வேறு வழியில்லை. ஆனால் தொழில் நுட்பத் துறையில் இந்தியா தலைமை வகிக்க முடியுமா? முடியும் என்பதுதான் என் பதில். எனது வாழ்க்கையிலிருந்து சில சம்பவங்களை விவரிப்பதன் மூலம் இதை விளக்குகிறேன்.

இந்தப் புத்தகத்திற்காக என் நினைவுகளை அசைபோடத் தொடங்கியபோது, எனது நினைவுகளில் சொல்லத் தகுந்தவை எவை, அவற்றையெல்லாம் சொல்லத்தான் வேண்டுமா என்பவை பற்றியெல்லாம் எனக்கு உறுதியாகத் தெரியவில்லை. என் குழந்தைப் பருவம் எனக்கு விலைமதிப்பற்றது. ஆனால் மற்றவர்களுக்கு அது ஆர்வமூட்டுமா? சிறு நகரத்தைச் சேர்ந்த ஒரு பையனின் இன்னல்களையும் வெற்றிகளையும் வாசகர்கள் அறிந்துகொள்ளத்தான் வேண்டுமா? எனது பள்ளி நாட்களில் கடினமான சூழ்நிலை நிலவியது. எனது பள்ளிக் கட்டணத்தைச் செலுத்த உதிரி வேலைகள் செய்தேன். கல்லூரியில் படிக்கும்போது சைவ உணவுக்கு மாறியதற்கு எனக்கு இருந்த பணக் கஷ்டமும் ஒரு காரணம். இதையெல்லாம் தெரிந்து கொள்ளப் பொதுமக்கள் ஏன் ஆர்வம்காட்ட வேண்டும் என்ற கேள்விகள் எழுந்தன.

இறுதியில், இவற்றையெல்லாம் சொல்லத்தான் வேண்டும் என்று முடிவுசெய்தேன். இவை நவீன இந்தியாவின் கதையைச் சொல்கின்றன. தனி மனிதர்களின் விதியும் சமூகச் சூழலும் ஒன்றுடன் ஒன்று பிணைந்துள்ளன. அவற்றைத் தனித்தனியாகக் காண முடியாது. இதை உணர்ந்த பிறகு, விமானப்படை விமானியாக எடுத்துக்கொண்ட முயற்சியில் பெற்ற தோல்வி, என் அப்பா விரும்பியபடி கலெக்டர் ஆகாமல் ராக்கெட் பொறியியலாளராக ஆனது ஆகியவற்றைச் சொல்லலாம் என்று தோன்றியது.

இவற்றைத் தவிர, என் வாழ்க்கையில் ஆழமான தாக்கத்தை ஏற்படுத்தியவர்களைப் பற்றிச் சொல்லலாம் என்று முடிவு செய்தேன். இந்தப் புத்தகம் ஒரு விதத்தில் நன்றியறிதலின் வெளிப்பாடு. எனது பெற்றோருக்கும் உறவினருக்கும், ஒரு மாணவனாகவும் தொழில் வாழ்க்கையிலும் எனக்குக் கிடைத்த ஆசிரியர்களுக்கும் வழிகாட்டிகளுக்கும் இதன் மூலம் நன்றி தெரிவிக்கிறேன். எங்கள் கூட்டுக் கனவுகளை நனவாக்க உதவிய எனது இளம் சகாக்களின் தளராத உற்சாகத்துக்கும் முயற்சி களுக்குமான பாராட்டுப் பத்திரம் இது. ஜாம்பவான்களின் தோளில் ஏறி நிற்பதன் பலன்பற்றி ஐசக் நியூட்டன் கூறிய புகழ்பெற்ற வார்த்தைகள் ஒவ்வொரு அறிவியலாளருக்கும்

பொருந்தும். நான் பெற்ற அறிவுக்கும் உத்வேகத்திற்கும் விக்ரம் சாராபாய், சதீஷ் தவன், பிரம்ம பிரகாஷ் உள்ளிட்ட புகழ்பெற்ற இந்திய அறிவியலாளர்களுக்குப் பெரிதும் கடன்பட்டிருக்கிறேன். என் வாழ்க்கையிலும் இந்திய அறிவியல் பயணத்திலும் முக்கியப் பங்கு வகித்தவர்கள் இவர்கள்.

1991, அக்டோபர் 15ஆம் தேதி அறுபது வயதை நிறைவு செய்தேன். சமூகத்திற்கான என் கடமைகளாகக் கருதியவற்றைச் செய்வதற்காக ஓய்வுக் காலத்தை அர்ப்பணிக்க முடிவுசெய்தேன். அதற்குப் பதிலாக இரண்டு விஷயங்கள் ஒரே நேரத்தில் நடந்தன. முதலில், நான் மேலும் மூன்று ஆண்டுகள் அரசுப் பணியில் தொடர ஒப்புக்கொண்டேன். அடுத்து, அருண் திவாரி என்ற இளம் சக ஊழியர், எனது நினைவுகளைத் தன்னுடன் பகிர்ந்துகொள்ளுமாறு கேட்டுக்கொண்டார். அவற்றை எழுத்தில் வடிக்க அவர் விரும்பினார். அவர் 1982முதல் எனது ஆய்வகத்தில் பணிபுரிந்தவர். ஆனால் 1987 பிப்ரவரியில் ஹைதராபாதில் உள்ள நிஜாம் இன்ஸ்டிடியூட் ஆஃப் மெடிக்கல் சயின்சஸ் இன் இன்டென்சிவ் கரோனரி கேர் யூனிட்டில் அவரைச் சந்திக்கும்வரை அவரை எனக்கு அவ்வளவாகத் தெரியாது. அவருக்கு வெறும் 32 வயதுதான். ஆனால் உயிருக்காகத் தீவிரமாகப் போராடிக்கொண்டிருந்தார். அவருக்கு ஏதாவது செய்ய வேண்டுமா என்று கேட்டேன். "எனக்கு நீண்ட ஆயுள் கிடைக்க வேண்டும் என்று ஆசீர்வதியுங்கள். அப்போதுதான் உங்கள் திட்டங்களில் ஒன்றையாவது என்னால் முடிக்க முடியும்" என்று கூறினார்.

அந்த இளைஞரின் அர்ப்பணிப்பு என்னை நெகிழவைத்தது. இரவு முழுவதும் அவர் குணமடையப் பிரார்த்தனை செய்தேன். இறைவன் என் பிரார்த்தனைகளுக்குப் பதிலளித்தார். திவாரி ஒரு மாதத்தில் வேலைக்குத் திரும்பினார். ஆகாஷ் ஏவுகணை ஏர் ஃப்ரேமை மூன்றே ஆண்டுகளில் உருவாக்குவதில் சிறப்பாகப் பங்களித்தார். பிறகு அவர் எனது கதையைச் சொல்லும் பணியை மேற்கொண்டார். என் வாழ்க்கையில் நடந்த உதிரியான சம்பவங்களையெல்லாம் தொகுத்துச் சரளமான கதையாடலாக மாற்றினார். அவர் என் நூலகத்தையும் கவனமாக ஆராய்ந்து, நான் படிக்கும்போது குறித்துவைத்த கவிதைகளையெல்லாம் தேர்ந்தெடுத்துப் பொருத்தமான முறையில் நூலில் சேர்த்தார்.

இந்தக் கதை எனது தனிப்பட்ட வெற்றிகள், இன்னல்கள் பற்றியவை மட்டுமல்ல. நவீன இந்தியாவில் அறிவியல் அமைப்பின் வெற்றிகள், பின்னடைவுகள், தொழில்நுட்பக் களத்தில் தன்னை நிலைநிறுத்திக்கொள்ளப் போராடிய அனுபவங்கள் ஆகியவற்றின்

பதிவு. தேசத்தின் லட்சியங்கள், கூட்டு முயற்சிகள் ஆகியவற்றின் கதை. அறிவியலில் தன்னிறைவும் தொழில்நுட்பத் திறனும் பெறுவதற்காக இந்தியா மேற்கொண்ட தேடலின் கதை.

இந்த அழகான கிரகத்திலுள்ள ஒவ்வொரு உயிரினத்தையும் குறிப்பிட்ட ஒரு பணியை நிறைவேற்றுவதற்காக இறைவன் உருவாக்கியிருக்கிறார். நான் வாழ்க்கையில் எதைச் சாதித்தாலும் அது இறைவனுடைய உதவியால் நடந்தது; அவை எல்லாமே இறைவனின் விருப்பத்தின் வெளிப்பாடுகள். சிறந்த ஆசிரியர்கள், சகாக்கள் மூலம் இறைவன் தனது கருணையை என்மீது பொழிந்தார். எனக்குக் கிடைத்த சிறந்த மனிதர்களைப் பாராட்டும்போது இறைவனின் மகிமையைத்தான் போற்றுகிறேன். ராக்கெட்டுகள், ஏவுகணைகள் எல்லாம் கலாம் என்ற ஒரு சிறிய நபரின் மூலம் இறைவன் செய்தவை. இந்தியாவிலுள்ள கோடிக்கணக்கான மக்கள் தங்களை ஒருபோதும் குறைவாகவோ நிராதரவானவர்களாகவோ உணர்ந்துவிடக் கூடாது என்பதற்காக அவர் இதைச் செய்திருக்கிறார். நம் அனைவரும் தெய்வீக அக்னியுடன் பிறந்தவர்கள். இந்த அக்னிக்குச் சிறகுகளைத் தந்து அதன் நன்மையின் ஒளியால் இந்த உலகை நிறைக்க நாம் முயற்சி எடுக்க வேண்டும்.

இறைவனின் ஆசிகள் உங்களுக்குக் கிடைக்கட்டும்!

ஆ.ப.ஜெ. அப்துல் கலாம்

I
முனைப்பு
[1931–1963]

இந்தப் பூமி இறைவனுடையது
விரிந்து பரந்த எல்லையற்ற வானம் இறைவனுடையது
கடல்கள் அவருள் உறைகின்றன
எனினும் சிறிய குட்டையில் அவர் படுத்திருக்கிறார்.

– அதர்வ வேதம், 4:16

1

ராமேஸ்வரம் தீவில் நடுத்தர வர்க்கத் தமிழ்க் குடும்பத்தில் பிறந்தேன். என் அப்பா ஜெபுதுல்லாபுதீன் வசதி படைத்தவரல்ல; அதிகம் படித்தவரும் அல்ல. ஆனால் இயல்பிலேயே ஞானம் கொண்டவர். என் அம்மா ஆஷியம்மா கணவருக்கேற்ற மனைவி. தாராள மனம் கொண்டவர். ஒவ்வொரு நாளும் அம்மா எத்தனை பேருக்குச் சாப்பாடு போடுவார் என்பது எனக்குச் சரியாக நினைவில்லை. எங்கள் குடும்பத்தைச் சேர்ந்தவர்களைவிட மற்றவர்கள்தான் அதிகம் சாப்பிடுவார்கள் என்று மட்டும் நிச்சயமாகச் சொல்ல முடியும்.

ஆதர்சமான இணையர் என்று என் பெற்றோர் பேர் வாங்கியிருந்தார்கள். என் அம்மாவின் பரம்பரை புகழ்வாய்ந்தது. அவருடைய முன்னோர்களில் ஒருவர் பிரிட்டிஷாரிடம் 'பகதூர்' பட்டம் பெற்றிருந்தார்.

என் பெற்றோர் இருவருமே உயரமானவர்கள்; அழகானவர்கள். நான் குள்ளம். என் தோற்றமும் மிகவும் சாதாரணமானது. நாங்கள் வசித்துவந்த வீடு 19ஆம் நூற்றாண்டின் நடுப்பகுதியில் கட்டியது. ராமேஸ்வரம் மசூதித் தெருவில் இருந்த எங்கள் வீடு பெரியது. சுண்ணாம்புக் காரையாலும் செங்கல்லாலும் ஆனது. என் அப்பா சிக்கனமானவர். தேவையில்லாத வசதிகளும் பகட்டும் அவருக்குப் பிடிக்காது. எனினும் உணவு, உடை, மருந்து என எங்களுக்கு வேண்டியவை அனைத்தும் கிடைத்தன. குழந்தைப் பருவத்தில் பாசத்திலோ வசதிகளிலோ எனக்கு எந்தக் குறையும் இல்லை.

சமையலறையில் தரையில் உட்கார்ந்தபடி என் அம்மாவுடன்தான் சாப்பிடுவேன். வாழை இலைபோட்டு அதில் சோறு, மணக்கும் சாம்பார்,

வீட்டிலேயே செய்த பலவிதமான ஊறுகாய்கள், தேங்காய் சட்னி ஆகியவற்றை அம்மா எனக்குப் பரிமாறுவார்.

ராமேஸ்வரம் யாத்திரைத்தலமாக விளங்கியதற்குக் காரணமாக அமைந்த புகழ்பெற்ற இராமநாதசுவாமி கோயில் எங்கள் வீட்டிலிருந்து பத்து நிமிட நடை தூரத்தில் இருந்தது. எங்கள் பகுதியில் முஸ்லிம்கள் அதிகம் இருந்தாலும் சில இந்துக் குடும்பங்களும் உண்டு. முஸ்லிம்களுக்கும் இந்துக்களுக்குமிடையே இணக்கமான உறவு நிலவியது. எங்கள் ஊரில் இருந்த பழமையான பள்ளிவாசலுக்கு அப்பா என்னை மாலை நேரத் தொழுகைக்கு அழைத்துச் செல்வார். அங்கு அரபி மொழியில் சொல்லும் தொழுகையின் அர்த்தம் எனக்குப் புரியாது. ஆனால் அதையெல்லாம் இறைவன் கேட்கிறார் என்று உறுதியாக நம்பினேன். தொழுகையை முடித்துவிட்டு வெளியில் வரும்வரை வெவ்வேறு மதங்களைச் சேர்ந்தவர்கள் மசூதி வாசலில் அப்பாவுக்காகக் காத்திருப்பார்கள். அவர்களில் பலர், சிறிய கிண்ணங்களில் கொண்டுவந்த தண்ணீரை அவரிடம் தருவார்கள். தன் விரல் நுனியை நனைத்து அவர் துவா செய்த நீரை அவர்கள் தங்கள் வீடுகளுக்கு எடுத்துச்சென்று நோயாளி களுக்குக் கொடுப்பார்கள். நோயாளிகள் குணமானதும் எங்கள் வீட்டுக்கு வந்து நன்றி சொல்வார்கள். எல்லையற்ற அன்பும் கருணையும் கொண்ட அல்லாவுக்கு நன்றி சொல்லும்படி அப்பா புன்சிரிப்புடன் பதிலளிப்பார்.

ராமேஸ்வரம் கோயிலின் தலைமைக் குருக்களான பகவதி லட்சுமண சாஸ்திரி அப்பாவின் நெருங்கிய நண்பர். இருவரும் தத்தமது பாரம்பரிய வழக்கப்படி ஆடையணிந்து ஆன்மிக விஷயங்களை விரிவாகப் பேசிக்கொண்டிருப்பார்கள். சிறு வயது நினைவுகளில் எனக்கு நன்றாக நினைவிருக்கும் அனுபவங்களில் ஒன்று இது. நான் கொஞ்சம் பெரியவனானதும் அப்பாவிடம் கேள்விகள் கேட்கத் தொடங்கினேன். "ஏன் தொழுகை செய்கிறோம்?" என்று ஒருமுறை கேட்டேன். தொழுகையில் மாயமந்திரம் எதுவும் இல்லை; அது மக்களை இணைக்கிறது என்றார். "தொழும்போது நாம் உடலைக் கடந்து பிரபஞ்சத்தின் ஒரு பகுதியாக ஆகிவிடுகிறோம். அந்தப் பிரபஞ்சத்தில் பணம், வயது, சாதி, இனம் ஆகிய எந்தப் பேதமும் இல்லை" என்று சொன்னார்.

எளிதில் புரியாத ஆன்மிகக் கோட்பாடுகளை எளிமை யாகத் தமிழில் சொல்லுவார். ஒருவர் தான் வாழும் காலத்தில், தன்னுடைய இடத்தில், எந்த நிலையில் இருக்கிறாரோ, அது நல்லதோ கெட்டதோ, எதுவாக இருந்தாலும் சரி அதைப் பற்றிக் கவலைப்படக் கூடாது. ஒவ்வொரு மனிதருமே தெய்வீக

வெளிப்பாட்டின் ஒரு பகுதிதான். அப்படி இருக்கையில் வாழ்க்கையின் இன்னல்களையும் துயரங்களையும் கண்டு நாம் ஏன் அஞ்ச வேண்டும்? பிரச்சினைகள் வரும்போது அவற்றைப் புரிந்துகொள்ள முயல வேண்டும். துயரம் நேரும்போது நாம் யார் என்று தேடுவதற்கான வாய்ப்பும் உடன் வரும்" என்று அவர் ஒருமுறை என்னிடம் சொன்னார்.

"உங்களிடம் உதவியும் அறிவுரையும் கேட்டு வருபவர்களிடம் நீங்கள் ஏன் இதைச் சொல்வதில்லை?" என்று கேட்டேன். அதைக் கேட்டதும் அவர் என் தோளில் கை வைத்து என் கண்களைப் பார்த்தார். சிறிது நேரம் எதுவும் சொல்லவில்லை. தான் சொல்வதைப் புரிந்துகொள்ளும் ஆற்றல் எனக்கு இருக்கிறதா என்று அவர் எடை போடுவதுபோல இருந்தது. பிறகு மென்மையான, ஆழமான குரலில் சொன்னார். அந்தப் பதில் இனம் புரியாத ஆற்றலையும் ஆர்வத்தையும் எனக்குள் நிரப்பியது.

> துணைக்கு யாருமின்றித் தனித்திருப்பதாக நினைக்கும் போதெல்லாம் துணையைத் தேடுவது மனிதர்களின் இயல்பு. கஷ்டம் வரும்போது தங்களுக்கு உதவுபவர்களை மனிதர்கள் தேடுகிறார்கள். சிக்கலில் தவிக்கும்போது அதிலிருந்து விடுபட யாராவது வழிகாட்ட மாட்டார்களா என ஏங்குகிறார்கள். மீண்டும் மீண்டும் வரும் துயரங்கள், ஏக்கங்கள், ஆசைகள் ஆகியவை தமக்கான உதவியாளர்களைத் தேடிக்கொள்கின்றன. தங்களை வருத்தும் தீயசக்திகளைக் கட்டுப்படுத்தப் பிரார்த்தனைகள், காணிக்கைகள் மூலம் அவர்கள் எடுக்கும் முயற்சிகளுக்குப் பாலமாக இருந்து உதவுகிறேன். இது சரியான அணுகுமுறை அல்ல. இதைப் பின்பற்றக் கூடாது. அச்சத்தின் காரணமாக விதியைப் பற்றி நமக்குள் உருவாகும் பார்வைக்கும் நமக்குள் நாம் நிறைவு கொள்வதைத் தடுக்கும் எதிரியைக் கண்டுகொள்வதற்கான பார்வைக்கும் இடையிலான வேறுபாட்டை ஒருவர் புரிந்துக்கொள்ள வேண்டும்.

அதிகாலை நான்கு மணிக்கெல்லாம் அப்பா எழுந்து விடுவார். பொழுது புலர்வதற்கு முன்பே நமாஸ் செய்வார். அது முடிந்ததும் வீட்டிலிருந்து சுமார் நான்கு மைல் தொலைவிலிருக்கும் எங்களுடைய சிறிய தென்னந்தோப்புக்கு நடந்து செல்வார். அங்கிருந்து ஒரு டஜன் தேங்காய்களைக் கட்டித் தோளில் சுமந்துவருவார். அதன் பிறகுதான் காலை உணவு, அவருக்கு வயது எழுபதை நெருங்கிக்கொண்டிருந்தாலும் இந்த அன்றாட வழக்கம் தொடர்ந்தது.

அறிவியல் தொழில்நுட்ப உலகில் என் தந்தையின் வழியையே என் வாழ்நாள் முழுவதும் பின்பற்றிவருகிறேன். அவர் எனக்குச் சொன்ன அடிப்படையான உண்மைகளைப் புரிந்துகொள்ளப் பெருமுயற்சி செய்திருக்கிறேன். குழப்பம், துயரம், வேதனை ஆகியவற்றிலிருந்து ஒருவரை மீட்டுத் தனக்கான இடத்தை ஒருவர் அடைய வழிகாட்டும் தெய்வீக ஆற்றல் ஒன்று இருக்கிறது என நம்புகிறேன். உடல், உணர்வு ஆகியவை சார்ந்த தளைகளிலிருந்து ஒருவர் விடுபடும் போது விடுதலை, மகிழ்ச்சி, மன அமைதி ஆகியவற்றை அடைவதற்கான பாதையில் பயணிக்கிறார்.

எனக்கு ஆறு வயது இருக்கும்போது அப்பா ஒரு மரக்கலத்தைக் கட்டும் பணியில் ஈடுபட்டிருந்தார். ராமேஸ்வரத்தி லிருந்து தனுஷ்கோடிக்குப் (சேதுக்கரை என்றும் அதைச் சொல்வார்கள்) பக்தர்களை அழைத்துச் செல்வதற்கான படகு அது. பின்னாளில் என் அக்காவைத் திருமணம்செய்து கொண்ட அகமது ஜலாலுதீன் என்னும் உறவினர் அந்தப் பணியில் அவருக்கு உதவினார். என் கண்ணெதிரில் ஒரு படகு உருவாவதைக் கண்டேன். படகுப் போக்குவரத்தில் அப்பாவுக்கு நல்ல வருமானம் கிடைத்தது.

ஒருநாள் மணிக்கு நூறு மைல் வேகத்தில் வீசிய புயல் காற்று எங்கள் படகையும் சேதுக்கரையின் ஒரு பகுதியையும் அடித்துச்சென்றது. பாம்பன் பாலம் இடிந்துவிழுந்தது. பயணிகள் நிரம்பிய ரயில் கடலில் கவிழ்ந்தது. அதுவரை கடலின் அழகை மட்டுமே பார்த்துவந்த நான் அன்றுதான் கடலின் கட்டுப்படுத்த முடியாத ஆற்றலை அறிந்துகொண்டேன்.

படகு கடலில் மூழ்கிய அந்தச் சமயத்திற்குள் ஜலாலுதீன் வயது வித்தியாசத்தையும் மீறி எனக்கு நெருக்கமான நண்பராகி யிருந்தார். என்னைவிடச் சுமார் 15 வயது மூத்தவரான அவர் என்னை 'ஆஜாத்' என்று அழைப்பார். தினமும் மாலை வேளையில் நீண்ட தூரம் நடந்துசெல்வது எங்கள் வழக்கம். மசூதித் தெருவிலிருந்து கடற்கரையை நோக்கி நடப்போம். பெரும்பாலும் ஆன்மிக விஷயங்களைப் பற்றியே பேசுவோம். ராமேஸ்வரத்தின் புனிதமான சூழலும் அங்குப் பெருந்திரளாக வரும் பக்தர்களும் எங்கள் பேச்சுக்குத் தூண்டுதலாக இருந்தார்கள். நடையின்போது கம்பீரமான இராமநாதசுவாமி கோயிலில்தான் முதலில் நிற்போம். நாட்டின் தொலை தூரங்களிலிருந்து வரும் யாத்ரிகர்கள் பக்தியோடு வலம்வரும் அதே உணர்வோடு கோயிலைச் சுற்றிவருவோம். அப்படிச் சுற்றும்போது எங்களுக்குள் ஓர் ஆற்றல் ஊடுருவுவதை உணர்வோம்.

ஒளிவீசும் அக்னிச் சிறகுகள் (1931–2015)

ஜலாலுதீன் கடவுளைப் பற்றிப்பேசும்போது, அவர் ஏதோ இவருடைய கூட்டாளி என்பதுபோல இருக்கும். தனக்குப் பதிலளிப்பதற்காகக் கடவுள் தன் பக்கத்தில் நின்று கொண்டிருப்பதைப்போல இவர் கடவுளிடம் தன் ஐயங்களை யெல்லாம் சொல்லுவார். நான் ஜலாலுதீனைப் பார்ப்பேன். பிறகு கோயிலைச் சுற்றிலும் பெருமளவில் திரண்டிருக்கும் யாத்ரிகர்களைப் பார்ப்பேன். யார் கண்ணுக்கும் புலப்படாத தெய்வீக ஆற்றலை எண்ணி அவர்கள் கடலில் புனித நீராடி விட்டு, சடங்குகளைச் செய்து, பிரார்த்தனை செய்வார்கள். அதே ஆற்றலைத்தான் நாங்கள் உருவமற்ற இறைவனாகக் கருதுகிறோம். எங்கள் மசூதியில் செய்யப்படும் பிரார்த்தனைகள் எங்கே சென்று சேர்கின்றனவோ அங்கேதான் அவர்களுடைய பிரார்த்தனைகளும் சென்று சேர்கின்றன என்பதில் எனக்கு ஒருபோதும் ஐயம் ஏற்பட்டதில்லை.

ஜலாலுதீனுக்குக் கடவுளுடன் ஏதாவது விசேஷமான தொடர்பு இருக்கிறதோ என்ற வியப்பு எனக்கு ஏற்படும். ஜலாலுதீனின் குடும்பச் சூழல் காரணமாக அவருடைய படிப்பு குறைவாகவே இருந்தது. அதனால்தானோ என்னவோ நான் படிப்பில் சிறந்து விளங்க வேண்டும் என்று எப்போதும் ஊக்கப்படுத்தி, என்னுடைய வெற்றியை மிகவும் கொண்டாடினார் போலிருக்கிறது. தனக்குக் கல்வி கிடைக்காதது குறித்த வருத்தத்தின் சிறு சாயலைக்கூட அவரிடத்தில் நான் ஒருபோதும் கண்டதில்லை. வாழ்க்கை தனக்கு அளித்ததைக் குறித்து எப்போதும் நன்றியுணர்வுடன் இருந்தார்.

அந்தக் காலகட்டத்தில் ராமேஸ்வரத்திலேயே ஆங்கிலம் எழுதத் தெரிந்த ஒரே நபர் அவர்தான். கடிதம், விண்ணப்பம் என யாருக்கு எது தேவைப்பட்டாலும் எழுதித்தருவார். என்னுடைய குடும்பத்திலோ, அக்கம்பக்கத்திலோ எனக்குத் தெரிந்த யாருக்கும் ஜலாலுதீன் அளவுக்குக் கல்வியறிவோ வெளியுலகத்துடன் சொல்லிக்கொள்ளும்படியான தொடர்போ கிடையாது. நன்கு படித்தவர்கள், அறிவியல் கண்டுபிடிப்புகள், சமகால இலக்கியம், மருத்துவ அறிவியலில் சாதனைகள் ஆகியவை பற்றியெல்லாம் ஜலாலுதீன் என்னிடம் பேசுவார். எங்களுடைய குறுகிய உலகத்திற்கு வெளியே உள்ள “தீரமிக்க புது உலகம்” பற்றிய விழிப்புணர்வை எனக்கு ஏற்படுத்தியவர் அவர்தான்.

நான் சிறுவனாக இருந்தபோது எங்களுடைய எளிமையான ஊரில் நூல்கள் அரிய பொருட்கள். எனினும், அந்த ஊரைப் பொறுத்தவரை, முன்னாள் புரட்சியாளர் அல்லது தீவிரவாத

தேசபக்தரான எஸ்.டி.ஆர். மாணிக்கம் என்பவரின் தனிப்பட்ட நூலகம் மிகவும் பெரியது. முடிந்ததையெல்லாம் படிக்கும்படி அவர் என்னிடம் சொல்லுவார். அடிக்கடி அவர் வீட்டுக்குச் சென்று புத்தகங்களை இரவல் வாங்கிவருவேன்.

என்னுடைய பால்ய வயதில் என்மீது பெரும் செல்வாக்கைச் செலுத்திய இன்னொருவர் என்னுடைய ஒன்றுவிட்ட அண்ணன் சம்சுதீன். அவர்தான் ராமேஸ்வரத்தில் செய்தித்தாள்களுக்கான ஒரே முகவர். செய்தித்தாள்கள் பாம்பனிலிருந்து ரயில் மூலம் ராமேஸ்வரம் ரயில் நிலையத்திற்கு வரும். சம்சுதீன் ராமேஸ்வரம் நகரில் கல்வியறிவு பெற்ற சுமார் 1000 பேருடைய வாசிப்புத் தேவைகளை நிறைவேற்றினார். அந்தத் தொழிலை அவர் ஒற்றை ஆளாக நடத்திவந்தார்.

இந்தச் செய்தித்தாள்கள் தேசிய விடுதலை இயக்கம் பற்றிய தகவல்கள், சோதிடம், சென்னையில் தங்க விலை நிலவரம் ஆகியவற்றை அறிந்துகொள்ளப் பயன்பட்டன. விவரமறிந்த சில வாசகர்கள் ஹிட்லர், மகாத்மா காந்தி, ஜின்னா ஆகியோரைப் பற்றி விவாதிப்பார்கள். எல்லா விவரங்களும் கடைசியில் பெரியார் ஈ.வெ. ராமசாமி உயர்சாதி இந்துக்களுக்கு எதிராக நடத்திவந்த இயக்கத்தைப் பற்றிய பேச்சில் போய் முடியும். தினமணி நாளிதழைத்தான் பெரும்பாலானோர் விரும்பினார்கள். அப்போது எனக்கு எழுதப் படிக்கத் தெரியாது; சம்சுதீன் செய்தித்தாள்களைத் தன் வாடிக்கையாளர்களுக்குக் கொடுப்பதற்கு முன்பு அதில் இருக்கும் படங்களைப் பார்த்துத் திருப்திப்பட்டுக்கொள்வேன்.

1939இல் எனக்கு எட்டு வயதாக இருந்தபோது இரண்டாம் உலகப் போர் வெடித்தது. அப்போது சந்தையில் புளியங்கொட்டைக்குத் திடீரென்று மவுசு அதிகரித்தது ஏன் என்று என்னால் புரிந்துகொள்ள முடியவில்லை. புளியங்கொட்டைகளைச் சேகரித்து அவற்றை மசூதித் தெருவில் இருக்கும் மளிகைக் கடையில் விற்றுவிடுவேன். சேகரித்த புளியங்கொட்டைகளால் நாளொன்றுக்கு எனக்கு ஒரு அணா கிடைக்கும். ஜலாலுதீன் போர் நிகழ்ச்சிகளைப் பற்றி எனக்குச் சொல்வார். இவையெல்லாம் தினமணி நாளிதழின் தலைப்புச் செய்திகளில் இருக்கின்றனவா என்று நான் தேடிப் பார்ப்பேன். தனிமைப்பட்டிருந்த எங்கள் ஊர் போரினால் பாதிக்கப்படாமல் இருந்தது. ஆனால் விரைவிலேயே இந்தியாவும் நேச நாடுகளுடன் இணைந்து போராட வேண்டிய கட்டாயத்திற்கு உள்ளானது. நெருக்கடி நிலை அறிவிக்கப்பட்டது. ராமேஸ்வரம் ரயில் நிலையத்தில் நின்று செல்லும் ரயில் அப்படி நிற்காமல் சென்றதுதான் எங்களுக்கு

ஏற்பட்ட முதல் பாதிப்பு. ராமேஸ்வரத்தைத் தாண்டும்போது ரயிலிலிருந்து செய்தித்தாள் கட்டுக்களை வீசி எறிவார்கள். இந்தக் கட்டுக்களைச் சேகரித்துக்கொண்டு வருவதற்கு சம்சுதீனுக்கு உதவி தேவைப்பட்டது. இயல்பாகவே அந்த வேலை என்னிடம் வந்துசேர்ந்தது. இப்படியாக என்னுடைய முதல் வருமானத்திற்கு சம்சுதீன் உதவினார். முதல்முறையாக நானே உழைத்துச் சம்பாதித்தது குறித்த பெருமிதம் அரை நூற்றாண்டு கழிந்த பிறகும் என்னுள் பொங்குகிறது.

ஒவ்வொரு குழந்தையும் குறிப்பிட்டதொரு சமூக, பொருளாதாரச் சூழலில் பிறக்கிறது, சில குண இயல்புகளைப் பாரம்பரியமாகப் பெறுகிறது. தன்மீது அதிகாரம் கொண்ட சிலரின் மூலம் அதற்குச் சில பயிற்சிகள் கிடைக்கின்றன. நேர்மையும் சுயகட்டுப்பாடும் என் அப்பாவிடமிருந்து வந்தன. நல்லுணர்வும் ஆழ்ந்த அன்பும் அம்மாவிடமிருந்து வந்தன. என்னுடைய மூன்று சகோதரர்களும் அக்காவும் அதே பண்புகளைப் பெற்றார்கள். ஆனால் ஜலாலுதீனுடனும் சம்சுதீனுடனும் செலவழித்த நேரம்தான் என் பால்ய பருவத்தின் தனித்தன்மைக்குப் பெருமளவில் பங்களித்தது. இதுதான் என்னுடைய பிற்கால வாழ்வில் பெரும் தாக்கத்தையும் செலுத்தியது. பள்ளிப்படிப்பு இல்லாத சம்சுதீன், ஜலாலுதீன் ஆகியோரின் ஞானம் உள்ளுணர்வையும் சொற்களுக்கு அப்பாற்பட்ட செய்திகளுக்கான எதிர்வினைகளையும் சார்ந்தது. பின்னாளில் என்னிடமிருந்து வெளிப்பட்ட படைப்பாற்றலுக்குக் குழந்தைப் பருவத்தில் அவர்களோடு பழகியதே காரணம் என்று என்னால் தயங்காமல் சொல்ல முடியும்.

சிறுவனாக இருந்தபோது ராமநாத சாஸ்திரி, அரவிந்தன், சிவப்பிரகாசன் ஆகிய மூவரும் என் நெருங்கிய நண்பர்கள். மூவரும் ஆசாரமான பிராமணக் குடும்பங்களைச் சேர்ந்தவர்கள். எங்களுடைய மதம், வளர்ப்புமுறை ஆகியவற்றில் இருந்த வேறுபாடுகள் எதுவும் குழந்தைகளான எங்களிடையே இல்லை. ராமநாத சாஸ்திரி ராமேஸ்வரம் கோயிலின் தலைமைக் குருக்களான பட்சி லட்சுமண சாஸ்திரியின் மகன். பின்னாளில் கோயிலில் அப்பாவின் பொறுப்பை அவர் ஏற்றுக்கொண்டார். அரவிந்தன் யாத்ரீகர்களுக்கான போக்குவரத்து ஏற்பாடுகளை மேற்கொள்ளும் தொழிலைத் தொடங்கினார். சிவப்பிரகாசம் தென்னக ரயில்வேயில் சமையல் ஒப்பந்ததாரரானார்.

இராமநாதசுவாமி கோயிலில்ஆண்டுதோறும் நடக்கும் ஸ்ரீ சீதாராம கல்யாண வைபவத்தின்போது கோயிலிலிருந்து விக்ரகங்களைத் திருமண மண்டபத்திற்குக் கொண்டுசெல்ல விசேஷமான மேடை அமைக்கப்பட்ட படகுகளை எங்கள்

குடும்பம் ஏற்பாடு செய்யும். எங்கள் வீட்டுக்குப் பக்கத்தில் உள்ள ராமதீர்த்தம் என்ற குளத்தின் மையத்தில் திருமண வைபவம் நடைபெறும். இரவில் நாங்கள் தூங்கச் செல்லும் போது அம்மாவும் பாட்டியும் ராமாயணத்திலும் நபிகள் நாயகத்தின் வாழ்க்கையிலும் உள்ள பல சம்பவங்களை எங்களுக்குக் கதைகளாகச் சொல்லுவார்கள்.

ராமேஸ்வரம் தொடக்கப் பள்ளியில் நான் ஐந்தாம் வகுப்பு படித்துக்கொண்டிந்தபோது புதிய ஆசிரியர் ஒருவர் எங்கள் வகுப்புக்கு வந்தார். நான் எப்போதும் குல்லா அணிந்திருப்பேன். முதல் வரிசையில் ராமநாத சாஸ்திரிக்குப் பக்கத்தில் அமர்வேன். அவன் பூணூல் அணிந்திருப்பான். கோயில் குருக்களின் மகனுக்குப் பக்கத்தில் நான் அமர்ந்திருப்பதை அவரால் செரித்துக்கொள்ள முடியவில்லை. அவருடைய பார்வையில் உள்ள சமூக அந்தஸ்தின்படி அவர் என்னைக் கடைசி வரிசைக்கு அனுப்பினார். நானும் ராமநாத சாஸ்திரியும் மிகவும் வருந்தினோம். நான் கடைசி பெஞ்சுக்குப் போனபோது அவன் அழுத காட்சி என் மனதில் அழியாத சித்திரமாக நிலைத்துள்ளது.

வீட்டுக்குப் போனதும் எங்கள் பெற்றோரிடம் பள்ளிக் கூடத்தில் நடந்ததைச் சொன்னோம். லட்சுமண சாஸ்திரி ஆசிரியரை அழைத்துவரச் சொன்னார். சமூக ஏற்றத்தாழ்வு, மதச் சகிப்பின்மை ஆகிய நஞ்சைக் கள்ளமற்ற குழந்தைகள் மனங்களில் விதைக்கக் கூடாது என்று எங்கள் முன்னிலையில் அவரைக் கண்டித்தார். மன்னிப்புக் கேட்க வேண்டும் அல்லது இந்தப் பள்ளியையும் ஊரையும் விட்டு வெளியேற வேண்டும் என்று கறாராகச் சொல்லிவிட்டார். அந்த ஆசிரியர் தன் செயலுக்கு வருத்தம் தெரிவித்தார். அது மட்டுமல்ல; லட்சுமண சாஸ்திரியின் உறுதியான அணுகுமுறையால் அந்த இளம் ஆசிரியரின் மனமும் மாறியது.

ராமேஸ்வரத்தில் மிகவும் குறைந்த அளவில் இருந்த மக்கள் பல்வேறு சமூகப் பிரிவுகளாகப் பிரிந்திருந்தார்கள். ஒவ்வொரு குழுவும் தத்தமது வழிமுறைகளில் பிடிவாதமாக இருந்தது. ஆனால் என்னுடைய அறிவியல் ஆசிரியர் சிவசுப்ரமணிய ஐயர் வித்தியாசமானவர். ஆசாரமான பிராமணராக இருந்தாலும் புரட்சிகரமான சிந்தனைகளைக் கொண்டவர். அவருடைய மனைவி பழமையில் ஊறியவர். பல்வேறு பின்னணிகளைக் கொண்ட மக்கள் எளிதாகக் கலந்து பழக வேண்டும் என்பதற்காக எங்கள் ஆசிரியர் சமூகத் தடைகளை உடைக்கத் தன்னால் இயன்றவரை பாடுபட்டார்.

என்னுடன் நீண்ட நேரம் செலவிடுவார். "பெரிய நகரங்களில் பெரிய படிப்பு படிப்பவர்களுக்கு இணையாக நீ வளர வேண்டும், கலாம்" என்பார்.

ஒருநாள் அவர் என்னைத் தன் வீட்டுக்குச் சாப்பிடக் கூப்பிட்டார். ஆச்சாரமான தனது சமையலறையில் ஒரு முஸ்லிம் பையன் நுழைந்ததால் அதிர்ச்சி அடைந்த அவர் மனைவி, எனக்கு உணவு பரிமாற மறுத்துவிட்டார். சிவசுப்ரமணிய ஐயர் கவலைப்படவில்லை; தன் மனைவியைக் கோபித்துக் கொள்ளவும் இல்லை. அவரே தன் கையால் உணவு பரிமாறி, என்னுடன் அமர்ந்து சாப்பிட்டார். சமையலறைக் கதவுக்குப் பின்னால் இருந்தபடி அவர் மனைவி எங்களைப் பார்த்துக் கொண்டிருந்தார். நான் சாப்பிட்ட விதம், தண்ணீர் குடித்த விதம், சாப்பிட்ட பிறகு தரையைச் சுத்தம் செய்த விதம் ஆகியவற்றில் ஏதேனும் வித்தியாசத்தை அவர் கவனித்திருப்பாரோ என்று நினைத்தேன். சாப்பிட்டுவிட்டுக் கிளம்பும்போது சிவசுப்ரமணிய ஐயர் அடுத்த வாரக் கடைசியில் மறுபடியும் சாப்பிட வருமாறு அழைத்தார். நான் தயங்கியதைக் கண்ட அவர் இதற்கெல்லாம் கவலைப்படக் கூடாது என்றார். "இப்போது உள்ள நிலவரத்தை மாற்ற வேண்டும் என்று முடிவெடுத்த பிறகு இப்படிப்பட்ட பிரச்சினைகளையெல்லாம் சந்தித்துத்தான் ஆக வேண்டும்" என்றார். அடுத்த வாரம் போனபோது அவர் மனைவியே எனக்கு உணவு பரிமாறினார்.

இரண்டாம் உலகப் போர் முடிந்துவிட்டது. இந்தியாவுக்கு எந்த நேரமும் விடுதலை கிடைக்கும் என்ற நிலை உருவானது. "தங்களது நாட்டை இந்தியர்களே உருவாக்கிக்கொள்வார்கள்" என்று காந்தி அறிவித்தார். அதுவரை இருந்திராத நம்பிக்கை நாடு முழுவதும் நிரம்பியிருந்தது. மாவட்டத் தலைநகரமான ராமநாதபுரத்திற்குச் சென்று படிப்பதற்கு என் அப்பாவிடம் அனுமதி கோரினேன்.

தனக்குள் பேசிக்கொள்வதைப் போன்ற தொனியில் அப்பா என்னிடம் கூறினார்: "அபுல்! நீ இங்கிருந்து வெளியே சென்று வளர வேண்டும் என்பது எனக்குத் தெரியும். தனக்கென ஒரு கூடு இல்லாமல் நாரை வானவெளியில் தன்னந்தனியாகப் பறக்கவில்லையா? உன்னுடைய மகத்தான ஆசைகள் நிறைவேறுவதற்காக நீ பிறந்த இடம் குறித்த நினைவுகளைத் துறக்க வேண்டும். எங்களுடைய அன்பு உன்னைக் கட்டுப்படுத்தாது. எங்களுடைய தேவைகள் உன்னைத் தடுத்து நிறுத்தாது."

என்னை வெளியூருக்கு அனுப்பத் தயங்கிய என் அம்மாவிடம் கலீல் ஜிப்ரானின் வார்த்தைகளை மேற்கோள் காட்டினார்: "உங்கள் குழந்தைகள் உங்கள் குழந்தைகள் அல்ல. தனக்காகவே ஏங்கும் வாழ்வின் வாரிசுகள். அவர்கள் உங்களிடமிருந்து வரவில்லை. உங்கள் வழியாக வந்தவர்கள். உங்கள் அன்பை அவர்களுக்குத் தரலாம். சிந்தனைகளை அல்ல. ஏனென்றால் அவர்களுக்கென்று சொந்தச் சிந்தனைகள் உள்ளன."

என்னையும் என்னுடைய மூன்று அண்ணன்களையும் அப்பா மசூதிக்கு அழைத்துச்சென்று புனித குர்ஆனிலிருந்து அல்ஃபாதிறாவை ஓதினார். ராமேஸ்வரம் ரயில் நிலையத்தில் என்னை வழியனுப்பும்போது, "இந்தத் தீவு உன் உடலுக்கான இருப்பிடமாக இருந்திருக்கலாம். உன் ஆன்மாவுக்கு அல்ல. உன் ஆன்மா நாளை என்னும் வீட்டில் வசிக்கிறது. ராமேஸ்வரத்தில் இருக்கும் நாங்கள் யாரும் அங்கே வர முடியாது. கனவில்கூட வர முடியாது. என் மகனே! இறைவன் உன்னை ஆசீர்வதிக்கட்டும்" என்று சொன்னார்.

சம்சுதீனும் அகமது ஜலாலுதீனும் என்னுடன் ராமநாதபுரம் வந்து, ஸ்பார்ட்ஸ் உயர்நிலைப் பள்ளியில் சேர்த்துவிட்டார்கள். நான் தங்குவதற்கான ஏற்பாட்டையும் செய்தார்கள். ஏனோ எனக்குப் புதிய சூழ்நிலை ஒத்துவரவில்லை. சுமார் ஐம்பதாயிரம் மக்கள் தொகை கொண்ட ராமநாதபுரம் சுறுசுறுப்பான பல்வேறு பிரிவுகள் கொண்ட நகரமாக இருந்தது. ராமேஸ்வரத்தில் இருந்த ஒற்றுமையும் இணக்கமும் அங்கு இல்லை. வீட்டை நினைத்து ஏங்கினேன். வாய்ப்புக் கிடைத்தபோதெல்லாம் ராமேஸ்வரம் போய்விட்டு வருவேன். ராமநாதபுரத்தில் கல்வி வாய்ப்புகள் நிறைந்திருந்தாலும் என் அம்மா செய்துதரும் சுவையான போளியின் ஈர்ப்பிலிருந்து என்னால் விடுபட முடியவில்லை. அம்மா பன்னிரண்டு விதமான போளிகள் செய்வார். ஒவ்வொன்றும் ஒவ்வொரு ருசியில் இருக்கும்.

வீட்டு ஏக்கத்தைச் சமாளித்துப் புதிய சூழலுக்கேற்ப என்னை மாற்றிக்கொள்ள வேண்டும் என்று உறுதிபூண்டேன். ஏனென்றால் என் வெற்றியின் மீது அப்பா பெரும் நம்பிக்கை வைத்திருந்ததை அறிவேன். நான் கலெக்டராக வருவேன் என்பது அவர் கனவு. ராமேஸ்வரத்தில் எனக்குக் கிடைத்த வசதிகள், பாதுகாப்புணர்வு, நெருக்கம் ஆகியவற்றை நினைத்து ஏங்கினாலும் என் அப்பாவின் கனவை நனவாக்குவது என் கடமை என்று நினைத்தேன்.

நேர்மறையான சிந்தனையின் ஆற்றலைப் பற்றி ஜலாலுதீன் என்னிடம் அவ்வப்போது பேசுவார். வீட்டு நினைப்போ விரக்தியோ ஏற்பட்டால் அவர் சொன்னதை நினைத்துக் கொள்வேன். அவர் சொன்னபடியே என் சிந்தனைகளையும் மனதையும் கட்டுப்படுத்தி, என் தலைவிதியை நல்ல விதமாக மாற்றிக்கொள்ளக் கடுமையாக முயற்சிசெய்தேன். என் தலைவிதி என்னை மீண்டும் ராமேஸ்வரத்திற்குக் கொண்டுசெல்ல வில்லை; நான் பிறந்து வளர்ந்த ஊரிலிருந்து வெகுதூரம் கொண்டுசென்றது.

2

ஸ்பார்ட்ஸ் உயர்நிலைப் பள்ளி எனக்கு ஒருவழியாகப் பழகிப்போனதும் எனக்குள்ளிருந்த துடிப்பான பதினைந்து வயதுப் பையன் விழித்துக் கொண்டான். தனக்கு முன்பு இருந்த சாத்தியக் கூறுகள், மாற்றுவழிகள் ஆகியவை குறித்து நிச்சய மற்ற நிலையில் இருந்த ஆர்வம் கொண்ட இளம் மனதிற்கு ஏற்ற சரியான வழிகாட்டியாக என் ஆசிரியர் அய்யாதுரை சாலமன் இருந்தார். அவருடைய இதமான, வெளிப்படையான அணுகு முறை மாணவர்களுக்குப் பெரும் ஆறுதலாக இருந்தது. மோசமான மாணவன் திறமையான ஆசிரியரிடமிருந்து கற்றுக்கொள்வதைவிடவும் மோசமான ஆசிரியரிடமிருந்து நல்ல மாணவன் அதிகம் கற்றுக்கொள்ள முடியும் என்று அவர் சொல்வதுண்டு.

ராமநாதபுரத்தில் இருந்தபோது, எங்களுக் கிடையிலான உறவு ஆசிரியர் – மாணவர் என்பத தற்கும் மேல் வளர்ந்தது. ஒருவரால் தன்னுடைய வாழ்க்கை நிகழ்வுகளைப் பெருமளவில் தானே தீர்மானித்துக்கொள்ள முடியும் என்பதை அவரிடமிருந்து கற்றுக்கொண்டேன். வாழ்க்கை யில் வெற்றிபெறவும் நினைத்ததைச் சாதிக்கவும் வேண்டுமென்றால் “ஆசை, நம்பிக்கை, எதிர்பார்ப்பு ஆகிய வலிமையான மூன்று சக்திகளைப் புரிந்துகொண்டு அவற்றைத் தன்வசப்படுத்திக் கொள்ள வேண்டும்” என்று அவர் சொல்லுவார். பின்னாளில் பங்குத்தந்தையான சாலமன், நினைத்தது நடக்க வேண்டுமென்றால் முதலில் அதற்காகத் தீவிரமாக ஆசைப்பட வேண்டும் என்றும், அது நடந்தே தீரும் என்று உறுதியாக நம்ப வேண்டும் என்றும் எனக்குக் கற்றுத்தந்தார்.

என் வாழ்க்கையிலிருந்து இதற்கு ஒரு எடுத்துக்காட்டைக் கூறலாம். குழந்தைப் பருவத்திலிருந்து எனக்கு வானவெளியின் மர்மங்கள், பறவைக் கூட்டங்கள் ஆகியவற்றின் மீது பெரிய ஈர்ப்பு இருந்தது. வானில் கொக்குகளையும் நாரைகளையும் பார்த்துக்கொண்டிருப்பேன். அவற்றைப் போலவே பறக்க வேண்டும் என்று ஏங்குவேன். எளிமையான நாட்டுப்புறத்துச் சிறுவனாக இருந்தபோதிலும் ஒருநாள் நானும் வானத்தில் சிறகசைத்துப் பறப்பேன் என்று உறுதியாக நம்பினேன். ராமேஸ்வரத்தில் முதல்முதலில் வானத்தில் பறந்த சிறுவன் நான்தான்.

அய்யாதுரை சாலமன் சிறந்த ஆசிரியர். ஒவ்வொரு மாணவரும் தனது சுயமதிப்பை உணர்ந்துகொள்ள வைத்தார். என்னுடைய சுயமரியாதை உணர்வை உச்சத்திற்குக் கொண்டுசென்றார். கல்வியின் பலன்களைப் பெறாத பெற்றோருக்குப் பிறந்த நான்கூட விரும்பியதையெல்லாம் அடைய முடியும் என்ற நம்பிக்கையை எனக்குள் ஏற்படுத்தி னார். "நம்பிக்கை இருந்தால் உன் தலைவிதியை நீயே மாற்றி அமைக்கலாம்" என்பார் அவர்.

ஒன்பதாம் வகுப்பு படித்துக்கொண்டிருந்தபோது ஒருநாள் என்னுடைய கணக்கு ஆசிரியர் ராமகிருஷ்ண ஐயர் வேறொரு வகுப்பில் பாடம் நடத்திக்கொண்டிருந்தார். அப்போது தவறுதலாக அந்த வகுப்பினுள் நான் நுழைந்துவிட்டேன். வகுப்பில் எல்லா மாணவர்களின் முன்னாலும் என் கழுத்தைப் பிடித்துக்கொண்டு பிரம்பால் வெளுத்து வாங்கிவிட்டார். பல மாதங்களுக்குப் பிறகு நான் கணிதத்தில் நூற்றுக்கு நூறு மதிப்பெண் பெற்றபோது பள்ளியின் காலைநேர அசெம்ப்ளி கூட்டத்தில் இந்தச் சம்பவத்தை அவர் குறிப்பிட்டார். "என்னிடம் பிரம்படி வாங்குபவன் பெரிய ஆளாக வருவான். நான் சொல்வதைக் குறித்து வைத்துக்கொள்ளுங்கள். இந்தப் பையன் நமது பள்ளிக்கூடத்திற்கும் ஆசிரியர்களுக்கும் புகழ் தேடித்தரப் போகிறான்" என்றார். இந்தப் பாராட்டுரை பழைய அவமானத்தைத் துடைந்தெறிந்துவிட்டது.

ஸ்பார்ட்ஸ் பள்ளிக்கூடத்தில் படிப்பை முடித்தபோது நான் வெற்றிபெறுவதில் உறுதிகொண்ட தன்னம்பிக்கையுள்ள பையனாக ஆகியிருந்தேன். மேலே படிக்க வேண்டும் என்ற முடிவை எந்தக் குழப்பமும் இல்லாமல் எடுத்தேன். தொழிற்கல்வி பற்றியெல்லாம் அப்போது எங்களுக்குத் தெரியாது. உயர்கல்வி என்றால் கல்லூரிதான். எங்களுக்கு மிகவும் அருகில் இருந்த கல்லூரி திருச்சியில் அமைந்திருந்தது.

1950இல் திருச்சி புனித ஜோசப் கல்லூரியில் இடைநிலை வகுப்பில் சேர்ந்தேன். தேர்வில் பெற்ற மதிப்பெண்களை வைத்துப் பார்த்தால் நான் ஒன்றும் சிறந்த மாணவன் அல்ல. ஆனால் ராமேஸ்வரத்தில் இருந்த என் அன்புக்குரிய இரண்டு பேரின் உதவியால் நடைமுறை சார்ந்த அறிவை வளர்த்துக் கொண்டிருந்தேன்.

ஸ்பார்ட்ஸிலிருந்து ராமேஸ்வரத்துக்குப் போகும் போதெல்லாம் என் அண்ணன் முஸ்தபா கமால் என்னிடம் உதவி கோருவார். அவர் ரயில்வே நிலையச் சாலையில் சிறிய கடையொன்றை வைத்திருந்தார். கொஞ்ச நேரம் கடையைப் பார்த்துக்கொள்ளச் சொல்லிவிட்டுப் பல மணிநேரம் காணாமல் போய்விடுவார். எண்ணெய், வெங்காயம், அரிசி என எல்லாப் பொருட்களையும் விற்பேன். சிகரெட்டும் பீடியும் வேகமாக விற்றுத் தீர்வதைக் கவனித்தேன். கஷ்டப்பட்டுச் சம்பாதித்த பணத்தை இப்படிப் புகைபிடித்துக் கரியாக்க ஏழை மக்களுக்கு எப்படி மனம் வருகிறது என்ற வியப்பு எனக்கு ஏற்படும். முஸ்தபா அண்ணன் என்னை விடுவித்ததும் என் தம்பி காசிம் முகம்மது தன் கடையைப் பார்த்துக்கொள்ளச் சொல்லுவான். அங்கே கிளிஞ்சல்களால் செய்யப்பட்ட விதவிதமான பொருட்களை விற்பனைசெய்வேன்.

புனித ஜோசப் கல்லூரியில் மறைத்திரு ஃபாதர் டி.என். செக்குரிரா போன்ற ஆசிரியர் அமைந்தது என் நல்வாய்ப்பு. எங்களுக்கு ஆங்கிலம் கற்பித்த அவர் விடுதியின் வார்டனாகவும் பணியாற்றினார். மூன்று மாடிக் கட்டிடமான அந்த விடுதியில் ஏறத்தாழ நூறு மாணவர்கள் தங்கியிருந்தோம். ஃபாதர் தினமும் இரவில் பைபிளை எடுத்துக்கொண்டு ஒவ்வொரு மாணவனையும் வந்து பார்ப்பார். அவருடைய பொறுமையும் ஆற்றலும் அபாரமானவை. மிகவும் அக்கறை கொண்டவர். மாணவர்களின் சின்னச் சின்னத் தேவைகளையும் கவனித்து நிறைவேற்றுவார். தீபாவளியன்று, விடுதியின் பொறுப்பாளரான அருட்சகோதரரும் சமையலறையில் தன்னார்வலர்களாகப் பணிபுரியும் மாணவர்களும் எண்ணெய் தேய்த்துக் குளிப்பதற்காக இவருடைய உத்தரவின்பேரில் ஒவ்வொரு அறைக்கும் சென்று நல்லெண்ணெய் கொடுப்பார்கள்.

புனித ஜோசப் கல்லூரி வளாகத்தில் நான்கு ஆண்டுகள் தங்கியிருந்தேன். என்னுடைய அறையில் மேலும் இருவரும் தங்கியிருந்தார்கள். ஒருவர் ஸ்ரீரங்கத்தைச் சேர்ந்த ஆச்சாரமான அய்யங்கார். இன்னொருவர் கேரளத்தைச் சேர்ந்த சிரியன் கிறிஸ்துவர். நாங்கள் மூவரும் நெருங்கிப் பழகிய அந்தக் காலம் அற்புதமானது. மூன்றாம் ஆண்டு படிக்கும்போது சைவ

உணவகத்தின் செயலராக நியமிக்கப்பட்டிருந்தேன். அப்போது ஒரு ஞாயிற்றுக்கிழமை ரெவெரண்ட் ஃபாதர் கல்லத்தில் என்பவரை மதிய உணவுக்காக அழைத்தோம். எங்களுடைய வித்தியாசமான பின்னணிகளின் அடிப்படையில் அன்றைய உணவு வகைகளைச் செய்திருந்தோம். எங்கள் முயற்சியின் விளைவு முற்றிலும் எதிர்பாராததாக அமைந்துவிட்டது. ஆனால் ஃபாதர் கல்லத்தில் எங்களை வானளாவப் புகழ்ந்தார். அவரோடு இருந்த ஒவ்வொரு கணத்தையும் மகிழ்ச்சியோடு அனுபவித்தோம். எங்களுடைய அரட்டையில் அவர் குழந்தையின் உற்சாகத்தோடு கலந்துகொண்டார். எங்களால் மறக்க முடியாத நிகழ்வாக அது அமைந்தது.

செயின்ட் ஜோசப் கல்லூரியின் ஆசிரியர்கள் "பிறருக்கு அளிப்பதில் இருக்கும் மகிழ்ச்சியை அனுபவிக்க" மக்களை உத்வேகமூட்டிய காஞ்சி பரமாச்சாரியரின் உண்மையான பக்தர்கள். என்னுடைய கணித ஆசிரியர்களான பேராசிரியர்கள் தோத்தாத்திரி அய்யங்காரும் சூரியநாராயண சாஸ்திரியும் கல்லூரி வளாகத்தில் நடந்து செல்லும் காட்சி நன்றாக நினைவிருக்கிறது. இன்றுவரை எனக்கு அது உத்வேகமூட்டுகிறது.

கல்லூரியில் இறுதியாண்டு படிக்கும்போது எனக்கு ஆங்கில இலக்கியத்தில் ஈடுபாடு ஏற்பட்டது. மகத்தான செவ்வியல் படைப்புகளை வாசிக்கத் தொடங்கினேன். தல்ஸ்தோய், வால்டர் ஸ்காட், தாமஸ் ஹார்டி போன்றவர்களின் படைப்புகளின் பின்புலம் அன்னியமாக இருந்தாலும் அவை என்னை மிகவும் கவர்ந்தன. அதன் பிறகு தத்துவங்களை வாசிக்கத் தொடங்கினேன். அந்தச் சமயத்தில்தான் இயற்பியலிலும் பெரிய ஈடுபாடு ஏற்பட்டது.

பேராசிரியர்கள் சின்னதுரையும் கிருஷ்ணசாமியும் துணை அணுத்துகள் இயற்பியலில் (Subatomic Physics) பாடம் நடத்தினார்கள். அணுக்கதிர் வீசும் பொருட்கள் இயற்கையாகவே தம்மை அழித்துக்கொள்வது பற்றியும் பொருட்களின் அரை ஆயுள்காலம் பற்றியுமான கோட்பாட்டை அவர்கள்தான் எனக்கு அறிமுகப்படுத்தினார்கள். இவற்றையெல்லாம் கல்லூரியில்தான் முதன்முதலாகக் கற்றுக்கொண்டேன். ராமேஸ்வரத்தில் என்னுடைய அறிவியல் ஆசிரியரான சிவசுப்ரமணிய அய்யர் துணை அணுத்துகள்கள் மிகவும் நிலையற்றவை என்றும், குறிப்பிட்ட காலத்திற்குப் பிறகு அவை சிதறி வேறு துகள்களோடு சேர்ந்துகொள்ளும் என்றும் கற்பிக்கவில்லை. ஆனால் உலகில் ஒன்றோடொன்று கலந்த எல்லாமே அழியும் இயல்பைக் கொண்டவை என்பதால் நீ விடாமல் முயற்சி செய்துகொண்டே இரு என்று அவர்

கற்பித்தார். இதுவும் கிட்டத்தட்ட அதே விஷயம்தானே. கடவுளிடமிருந்து மனிதனைப் பிரிக்கும் அம்சமாக அறிவியலைச் சிலர் ஏன் கருதுகிறார்கள் என்று எனக்குப் புரியவில்லை. அறிவியலின் பாதை இதயத்தின் வழியே செல்வது என்றே கருதுகிறேன். என்னைப் பொறுத்தவரை அறிவியல் என்பது ஆன்மிக வளர்ச்சிக்கும் சுயத்தை உணர்வதற்குமான பாதை.

அறிவியலின் பகுத்தறிவு சார்ந்த சிந்தனைமுறைகூடக் கற்பனைகளுக்கான ஊற்றாக இருந்துவருகிறது. வானியல் பற்றியும் விண்கோளங்கள் பற்றியும் தீவிரமாகப் படிப்பவன் நான். விண்கலங்கள் தொடர்பாக என்னிடம் பேசும் நண்பர்கள் சில சமயம் சோதிடத்தைப் பற்றிப் பேச ஆரம்பித்துவிடுவார்கள். நமது சூரியக் குடும்பத்தில் வெகு தூரத்தில் உள்ள கோள்களுக்கு மனிதர்கள் ஏன் இவ்வளவு முக்கியத்துவம் கொடுக்கிறார்கள் என்பதை என்னால் புரிந்துகொள்ளவே முடிந்ததில்லை. ஒரு கலை என்ற முறையில் சோதிடவியல் மீது எனக்கு எந்த எதிர்ப்புமில்லை. ஆனால் அது அறிவியலின் வேடத்துடன் வந்து அங்கீகாரம் கோரும்போது அதை நிராகரித்துவிடுவேன். கோள்கள், நட்சத்திர மண்டலங்கள், துணைக்கோள்கள் பற்றிய கற்பனைகளெல்லாம் எப்படி உருவாகி வந்தன என்பது எனக்குத் தெரியாது. இந்தக் கோள்கள் எல்லாம் மனிதர்களின் வாழ்க்கையில் தாக்கத்தை ஏற்படுத்துகின்றன என்ற கற்பனை எப்படி வந்திருக்கும் என்பதும் தெரியாது. கோள்களின் இயக்கங்களை மையமாகக் கொண்டு மிகவும் சிக்கலான கணக்குகளைப் போட்டு மிகவும் அகவயமான முடிவுகளுக்கு வருவது தர்க்கத்திற்கு அப்பாற்பட்டதாகவே எனக்குத் தோன்றுகிறது. எனக்குத் தெரிந்தவரை பூமிதான் அபார சக்தி கொண்ட உயிர்த் துடிப்புள்ள கோள். இழந்த சொர்க்கம் *(Paradise Lost)* என்னும் தன்னுடைய காவியத்தில் ஜான் மில்டன் பூமியை இப்படி அழகாக வர்ணிக்கிறார்.

> ...கதிரவனும் மற்ற விண்மீன்களும்
> உலகின் மையமாக இருந்தால் என்ன...
> நிலையாகச் சுழல்வதுபோல் தோன்றும்
> பூமிக் கிரகம், அறிவார்ந்த முறையில்
> மூன்று வெவ்வேறு இயக்கத்தில் சுழல்கிறதா?

பூமியில் எங்கு சென்றாலும் இயக்கமும் உயிர்ப்பும் உள்ளன. இயக்கமற்றவையாகத் தோற்றமளிக்கும் பாறைகள், உலோகம், மரம், களிமண் ஆகிய அனைத்திற்குள்ளும் இயக்கம் உள்ளது. எலக்ட்ரான்கள் அணுக்கருவை வலம் வந்து கொண்டிருக்கின்றன. எலக்ட்ரான்கள் தன்னை நோக்கி வருமாறு கவர்ந்திழுக்கும் அணுக்கருவின் சக்தியே இந்த இயக்கத்தைத்

தூண்டுகிறது. மனிதர்களைப் போலவே எலக்ட்ரான் தன்னிடம் உள்ள சிறிதளவு சக்தியால் தன்னை ஈர்க்கும் சக்தியை எதிர்க்க முயல்கிறது. அணுக்கரு எலக்ட்ரானை எந்த அளவு அழுத்தத்துடன் தன் பக்கம் இழுக்கிறதோ அந்த அளவுக்கு எலக்ட்ரானின் சுற்றுப்பாதை வேகம் கூடும். எலக்ட்ரான்களை ஒரு அணுவுக்குள் முடக்கி வைப்பதன் விளைவாக ஒரு வினாடிக்கு ஆயிரம் கிலோ மீட்டர் வேகத்தில் எலக்ட்ரான்கள் பயணம் செய்கின்றன. இந்த வேகம்தான் அணுவை இறுக்கமான கோளம்போல் காட்டுகிறது. வேகமாகச் சுழலும் மின்விசிறி ஒரு தட்டைப் போலத் தோற்றமளிப்பதைப் போன்றது இது. அணுக்களை இதைவிடவும் வலுவாக அழுத்துவது மிகவும் கடினம். இந்தத் தன்மைதான் பொருட்களுக்குத் திட உருவம் அளிக்கிறது. திடப்பொருள்கள் எல்லாவற்றுக்குள்ளும் வெற்றிடம் உள்ளது. அசையாத பொருட்கள் அனைத்திற்குள்ளும் மாபெரும் இயக்கம் உள்ளது, நமது வாழ்வின் ஒவ்வொரு தருணமும் சிவபெருமானின் மகத்தான நடனம் அரங்கேறிக் கொண்டிருப்பதுபோலத் தோன்றுகிறது.

புனித ஜோசப் கல்லூரியில் பி.எஸ்சி. சேர்ந்தபோது உயர்கல்வியில் வேறு என்னவெல்லாம் படிக்கலாம் என்பது எனக்குத் தெரியாது. அறிவியல் படிப்பவர்களுக்கு இருக்கும் தொழில் வாய்ப்புகள் பற்றியும் தெரியாது. பி.எஸ்சி.யில் சேர்ந்த பிறகுதான் என் பாடத்திட்டத்தில் இயற்பியல் இல்லை என்பதை உணர்ந்தேன். என் கனவு நிறைவேற வேண்டுமென்றால் பொறியியல் படித்திருக்க வேண்டும். இடைநிலை வகுப்பில் தேறியதுமே பொறியியல் கல்லூரியில் சேர்ந்திருக்கலாம். இப்போதாவது தெரிந்ததே என்று நினைத்து மெட்ராஸ் இன்ஸ்டிட்யூட் ஆஃப் டெக்னாலஜி (எம்.ஐ.டி.) கல்லூரியில் சேர விண்ணப்பித்தேன். அந்தக் காலத்தில் தென்னிந்தியாவில் தொழில்நுட்பக் கல்வியின் சிகரமாகக் கருதப்பட்ட நிறுவனம் அது.

எம்.ஐ.டி.யில் தேர்வு செய்யப்பட்ட மாணவர்கள் பட்டியலில் நானும் இடம் பெற்றிருந்தேன். ஆனால் மதிப்புக்குரிய அந்த நிறுவனத்தில் சேருவதற்குச் செலவு அதிகம் ஆகும். ஆயிரம் ரூபாய் தேவைப்பட்டது. என் அப்பாவால் அந்த அளவு பணம் தர முடியாது. அப்போது என் சகோதரி ஜொஹரா உதவி செய்தார். தன்னுடைய தங்க வளையல்களையும் சங்கிலியையும் அடகு வைத்துப் பணம் கொடுத்தார். நான் படிக்க வேண்டும் என்பதில் அவருக்கு இருந்த உறுதியையும் என் திறமைமீது இருந்த நம்பிக்கையையும் கண்டு நெகிழ்ந்தேன். நான் சம்பாதித்து அந்த நகைகளை மீட்டுத் தருவேன் என்று உறுதிபூண்டேன்.

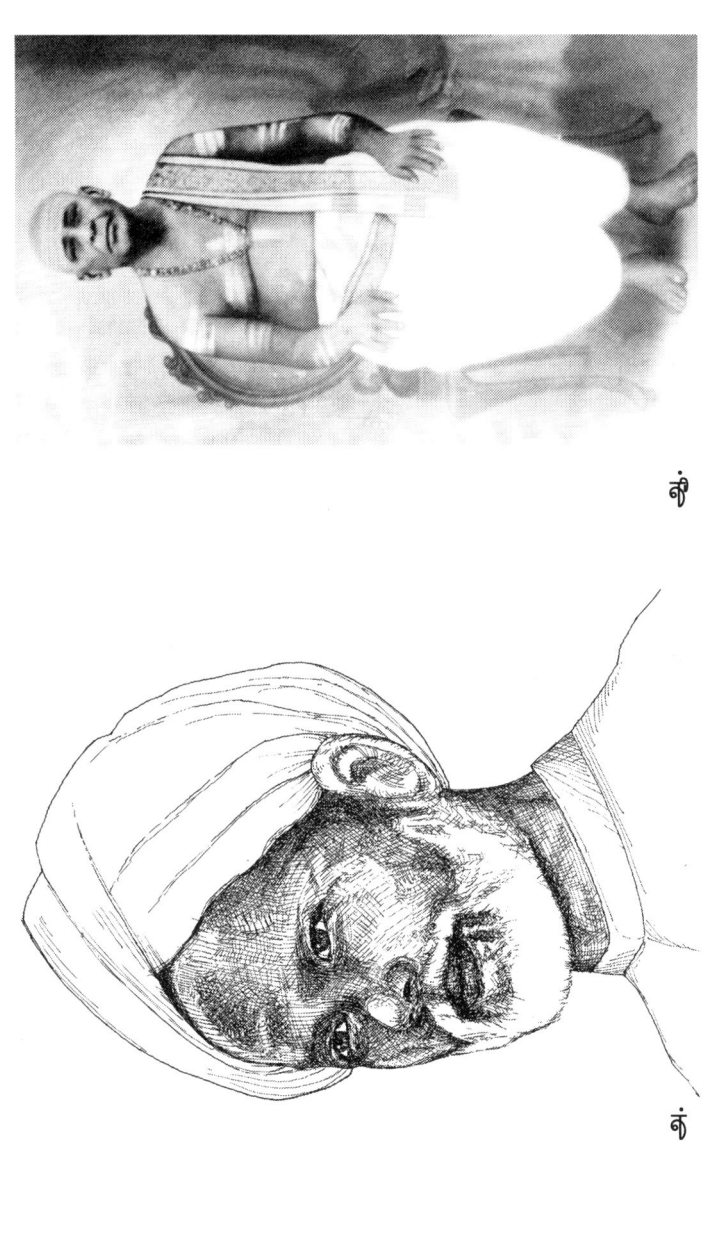

அ.

ஆ.

1. **அ.** என் தந்தை ஜெயினுலாபுதீன் முறையான கல்வி கற்றவரல்லர். ஆனால் ஞானமும் கருணையும் நிரம்பியவர்.

ஆ. பட்சி லட்சுமண சாஸ்திரி, ராமேஸ்வரம் கோயிலின் தலைமை அர்ச்சகர்; என் தந்தையின் நெருங்கிய நண்பர்.

நான் வளர்ந்த ஊரில் உள்ள மசூதித் தெருவில் என் வீடு.

இங்குள்ள சிவன் கோயிலுக்கு நாட்டின் தொலைதூரப் பகுதிகளிலிருந்து ஆயிரக்கணக்கான பக்தர்கள் வருகிறார்கள். என் அண்ணன் காசிம் முகம்மது இந்தத் தெருவில் ஒரு கடை வைத்திருந்தார். அங்கே நான் அவருக்கு உதவிசெய்வேன்.

எங்கள் பகுதியிலுள்ள பழைய பள்ளிவாசல். என்னையும் என் சகோதரர்களையும் அப்பா தினமும் மாலையில் இங்கே அழைத்துச் செல்வார்.

பொறியியல் படித்தபோது நான் பயன்படுத்திய டி–ஸ்கொயரை என் அண்ணன் சுட்டிக்காட்டுகிறார்.

குடும்பத்தினர் சந்திப்பு.

ராமநாதபுரம் ஸ்வார்ட்ஸ் உயர்நிலைப் பள்ளியின் எளிமையான தோற்றம். “கற்கும் பருவமே நம் வாழ்வின் சிறந்த பருவம். அதை வீணடிக்க வேண்டாம். அது கடந்து போய்விட்டால் எவ்வளவு பொன் கொடுத்தாலும் திரும்பக் கிடைக்காது” என்ற வாசகத்தை அங்கே பொறித்திருக்கிறார்கள்.

அப்துல் கலாமும் (கீழே இடதுபுறம்) ஷார்ட்ஸ் உயர்நிலைப் பள்ளியின் பிற மாணவர்களும் ஆசிரியர்களும் உள்ள புகைப்படம். (பட உதவி: ஹாரி ஷெரிடன், குடியரசுத் தலைவர் கலாமின் தனிச் செயலாளர்) - இந்தப் பதிப்பில் சேர்க்கப்பட்ட புதிய படம்.

ஸ்வார்ட்ஸ் உயர்நிலைப் பள்ளியில் என் ஆசிரியர்கள் அய்யாதுரை சாலமன் (நிற்பவர்களில் இடது), ராமகிருஷ்ண அய்யர் (அமர்ந்திருப்பவர்களில் வலது). திறமையை வளர்த்தெடுப்பதில் ஆழ்ந்த ஈடுபாடு கொண்ட சிறு நகரத்து இந்திய ஆசிரியர்களின் சிறந்த எடுத்துக்காட்டுக்கள் இவர்கள்.

St. JOSEPH'S COLLEGE, TIRUCHIRAPALLI
B.Sc. (PHYSICS) 1952-54
Sitting: (L to R.) M.V. Narasimhan (Monitor), Rev. Fr. Cyrac S.J., Mr. P. John, Mr. N. Sivaraman, Mr. M.V. Kuriyan, Mr. C.D. Joseph M.A., Mr. M. I. Francis Raj M.A.
Mr. N. Ananthakrishnan B.A. (Hons), Mr. P.R. Subramaniam M.A., A.M.I.E.(I), Rev. Fr. I.N. Sequeira S.J., Rev. Fr. X. Erhart S.J. (Principal), Rev. Fr. C. Fernandes S.J. (Rector)
Rev. Fr. J.B. Rajam S.J., D.Sc., Rev. Fr. B.J. Coyle S.J., Mr. P. Savarimuthu M.A., Mr. S. Bhanumoorthy B.A. (Hons), Mr. L.K. Krishnamurthy B.Sc. (Hons)
Mr. S.L. Chinnadurai B.Sc. (Hons), K. Rengasamy Iyer, Mr. K. Parthasarathi, Mr. P.N. Babusundaram, Mr. C.K. Ramakrishnan M.A., Mr. S. Sundaram B.Sc. (Hons)
Standing 1st Row Chinnappan (Attender), C.G. Vaitheeswaran, A.M.X. Kantharaj, S. Thiagarajan, B.V. Krishnamurthi, A. Ramachandran, M.D. Santhanam, S. Ramanujam, N. Seshasayee,
N. Sivaramakrishnan, A.K. Arunachalam, S.R. Ramamurthy, V.A. Chacko, Baby James, P.T. Paul, R.S. Prabakaran, K. Krishnan, G. Rengarajan, K.P. Rathinam,
B. Ramadurai, N. Chakravarthi, S. Mahadevan, S. Venkatesan, Arputham, (Lab Asst.)
Standing 2nd Row D. Peter, S.V. Rajagopal, A. Stephen, A. Bakyam (Attender), D. Krishnamurthy, S. Rengarajan, P. Sivasankaran, R. Nagarajan, T.N. Venkataraman, P.M. Abdul Kadhar,
J. Abdul Kalam, G. Sivaramakrishnan, M.S. Sedhumadhavan, S. Nagarajan, S.J. Bright, M.K. Vaidyanathan, N.S. Narayanan, A. Sabapathi, V.P.Srinivasan,
C.S. Krishnamurthy, Y. Sundaram.
Standing 3rd Row N. Janakiraman, V.N. Viswanathan, R. Nanjayyan, N. Ramamurthy, S. Rangarajan, R. Govindarajan (Secretary), P.R. Venkataraj, S. Seshadri, Bosco
Savarinathan, M.K. George, P.T. George, V.T. Zacharius, T. George, Ceril Raj Feranando, R. Jason, B.S. Santhanam.

பி.எஸ்ஸி. இயற்பியல் வகுப்பு, 1954, செயின்ட் ஜோசப் கல்லூரி, திருச்சி. (கலாம் மேலே இருந்து இரண்டாவது வரிசையின் நடுவில் இருக்கிறார்). (பட உதவி: ஏ.பி.ஜே.எம்.ஜே. ஷேக் சலீம்) (புகைப்படத்தின் தரம் குறைவாக இருந்தபோதிலும் ஆவண மதிப்புக்காகச் சேர்க்கப்பட்டுள்ளது - இந்தப் பதிப்பில் சேர்க்கப்பட்ட புதிய படம்).

அந்தச் சமயத்தில், நன்றாகப் படித்து உதவித்தொகை வாங்குவது மட்டும்தான் பணம் சம்பாதிக்க எனக்குத் தெரிந்த ஒரே வழி. நான் முழு மூச்சுடன் படிக்கத் தொடங்கினேன்.

விமானம் இயங்கும் விதம் பற்றிச் செயல்முறை விளக்கம் அளிப்பதற்காகப் பயன்பாட்டில் இல்லாத இரண்டு விமானங்களை எம்.ஐ.டி.யில் வைத்திருந்தார்கள். அவற்றைக் கண்டு பரவசமடைந்தேன். அந்த விமானங்கள் என்னைக் கவர்ந்திழுத்தன. மற்ற மாணவர்கள் எல்லாம் விடுதிக்குப் போன பிறகும் அந்த விமானங்களுக்குப் பக்கத்திலேயே உட்கார்ந்திருப்பேன். பறவையைப் போல வானில் பறக்க வேண்டும் என்ற மனிதனின் விருப்பத்தை எண்ணி வியந்திருப்பேன். முதலாண்டு படிப்பு முடிந்ததும் குறிப்பிட்ட ஒரு பிரிவைத் தேர்ந்தெடுக்க வேண்டியிருந்தது. விமானப் பொறியியலை இயல்பாகத் தேர்ந்தெடுத்தேன். என்னுடைய இலக்கு தெளிவாக இருந்தது. நான் விமானம் ஓட்டப்போகிறேன். எளிய பின்னணியின் காரணமாக, என்னிடம் போதிய அளவு மனஉறுதி இல்லை என்றாலும் இந்த விஷயத்தில் மிகத் தெளிவாக இருந்தேன். இந்தக் காலக்கட்டத்தில் பல தரப்பட்ட மனிதர்களுடன் உரையாடுவதற்கான சிறப்பு முயற்சிகளை மேற்கொண்டேன். அதில் பின்னடைவுகளையும் ஏமாற்றங்களையும் கவனச் சிதறல்களையும் எதிர்கொண்டேன். குழப்பமான அந்தத் தருணங்களில் என் அப்பாவின் வார்த்தைகளே என்னை முறையாக வழிநடத்தின. “பிறரை அறிந்தவன் கல்விமான். தன்னை அறிந்தவனே அறிவாளி. ஞானம் இல்லாத கல்வியால் எந்தப் பயனும் இல்லை.”

எம்.ஐ.டி.யில் பேராசிரியர் ஸ்பான்டர், பேராசிரியர் கே.ஏ.வி. பண்டாலை, பேராசிரியர் நரசிங்க ராவ் ஆகியோர் ஆசிரியர்கள் என் சிந்தனையை வடிவமைத்தார்கள். அவர்களிட மிருந்து நான் பெற்றதுதான் பின்னாளில் என்னுடைய பணி சார்ந்த வாழ்க்கையின் அடித்தளமாக அமைந்தது. இவர்கள் ஒவ்வொருவரின் ஆளுமையும் தனித்துவமானதாக இருந்தாலும் அவர்களிடையே ஒரு பொதுத்தன்மையும் உண்டு. தங்களுடைய அறிவுக்கூர்மையினாலும் அயராத ஊக்கத்தினாலும் மாணவர்களின் அறிவுப் பசிக்குத் தீனிபோடும் திறமை அவர்களிடமிருந்தது.

பேராசிரியர் ஸ்பான்டர் காற்று இயக்க அறிவியலைக் *(Aerodynamics)* கற்பித்தார். ஆஸ்திரியாவைச் சேர்ந்த அவர் விமானத் தொழில்நுட்பத்தில் வளமான நடைமுறை அனுபவம் கொண்டவர். இரண்டாம் உலகப் போரின்போது நாஜிகள்

அவரைக் கைது செய்து முகாமில் சிறைவைத்தார்கள். எனவே ஜெர்மானியர்கள்மீது அவருக்கு இருந்த வெறுப்பு புரிந்துகொள்ளக்கூடியதுதான். எங்களுடைய விமானக் கல்வித் துறையின் தலைவர் ஜெர்மனியைச் சேர்ந்த பேராசிரியர் வால்டர் ரெபந்தின். அப்போது எம்.ஐ.டி.யின் இயக்குநராக டாக்டர் கர்ட் டாங்க் *(Kurt Tank)* சிறந்த விமானப் பொறியாளர். இவரும் ஜெர்மானியர். இரண்டாம் உலகப் போரின் சிறந்த ஒற்றை இருக்கைப் போர் விமானமான ஃபோக்–உல்ஃப் எஃப். டபிள்யூ *190 (German Folk-Wolf & FW 190)* என்னும் விமானத்தை வடிவமைத்தவர் இவர். பின்னாளில் ஹிந்துஸ்தான் ஏரோநாட்டிக்ஸ் லிமிடட் *(HAL)* நிறுவனத்தில் சேர்ந்து பணிபுரிந்தார். ஹெச்.எஃப். 24 மாருத் என்னும் இந்தியாவின் முதல் போர் விமானத்தை வடிவமைத்தவர் இவரே.

ஜெர்மானியர் தொடர்பான உறுத்தல்களை மீறிப் பேராசிரியர் ஸ்பான்டர் தன்னுடைய தனித்தன்மையைத் தக்கவைத்துக்கொண்டார். தொழில் நெறிகளைச் சிறப்பாகப் பின்பற்றினார். எப்போதும் அமைதியாகவும் செயலூக்கம் நிரம்பியவராகவும் சுயகட்டுப்பாடு கொண்டவராகவும் விளங்கினார். நவீன தொழில்நுட்பங்களின் வளர்ச்சியைத் துல்லியமாக அறிந்து வைத்திருந்த அவர், மாணவர்களும் அப்படி இருக்க வேண்டும் என்று எதிர்பார்த்தார். விமானத் தொழில்நுட்பப் பொறியியல் துறையில் சேருவதற்கு முன் அவரிடம் ஆலோசனை கேட்டேன். எதிர்கால வாய்ப்புகள் பற்றிக் கவலைப்படக் கூடாது என்றும், வலுவான அடித்தளத்தை அமைத்துக்கொள்வதும் தேர்ந்தடுத்த துறையில் போதிய ஆர்வத்தையும் தீவிரமான ஈடுபாட்டையும் வளர்த்துக்கொள்வதும் தான் முக்கியம் என்றார்.

இந்திய மாணவர்களைப் பொறுத்தவரை கல்வி வாய்ப்புகளோ தொழில்துறைக் கட்டமைப்போ பிரச்சினை அல்ல. ஆனால் எந்தத் துறையை, எந்தக் காரணங்களின் அடிப்படையில் தேர்வுசெய்வது என்பதில்தான் அவர்கள் தவறிவிடுகிறார்கள் என்பார் பேராசிரியர் ஸ்பான்டர். பலரும் விமானப் பொறியியலை ஏன் தேர்வு செய்ய வேண்டும், ஏன் மின் பொறியியல் படிக்கக் கூடாது என்றெல்லாம் யோசித்து ஒரு துறையைத் தேர்ந்தெடுப்பதில்லை. பொறியியல் மாணவர்கள் தங்களுக்கான துறையைத் தேர்ந்தெடுக்கும்போது அந்தத் துறை தங்களது உள்ளார்ந்த உணர்வுகளுக்கும் லட்சியங்களுக்கும் ஏற்றதுதானா என்பதைக் கருதிப் பார்க்க வேண்டும் என்று பொறியியல் மாணவர்களுக்குச் சொல்ல விரும்புகிறேன்.

விமானக் கட்டமைப்பின் வடிவமைப்பையும் பகுப்பாய்வையும் பேராசிரியர் பண்டாலை கற்பித்தார். உற்சாகமும் தோழமையும் நிறைந்தவரான அவர், ஒவ்வொரு ஆண்டும் பாடத்திட்டத்தில் புதிய அணுகுமுறையை மேற்கொள்வார். கட்டமைப்புப் பொறியியலின் ரகசியங்களை அவர் எங்களுக்குக் கற்பித்தார். பெரும் அறிவாற்றலும் அறிவு சார்ந்த நேர்மையும் கொண்டிருந்த அவரிடம் ஆணவத்தின் சிறிய அடையாளத்தைக்கூடப் பார்க்க முடியாது என்பதை அவரிடம் படித்த மாணவர்கள் அத்தனைப் பேரும் ஒப்புக்கொள்வார்கள் என்று நம்புகிறேன். வகுப்பறையில் அவரோடு முரண்பட்டு விவாதிக்கும் சுதந்திரம் எங்களுக்கு இருந்தது.

பேராசிரியர் நரசிங்க ராவ் கணித வல்லுநர்; காற்றியக்க அறிவியல் கோட்பாட்டை *(Theoretical Aerodynamics)* அவர் கற்பித்தார். அவருடைய வகுப்பில் கற்ற பிறகு கணித இயற்பியலை மற்ற பாடங்களைக் காட்டிலும் ஆர்வத்துடன் படிக்கத் தொடங்கினேன். விமான வடிவமைப்பு சார்ந்த அலசல்களில் கலந்துகொள்ளும்போது நான் “கூர்மையான அறுவை சிகிச்சைக் கத்தி”யை எடுத்துக்கொண்டு வருவதாகச் சொல்வார்கள். என் அலசல்களில் இருக்கும் கூர்மைக்கான உருவகம் இது. காற்று இயக்கச் சமன்பாடுகளுக்கான நிரூபணங்களைத் திரட்ட வேண்டும் என்று பேராசிரியர் ராவ் அன்போடு என்னை வற்புறுத்தியிராவிட்டால் இப்படிப்பட்ட பாராட்டு எனக்குக் கிடைத்திருக்காது.

விமான வடிவமைப்பு அறிவியல் பாடம் மிகவும் வசீகரமானது; விடுதலைக்கான உத்தரவாதம் இதில் உள்ளது. விடுதலைக்கும் தப்பித்தலுக்கும், நகர்தலுக்கும் இயக்கத்துக்கும் சறுக்குவதற்கும் வெள்ளமெனப் பாய்வதற்கும் இடையே உள்ள மாபெரும் வேறுபாடுகள்தான் அந்த அறிவியலின் ரகசியங்கள். இந்த உண்மைகளை என் ஆசிரியர்கள் எனக்குப் புரியவைத்தார்கள். அவர்கள் பாடங்களை நேர்த்தியாக நடத்திய விதம் இந்தத் துறை பற்றி என்னுள் பரவசத்தை உண்டாக்கியது. அவர்களுடைய அறிவார்ந்த தீவிரம், தெளிந்த சிந்தனை, முழுமை நாட்டம் ஆகியவை என்னுடைய தேடலைத் தூண்டிவிட்டன. சுருங்கும் தன்மையுள்ள பொருட்கள் இயங்கும் விதம், அதிர்வலைகளும் அதிர்வுகளும் உண்டாகும் விதம், வேகத்தை அதிகரிக்கும்போது ஏற்படுத்தப்படும் பிரிவுகள், அதிர்வுகளின் நிறுத்தம், அதிர்வுகளின் எதிர்வினையாக உண்டாகும் மின்விசை ஆகியவை பற்றியெல்லாம் தீவிரமான ஆய்வை மேற்கொண்டேன்.

மெல்லமெல்லப் பல்வேறு தகவல்கள் என் மனதினுள் பெருமளவில் சேகரமாயின. விமானங்களின் வடிவமைப்பு சார்ந்த பல்வேறு கூறுகளுக்குப் புதிய பொருள்கள் விளங்கத் தொடங்கின. எனக்குள் இவற்றின் முக்கியத்துவம் அதிகரிக்கத் தொடங்கியது. தத்தமது துறைகளில் வல்லுநர்களான இந்த மூன்று ஆசிரியர்களும் பரந்த அறிவைப் பெற எனக்கு உதவினார்கள்.

எம்.ஐ.டி.யில் மூன்றாவதும் இறுதியுமான ஆண்டில் என் பிற்கால வாழ்வில் பெரும் தாக்கத்தைச் செலுத்திய மாற்றம் ஒன்று நிகழ்ந்தது. அரசியல் சூழலில் புதிய மாற்றம் நிகழ்ந்ததில் நாடு முழுவதும் தொழில்துறையில் பெரிய முன்னேற்றம் ஏற்பட்டது. கடவுளைப் பற்றிய என் நம்பிக்கையைச் சோதித்துக் கொள்ள வேண்டியிருந்தது. அறிவியல்பூர்வமான சிந்தனைக்குள் அது பொருந்துமா என்று பார்க்க வேண்டியிருந்தது. அறிவியல் வழிமுறைகள் மீதான நம்பிக்கை மட்டுமே அறிவைப் பெறுவதற்கான செல்லுபடியாகக்கூடிய ஒரே அணுகுமுறை என்னும் பார்வையே பரவலாக ஏற்றுக்கொள்ளப்பட்டிருந்தது. அப்படியானால், பொருண்மை மட்டும்தான் இறுதியான உண்மையா, ஆன்மிகம் என்பது பொருண்மையின் வெளிப்பாடுதானா என்ற கேள்வி என்னுள் எழுந்தது. நெறிமுறை சார்ந்த விழுமியங்கள் எல்லாம் தனிநபர்களைப் பொறுத்து மாறக்கூடியவைதானா, புலன்களால் பெறும் அறிவு மட்டும்தான் அறிவையும் உண்மையையும் கண்டடைவதற்கான வழிமுறைகளா? இந்தக் கேள்விகளைப் பற்றியெல்லாம் தீவிரமாகச் சிந்தித்துக்கொண்டிருந்தேன். “அறிவியல் சார்ந்த மனப்பான்மை”யையும் என்னுடைய ஆன்மிகத் தேடல்களையும் பற்றிய கேள்விகள் என்னைக் குடைந்துகொண்டிருந்தன. மிகுதியும் சமயம் சார்ந்த விழுமியங்களால் வளர்க்கப் பட்டவன். பொருள் சார்ந்த உலகிற்கு அப்பால் உள்ள ஆன்மிக வெளியில்தான் உண்மை இருக்கிறது என்றும் உள்முகமான அனுபவத்தின் மூலமாகவே அந்த ஞானத்தைப் பெற முடியும் என்றும் எனக்குக் கற்பித்திருந்தார்கள்.

இதற்கிடையே, பாடத்திட்டத்தில் உள்ள பாடங்கள் நிறைவு பெற்றன. எனக்கும் இன்னும் நான்கு மாணவர்களுக்கும் கூட்டாக ஒரு திட்டப்பணியைக் கொடுத்தார்கள். தாழ்வாகப் பறந்து தாக்கக்கூடிய போர் விமானம் ஒன்றை வடிவமைக்கும் திட்டம் அது. ஏரோடைனமிக் வடிவமைப்பை உருவாக்கும் பொறுப்பை ஏற்றுக்கொண்டேன். மற்றவர்கள் விமான புரபல்லர், கட்டமைப்பு, கட்டுப்பாடு, கருவிகள் என

ஆளுக்கொரு பொறுப்பை எடுத்துக்கொண்டார்கள். அப்போது எம்.ஐ.டி.யின் இயக்குநராக இருந்த பேராசிரியர் ஸ்ரீநிவாசன்தான் என்னுடைய வடிவமைப்பு ஆசிரியர். ஒருநாள் என்னுடைய வேலையை ஆய்வுசெய்த அவர், வேலை போதிய அளவு முன்னேறாதது ஏமாற்றமளிக்கிறது என்றார். தாமதத்திற்கான காரணங்களை நான் எவ்வளவோ அடுக்கியும் அவர் திருப்திடையவில்லை. இன்னும் ஒரு மாதம் அவகாசம் கொடுங்கள் என்று கேட்டேன். சிறிது நேரம் என்னையே பார்த்த அவர், "இங்கே பார், இன்று வெள்ளிக்கிழமை மதியம். நான் உனக்கு மூன்று நாள் அவகாசம் தருகிறேன். திங்கள்கிழமை காலையில் வரைபடம் தயாராகவில்லை என்றால் உன்னுடைய உதவித்தொகை நிறுத்தப்படும்" என்றார்.

நான் திகைத்துப்போனேன். உதவித்தொகைதான் எனது வாழ்வாதாரம். அதை நிறுத்திவிட்டால் நான் நிராதரவாகி விடுவேன். அவர் சொன்னபடி வேலையை முடிப்பதைத் தவிர எனக்கு வேறு வழியில்லை. அன்றிரவு சாப்பிடாமல் வரைபலகை முன் அமர்ந்தேன். அடுத்த நாள் காலை ஒரே ஒரு மணிநேர அவகாசத்தில் குளித்து, கொஞ்சம் சாப்பிட்டுவிட்டு, மீண்டும் வேலையில் மூழ்கினேன். ஞாயிற்றுக்கிழமை காலையில் என் வேலை ஏறத்தாழ முடியும் நேரத்தில் யாரோ ஒருவர் என்னுடன் அந்த அறையில் இருப்பதுபோன்ற உணர்வு ஏற்பட்டது. பேராசிரியர் ஸ்ரீநிவாசன் தொலைவிலிருந்து என்னைக் கவனித்துக்கொண்டிருந்தார். ஜிம்கானா கிளப்பி லிருந்து நேரடியாக வந்திருந்த அவர் டென்னிஸ் உடையில் இருந்தார். என்னுடைய வேலையை ஆராய்ந்த அவர் என்னை ஆரத்தழுவி முதுகில் தட்டிக்கொடுத்தார். "சாத்தியமில்லாத கெடுவை விதித்து உன்னை நெருக்கடிக்கு உள்ளாக்கி விட்டேன் என்பது எனக்குத் தெரியும். நீ இவ்வளவு சிறப்பாகச் செயல்படுவாய் என்று நான் எதிர்பார்க்கவே இல்லை" என்றார்.

திட்டப்பணியின் எஞ்சிய காலத்தில் எம்.ஐ.டி. தமிழ்ச் சங்கம் நடத்திய கட்டுரைப் போட்டியில் கலந்துகொண்டேன். தமிழ் என் தாய்மொழி. அதன் தொன்மையை எண்ணி எனக்குப் பெருமிதம் உண்டு. ராமாயண காலத்திற்கும் முன்பு அகத்திய முனிவர் காலத்தில் தோன்றிய மொழி அது. கி.மு. ஐந்தாம் நூற்றாண்டிலேயே அதில் இலக்கியப் படைப்புகள் தோன்றியிருந்தன. பல்வேறு இலக்கண மேதைகள் இந்த மொழியைச் செம்மைப்படுத்தியிருக்கிறார்கள். தமிழின் தர்க்க ரீதியான கட்டமைப்பு உலகமெங்கும் பாராட்டப்படுகிறது. அறிவியல் இந்த அற்புதமான மொழிக்கு அன்னியமாக ஆகிவிடக் கூடாது என்பதில் உறுதியாக இருந்தேன். "நமது

விமானத்தை நாமே உருவாக்குவோம்” என்ற தலைப்பில் ஒரு கட்டுரை எழுதினேன். அந்தக் கட்டுரைக்கு அமோக வரவேற்பு கிடைத்தது. போட்டியில் முதல் பரிசைப் பெற்றேன். அப்போது ஆனந்த விகடன் ஆசிரியராக இருந்த தேவன் எனக்கு முதல் பரிசை வழங்கினார்.

எம்.ஐ.டி. தொடர்பான நினைவுகளில் பேராசிரியர் ஸ்பான்டர் தொடர்பான ஒரு நிகழ்வு மறக்க முடியாதது. எங்கள் பிரிவுபசார நிகழ்ச்சியின்போது குழுவாகப் படம் எடுத்துக்கொள்ளத் தயாராக இருந்தோம். பேராசிரியர்கள் முன்வரிசையில் அமர்ந்திருக்க, மாணவர்கள் அவர்களுக்குப் பின்னால் மூன்று வரிசைகளில் நின்றிருந்தோம். பேராசிரியர் ஸ்பான்டர் சட்டென்று எழுந்து என்னைத் தேடினார். மூன்றாவது வரிசையில் இருந்த என்னிடம், “இங்கே வந்து முன்வரிசையில் என்னுடன் உட்கார்” என்றார். நான் திடுக்கிட்டேன். “நீ என்னுடைய சிறந்த மாணவன். உன்னுடைய கடின உழைப்பு உன் ஆசிரியர்களுக்கு வருங்காலத்தில் புகழ் சேர்க்கும்” என்றார். அவருடைய பாராட்டினால் நான் கூச்சமடைந்தேன் என்றாலும் அந்த அங்கீகாரத்தால் பெருமிதமும் அடைந்தேன். அவர் பக்கத்தில் அமர்ந்து கொண்டேன். “ஆண்டவன் உன்னுடைய நம்பிக்கையாகவும் வாழ்க்கையாகவும் வழிகாட்டியாகவும் இருந்து வருங்காலத்தை நோக்கிய உன் பயணத்திற்கு ஒளி வீசட்டும்” என்று என்னை வாழ்த்தி விடைகொடுத்தார் அந்த மேதை.

எம்.ஐ.டி.யிலிருந்து பெங்களூரில் இருக்கும் ஹிந்துஸ்தான் ஏரோநாடிக்கல் லிமிடெட் (ஹெச்.சி.எல்.) என்னும் நிறுவனத்தில் பயிற்சியாளராகச் சேர்ந்தேன். அங்கு ஒரு குழுவுடன் இணைந்து இஞ்சினைப் பிரித்து மீண்டும் இணைக்கும் வேலையில் ஈடுபட்டேன். விமான இஞ்சினை நேரடியாகக் கழற்றி மாட்டும் வேலையில் நிறையக் கற்றுக் கொண்டேன். வகுப்பறையில் கற்றுக்கொண்ட ஒரு கோட்பாட்டை நடைமுறையில் செய்து பார்ப்பது பரவச மூட்டும் அனுபவமாகும். முற்றிலும் அன்னியர்கள் நிறைந்த ஒரு கூட்டத்தில் திடீரென்று பழைய நண்பன் ஒருவனை எதிர்பாராமல் சந்திக்கும் அனுபவத்தைப் போன்றது அது. ஹெச்.சி.எல்.லில் பிஸ்டன், டர்பன் எஞ்சின்களைப் பிரித்து இணைக்கும் வேலையில் ஈடுபட்டேன். வாயு இயக்கம், அது பரவும் விதம், எரிந்த பின் அதன் செயல்பாடு ஆகியவை குறித்த குழப்பமான கோட்பாடுகள் என் மனத்தில் கூர்மையான கவனம் பெற்றன. ரேடியன் இஞ்சின் செயல்படும் முறையிலும் பயிற்சிபெற்றேன்.

சிராங்க் நாஃப்ட் என்றும் கருவியின் செயல்பாட்டில் ஏற்படக்கூடிய தேய்மானத்தைக் குறைப்பது எப்படி என்றும் கற்றுக்கொண்டேன். அதிக ஆற்றல் செலுத்தப்பட்ட இஞ்சினில் பொருத்தப்பட்ட விசிறி சுற்றும்போது ஏற்படும் மாற்றங்களைக் கணக்கிட்டேன். அழுத்தம், வேகத்தைக் கூட்டிக்குறைக்கும் அமைப்பு ஆகியவற்றைக் கட்டுப்படுத்தும் அமைப்புகள், டர்போ இஞ்சின்களின் வாயு விநியோக அமைப்புகள் ஆகியவற்றையும் கற்றேன். புரபல்லர் எஞ்சின்கள் தொடர்பான எல்லாமே மிகவும் சுவாரஸ்யமானவை. புரபல்லர் பிளேடுகளின் நுட்பமான இயக்கம் பற்றி ஹெச்.சி.எல். தொழில்நுட்பப் பணியாளர்கள் எனக்கு விளக்கியது இன்னமும் நினைவில் இருக்கிறது. அவர்கள் பெரிய பல்கலைக்கழகங் களில் படித்தவர்களல்ல; தங்கள் இஞ்சினியர் சொன்னதை மட்டும் அப்படியே செய்பவர்களும் அல்ல. பல ஆண்டுகளாகப் பணிபுரிந்து பெற்ற நேரடி அனுபவம் அவர்களுக்கு அந்த வேலை தொடர்பான உள்ளுணர்வைத் தந்திருந்தது.

ஹெச்.சி.எல்.லில் பயிற்சி முடித்து விமானப் பொறியியல் பட்டதாரியாக வெளியே வந்தபோது இரண்டு வேலை வாய்ப்புகள் எனக்குக் கிடைத்தன. இரண்டுமே வானில் பறப்பதற்கான என்னுடைய நீண்டநாள் கனவை நனவாக்கக் கூடியவை. ஒன்று விமானப் படையில். மற்றொன்று பாதுகாப்பு அமைச்சகத்தின் தொழில்நுட்ப மேம்பாடு மற்றும் உற்பத்தி இயக்குநரகத்தில் *(DTD&P(Air))*. இரண்டுக்கும் விண்ணப்பித்தேன். கிட்டத்தட்ட ஒரே சமயத்தில் இரண்டு இடங்களிலிருந்தும் நேர்முகத் தேர்வுக்கான அழைப்பு வந்தது. விமானப்படைத் தேர்வு அதிகாரிகள் என்னை டேராடூனுக்கு வரச் சொல்லி யிருந்தார்கள். *DTD & P(Air)* நிர்வாகம் என்னை தில்லிக்கு வருமாறு அழைத்தது. சோழமண்டலக் கடற்கரையைச் சேர்ந்த அந்தப் பையன் வடஇந்தியாவை நோக்கி ரயிலில் கிளம்பினான். நான் செல்ல வேண்டிய இடம் 2000 கிலோ மீட்டருக்கும் அப்பால் இருந்தது. என் தாய்நாடு எவ்வளவு விரிந்து பரந்தது என்பதை முதல்முறையாக அறிந்துகொண்ட அனுபவம் அது.

3

கிராண்ட் டிரங்க் எக்ஸ்பிரஸ்

சன்னல் வழியே வேடிக்கை பார்த்துக் கொண்டே ரயிலில் பயணம் செய்தேன். கிராமப் புறங்கள் வேகமாக மறைந்துவந்தன. வெள்ளை வேட்டியும் தலைப்பாகையும் அணிந்த ஆண்கள் தொலை தூரத்து வயல்களில் வேலை செய்து கொண்டிருந்தார்கள். வண்ணவண்ண ஆடைகள் அணிந்திருந்த பெண்களைப் பசுமையான வயல்களின் பின்னணியில் பார்க்கும்போது ஏதோ ஓவியம்போல் தெரிந்தது. சன்னலை விட்டு நகராமல் உட்கார்ந்துகொண்டேன். எல்லா இடங்களிலும் மக்கள் ஏதோ ஒரு வேலையில் ஈடுபட்டிருந்தார்கள். அதில் லயமும் நிதானமும் தெரிந்தன. ஆண்கள் கால்நடைகளை ஓட்டிச் சென்றுகொண்டிருந்தார்கள். பெண்கள் நீரோடையில் தண்ணீர் எடுத்துக்கொண் டிருந்தார்கள். சில இடங்களில் ரயிலைப் பார்த்துக் கையசைக்கும் குழந்தையைப் பார்க்க முடிந்தது.

வடதிசையில் பயணம் செய்யும்போது நிலப்பரப்பு இப்படி மாறுகிறதே என்ற திகைப்பு ஏற்படும். கங்கையும் அதன் ஏராளமான கிளை நதிகளும் பாய்வதால் செழித்துக் கொழிக்கும் பிரதேசத்தின் அழகில் மயங்கித்தான் அன்னியர்கள் படையெடுத்து வந்தார்கள். அதையடுத்துப் பூசல்களும் குழப்பங்களும் ஆட்சி மாற்றங்களும் நிகழ்ந்தன.

கி.மு.1500 அளவில் வடமேற்குக் கணவாய்கள் வழியாக ஆரியர் வந்தனர். கி.பி. பத்தாம் நூற்றாண்டில் முஸ்லிம்களின் படையெடுப்பு. இவர்கள் பின்னர் உள்ளூர் மக்களுடன் இரண்டறக் கலந்து இந்த நாட்டின் பிரிக்க முடியாத அங்கமாகி விட்டார்கள். பேரரசுகள் பிறந்தன, வீழ்ந்தன,

புதிய பேரரசுகள் உருவாகின. மதப் போர்கள் நீடித்தன. இந்தக் காலகட்டங்களில் தென்னிந்தியாவின் பெரும்பகுதிக்கு எந்த ஆபத்தும் வரவில்லை. விந்திய சாத்பூரா மலைத்தொடர்கள் தென்னகத்தைக் கேடயமாகப் பாதுகாத்தன. நர்மதா, தபதி, மகாநதி, கோதாவரி, கிருஷ்ணா நதிகள் தீபகற்ப இந்தியாவின் அரண்களாக அமைந்தன. அறிவியல் முன்னேற்றத்தின் ஆற்றலால் புவியியல் சார்ந்த இந்தத் தடைகளை எல்லாம் தாண்டி என்னைத் தில்லிக்குக் கொண்டுவந்து சேர்த்தது ரயில்.

மாபெரும் சூஃபி ஞானியான ஹஜ்ரத் நிஜாமுதீனின் நகரமான தில்லியில் ஒரு வாரம் தங்கியிருந்தேன். DTD&P (Air) நடத்திய நேர்முகத் தேர்வில் கலந்துகொண்டு, கேள்விகளுக்குச் சிறப்பாக விடையளித்தேன். கேள்விகள் வழக்கமான பாணியில் இருந்தன. சம்பந்தப்பட்ட துறையில் எனது அறிவாற்றலைச் சோதிக்கும் வகையில் எந்தக் கேள்வியும் இல்லை. பிறகு விமானப் படைத் தேர்வு வாரியத்தின் நேரடித் தேர்வில் கலந்துகொள்வதற்காக டேராடூன் புறப்பட்டேன். அந்தத் தேர்வில் புத்திக்கூர்மையைவிட ஆளுமைத்திறனுக்கே அதிக முக்கியத்துவம் இருந்தது. ஒருவேளை அவர்கள் உடல்வலிமையையும் மன உறுதியையும் எதிர்பார்த்திருந் திருக்கலாம். உற்சாகம்–படபடப்பு, உறுதி–கவலை, நம்பிக்கை– பதற்றம் என்ற கலவையான மனநிலையில் நேர்முகத் தேர்வில் கலந்துகொண்டேன். விமானப் படையின் எட்டு அதிகாரிகளைத் தேர்வுசெய்வதற்கான அந்த நேர்முகத் தேர்வில் பங்கேற்ற 25 பேரில் என்னால் ஒன்பதாவது இடத்தைத்தான் பிடிக்க முடிந்தது. எனக்குப் பெரும் ஏமாற்றம். விமானப் படையில் சேரும் வாய்ப்பு கைநழுவிவிட்டதை உணர்ந்து கொள்ள எனக்குக் கொஞ்ச நேரம் பிடித்தது. தேர்வு வாரியத்தி லிருந்து வெளியேறி மலைமுகட்டின் விளிம்பில் நின்றபடி கீழே பார்த்தேன். ஏரி ஒன்று தெரிந்தது. இனி வரும் நாள்கள் சோதனையாக இருக்கும் என்பதில் சந்தேகமில்லை. பல கேள்விகளுக்கு விடை காண வேண்டும்; இனி என்ன செய்வது என்று திட்டமிட வேண்டும். குழப்பமான எண்ணங்களுடன் ரிஷிகேசம் புறப்பட்டேன்.

கங்கையில் நீராடி அதன் தூய்மையில் லயித்தேன். அங்கிருந்து சிறிது உயரத்தில் இருந்த சிவானந்தர் ஆசிரமத்தை நோக்கி நடந்தேன். உள்ளே நுழைந்ததும் தீவிரமான அதிர்வலைகளை உணர்ந்தேன். ஏராளமான சாதுக்கள் மெய்ம்மறந்த நிலையில் அமர்ந்திருந்தார்கள். சாதுக்கள் தங்கள் உள்ளுணர்வால் உண்மைகளை அறிந்துகொள்கிறார்கள் என்று

படித்திருக்கிறேன். எனக்கிருந்த விரத்தியான மனநிலையில் பல கேள்விகளுக்கு விடை தேடிக்கொண்டிருந்தேன்.

தூய பனிபோன்ற வெண்ணிற வேட்டியும் மரத்தால் ஆன காலணிகளையும் அணிந்து புத்தரைப் போலக் காட்சியளித்த சுவாமி சிவானந்தரை அங்கு சந்தித்தேன். கோதுமைநிற மேனி, ஊடுருவிப் பார்க்கும் கரிய விழிகள். அவருடைய குழந்தை போன்ற சிரிப்பையும் அருள் நிறைந்த தோற்றத்தையும் கண்டு மெய்ம்மறந்தேன். சுவாமியிடம் என்னை அறிமுகம் செய்துகொண்டேன். என்னுடைய முஸ்லிம் பெயரைக் கேட்டு அவரிடம் எந்தச் சலனமும் ஏற்படவில்லை. நான் எதுவும் சொல்வதற்கு முன்பே என் துயரத்தின் காரணத்தைக் கேட்டார். என் துயரத்தை எப்படி அறிந்தார் என்று அவர் சொல்லவில்லை; நானும் கேட்கவில்லை.

பறக்க வேண்டும் என்ற ஆசை நிராசையாகிவிட்டதையும் இந்திய விமானப் படையில் சேர முடியாமல்போனதையும் அவரிடம் சொன்னேன். அவர் புன்னகைத்தார். அந்தப் புன்னகை என் கவலைகளை எல்லாம் போக்கிவிட்டது. மெல்லிய, ஆழமான குரலில் அவர் சொன்னார்:

"இதயத்திலிருந்தும் ஆழமான உணர்விலிருந்தும் எழும் ஆசை தூய்மையாகவும் தீவிரமாகவும் இருக்கும்போது அதில் அபாரமான மின்காந்த சக்தி இருக்கும். ஒவ்வொரு இரவும் மனம் உறங்கிவிடும்போது இந்த சக்தி வெளிப் பட்டு வானவெளியில் கலக்கிறது. பிரபஞ்ச இயக்கத்தால் வலுவடைந்த அந்த சக்தி மறுநாள் காலையில் மீண்டும் நமது உணர்வுவெளிக்குத் திரும்புகிறது. இத்தகைய ஆசை நிச்சயமாக நிறைவேறும். இது காலங்களைக் கடந்த உத்தரவாதம். இளைஞனே, சூரிய உதயமும் வசந்த காலமும் மாறாமல் நிகழ்வதை நம்புவதுபோல நீ இதை நம்பலாம்."

மாணவன் தயாராக இருக்கும்போது ஆசிரியர் கிடைப்பார் என்று சொல்வதுண்டு. கிட்டத்தட்ட நொடிந்துபோய்விட்ட ஒரு மாணவனுக்கு இதோ இந்த ஆசிரியர் வழிகாட்டி யிருக்கிறார். "உன்னுடைய தலைவிதியை ஏற்றுக்கொண்டு வாழ்க்கையின் போக்கிலேயே செல். விமானப் படை விமானியாக வேண்டும் என்று உனக்கு விதிக்கப்படவில்லை. உனக்கு விதிக்கப்பட்டிருப்பது எதுவோ அது இப்போது வெளிப்படாமல் இருக்கலாம். ஆனால் அது முன்பே தீர்மானமாகிவிட்டது. இந்தத் தோல்வியை மறந்துவிடு. உனக்கு விதிக்கப்பட்டுள்ள இடத்திற்குப் போக இது வழிகாட்டும். உன்னுடைய இருப்புக்கான உண்மையான நோக்கம் என்ன

என்ற தேடலில் இறங்கு. உன் சுயத்தோடு ஒன்றிவிடு. மகனே! கடவுளின் விருப்பத்திற்கு உன்னை ஒப்புக்கொடுத்துவிடு" என்று சுவாமிஜி கூறினார்.

தில்லி திரும்பியதும் DTD&P (Air) அலுவலகத்தில் என் நேர்முகத் தேர்வைப் பற்றி விசாரித்தேன். பணியில் சேருவதற்கான உத்தரவுக் கடிதம் கொடுத்தார்கள். அடுத்த நாள் முதுநிலை விஞ்ஞான உதவியாளராக வேலையில் சேர்ந்தேன். மாத அடிப்படைச் சம்பளம் ரூ. 250. இதுதான் என் விதி என்றால் அப்படியே நடக்கட்டும் என்று நினைத்துக்கொண்டேன். ஒருவழியாக மனஅமைதி அடைந்தேன். அதற்குப் பிறகு விமானப் படையில் சேர முடியாமல் போய்விட்டதே என்று வருத்தமோ, வேதனையோ ஏற்படவில்லை. இவையெல்லாம் 1958ஆம் ஆண்டில் நடந்தவை.

இயக்குநரகத்தில், உள்நாட்டு விமானப் போக்குவரத்துத் துறையின் தொழில்நுட்ப மையத்தில் நியமித்தார்கள். விமானத்தை ஓட்ட முடியாமல்போனாலும் குறைந்தபட்சம் அது நன்கு பறப்பதற்கு உதவி செய்யவாவது முடிந்ததே என்று திருப்திப்பட்டுக்கொண்டேன். என் முதல் ஆண்டுப் பணியில் சூப்பர்சோனிக் டார்கட் விமானத்தை வடிவமைக்கும் பொறுப்புக் கிடைத்தது. பொறுப்பு அதிகாரி ஆர். வரதராஜன் இந்தப் பணியில் எனக்கு உதவினார். என் பணியை இயக்குநர் டாக்டர் நீலகண்டன் பாராட்டினார். விமானப் பராமரிப்பில் அடிப்படை அனுபவம் பெற கான்பூரில் இருந்த ராணுவ தளவாடச் சோதனை நிலையத்திற்கு (Aircraft and Armament Testing Unit - A&ATU) அனுப்பினார்கள். அந்தச் சமயத்தில் அங்கு நாட் எம்.கே. 1 (Gnat MK I) விமானம் பற்றிய ஆய்வு நடைபெற்றுக்கொண்டிருந்தது. அதன் இயக்க அமைப்பின் செயல்திறன் குறித்த மதிப்பாய்வில் நானும் இணைந்தேன்.

கான்பூரில் அந்தக் காலத்திலேயே மக்கள்தொகை நெருக்கடி அதிகம். தொழில் நகரத்து வாழ்க்கையில் அதுதான் என்னுடைய முதல் அனுபவம். கான்பூரின் குளிர், சந்தடி, இரைச்சல், புகை எல்லாமே என் ராமேஸ்வர வாழ்க்கைக்கு நேர்மாறாக இருந்தன. காலை சிற்றுண்டியிலிருந்து இரவு உணவுவரை எப்போது பார்த்தாலும் சாப்பாட்டு மேசையில் இருக்கும் உருளைக்கிழங்கு என்னை வதைத்தது. நகரம் முழுவதும் தனிமை ஏக்கம் பரவியிருப்பதுபோலத் தோன்றியது. குடும்பத்தையும் பிறந்த மண்ணையும் விட்டுவிட்டுத் தொழிற்சாலைகளில் வேலை தேடிக் கிராமத்திலிருந்து வந்தவர்கள் எல்லாம் வீதிகளில் அலைந்துகொண்டிருப்பதைப் பார்த்தேன்.

தில்லி திரும்பியதும், டார்ட் டார்கட் (DART Target) வடிவமைப்பை DTD&P (Air) ஏற்றுக்கொண்டுவிட்டதாகவும் வடிவமைப்புக் குழுவில் நானும் இடம்பெற்றிருப்பதாகவும் தெரிவித்தார்கள். அணி உறுப்பினர்களோடு சேர்ந்து அந்தத் திட்டத்தை நிறைவேற்றினேன். மனித உடலின் மைய விலக்கு இயக்கம் (Human Centrifuge) பற்றிய ஆரம்பகட்ட ஆய்வில் இறங்கினேன். அதையடுத்து செங்குத்தாக மேலெழும்புவது, தரையிறங்குவது பற்றிய ஆராய்ச்சியில் ஈடுபட்டேன். ஹாட் காக்பிட்டைத் தீர்மானிப்பதிலும் பங்கேற்றேன். மூன்று வருடங்கள் கடந்தன. பெங்களூரில் விமான வடிவமைப்பு வளர்ச்சி அமைப்பு (Aeronautical Development Establishment - ADE) உருவானது. இந்தப் புதிய அமைப்புக்கு என்னை இடமாற்றம் செய்து புதிய பொறுப்பை அளித்தார்கள்.

கான்பூருக்கும் பெங்களூருக்கும் இடையே பெருமளவில் வித்தியாசம் தெரிந்தது. இந்தியாவில் விசித்திரமான முறையில் எதிரும் புதிருமான பல விஷயங்களைக் காணலாம். பல நூற்றாண்டுக் கால அன்னியர் ஆட்சியால் பலவிதமான பாதிப்புகளையும் பலன்களையும் பெற்றதுதான் இதற்குக் காரணம் என்று நினைக்கிறேன். பல்வேறுபட்ட ஆட்சியாளர்களின் கீழ் இருந்ததால் ஏதேனும் ஒன்றைப் பின்பற்றும் பழக்கம் காணாமல்போய்விட்டது. கருணை-கொடூரம், நுண்ணுணர்வு-தடித்தனம், ஆழம்-மேலோட்டம் என முற்றிலும் முரண்பட்ட போக்குகள் ஒரே சமயத்தில் நம்மிடம் வெளிப்படும். இத்தகைய இயல்பு அழகாகவும் வண்ணமயமாகவும் இருப்பதாகத் தோன்றலாம். ஆனால் கூர்ந்து கவனித்தால் நாம் பலதரப்பட்ட எஜமானர்களின் நகல்களாகத் தென்படுவோம். கான்பூரில் பான்பராக் மெல்லும் வஜித் அலி ஷாவின் நகல்களைப் பார்த்தேன். பெங்களூரில் சாஹிப்களின் நகல்கள். பெங்களூரிலும் ராமேஸ்வரத்தின் அமைதியையும் ஆழத்தையும் நினைத்து ஏங்கினேன். நகரங்களில் மனித உணர்வுகள் கூறுபோடப்பட்டுவிட்டன. மண்வாசனை கொண்ட இந்தியர்களின் மனமும் மூளையும் நகரங்களின் சிதறுண்ட உணர்வுநிலைகளால் முரண்பட்டுச் செயல்படுகின்றன. பெங்களூரின் தோட்டங்களிலும் ஷாப்பிங் வளாகங்களிலும் மாலைப்பொழுதுகளைக் கழித்தேன்.

தொடங்கிய முதல் ஆண்டில் ADE அமைப்பில் வேலை அதிகமில்லை. எனக்கான வேலையை நானே உருவாக்கிக் கொள்ள வேண்டியிருந்தது. வேலைகள் படிப்படியாக வேகமெடுக்கும்வரை இதுதான் நிலவரம். விமானத்தைத் தரையிலிருந்து கட்டுப்படுத்தும் சாதனம் (Ground Equipment

Machine-GEM) தொடர்பான எனது பூர்வாங்க ஆய்வுகளின் அடிப்படையில் ஒரு திட்டக் குழு அமைக்கப்பட்டது. தரையிலிருந்து கட்டுப்படுத்தும் வகையிலான ஹோவர் ரக விமானத்தின் மாதிரியை இந்தியாவிலேயே வடிவமைத்து உருவாக்குவதுதான் இந்தக் குழுவின் பணி. இந்தக் குழுவில் விஞ்ஞான உதவியாளர் நிலையிலான நால்வர் இருந்தார்கள். குழுவிற்கு என்னைத் தலைமை ஏற்கும்படி ADE இயக்குநரான டாக்டர் ஓ.பி. மெடிரட்டா கூறினார். இஞ்சினியரிங் மாடலை மூன்றாண்டுகளுக்குள் உருவாக்க வேண்டும் என்பது கெடு.

எப்படிப் பார்த்தாலும் இந்தத் திட்டம் எங்கள் அனைவரின் ஒட்டுமொத்த திறமைகளுக்கும் அப்பாற்பட்டது. ஓர் இயந்திரத்தை உருவாக்குவதில் எங்களில் யாருக்குமே அனுபவமில்லை. அதிலும் பறக்கும் இயந்திரங்களை நாங்கள் உருவாக்கியதில்லை. எப்படியாவது வேலையைத் தொடங்கிவிடலாம் என்றால் அதற்கான முன்மாதிரிகளோ தரமான உதிரி பாகங்களோ கிடைக்கவில்லை. எங்களுக்குத் தெரிந்ததெல்லாம் பறக்கும் இயந்திரம் ஒன்றை வெற்றிகரமாக உருவாக்க வேண்டும் என்பதுதான். ஹோவர் ரக விமானம் தொடர்பாக உள்ள எல்லாவற்றையும் படித்துவிட முயன்றோம். சொல்லிக்கொள்ளும்படியாக அதிகம் கிடைக்கவில்லை. விஷயமறிந்தவர்களிடம் ஆலோசனை கேட்கலாமே என்றால் அப்படி யாருமே கிடைக்கவில்லை. எங்களுக்குக் கிடைத்திருந்த குறைவான தகவல்களையும் ஆதாரங்களையும் வைத்துக் கொண்டு வேலையைத் தொடங்கிவிட வேண்டியதுதான் என்று ஒருநாள் முடிவெடுத்தேன்.

இறக்கைகள் அற்ற, இலகுவான, விரைவாகப் பறக்கக் கூடிய விமானத்தைத் தயாரிப்பதற்கான இந்த முயற்சி என் மனக்கதவுகளைத் திறந்துவிட்டது. ஹோவர் ரக விமானத்திற்கும் சாதாரண விமானத்திற்கும் இடையே உருவகமான தொடர்பு இருப்பது மனதில் பளிச்சிட்டது. ரைட் சகோதரர்களே ஏழு வருடங்கள் சைக்கிள்களைப் பழுதுபார்த்த பிறகுதான் முதல் விமானத்தை உருவாக்கினார்கள். ஜெம் (GEM) திட்டத்தில் அறிவுக்கூர்மைக்கும் வளர்ச்சிக்கும் பெரும் வாய்ப்புகள் இருப்பதைக் கண்டேன். வரைபடங்கள் தயாரிக்கும் வேலையில் ஒரு சில மாதங்கள் ஈடுபட்ட பிறகு இயந்திர பாகங்கள் சம்பந்தமான வேலைக்குள் புகுந்துவிட்டோம். ஓரளவுக்கே கல்வியறிவு கொண்ட பெற்றோர், கிராமம் அல்லது சிறுநகரத்தில் உள்ள நடுத்தரக் குடும்பம் என்ற பின்னணியில் வளர்ந்த என்னைப் போன்றவர்களுக்கு எப்போதுமே ஓர் ஆபத்து காத்திருக்கும். இப்படிப்பட்ட பாமரத்தனமான பின்னணியால்

ஒரு மூலையில் முடங்கிக் கிடக்க வேண்டிய நிலை வந்துவிடும். நாமும் இங்கே இருந்துகொண்டிருக்கிறோம் என்பதைக் காட்டிக்கொள்வதே பெரும்பாடாக அமைத்துவிடும். ஏதேனும் ஒரு திருப்பம் ஏற்பட்டால்தான் ஏதாவது செய்ய முடியும். எனக்கான வாய்ப்புகளை நானேதான் உருவாக்கிக்கொள்ள வேண்டும் என்பதில் தெளிவாக இருந்தேன்.

படிப்படியாக, ஒவ்வொரு கட்டமாகத் திட்டத்தில் முன்னேறிக்கொண்டிருந்தோம். ஒவ்வொரு கட்டத்திலும், மிகச் சிறிய செயல்திட்டங்களிலும் வேலை தொடர்ந்தது. ஒரு தடவை நமது மனம் எல்லைகளைத் தாண்டிவிட்டால், பிறகு பழைய நிலைக்குத் திரும்பவே முடியாது என்பது இந்தத் திட்டத்தில் நான் கற்றுக்கொண்ட பாடம். அந்தச் சமயத்தில் பாதுகாப்பு அமைச்சராக இருந்த வி.கே. கிருஷ்ண மேனன் எங்களுடைய இந்தச் சிறிய திட்டத்தில் அதிக அக்கறை கொண்டிருந்தார். இந்தியாவின் பாதுகாப்பு சாதனங்களை உள்நாட்டிலேயே உற்பத்தி செய்வதற்கான தொடக்கம்தான் இந்தத் திட்டம் என்பது அவரின் கணிப்பு. அவர் எப்போது பெங்களூர் வந்தாலும் எப்படியாவது நேரம் ஒதுக்கிக்கொண்டு எங்கள் திட்டம் எப்படிச் செயல்படுகிறது என்று பார்க்க வந்துவிடுவார். எங்களுடைய திறமையில் அவருக்கிருந்த நம்பிக்கை எங்கள் ஆர்வத்தைத் தூண்டிவிட்டது.

தொழுவதற்காகப் பள்ளிவாசலுக்குப் போகும்போது என் அப்பா தன் செருப்பை வெளியே விட்டுச் செல்வதுபோல, அசெம்ப்ளி பணிக்கூடத்திற்குள் நுழையும்போது என் தனிப்பட்ட பிரச்சினைகளை வெளியிலேயே விட்டுவிட்டுப் போவேன். ஜெம் திட்டம் பற்றி கிருஷ்ண மேனனின் கருத்தில் பலருக்கு உடன்பாடில்லை. கிடைத்த உதிரிப் பாகங்களையும், இணைப்புப் பாகங்களையும் கொண்டு நாங்கள் நடத்திய பரிசோதனைகளை எங்களுடைய மூத்த சகாக்கள் விரும்ப வில்லை. நிறைவேறவே முடியாத கனவைத் துரத்தும் விசித்திர மான ஆர்வம் கொண்ட பிறவிகள் என்றுகூடப் பலர் எங்களைக் குறிப்பிட்டார்கள்.

தலைவராக இருப்பதால் நானே அவர்களுடைய முதன்மையான இலக்காக இருந்தேன். வானமே தன் கையில் இருப்பதாக நினைத்துக்கொண்டிருக்கும் பட்டிக்காட்டான் என்பதுதான் என்னைப் பற்றிய அவர்களின் அபிப்ராயம். நல்லதே நடக்கும் என்ற எண்ணம் கொண்ட என்னை இது போன்ற விமர்சனங்கள் மிகவும் வருத்தின. விமான வடிவமைப்பு வளர்ச்சி அமைப்பில் *(ADE)* இருந்த மூத்த விஞ்ஞானிகள் சிலரது பேச்சைக் கேட்கும்போது ரைட் சகோதரர்களைக்

கேலிசெய்து ஜான் ட்ரோபிரிட்ஜ் 1896இல் எழுதிய கவிதை வரிகள் நினைவுக்கு வந்தன:

> ...கையில் அங்குஸ்தான், ஊசி
> மெழுகு, சுத்தியல்
> கொக்கிகள், திருகாணிகள்
> மாதிரி வடிவத்துக்காக இரண்டு வெளவால்கள்
> கூடவே கரிச்சட்டியும் இரண்டு துருத்திகளும்...

இப்படி மேதைகள் பயன்படுத்தும் அனைத்தையும் இந்தப் பையன்கள் வைத்திருக்கிறார்கள் என்று ரைட் சகோதர்களை ஜான் ட்ரோபிரிட்ஜ் ஏளனம் செய்திருப்பார்.

திட்டம் தொடங்கி ஏறக்குறைய ஓராண்டு முடிந்த சமயத்தில் பாதுகாப்பு அமைச்சர் கிருஷ்ண மேனன் வழக்கம் போல ADEக்கு வருகைபுரிந்தார். அசெம்ப்ளி பணிக் கூடத்திற்கு அவரை அழைத்துச்சென்றேன். உள்ளே ஒரு மேஜையில் தனித் தனி இணைப்புகளாக ஜெம் மாடல் பிரிக்கப்பட்டுக் கிடந்தது. போர்க்களத்தில் பயன்படுத்துவதற்கான நடைமுறை சாத்தியமான ஹோவர் ரக விமானத்தை உருவாக்கும் எங்களுடைய அயராத உழைப்பின் அடையாளம் அது. இந்த மாதிரி வடிவத்தின் அடிப்படையில் அடுத்த ஆண்டிற்குள் விமானத்தை உருவாக்கிச் சோதனை செய்ய முடியுமா என்பதை உறுதிப்படுத்திக் கொள்வதற்காக அமைச்சர் அடுக்கடுக்காகப் பல கேள்விகளை எழுப்பினார். பிறகு அவர் டாக்டர் மெடிரட்டாவிடம், "கலாமிடம் இப்போது இருக்கும் இணைப்புப் பாகங்களை வைத்துக்கொண்டு ஜெம் விமானத்தைத் தயாரிக்க முடியும்" என்று நம்பிக்கையுடன் கூறினார். சிவபெருமானின் வாகனத்தை நினைவூட்டும் வகையில் அதற்கு 'நந்தி' என்று பெயர் சூட்டினோம்.

எங்களுக்குக் கிடைத்த மிகக் குறைவான அடிப்படைக் கட்டமைப்பு வசதிகளைக் கணக்கில் கொண்டு பார்த்தால், இந்த ஒரு சிறு மாதிரி வடிவம், அதன் அமைப்பு, திறன், தோற்றப் பொலிவு என எல்லா விதங்களிலும் எங்கள் எதிர்பார்ப்பைவிடச் சிறப்பாக இருந்தது. "இங்கே இருக்கும் விமானத்தை உருவாக்கியது கிறுக்கர்கள் அல்ல; திறமை வாய்ந்த பொறியாளர்கள். பார்ப்பதற்காக அல்ல; பறப்பதற்காக உருவாக்கப்பட்டது இது" என்று என் சகாக்களிடம் கூறினேன்.

பாதுகாப்பு அமைச்சர் கிருஷ்ண மேனன் நந்தியில் பறந்தார். உடன் வந்த அதிகாரிகள் தனது பாதுகாப்பைப் பற்றி அஞ்சியதை அவர் பொருட்படுத்தவில்லை. பல்லாயிரக் கணக்கான மணிநேரம் விமானத்தில் பறந்த அனுபவம்

கொண்ட குரூப் கேப்டன் ஒருவர் அமைச்சர் குழுவில் இருந்தார். என்னைப் போன்ற அனுபவமற்ற சிவிலியன் பைலட்டை நம்பிப் பறக்கும் ஆபத்திலிருந்து அமைச்சரைக் காப்பாற்றுவதற்காகத் தானே விமானத்தை ஓட்ட முன்வந்தார். விமானத்திலிருந்து இறங்கிவிடுமாறு எனக்குச் சைகை காட்டினார். நான் உருவாக்கிய அந்த விமானத்தை என்னால் ஓட்ட முடியும் என்பதில் எனக்கு ஐயமில்லை. எனவே, இறங்க மாட்டேன் என்று தலையசைத்தேன். இந்தச் சைகை மொழியைக் கிருஷ்ண மேனன் கவனித்துவிட்டார். என்னை மட்டம்தட்டிய குரூப் கேப்டனின் அபிப்ராயத்தைச் சிரித்துக்கொண்டே நிராகரித்த அமைச்சர், என்னைப் பார்த்து விமானத்தைக் கிளப்பும்படி சைகை செய்தார். விமானம் பறந்தது. அவருக்கு மிகுந்த மகிழ்ச்சி. “ஹோவர் ரக விமானத்தை உருவாக்குவதில் அடிப்படைப் பிரச்சினைகள் தீர்ந்துவிட்டன. இன்னும் சக்திவாய்ந்த இஞ்ஜினைத் தயாரிக்கும் வேலையைத் தொடருங்கள். இரண்டாவது பயணத்திற்கு என்னைக் கூப்பிடுங்கள்” என்றார். சந்தேகப்பட்ட அந்த குரூப் கேப்டன் (இப்போது அவர் ஏர் மார்ஷல்) கோலே பின்னாளில் எனக்கு அருமை நண்பராகி விட்டார்.

குறிப்பிட்ட காலக்கெடுவுக்கு முன்பே அந்தப் பணியையும் முடித்துவிட்டோம். 40 மி.மீ. காற்றழுத்தம் உள்ள சூழ்நிலையில் ஒட்டுமொத்தமாக 550 கிலோ எடை கொண்ட பறக்கக்கூடிய ஹோவர் விமானத்தை உருவாக்கிவிட்டோம். இந்தச் சாதனை யால் டாக்டர் மெடிரட்டா மிகுந்த மகிழ்ச்சி அடைந்தார். ஆனால் இதைச் செய்து முடித்த சமயத்தில் கிருஷ்ண மேனன் அமைச்சர் பதவியில் இல்லை. என்னிடம் வாக்களித்தபடி இரண்டாவது பயணத்திற்கு அவரால் வர முடியவில்லை. சூழ்நிலை மாறிவிட்டிருந்தது. நமது சொந்தத் தயாரிப்பான ஹோவர் விமானத்தை ராணுவச் சேவையில் பயன்படுத்துவது என்ற கிருஷ்ண மேனனின் கனவில் பலருக்கு உடன்பாடில்லை. எங்களுடைய திட்டம் சர்ச்சையில் சிக்கிக்கொண்டது. கடைசியில் அது கைவிடப்பட்டது. இன்றும்கூட நாம் ஹோவர் விமானத்தை இறக்குமதி செய்துகொண்டிருக்கிறோம். இந்த அனுபவம் எனக்குப் புதியது. நமது முயற்சிகளுக்கு வானமே எல்லை என்று நம்பிக்கொண்டிருந்தேன். ஆனால் எல்லைகள் மிகவும் சுருங்கிவிட்டதாகத் தோன்றியது. நமது வாழ்க்கையின் எல்லைகளைத் தீர்மானிக்கும் காரணிகள் பல உள்ளன. குறிப்பிட்ட அளவுக்கு மட்டுமே உன்னால் சுமை தூக்க முடியும். குறிப்பிட்ட அளவுக்கு மட்டுமே விரைவாகக் கற்றுக்கொள்ள முடியும். குறிப்பிட்ட அளவு மட்டுமே கடுமையாக உழைக்க முடியும். குறிப்பிட்ட தொலைவு மட்டுமே பயணப்பட முடியும்.

இந்த யதார்த்தத்தை என்னால் எதிர்கொள்ள முடிய வில்லை. என் உள்ளமும் உயிரும் நந்தியில் கலந்திருந்தன. இது பயன்படப்போவதில்லை என்பதை என்னால் ஏற்றுக் கொள்ளவே முடியவில்லை. பெரும் கனவு சிதைந்தது. ஆழ்ந்த ஏமாற்றம் என்னைப் பற்றிக்கொண்டது. குழப்பமும் நிச்சய மின்மையும் நிறைந்த இந்தக் காலகட்டத்தில் எனது பாலிய அனுபவங்கள் நினைவுக்கு வந்தன. அவற்றில் புதிய அர்த்தங்களைக் கண்டுகொண்டேன்.

"உண்மையைத் தேடு, அது உனக்கு விடுதலை அளிக்கும்" என்று பட்சி சாஸ்திரி அடிக்கடி சொல்வார். "கேளுங்கள் தரப்படும்" என்று பைபிளும் சொல்கிறது. உடனடியாக அது கிடைத்துவிடவில்லை. ஆனால் கிடைக்கத்தான் செய்தது. ஒருநாள் டாக்டர் மெடிரட்டா என்னை அழைத்தார். ஹோவர் விமானம் எந்த நிலையில் இருக்கிறது என்று விசாரித்தார். பறக்கத் தயாராக இருக்கிறது என்று சொன்னதும், "ஒரு முக்கியமான பிரமுகருக்காக நாளைக்குச் செயல்விளக்க ஓட்டத்திற்கு ஏற்பாடு செய்யுங்கள்" என்றார். எனக்குத் தெரிந்த வரை அடுத்த ஒரு வாரத்தில் எந்த வி.ஐ.பி.யும் எங்களுடைய ஆய்வுக்கூடத்திற்கு வருவதாகத் திட்டம் எதுவும் இல்லை. இருந்தாலும், டாக்டர் மெடிரட்டாவின் உத்தரவை என் சகாக்களிடம் சொன்னேன். எங்களுக்குப் புதிய நம்பிக்கை பிறந்தது.

அடுத்த நாள் எங்களுடைய விமானத்திற்கு டாக்டர் மெடிரட்டா ஒருவரை அழைத்துவந்தார். தாடி வைத்திருந்த, உயரமான, வாட்டசாட்டமான அந்த மனிதர் விமானம் பற்றி என்னிடம் சில கேள்விகள் கேட்டார். அவருடைய சிந்தனையில் இருந்த தெளிவும் புறவயமான அணுகுமுறையும் என்னை வியக்கவைத்தன. "இந்த விமானத்தில் என்னை அழைத்துப் போக முடியுமா?" என்று அவர் கேட்டதும் நான் மகிழ்ச்சியில் திளைத்தேன். எனது பணியில் ஆர்வம் காட்டும் ஒருவரைச் சந்தித்துவிட்டேன்.

தரைக்கு மேலே சில சென்டிமீட்டர்கள் உயரத்தில் 10 நிமிடம் பயணம் செய்தோம். நாங்கள் பறக்கவில்லை; ஆனால் காற்றில் மிதந்தோம். என்னைப் பற்றிச் சில கேள்விகள் கேட்ட அவர் சவாரிக்கு நன்றி தெரிவித்துவிட்டுப் புறப்பட்டுச் சென்றார். பிறகுதான் அவர் யாரென்று தெரிந்துகொண்டேன். டாட்டா அடிப்படை ஆய்வு நிலையத்தின் (Tata Institute of Fundamental Research - TIFR) இயக்குநரான பேராசிரியர் எம்.ஜி.கே. மேனன்தான் அவர்.

ஒரு வாரம் கழித்து இந்திய விண்வெளி ஆய்வுக் குழுவிட மிருந்து *(Indian Committee for Space Research - INCOSPAR)* ராக்கெட் பொறியாளர் பதவிக்கான நேர்முகத் தேர்வில் பங்கேற்பதற்கு எனக்கு அழைப்பு வந்தது. INCOSPAR இந்தியாவில் விண்வெளி ஆய்வை ஒருங்கிணைப்பதற்காகப் பம்பாயில் உள்ள TIFRஇன் ஒரு பகுதியாக அமைக்கப்பட்டது. எனக்கு அழைப்பு வந்தது என்பதைத் தவிர அதைப் பற்றி வேறெதுவும் எனக்கு அப்போது தெரியாது.

நேர்முகத் தேர்வுக்காக எதையும் படிப்பதற்கோ, அனுபவம் கொண்டவர்களிடம் பேசுவதற்கோ நேரம் கிடைக்கவில்லை. பகவத் கீதையை மேற்கோள்காட்டும் லட்சுமண சாஸ்திரியின் குரல் என் காதுகளில் எதிரொலித்தது.

விருப்பு வெறுப்பு என்னும் இருமைகளால்
எல்லா உயிர்களும் மயங்கிவிடுகின்றன.
அறச்செயல்களைப் புரிவோர்
இருமைகளின் மயக்கத்திலிருந்து விடுபட்டு
என்னை வழிபடுகின்றனர்.

வெற்றிக்கான பதற்றத்தைத் தவிர்ப்பதுதான் வெற்றி பெறுவதற்கான சிறந்த வழி என்பதை நினைவுபடுத்திக் கொண்டேன். ஐயங்களைத் துறந்து, அலட்டிக்கொள்ளாமல் இருக்கும்போதுதான் சிறந்த செயல்பாடுகளுக்குப் பலன் கிடைக்கும். என்ன நடக்கிறதோ அதை அப்படியே ஏற்றுக் கொள்ள வேண்டும் என்று முடிவு செய்தேன். பேராசிரியர் எம்.ஜி.கே. மேனனின் வருகையும் நேர்முகத் தேர்வுக்கான அழைப்பும் என்னால் நிகழ்ந்தவையல்ல என்பதால், விஷயங்களை அவற்றின் போக்கில் எதிர்கொள்வதே நல்லது என்று முடிவுசெய்தேன்.

டாக்டர் விக்ரம் சாராபாய், பேராசிரியர் எம்.ஜி.கே. மேனன், அணுஆற்றல் கமிஷனின் துணைச் செயலாளர் சராஃப் ஆகிய மூவரும் என்னை நேர்காணல் செய்தார்கள். அந்த அறையில் நுழைந்ததுமே அவர்களின் இதமான குணத்தையும் தோழமை உணர்வையும் உணர்ந்தேன். டாக்டர் சாராபாயின் கனிவு என்னை ஈர்த்தது. நேர்காணலின்போது பதற்றத்துடன் இருக்கக்கூடிய இளைஞனிடம் கறாராகப் பேசும் தன்மையோ, ஐயோ பாவம் என்று அனுதாபத்துடன் நடத்தும் அணுகுமுறையோ அவர்களிடம் அறவே இல்லை. என்னுடைய அறிவாற்றலையோ திறமைகளையோ ஆராய்ந்து பார்க்கும் நோக்கில் டாக்டர் சாராபாய் என்னிடம் கேள்விகள் கேட்கவில்லை. என்னிடம் உள்ள சாத்தியக்கூறுகளை அறிந்து

கொள்ளும் நோக்கில் அவருடைய கேள்விகள் அமைந்திருந்தன. அந்தச் சந்திப்பு முழுவதும் எனக்கு உண்மையின் தருணமாகத் தோன்றியது. என்னைக் காட்டிலும் பெரிய மனிதரின் மாபெரும் கனவு என் கனவின் மீது படர்ந்த தருணம் அது.

இரண்டு நாள் தங்கியிருக்கும்படி சொன்னார்கள். எனினும் மறுநாள் காலையிலேயே நான் தேர்வுசெய்யப்பட்டு விட்டதாகத் தெரிவித்தார்கள். இந்திய விண்வெளி ஆய்வுக் குழுவில் ராக்கெட் பொறியாளராகப் பணியில் சேர்ந்தேன். கனவுகளைச் சுமந்துகொண்டிருந்த எனக்கு அந்த வாய்ப்பு பெரும் திருப்புமுனையாக அமைந்தது.

TIFR கம்ப்யூட்டர் மையத்தில் சில விஷயங்களைக் கற்றுக் கொள்வதுடன் விண்வெளி ஆய்வுக் குழுவில் எனது பணி தொடங்கியது. DTP&P (AIR) அமைப்பில் இருந்த நிலவரத்திற்கு முற்றிலும் மாறான சூழல் அங்கிருந்தது. பதவிக்கு அங்கு பெரிய முக்கியத்துவம் இல்லை. ஒருவர் தன்னை நிரூபித்துக் காட்ட வேண்டிய அவசியமோ யாருடைய விரோதத்திற்கும் ஆளாக வேண்டிய நிலையோ அங்கு இல்லை.

1962இன் பிற்பகுதியில் கேரள மாநிலத்தின் திருவனந்தபுரம் அருகே உள்ள தும்பா என்னும் தூங்கி வழியும் மீனவக் கிராமத்தில், ராக்கெட் ஏவுதளத்தை நிறுவ இந்திய விண்வெளி ஆய்வுக் குழு முடிவெடுத்தது. தும்பா காந்த சக்தி கொண்ட நிலநடுக்கோட்டிற்கு வெகு அருகில் அமைந்திருப்பதால் இது மிகவும் பொருத்தமான இடம் என்று அகமதாபாத்தில் உள்ள இயற்பியல் ஆய்வுக்கூடத்தின் டாக்டர் சிட்னிஸ் தேர்வுசெய்தார். இந்தியாவில் நவீன ராக்கெட் ஆய்வின் அமைதியான தொடக்கமாக இது அமைந்தது. 600 ஏக்கர் பரப்பளவில் சுமார் இரண்டரை கி.மீ. தூரத்தில் ரயில்வே இருப்புப்பாதைக்கும் கடற்கரைக்கும் இடையே தும்பாவில் இடம் தேர்வுசெய்யப்பட்டது. அங்கு ஒரு பெரிய தேவாலயம் இருந்தது. அந்த இடத்தைக் கையகப்படுத்த வேண்டும். தனியாரிடமிருந்து நிலத்தைக் கையகப்படுத்துவது எப்போதுமே சிக்கலான, இழுபறியான வேலைதான். குறிப்பாக, கேரளத்தைப் போன்ற மக்கள் நெருக்கம் அதிகமுள்ள பகுதிகளில் இது மிகவும் கடினமாகிவிடும். அதிலும் மதம் சார்ந்த ஒரு இடத்தைக் கையகப்படுத்துவது மிகவும் சிக்கலானது.

அப்போது திருவனந்தபுரத்தின் மாவட்ட ஆட்சியராக இருந்த கே. மாதவன் நாயர் மதிநுட்பத்துடன் செயல்பட்டு அமைதியான முறையில் விரைவாக அந்த வேலையை முடித்தார். 1962இல் திருவனந்தபுரத்தில் பேராயராக இருந்த

மறைத்திரு டாக்டர் திரெய்ராவின் ஆசியோடும் ஒத்துழைப் போடும் தேவலாய இடத்தை மாவட்ட ஆட்சியர் பெற்றுதந்தார். மத்தியப் பொதுப் பணித் துறையின் நிர்வாகப் பொறியாளர் ஆர்.டி. ஜான் அந்தப் பகுதியை அடியோடு மாற்றியமைத்தார். தூய மேரி மகதலேனா தேவாலயத்தில் தும்பா விண்வெளி மையத்தின் முதல் அலுவலகம் அமைந்தது. பிரார்த்தனை அறைதான் எனது முதல் ஆய்வுக்கூடம். பிஷப்பின் அறை வடிவமைப்புக்கும் வரைகலைக்குமான அலுவலகமானது. இன்றுவரை அந்தத் தேவாலயம் சிறப்பாகவே பராமரிக்கப்படு கிறது. இப்போது அங்கு இந்திய விண்வெளி அருங்காட்சியகம் அமைந்துள்ளது.

இதன் பிறகு விரைவிலேயே அமெரிக்கா புறப்பட வேண்டும் என்று எனக்கு உத்தரவு வந்தது. அங்குள்ள நாசா (National Aeronautics and Space Administration - NASA) பணி மையங்களில் சவுண்டிங் ராக்கெட் (Sounding Rocket) ஏவும் தொழில்நுட்பத்தில் ஆறு மாதம் பயிற்சி பெறுவதற்கான பயணம் அது. அமெரிக்கா புறப்படுவதற்கு முன்பு விடுப்பு எடுத்துக்கொண்டு ராமேஸ்வரம் போனேன். எனக்குக் கிடைத்த வாய்ப்பை அறிந்து அப்பா மிகவும் மகிழ்ச்சி அடைந்தார். என்னை மசூதிக்கு அழைத்துச்சென்று இறைவனுக்கு நன்றி தெரிவிப்பதற்காகச் சிறப்பு தொழுகைக்கு ஏற்பாடு செய்தார். கடவுளின் ஆற்றல் அப்பாவின் மூலம் எனக்குள் பரவி மீண்டும் கடவுளிடம் திரும்பிச் செல்வதை என்னால் உணர முடிந்தது. நாங்கள் அனைவரும் பிரார்த்தனையில் ஆழ்ந்திருந்தோம்.

படைப்பூக்கம் கொண்ட சிந்தனைகளைத் தூண்டும் ஆற்றல் பிரார்த்தனைக்கு இருப்பதாக நான் நம்புகிறேன். வாழ்க்கையில் வெற்றி பெறுவதற்குத் தேவையான வள ஆதாரங்கள் அனைத்தும் மனதுக்குள் உள்ளன. உணர்வுநிலை யில் இருக்கும் சிந்தனைகள் வெளிப்பட்டு வளர்ந்து ஒரு வடிவம் எடுப்பதற்கான வாய்ப்புக் கிடைத்தால் வெற்றி நம் வசமாகும். நம்மைப் படைத்த இறைவன் நமது மனதிலும் ஆளுமையிலும் மகத்தான வலிமையையும் திறமைகளையும் வைத்திருக்கிறான். இந்த ஆற்றலை அடையாளம் கண்டு வளப்படுத்திக்கொள்வதற்குப் பிரார்த்தனை உதவுகிறது.

அஹமத் ஜலாலுதீனும் சம்சுதீனும் என்னை வழியனுப்பு வதற்காக பம்பாய் விமான நிலையத்திற்கு வந்திருந்தார்கள். நியூயார்க் போன்ற மிகப் பெரிய நகரை முதன்முதலாக நான் பார்க்கப்போவதைப் போல அவர்களுக்கும் பம்பாய் போன்ற பெரிய நகருக்கு வருவது இதுவே முதல் தடவை.

ஜலாலுதீனும் சம்சுதீனும் சுயசார்பு உடையவர்கள்; எதையும் நம்பிக்கையுடன் அணுகுபவர்கள். வெற்றி பெறுவோம் என்னும் முழு நம்பிக்கையுடன் தமது வேலைகளில் ஈடுபடுபவர்கள். இவர்கள் இருவரிடமிருந்துதான் படைப்பூக்கத்தை நான் பெற்றுக்கொண்டேன். உணர்வுகளை என்னால் கட்டுபடுத்த முடியவில்லை. விழிகளில் கண்ணீர் ததும்பியது. "ஆஜாத்...! நாங்கள் உன்மீது பெரும் அன்பு வைத்திருக்கிறோம். உன்மீது நம்பிக்கை வைத்திருக்கிறோம். உன்னை நினைத்து என்றும் பெருமைப்படுவோம்" என்று ஜலாலுதீன் சொன்னார். என்னுடைய திறமையில் அவர்கள் வைத்திருந்த தீவிரமான, தூய்மையான அந்த நம்பிக்கை என் அரணைத் தகர்த்தது. கண்ணீர் பொங்கி வழிந்தது.

II
படைப்பு
[1963-1980]

4

நாசாவில் என்னுடைய பணி வர்ஜீனியா மாகாணத்தின் ஹாம்ப்டனில் உள்ள லாங்லே ரிசர்ச் சென்டரில் (எல்.ஆர்.சி.) தொடங்கியது. இது முதன்மையாக உயர்நிலை விண்வெளித் தொழில்நுட்பத்திற்கான ஆய்வு மேம்பாட்டு மையம். எல்.ஆர்.சி.யில் கண்ட ஒரு சிலை என்னால் மறக்க முடியாத நினைவுகளில் ஒன்று. இரண்டு குதிரைகள் பூட்டிய தேரை ஒருவர் செலுத்தும் சிற்பம் அது. ஒன்று அறிவியல் ஆராய்ச்சியையும் மற்றொன்று தொழில்நுட்ப மேம்பாட்டையும் குறிக்கின்றன. ஆய்வுக்கும் மேம்பாட்டிற்கும் இடையே உள்ள தொடர்பைச் சித்தரிக்கும் உருவகம் இது.

எல்.ஆர்.சி.யிலிருந்து மேரிலாந்தில் உள்ள கிரீன் பெல்ட் என்னும் இடத்தில் அமைந்த கோடென்ட் விண்கல ஆராய்ச்சி மையத்திற்குச் சென்றேன். பூமியைச் சுற்றி வந்து தகவல் அனுப்பும் நாசாவின் செயற்கைக்கோள்கள் பெரும்பாலான வற்றை இந்த மையம் தயாரித்து அவற்றின் செயல்பாட்டையும் கவனித்துக்கொள்கிறது. விண்வெளித் திட்டங்கள் அனைத்தையும் கண்காணிக்கும் நாசாவின் வலைப்பின்னலையும் இந்த மையமே இயக்குகிறது. என் பயணத்தின் இறுதியில் வெர்ஜீனியாவின் கிழக்குக் கடற்கரைத் தீவில் உள்ள வாலப்ஸ் ஃப்ளைட் ஃபெஸிலிட்டி *(Wallops Flight Facility)* என்னும் மையத்திற்குச் சென்றேன். நாசாவின் சவுண்டிங் ராக்கெட் திட்டத்திற்கு இதுவே அடித்தளம். இந்த மையத்தின் வரவேற்பறையில் இருந்த ஓவியம் ஒன்று என் கவனத்தைக் கவர்ந்தது. சில ராக்கெட்டுகளைப் பின்னணியாகக் கொண்ட போர்க்களக் காட்சி

அது. இப்படிப்பட்ட கருவைக் கொண்ட ஓவியம் விண்கலங்கள் தொடர்பான மையத்தில் இருப்பதில் வியப்பொன்றுமில்லை. ஆனால் அந்த ராக்கெட்டை ஏவியவர்கள் வெள்ளையர் களாக அல்லாமல் தெற்காசியாவில் காணப்படும் உருவ அமைப்பையும் கரிய நிறத்தையும் கொண்டவர்களாக இருந்தது என் கவனத்தை ஈர்த்தது. ஆர்வ மிகுதியால் அந்த ஓவியத்திற்கு அருகில் சென்று பார்த்தேன். திப்பு சுல்தானின் படை பிரிட்டிஷாருடன் போரிடும் காட்சி அது. திப்பு சுல்தானின் நாட்டைச் சேர்ந்தவர்களே மறந்துவிட்ட உண்மையைப் பூமியின் மறுபக்கத்தில் இருப்பவர்கள் நினைவுகூர்ந்து போற்று கிறார்கள். ஒரு இந்தியனை ராக்கெட் போரின் நாயகனாக நாசா மகிமைப்படுத்தியிருப்பதைக் கண்டு மகிழ்ந்தேன்.

அமெரிக்க மக்களைப் பற்றிய என்னுடைய பார்வையை பெஞ்சமின் ஃபிராங்க்ளினின் சொற்கள் பொருத்தமாகப் பிரதிபலிக்கின்றன. “பிரச்சினைகளைச் சகித்துக்கொள்ளா தீர்கள். நேரடியாக எதிர்கொள்ளுங்கள்.” இங்குள்ள மக்கள் பிரச்சினைகளை நேருக்கு நேர் சந்திக்கிறார்கள். பிரச்சினை களால் வருந்துவதைக் காட்டிலும் அவற்றிலிருந்து வெளிவரு வதற்கே இவர்கள் முயற்சி செய்கிறார்கள்.

புனித குர்ஆனிலிருந்து ஒரு சம்பவத்தை என் அம்மா ஒருமுறை கூறினார். மனிதனைப் படைத்த பிறகு கடவுள், ஆதாமிடம் பணிவுடன் நடந்துகொள்ளுமாறு மலக்குகளுக்குக் கட்டளையிட்டார். இப்பிஸ் அல்லது சாத்தானைத் தவிர எல்லோரும் அதைப் பின்பற்றினார்கள். “நீ ஏன் பணிய மறுக்கிறாய்?” என்று அல்லா கேட்டார். “என்னை நெருப்பி லிருந்து படைத்தீர்கள். அவனைக் களிமண்ணிலிருந்து படைத்தீர்கள். இதனால் நான் அவனைவிடப் புனிதமானவன் அல்லவா?” என்றது சாத்தான். “சொர்க்கத்திலிருந்து வெளியேறு. இது சுயதம்பட்டம் அடித்துக்கொள்வதற்கான இடமல்ல” என்றார் கடவுள். சாத்தான் வெளியேறியது. ஆனால் ஆதாமுக்கும் அதே கதி நேரட்டும் என்று சபித்துவிட்டுச் சென்றது. விலக்கப்பட்ட கனியை உண்டதன் மூலம் ஆதாம் இறைவன் கட்டளையை மீறியதால் சொர்க்கத்திலிருந்து வெளியேறினான். “இங்கிருந்து போய்விடு. உன்னுடைய வாரிசுகள் ஐயமும் அவநம்பிக்கையும் நிறைந்த வாழ்க்கையை வாழட்டும்” என்றார் அல்லா.

சுயதம்பட்டம் அடித்துக்கொள்ளும் பழக்கம் பரவலாக இருப்பதுதான் இந்திய நிறுவனங்களில் பணிபுரிவதை மிகவும் கடினமானதாக ஆக்குகிறது. நமது இளநிலை ஊழியர்கள், உதவியாளர்கள், கீழ்மட்டங்களில் பணியாற்றுபவர்கள்

ஆகியோர் சொல்வதைக் காது கொடுத்துக் கேட்கவிடாமல் ஆக்குவது இந்தப் பெருமிதம்தான். ஒருவரை அவமானப்படுத்தி விட்டுப் பிறகு அவரிடமிருந்து சிறப்பான செயல்பாட்டை எதிர்பார்க்க முடியாது. அவரை மட்டம் தட்டி இளக்கார மாக நடத்திய பிறகு அவர் படைப்பாற்றலுடன் செயல்புரிவார் என்று எதிர்பார்க்க முடியாது. உறுதி – கடுமை, வலுவான தலைமை – பிறரை மிரட்டி அதிகாரம் செலுத்துதல், கட்டுப்பாடு – பழிவாங்கும் போக்கு ஆகியவற்றுக்கிடையே மிகவும் நுட்பமான வேறுபாடுதான் இருக்கிறது. அந்த வேறுபாட்டைக் காட்ட வேண்டியது அவசியம். கெடுவாய்ப்பாக, இன்று நமது நாட்டில் ஹீரோக்களுக்கும் ஜீரோக்களுக்கும் இடையேதான் வித்தியாசம் தெரிகிறது. ஒரு பக்கம் உள்ள சில நூறு 'நாயகர்கள்', மறுபக்கம் உள்ள 95 கோடி மக்களைப் பின்னுக்குத் தள்ளுகிறார்கள். இந்த நிலை மாற வேண்டும்.

பிரச்சினைகளை எதிர்கொண்டு தீர்ப்பதற்குக் கடின உழைப்பு தேவை. இது வலி மிகுந்த செயல்முறையும்கூட. அதனால்தான் நாம் பிரச்சினைகளைத் தள்ளிப்போட்டுக் கொண்டே இருக்கிறோம். உண்மையில் சொல்லப்போனால் வெற்றியையும் தோல்வியையும் வேறுபடுத்தும் அம்சமாகப் பிரச்சினைகள் இருக்க முடியும். பிரச்சினைகள் நம்முள் இருக்கும் ஞானத்தையும் துணிவையும் வெளியே கொண்டு வருகின்றன.

நாசாவிலிருந்து நான் திரும்பியதும் 1963 நவம்பர் 21ஆம் தேதியன்று இந்தியாவின் முதல் ராக்கெட் விண்ணில் ஏவப்பட்டது. நைக்–அபாக் (Nike-Apache) என்று கூறப்படும் அந்த சவுண்டு ராக்கெட் நாசாவில் தயாரானது. நான் முதலில் குறிப்பிட்ட தேவாலயக் கட்டிடத்தில் அதைக் கட்டமைத்தோம். ராக்கெட்டைக் கொண்டுவருவதற்கு ஒரு லாரியும் கையால் இயக்கப்படும் ஹைட்ராலிக் கிரேனும் மட்டுமே இருந்தன. தேவாலயத்திலிருந்து லாரியின் மூலம்தான் அதைக் கொண்டுவந்தாக வேண்டும். கிரேனால் ராக்கெட்டைத் தூக்கி ஏவுகலத்தில் பொருத்தும் சமயத்தில் ராக்கெட் சாயத் தொடங்கியது. கிரேனின் ஹைட்ராலிக் அமைப்பில் கசிவு ஏற்பட்டால்தான் அப்படி நடக்கும். ராக்கெட்டை ஏவுவதற்குக் குறிக்கப்பட்ட நேரமான மாலை 6 மணி நெருங்கிக் கொண்டிருந்தது. அதற்குள் கிரேனைப் பழுதுபார்ப்பது சாத்தியமல்ல. நல்வாய்ப்பாக, அது பெரிய கசிவு இல்லை. நாங்கள் எல்லோரும் கைகொடுத்து ராக்கெட்டைத் தூக்கி ஏவுகலத்தில் பொருத்திவிட்டோம்.

நிக்–அபாக்கை ஏவும் அந்த முதல் முயற்சியில் ராக்கெட்டை ஒன்றிணைப்பதும் பாதுகாப்பும் என் பொறுப்பில்

இருந்தன. டி. ஈஸ்வர்தாஸ், ஆர். ஆராவமுதன் ஆகிய இரண்டு சகாக்களும் ராக்கெட் ஏவும் பணியில் மிக முக்கியமான பங்கை வகித்தார்கள். ராக்கெட் அசெம்ப்ளியை ஈஸ்வர்தாஸ் கவனித்துக்கொண்டார். ஆராவமுதன் – அவரை நாங்கள் டான் என்று அழைப்போம் – ரடார் கண்காணிப்பு, ராக்கெட்டின் பாதையைக் கண்காணிப்பது *(Telemetry)*, தளக் கட்டுப்பாடு ஆகியவற்றுக்குப் பொறுப்பு. ராக்கெட் ஏவும் பணி எந்தச் சிக்கலும் இல்லாமல் சீராக நடந்து முடிந்தது. அது சிறப்பாகப் பறப்பது குறித்த விவரம் கிடைத்த பிறகு பெருமித உணர்வுடனும் மனநிறைவுடனும் வீடு திரும்பினோம்.

அடுத்த நாள் மாலை சாவகாசமாக அமர்ந்து இரவு உணவை சுவைத்துக்கொண்டிருந்தபோது அமெரிக்க அதிபர் ஜான் எஃப். கென்னடி டெக்ஸாஸ் மாகாணத்தின் டலாஸ் என்ற இடத்தில் படுகொலை செய்யப்பட்ட செய்தி வந்தது. நாங்கள் அதிர்ச்சியடைந்தோம். கென்னடியின் ஆட்சிக் காலம் அமெரிக்காவில் முக்கியமான காலகட்டம். இளைஞர்கள் பலவற்றிலும் தலைமைப் பொறுப்பேற்ற காலம் அது. 1962ஆம் ஆண்டு இறுதியில் ஏற்பட்ட ஏவுகணை நெருக்கடியில் கென்னடி மேற்கொண்ட நடவடிக்கையைப் பற்றி ஆர்வத்துடன் வாசித்துக்கொண்டிருந்தேன். சோவியத் ஒன்றியம் கியூபாவில் ஏவுகணைத் தளங்களை அமைத்திருந்தது. அங்கிருந்து அமெரிக்காவை நோக்கி ஏவுகணைகளைச் செலுத்த முடியும். தாக்குதல் நிகழ்த்தக்கூடிய எந்த ஏவுகணையையும் கியூபாவுக்குள் கொண்டுவர கென்னடி தடைவிதித்தார். மேற்கிலுள்ள எந்த நாட்டின் மீதாவது கியூபாவிலிருந்து சோவியத் அணு ஆயுதத் தாக்குதல் நடத்தினால் சோவியத்துக்குத் தக்க பதிலடி கொடுப்போம் என அமெரிக்கா எச்சரித்தது. சோவியத் பிரதமர் குருஷேவ் கியூபாவில் அமைத்த ஏவுகணைத் தளங்களை மூடிவிட்டு ஏவுகணைகளை மீண்டும் ரஷ்யாவுக்குக் கொண்டு வருமாறு உத்தரவிட்டார். பதினான்கு நாட்கள் நீடித்த பரபரப்பான நாடகம் முடிவுக்கு வந்தது.

அடுத்த நாள் பேராசிரியர் விக்ரம் சாராபாய் வருங்காலத் திட்டங்கள் குறித்து எங்களோடு விரிவான ஆலோசனை நடத்தினார். இந்தியாவின் அறிவியல் தொழில்நுட்பத் துறையில் புதிய எல்லையை அவர் வகுத்துக்கொண்டிருந்தார். முப்பது, நாற்பது வயதுகளில் இருந்த விஞ்ஞானிகளும் தொழில்நுட்ப வல்லுநர்களும் அதுவரை கண்டிராத வகையில் புதிய செயல் துடிப்பைப் பெற்றார்கள். இந்திய விண்வெளி ஆய்வுக் குழுவில் *(INCOSRAR)* எங்களுடைய பட்டங்களோ பயிற்சிகளோ பெரிய தகுதிகளாகக் கருதப்படவில்லை.

பேராசிரியர் சாராபாய் எங்கள்மீது வைத்திருந்த நம்பிக்கைதான் எங்களுடைய பெரிய தகுதி. நைக்-அபாக்கை வெற்றிகரமாக ஏவிய பிறகு இந்தியாவின் செயற்கைக்கோள் ஏவுகலம் குறித்த தனது கனவை அவர் எங்களோடு பகிர்ந்துகொண்டார்.

பேராசிரியர் சாராபாயின் நம்பிக்கை மிகுந்த அணுகுமுறை எவரையும் தொற்றிக்கொள்ளக்கூடியது. தும்பாவுக்கு அவர் வருகிறார் என்ற செய்தியே அனைவருக்கும் உற்சாகத்தை ஏற்படுத்திவிடும். ஆய்வுக்கூடங்கள், பணிக்களங்கள், வடிவமைப்பு அலுவலகங்கள் ஆகிய எல்லா இடங்களிலும் அனைவரும் படுவேகமாக வேலைசெய்யத் தொடங்கி விடுவார்கள். பேராசிரியர் சாராபாயிடம் புதிதாக எதையாவது காட்ட வேண்டும், புதிய வடிவமைப்பு அல்லது புதுவகைக் கட்டமைப்பு அல்லது முற்றிலும் வித்தியாசமான நிர்வாக நடைமுறை என அதுவரை நம் நாட்டில் இருந்திராத எதையேனும் அவரிடம் செய்து காட்டிவிட வேண்டும் என்னும் உத்வேகத்துடன் அனைவரும் இரவுபகலாக வேலை செய்து கொண்டிருப்பார்கள்.

ஒரு தனிநபர் அல்லது குழுவிற்குப் பலவிதமான பணிகளைப் பேராசிரியர் சாராபாய் கொடுப்பார். இவற்றில் சில எங்கள் வேலைக்குத் தொடர்பே இல்லாதவைபோல ஆரம்பத்தில் தோன்றும். ஆனால் அவை எந்த அளவுக்கு எங்கள் வேலையோடு நெருங்கி இருக்கின்றன என்பது கடைசியில் புரியும். செயற்கைக்கோள் ஏவுகலம் (Satellite Launch Vehicle - SLV) பற்றிப் பேசும்போது ராணுவ விமானங்களுக்கான ராக்கெட்டின் உந்துதலால் விண்ணில் பறக்கக்கூடிய (Rocket-assisted take-off system - RATO) ராட்டோ செயல்முறை பற்றிய ஆய்வையும் மேற்கொள்ளும்படி என்னிடம் கூறினார். இவை இரண்டுக்குமிடையே வெளிப்படையாக எந்தத் தொடர்பும் இல்லை. ஆனால் மகத்தான தொலைநோக்கு கொண்ட அவருடைய மனதில் அவற்றுக்கிடையே ஏதோவொரு தொடர்பு இருக்கும். விழிப்புடனும் முழுமையான கவனக்குவிப்புடனும் செயலாற்ற வேண்டும் என்பது எனக்குப் புரிந்தது. விரைவிலேயே சவாலானதொரு பணியைச் செய்வதற்கான வாய்ப்பு என் ஆய்வகத்திற்குக் கிடைக்கும் என்பதை உணர்ந்தேன்.

புதுமையான அணுகுமுறைகளைப் பரிசோதித்துப் பார்ப்பதையும் இளைஞர்களைப் பணியில் ஈடுபடுத்துவதையும் பேராசிரியர் சாராபாய் எப்போதும் விரும்புவார். ஒரு வேலை சிறப்பாக நடக்கிறது என்பதையும் அதை எப்போது நிறுத்த வேண்டும் என்பதையும் உணரக்கூடிய

ஞானமும் முடிவெடுக்கும் திறனும் அவருக்கு இருந்தன. புதிய பரிசோதனைகளை மேற்கொள்வதிலும் புதுமைகளைப் புகுத்துவதிலும் அவர் சிறந்தவர். முடிவைக் கணிக்க இயலாத மாற்றுத் திட்டங்கள் எங்கள் முன் இருக்கும்போதும் வெவ்வேறு பார்வைகளை மதிப்பிடும்போதும் பேராசிரியர் சாராபாய் பிரச்சினையைத் தீர்க்கப் பரிசோதனையையே நாடுவார். இந்திய விண்வெளி ஆய்வுக் குழுவில் 1963இல் இந்த அணுகுமுறையைத்தான் பின்பற்றினார். பொதுவாக அறிவியல் தொழில்நுட்பத் துறையிலும், குறிப்பாக விண்வெளி ஆராய்ச்சித் துறையிலும் சுயசார்பு உணர்வை உருவாக்க வேண்டிய பணியை அனுபவமற்ற, ஆனால் செயல்புரியும் ஆற்றலும் உற்சாகமும் நிரம்பிய இளைஞர்களிடம் ஒப்படைத்தார். பிறர்மீது நம்பிக்கை வைத்துச் செயல்படும் தலைமைக்கான மகத்தான எடுத்துக்காட்டு அது.

இந்த ராக்கெட் ஏவுதளம் பின்னாளில் தும்பா ராக்கெட் ஏவுகளமாக (Thumba Equatorial Rocket Launch Station - TERLS) உருப்பெற்றது. ஃபிரான்ஸ், அமெரிக்கா, சோவியத் ஒன்றியம் ஆகிய நாடுகளுடனான கூட்டுறவில் TERLS நிறுவப்பட்டது. இந்திய விண்வெளித் திட்டத்தின் தலைவரான பேராசிரியர் விக்ரம் சாராபாய்க்கு இந்தச் சவாலான பணியின் முழுப் பரிமாணமும் தெரியும். அதை எதிர்கொள்வதில் அவர் பின்வாங்கவில்லை. இந்திய விண்வெளி ஆய்வுக் கழகம் உருவான நாளிலிருந்தே ராக்கெட் உற்பத்தி, ஏவும் வசதிகள் ஆகியவை உள்நாட்டிலேயே உருவாக வகைசெய்யும் ஒருங்கிணைந்த தேசிய விண்வெளித் திட்டத்தை உருவாக்க வேண்டிய தேவையை அவர் உணர்ந்திருந்தார்.

இதை மனதில் கொண்டு, ராக்கெட்டுக்கான எரிபொருள், ராக்கெட்டை உந்தித் தள்ளும் சாதனங்கள், விமான வடிவமைப்பு, பறக்கும்போது தேவைப்படும் பொருட்கள், மேம்படுத்திய கட்டுமானத் தொழில்நுட்பம், ராக்கெட் கண்காணிப்புக் கருவிகள், கட்டுப்படுத்தி வழிகாட்டும் அமைப்புகள், ராக்கெட்டின் பாதையைக் கண்காணித்தல், பயணத்தைப் பதிவு செய்யும் அமைப்புகள், விண்வெளியில் பரிசோதனை மேற்கொள்ளத் தேவையான அறிவியல் கருவிகள் ஆகியவை அகமதாபாதில் உள்ள விண்வெளி அறிவியல் தொழில்நுட்ப மையத்திலும் இயற்பியல் ஆராய்ச்சி ஆய்வகத்திலும் நிறுவப்பட்டன. அடுத்த சில ஆண்டுகளில் அபாரமான திறமை கொண்ட விண்வெளி அறிவியலாளர்களை இந்த மையம் பெருமளவில் உருவாக்கியது.

ரோஹிணி சவுண்டிங் ராக்கெட் (ஆர்.எஸ்.ஆர்.) திட்டத்துடன்தான் இந்திய விண்வெளித் திட்டத்தின் உண்மை யான பயணம் தொடங்கியது. சவுண்டு ராக்கெட்டைச் செயற்கைக்கோள் ஏவுகலம் (எஸ்.எல்.வி.), ஏவுகணை ஆகியவற்றிலிருந்து வேறுபடுத்திக் காட்டும் அம்சம் எது? மூன்று வகையான ராக்கெட்கள் உள்ளன. சவுண்டிங் ராக்கெட்கள் வளிமண்டலத்தில் பூமிக்கு நெருக்கமான சூழலை ஆராய்வதற்குப் பயன்படுகின்றன. இந்தச் சூழல் வளிமண்டலத்தின் மேலடுக்குகளையும் உள்ளடக்கியது. சவுண்டிங் ராக்கெட் பலவிதமான பொருட்களைப் (Payloads) பல்வேறு உயரங்களுக்குச் சுமந்து செல்லும் என்றாலும் அந்தப் பொருளை அது செல்ல வேண்டிய சுற்றுப்பாதையில் செலுத்தும் பணியைச் செய்ய முடியாது. ஏவுகலம் என்பது அது ஏற்றிச்செல்லும் பேலோடை (செயற்கைக்கோளை) அதன் சுற்றுப்பாதையில் செலுத்துவதற்காக வடிவமைக்கப்படுவது. செயற்கைக்கோள் தனது சுற்றுப்பாதைக்குச் செல்வதற்குத் தேவையான விசையை ஏவுகலத்தின் இறுதிப் பகுதி வழங்குகிறது. இதற்கு வழிகாட்டி, கட்டுப்படுத்தும் அமைப்பு ஏவுகலத்தில் இருக்க வேண்டும் என்பதால் இது சிக்கலான செயல்பாடு. ஏவுகணையும் இதே வகையைச் சேர்ந்தது என்றாலும் மேலும் சிக்கலானது. அதிகபட்சமான உந்துவிசையும் இதனுள்ளேயே இருக்க வேண்டும் என்பதோடு இலக்குகளைத் தாக்கவும் வேண்டும். ஏவுகணையின் இலக்குகள் வேகமாக நகரக்கூடியவையாக இருந்தால் அந்த இலக்குகள் எங்கே செல்கின்றன என்பதைக் கண்காணிக்கவும் வேண்டியிருக்கும்.

ரோஹிணி சவுண்டிங் ராக்கெட் (ஆய்வுக்குப் பயன்படும் ராக்கெட்) திட்டம்தான் சவுண்டிங் ராக்கெட்டுகளை இந்தியாவிலேயே தயாரிப்பதற்கும் அது தொடர்பான ஆராய்ச்சிகளுக்கும் காரணமாக அமைந்தது. இந்தத் திட்டத்தின் கீழ் பல சவுண்டிங் ராக்கெட்டுகள் உருவாக்கப்பட்டன. இவற்றின் திறன்களும் பலவகைப்பட்டவை. பல்வேறு அறிவியல் தொழில்நுட்ப ஆய்வுகளுக்காக இத்தகைய ராக்கெட்டுகள் நூற்றுக்கணக்கில் ஏவப்பட்டிருக்கின்றன.

எனக்கு இப்போதும் நினைவில் இருக்கிறது. முதலாவது ரோஹிணி ராக்கெட் ஒற்றை திட எரிபொருளைப் (Solid Propulsion) பயன்படுத்தும் வெறும் 32 கிலோ எடை கொண்ட மோட்டாரைக் கொண்டிருந்தது. அது ஏழு கிலோ எடை கொண்ட பொருளைப் பத்து கிலோ மீட்டர் உயரத்திற்கு எடுத்துச்சென்றது. அதையடுத்து உருவான ராக்கெட்டில் பல்வேறு சோதனைகளுக்குப் பயன்படும் 100 கிலோ எடை

கொண்ட சாதனங்களை 350 கி.மீ. உயரத்திற்கும் மேலே எடுத்துச் செல்வதற்காக இன்னொரு திட எரிபொருள் கொண்ட இன்னொரு மோட்டாரும் சேர்க்கப்பட்டது.

இந்த ராக்கெட்டுகளை உருவாக்கியதால்தான் முழுக்க முழுக்க இந்தியாவிலேயே தயாராகும் சவுண்டிங் ராக்கெட்டுகளையும் அவற்றுக்கான எரிபொருள்களையும் உற்பத்தி செய்ய முடிந்தது. இந்தத் திட்டம்தான் உயர்மட்ட ஆற்றல் வாய்ந்த செயல்திறன் கொண்ட திட எரிபொருள் களைத் தயாரிப்பதற்கான தொழில்நுட்பத்தை இந்தியாவி லேயே உருவாக்க வகைசெய்தது. இந்தத் திட எரிபொருள்கள் பாலியூரித்தீன், பாலிப்யுட்டேன், பாலிமர் ஆகியவற்றை அடிப்படையாகக் கொண்டவை. இதையடுத்து ராக்கெட் இஞ்சின்களுக்குத் தேவையான ரசாயனங்களை உற்பத்தி செய்யக்கூடிய புரப்பல்லன்ட் ஃப்யூவல் காம்ப்ளெக்ஸ் (PFC), ராக்கெட் புரப்பல்லன்ட் பிளான்ட் (RPP) ஆகியவை நிறுவப் பட்டன.

இருபதாம் நூற்றாண்டில் இந்தியாவில் உருவான ராக்கெட்டுகளைப் பதினெட்டாம் நூற்றாண்டில் திப்பு சுல்தான் கண்ட கனவு நனவானதன் அடையாளமாகப் பார்க்கலாம். 1799இல் துருக்கனஹள்ளி போரில் திப்பு சுல்தான் கொல்லப்பட்டபோது பிரிட்டிஷ் படை 700க்கும் மேற்பட்ட ராக்கெட்டுகளையும் 900க்கும் மேற்பட்ட ராக்கெட்டின் பாகங்களையும் கைப்பற்றியது. திப்புவின் ராணுவத்தில் குஷூன்ஸ் என்ற பெயர் கொண்ட 700 படைப் பிரிவுகள் இருந்தன. ஒவ்வொரு பிரிவிலும் ஜோரக்ஸ் எனப்படும் ராக்கெட் ஏவும் வீரர்களைக் கொண்ட அணியும் இருந்தது. வில்லியம் கான்சிரேவ் இந்த ராக்கெட்களை இங்கிலாந்துக்குக் கொண்டுசென்றார். தொழில்நுட்பத்தின் மூலத்தை ஆராயும் ஆய்வின் மூலம் இவற்றை பிரிட்டிஷ்காரர்கள் ஆராய்ந்து பார்த்தார்கள். அப்போது கண்டுபிடிப்புகளுக்கான உரிமை தொடர்பான காட் (GATT), அறிவுசார் சொத்துரிமைச் சட்டம் (IPR Act) அல்லது காப்புரிமைச் சட்டம் போன்றவை இல்லை. திப்புவின் மரணத்துக்குப் பிறகு இந்திய ராக்கெட் தொழில் நுட்பம் 150 ஆண்டுகள் முடங்கிவிட்டது.

வெளிநாடுகளிலோ ராக்கெட் தொழில்நுட்பம் அபார மான முன்னேற்றங்களைக் கண்டுவந்தது. ரஷ்யாவின் கான்ஸ்டான்டின் ஸியல்காவ்ஸ்கி (1903), அமெரிக்காவின் ராபர்ட் கடார்ட் (1914), ஜெர்மனியின் ஹெர்மன் ஒபர்த் (1923) ஆகியோர் ராக்கெட் தொழில்நுட்பத்திற்குப் புதுப் பரிமாணங் களைக் கொடுத்தார்கள். நாஜி ஜெர்மனியில் வெர்னர்

வான் பிரான் என்பவரின் குழு குறுகிய தொலைவு சென்று தாக்கும் V−2 ஏவுகணைகளைத் தயாரித்து நேசப்படைகள்மீது ஏவியது. போர் முடிவுக்கு வந்ததும் அமெரிக்காவும் ரஷ்யாவும் ஜெர்மானிய ராக்கெட் தொழில்நுட்பத்தையும் ராக்கெட் பொறியாளர்களையும் கைப்பற்றின. இவற்றின் உதவியால் இரு நாடுகளும் நாசகரமான ஆயுதங்களை உற்பத்தி செய்யும் போட்டியில் இறங்கின.

தொழில்நுட்பத் துறையில் பிரதமர் ஜவஹர்லால் நேருவுக்கு இருந்த தொலைநோக்குப் பார்வை காரணமாக இந்தியாவில் ராக்கெட் தொழில்நுட்பம் புத்துயிர் பெற்றது. இந்தக் கனவுக்கு நடைமுறை வடிவம் தரும் சவாலைப் பேராசிரியர் சாராபாய் ஏற்றுக்கொண்டார். நாட்டு மக்களுக்குச் சோறு போட முடியாமல் திண்டாடும் நாட்டில் விண்வெளி ஆராய்ச்சியெல்லாம் தேவையா என்று குறுகிய மனம் கொண்டோர் கேள்வி எழுப்பினார்கள். ஆனால் பிரதமர் நேருவும் பேராசிரியர் சாராபாயும் தங்கள் நோக்கத்தில் தெளிவாக இருந்தார்கள். உலக அரங்கில் இந்தியா அர்த்த முள்ள பங்கைச் செலுத்த வேண்டுமென்றால் தனது பிரச்சினைகளைத் தீர்ப்பதற்கு நவீன தொழில்நுட்பங்களைப் பயன்படுத்துவதில் நாம் யாருக்கும் சளைத்தவர்களாக இருக்கக் கூடாது என்பது அவர்கள் குறிக்கோள். வலிமையைப் பறைசாற்றுவதற்காகத் தொழில்நுட்பத்தைப் பயன்படுத்துவது அவர்கள் நோக்கமல்ல.

5

தும்பாவுக்கு அடிக்கடி வருகைதந்த பேராசிரியர் விக்ரம் சாராபாய் வேலை எப்படிப் போகிறது என்பது பற்றி அணியினருடன் விவாதிப்பார். நாங்கள் என்ன செய்ய வேண்டும் என்று அவர் சொல்ல மாட்டார். சுதந்திரமான கருத்துப் பரிமாற்றத்தின் மூலம் அவர் எங்களைப் புதிய பாதையில் பயணிக்கச் செய்வார். அதுவரை புலப்படாத தீர்வுகள் அங்கே வெளிப்படும். குறிப்பிட்டதொரு இலக்கு அவருக்குத் தெளிவாக இருக்கலாம்; அதை அடைவதற்குத் தேவையான வழிகாட்டலையும் அவர் அளிக்கலாம். ஆனால் ஏற்றுக்கொள்ள முடியாத இலக்கை நோக்கி முன்னேறிச் செல்வதில் அணி உறுப்பினர்களுக்கு மனத்தடை இருக்கலாம் என்பதை அவர் உணர்ந்திருக்கக்கூடும். பிரச்சினைகளை ஒட்டு மொத்தமாகப் புரிந்துகொள்வதுதான் சிறந்த தலைமையின் முக்கியமான பண்பு என அவர் கருதினார். "என்னுடைய வேலை முடிவெடுப்பது. ஆனால் அந்த முடிவுகளை என்னுடைய அணியினர் ஏற்றுக்கொள்ளவைப்பதும் அதே அளவுக்கு முக்கியமானது" என்று அவர் என்னிடம் ஒருமுறை சொன்னார்.

பலருடைய வாழ்நாள் பணியாக மாறிய பல தொடர் முடிவுகளைப் பேராசிரியர் சாராபாய் எடுத்தார். நாம் சொந்தமாக ராக்கெட்களை உற்பத்தி செய்வோம், செயற்கைக்கோள் ஏவுகலங் களை (எஸ்.எல்.வி) உருவாக்குவோம், சொந்த மாகச் செயற்கைக்கோள்களையும் உற்பத்தி செய்வோம். இவற்றையெல்லாம் ஒவ்வொன்றாக அல்ல; ஒரே சமயத்தில் பன்முகப் பரிமாணப் பணியாகச் செய்வோம். சவுண்டிங் ராக்கெட் களில் வைத்து அனுப்பும் செயற்கைக்கோள் களைத் தயாரிக்கும் செயல்முறையில் குறிப்பிட்ட

செயற்கைக்கோளைக் கொண்டுவந்து அதை ராக்கெட்டில் பொருத்துவதற்குப் பதிலாக, வெவ்வேறு இடங்களில், வெவ்வேறு அமைப்புகளில் பணிபுரிந்துகொண்டிருந்த செயற்கைக்கோள் அறிவியலாளர்களிடம் நாங்கள் இதுகுறித்து விரிவாக விவாதித்தோம். தேசிய அளவில் அறிவியலாளர்களுக்கிடையே ஏற்பட்ட பரஸ்பர நம்பிக்கைதான் சவுண்டிங் ராக்கெட் திட்டத்தின் மிக முக்கியமான சாதனை என்றுகூடச் சொல்வேன்.

அதிகாரத்தைப் பயன்படுத்துவதற்குப் பதிலாக, ஒவ்வொருவரும் தனக்கு அளிக்கப்பட்ட பணியைச் செய்ய வேண்டும் என்று வலியுறுத்துவதையே விரும்புகிறேன் என்பதை உணர்ந்ததாலோ என்னமோ பேலோடு அறிவியலாளர்களின் பணிகளை ஒருங்கிணைக்கும் பணியைப் பேராசிரியர் சாராபாய் எனக்கு அளித்தார். இந்தியாவின் எல்லா ஆய்வுக்கூடங்களும் சவுண்டிங் ராக்கெட் திட்டத்தில் ஈடுபட்டிருந்தன. ஒவ்வொரு ஆய்வுக்கூடத்திற்கும் தனியாக ஒரு பணியும் குறிக்கோளும் பேலோடும் இருந்தன. பேலோடுகள் (ராக்கெட்டில் பொருத்தி அனுப்பும் சாதனம்) முறையாக வேலை செய்வதையும் பறக்கும் சமயத்தில் அவை தாக்குப்பிடிப்பதையும் உறுதிசெய்யும் வகையில் அவற்றை ராக்கெட் கட்டமைப்பிற்குள் இணைக்க வேண்டும். நட்சத்திரங்களை ஊடுருவிப் பார்ப்பதற்கான திறன் கொண்ட செயற்கைக்கோள்கள் எங்களிடம் இருந்தன. வளிமண்டலத்தின் மேலடுக்கிலுள்ள வாயுக்களை ஆய்வு செய்வதற்காகப் பயன்படும் வானொலி அதிர்வலைகள் பொருந்திய செயற்கைக்கோள்களும் இருந்தன. காற்றின் நிலை, அதன் திசை, வேகம் ஆகியவற்றைக் கண்டறியும் சோடியம் கொண்ட செயற்கைக்கோள்களும் இருந்தன. டி.ஐ.எஃப்.ஆர், நேஷனல் ஃபிசிகல் லேபரட்டரி *(NPL)*, பிஸிகல் ரிசர்ச் லேபரட்டரி *(PRC)* ஆகியவற்றைச் சேர்ந்த விஞ்ஞானிகளுடன் மட்டுமின்றி, அமெரிக்கா, சோவியத் ஒன்றியம், பிரான்ஸ், ஜெர்மனி, ஜப்பான் ஆகிய நாடுகளைச் சேர்ந்த செயற்கைக்கோள் விஞ்ஞானிகளுடனும் உரையாட வேண்டியிருந்தது.

நான் கலில் ஜிப்ரானை அவ்வப்போது படிப்பதுண்டு. அவருடைய வார்த்தைகள் ஞானம் நிரம்பியவை. “அன்பு கலவாத ரொட்டி கசக்கும். ஒரு மனிதனின் பாதிப் பசியைத்தான் அது போக்கும்” என்று அவர் எழுதியிருக்கிறார். மனமொன்றி வேலை செய்யாத ஒருவர் பெறும் வெற்றி உள்ளீடற்றது; அது கசப்பையே பரப்பும். நீங்கள் ஒரு எழுத்தாளராக இருக்கும் போது ஒரு டாக்டராகவோ வக்கீலாகவோ ஆகியிருக்கலாமே என்ற ஏக்கம் உங்களுக்குள் இருக்கிறது என்றால் உங்கள் எழுத்து வாசகரின் பசியில் பாதியைத்தான் தணிக்கும்.

ஆசிரியராக இருந்துகொண்டே சொந்தத் தொழில் செய்திருக்க வேண்டும் என்று நினைத்தீர்களானால் உங்கள் மாணவர்களின் அறிவுத் தேவையில் பாதியைத்தான் நிறைவேற்றுவீர்கள். அறிவியலின் மீது வெறுப்புக்கொண்டபடியே அறிவியலாளராக இருந்தீர்கள் என்றால் உங்கள் பணியில் பாதியைத்தான் உங்களால் நிறைவேற்ற முடியும். மனம் முழுமையாகப் பொருந்தாத ஒரு வேலையில் ஈடுபடுவதால் தனிப்பட்ட முறையில் ஏற்படும் வருத்தமும் சாதிக்க முடியாமல்போகும் தோல்வியும் புதியவை அல்ல.

ஆனால் இதற்கு விதிவிலக்குகள் உள்ளன. பேராசிரியர் ஓடா, சுதாகர் ஆகியோரைப் போல. இவர்கள் தங்களுடைய தனிப்பட்ட ஆளுமையின் காரணமாகத் தங்கள் வேலைக்கு அற்புதமான தனித்தன்மையைக் கொண்டுவருகிறார்கள். தனிப்பட்ட ஆளுமை, ஆழ்மனதில் ஊறியிருக்கும் குறிக்கோள், இதயத்தில் தெளிவான சித்திரமாய்த் துலங்கும் கனவுகள் ஆகியவற்றின் மூலம் தங்கள் வேலையில் அற்புதமான தனித்தன்மையைக் கொண்டுவருகிறார்கள். இவர்கள் தங்கள் வேலையில் உணர்வுப்பூர்வமாக ஈடுபடுவதால் தங்கள் வெற்றியில் சிறு பின்னடைவு ஏற்பட்டாலும் ஆழ்ந்த வருத்தம் அடைவார்கள்.

பேராசிரியர் ஓடா ஜப்பானின் விண்வெளி மற்றும் விமான அறிவியல் நிலையத்தில் (ISAS) எக்ஸ்ரே பேலோட் விஞ்ஞானியாக இருந்தார். குள்ளமான உருவம், மாபெரும் ஆளுமை, கண்களில் பளிச்சிடும் அறிவுத் திறன் என்பதாக அவர் என் நினைவில் தங்கியிருக்கிறார். அவருடைய அர்ப்பணிப்பு அபாரமானது. ஜப்பானின் ஐ.எஸ்.ஏ.எஸ். அமைப்பிலிருந்து எக்ஸ்ரே பேலோட் தொழில்நுட்பத்தைக் கொண்டுவந்தார். பேராசிரியர் யு.ஆர். ராவ் உருவாக்கிய எக்ஸ்ரே பேலோடுகளில் இந்தத் தொழில்நுட்பத்தையும் இணைத்து எங்கள் அணி ஒரு செயற்கைக்கோளை உருவாக்கி அதை ரோஹிணி ராக்கெட்டின் மூக்குப் பகுதியில் பொருத்தியது. கடல் மட்டத்திலிருந்து *150 கி.மீ.* உயரம் சென்றதும் அதில் பொருத்திய மின்னணு கடிகாரத்தின் மூலம் ஏற்படும் வெடிப்பில் ராக்கெட்டின் மூக்குப் பகுதி தனியாகப் பிரிந்துவிடும். தனியாகப் பிரிந்த செயற்கைக்கோளில் இருக்கும் எக்ஸ்ரே உணரிகள் நட்சத்திரங்களிலிருந்து வெளிப்படும் ஒளிக்கதிர்களிலிருந்து தகவல்களைத் திரட்டத் தொடங்கிவிடும்.

பேராசிரியர்கள் ஓடாவும் ராவும் அறிவுத்திறனும் அர்ப்பணிப்பும் இணைந்த அபூர்வமான கலவை.

பேராசிரியர் ஓடாவின் பேலோடை என்னுடைய மின்னணுக் கடிகாரங்களுடன் இணைப்பதற்கான வேலையில் ஈடுபட்டுக் கொண்டிருந்தபோது, தான் ஜப்பானிலிருந்து கொண்டுவந்த கடிகாரத்தைப் பயன்படுத்துமாறு ஓடா என்னிடம் சொன்னார். அது நொய்ந்திருந்ததாக எனக்குத் தோன்றியது. ஆனால் ஜப்பான் கடிகாரத்தையே பயன்படுத்தும்படி அவர் வலியுறுத்தினார். நான் அவர் சொன்னபடியே செய்தேன். ராக்கெட் நேர்த்தியாகக் கிளம்பிச் சென்று குறிப்பிட்ட உயரத்தை எட்டியது. ஆனால் கடிகாரம் சரியாக இயங்காத தால் ராக்கெட்டின் மூக்குப் பகுதி பிரியவில்லை என்பதை டெலிமெட்ரி சிக்னல் காட்டியது. திட்டம் தோல்வி. பேராசிரியர் ஓடா நொந்துபோனார். அவர் கண்களிலிருந்து கண்ணீர் வழிந்தது. அதைக் கண்டு திகைத்துப்போனேன். தன்னுடைய பணியில் அவ்வளவு ஆத்மார்த்தமாக ஈடுபட்டவர் அவர்.

சுதாகர், பேலோடு உற்பத்தி ஆய்வுக்கூடத்தில் என்னுடன் பணியாற்றியவர். ராக்கெட்டைச் செலுத்துவதற்கு முந்தைய பணிகளில் ஒன்றாக அபாயம் நிரம்பிய சோடியத்தையும் தெர்மைட்டையும் கலந்துகொண்டிருந்தோம். இந்தக் கலவையை நிரப்பித் தொலையுணர்வுக் கருவி மூலம் அதற்கு அழுத்தம் கொடுத்துக்கொண்டிருந்தோம். தும்பாவில் வழக்கம் போலவே அன்றும் வெயில் கொளுத்திக்கொண்டிருந்தது. ஆறு முறை அப்படி அழுத்தம் கொடுத்த பிறகு சுதாகரும் நானும் பேலோட் அறைக்குச் சென்று கலவை சரியாக நிரம்பியிருக்கிறதா என்று பார்த்தோம். அப்போது சுதாகரின் நெற்றியிலிருந்து ஒரு சொட்டு வியர்வை சோடியத்தினுள் விழுந்தது. அடுத்த நொடி அந்த அறையே கிடுகிடுக்கும் வகையில் பயங்கரமான வெடிச்சத்தம் எழுந்தது. சில நொடிகள் செயலற்று நின்றுவிட்டோம். என்ன செய்வதென்று தெரிய வில்லை. நெருப்பு பரவிக்கொண்டிருந்தது. சோடியத்தில் பற்றிய நெருப்பைத் தண்ணீரால் அணைக்க முடியாது. நெருப்பு எங்களைச் சூழ்ந்த அந்த நிலையிலும் சுதாகர் நிதானம் இழக்கவில்லை. கண்ணாடிச் சன்னலைக் கைகளால் உடைத்து என்னைத் தூக்கி வெளியில் போட்டுவிட்டுத் தானும் எகிறிக் குதித்தார். நான் சுதாகரின் ரத்தம் கசியும் கரங்களை நன்றிப் பெருக்குடன் பிடித்துக்கொண்டேன். வலியை மீறி அவர் சிரித்தார். பல வாரங்கள் அவர் மருத்துவமனையில் தங்கி சிகிச்சை பெற்ற பிறகே தீப்புண்கள் ஆறின.

தும்பா ராக்கெட் ஏவுகளத்தில் ராக்கெட் தயாரிப்பு, செயற்கைக்கோள் அசெம்ப்ளி, பரிசோதனையும் மதிப்பீடும்

முதலான பணிகளில் ஈடுபட்டிருந்தேன். செயற்கைக் கோளை இணைப்பதற்கும் பிரிந்து செல்லக் கூடிய மூக்குப் பகுதிகளுக்கும் தேவையான துணைப்பாகங்களைத் தயாரிப்பதிலும் ஈடுபட்டிருந்தேன். ராக்கெட்டின் மூக்குப் பகுதிகளில் வேலை செய்யும்போது அதன் இயல்பான விளைவாக, கூட்டுக் கலவைப் பொருள்களைப் பற்றி அறிந்துகொள்ள வழி ஏற்பட்டது.

இந்தியாவின் பல்வேறு பகுதிகளில் நடந்த அகழ்வாராய்ச்சி களில் விற்கள் கண்டுபிடிக்கப்பட்டன. பதினொன்றாம் நூற்றாண்டிலேயே இந்தியர்கள் மரம், நார், கொம்பு என பலவிதமான பொருட்களை வைத்து விற்களை உருவாக்கி யிருப்பது இவற்றிலிருந்து தெரியவந்தது. மத்திய கால ஐரோப்பாவிற்கு 500 ஆண்டுகளுக்கு முன்பே இந்தியர்கள் இவற்றைத் தயாரித்திருந்தார்கள். இவற்றில் இருந்த கூட்டுப் பொருட்களின் விதவிதமான கலவை என்னை வியப்பில் ஆழ்த்தியது. இவை வெப்பம், மின்கடத்தல், வேதியியல் போன்ற அம்சங்களிலும் சிறப்பான பல தன்மைகளைக் கொண்டிருந்தன. மனிதர்கள் உருவாக்கிய இந்தப் பொருட்கள் என் ஆவலைத் தூண்டின. ஒரே நாளில் அவற்றைப் பற்றி முழுமையாகத் தெரிந்துகொள்ள வேண்டும் என்ற பரபரப்பு ஏற்பட்டது. இது குறித்து எனக்குக் கிடைத்த எல்லாவற்றையும் படித்தேன். குறிப்பாகக் கண்ணாடியாலும் கரிம இழைகளாலும் வலுவூட்டிய பிளாஸ்டிக் போன்ற பொருளைப் பற்றி மிகுந்த ஆர்வம் கொண்டேன்.

கண்ணாடி இழை பிளாஸ்டிக் என்பது நார்போன்ற கனிமப் பொருளால் நெய்த துணியைச் சுற்றிலும் பிளாஸ்டிக் பொருட்களைக் கலந்து தயாரிக்கப்படுவது. 1969 பிப்ரவரி மாதம் தும்பாவுக்கு வருகை புரிந்த பிரதமர் இந்திரா காந்தி தும்பா ராக்கெட் ஏவுதளத்தைச் சர்வதேச அறிவியல் சமூகத்திற்கு அர்ப்பணித்தார். அந்தத் தருணத்தில் எங்கள் ஆய்வுக் கூடத்தில் நாட்டின் முதல் ஃபிலமென்ட் பைன்டிங் இயந்திரத்தை இயக்கிவைத்தார். இந்த நிகழ்வு சி.ஆர். சத்யா, பி.என். சுப்பிரமணியன், எம்.என். சத்தியநாராயணன் ஆகியோரைக் கொண்ட எங்கள் குழுவிற்குப் பெரும் மகிழ்ச்சியை உண்டாக்கியது. காந்த ஆற்றல் இல்லாத பேலோடு களை உருவாக்க அதிக வலிமை கொண்ட கண்ணாடி இழைகளைக் கொண்ட துணியைத் தயாரித்தோம். இதை இரண்டு கட்டங்களாகப் பிரிந்து செல்லும் சவுண்டிங் ராக்கெட்டு களில் பயன்படுத்தினோம். 360 மி.மீ. விட்டம் கொண்ட ராக்கெட் மோட்டார் சேஸிங்குகள் தயாரிப்பிலும் இதைப் பயன்படுத்தினோம்.

மெதுவாக, ஆனால் உறுதியாகத் தும்பாவில் இரண்டு இந்திய ராக்கெட்டுகள் உருவாகின. இந்திரன் சபையின் நடனமணிகளான ரோகிணி, மேனகை ஆகியோரின் பெயர்களை இவற்றுக்குச் சூட்டினோம். பிரெஞ்சு ராக்கெட்டுகளைக் கொண்டு இந்திய செயற்கைக் கோளைச் செலுத்த வேண்டிய அவசியம் இனி இருக்காது. பேராசிரியர் சாராபாய் உருவாக்கிய நம்பிக்கையும் கடமையுணர்வும் இல்லாமல் இது சாத்தியமாகியிருக்குமா? ஒவ்வொருவரின் அறிவையும் திறன்களையும் பயன்படுத்திக்கொள்ள அவர் வழிவகுத்தார். பிரச்சினையைத் தீர்ப்பதில் தனக்கும் பங்குண்டு என ஒவ்வொருவரையும் உணரவைத்தார். குழு உறுப்பினர்களின் பங்கேற்பின் மூலம் சிறப்பான தீர்வுகள் கிடைத்தன. ஒட்டுமொத்தக் குழுவும் இந்தப் பணியின் மீது முழு நம்பிக்கையைக் கொண்டிருந்தது. திட்டத்தைச் செயல்படுத்துவதில் முழுமையான ஈடுபாட்டை அணியினர் கொண்டிருந்தார்கள்.

பேராசிரியர் சாராபாய் யதார்த்தமான மனிதர். தன் ஏமாற்றத்தை மறைக்க முயல மாட்டார். நேர்மையான, விருப்பு வெறுப்பற்ற முறையில் எங்களுடன் பேசுவார். நிலவரம் பெரிய அளவில் சாதகமாக இல்லாவிட்டாலும் மிகவும் சாதகமாக இருப்பதாக எங்களை உணரவைப்பார். பிறகு மந்திர சக்திகொண்டதுபோன்ற தன் திறமையால் எங்களை உற்சாகப்படுத்துவார். நாங்கள் திட்டத்திற்கான வரைபலகை முன்பு இருக்கும்போது தொழில்நுட்ப ஒத்துழைப்பிற்காக வளர்ந்த நாடு ஒன்றிலிருந்து யாரையேனும் அழைத்து வருவார். எங்கள் திறமைகளின் எல்லைகளை விரிவுபடுத்திக் கொள்வதற்காக அவர் நுட்பமாக முன்வைக்கும் சவால் இது.

சில குறிக்கோள்களை எட்ட முடியாமல்போனாலும் நாங்கள் செய்து முடித்தவற்றிற்காக எங்களைப் பாராட்டுவார். எங்களில் யாராவது ஒருவர் தன்னுடைய எல்லையை மீறி ஏதேனும் ஒரு முயற்சியில் ஈடுபடுவதைக் கவனித்துவிட்டால் அவருக்கான பணியை அதிக நெருக்கடி இல்லாமல் கூடுதலான தரத்துடன் செய்யும் வகையில் மாற்றிக் கொடுப்பார். தும்பா ராக்கெட் ஏவுதளத்திலிருந்து முதல் ரோகிணி-75 ஏவப்பட்ட போது நாங்கள் அனைவருமே அவரவர் திறமையின் உச்சத்தை எட்டியிருந்தோம்.

அடுத்த ஆண்டின் தொடக்கத்தில் தன்னை தில்லியில் அவசரமாகச் சந்திக்குமாறு பேராசிரியர் சாராபாய் என்னை அழைத்தார். இதற்குள் அவர் செயல்படும் விதம் எனக்குப் பழகிவிட்டது. எப்போதும் உற்சாகத்துடனும் நம்பிக்கையுடனும்

இருப்பார். அத்தகைய மனநிலையில் உத்வேகமூட்டும் மின்னல் கீற்றுக்கள் பளிச்சிடும். தில்லிக்குச் சென்றதும் பேராசிரியர் சாராபாயின் செயலரைத் தொடர்புகொண்டு, பேராசிரியரை எப்போது சந்திக்க வேண்டும் என்று கேட்டேன். ஓட்டல் அசோகாவில் அதிகாலை 3.30க்குச் சந்திக்கும்படி செயலர் கூறினார். தில்லி எனக்கு அவ்வளவாகப் பழக்க மில்லாத இடம். தென்னிந்தியாவின் சூடான தட்பவெப்ப நிலைக்குப் பழகிய எனக்குத் தில்லியின் தட்பவெப்ப நிலை ஒத்துவரவில்லை. எனவே இரவு உணவை முடித்துவிட்டு ஓட்டல் வரவேற்பறையின் முன்பகுதியிலேயே காத்திருக்க முடிவு செய்தேன்.

நான் இறை நம்பிக்கை கொண்டவன். என்னுடைய வேலைகளில் கடவுளையும் கூட்டாளியாக இணைத்துக் கொண்டிருக்கிறேன். எனக்கு இருக்கும் திறமையைக் காட்டிலும் கூடுதலான திறமை இருந்தால்தான் ஆகச் சிறந்த முறையில் செயலாற்ற முடியும் என்று எனக்குத் தெரியும். எனவே எனக்குக் கடவுள் மட்டுமே செய்யக்கூடிய உதவி தேவை. என்னுடைய திறமையைப் பற்றி யதார்த்தமாக எடை போடுவேன். அதை 50 விழுக்காடு அதிகரித்துக்கொள்வேன். பிறகு கடவுளின் கரங்களில் என்னை ஒப்படைத்துவிடுவேன். இந்தக் கூட்டணியில் எனக்குத் தேவையான ஆற்றல் எப்போதும் கிடைத்திருக்கிறது. அந்த ஆற்றல் எனக்குள் பாய்வதையும் உணர்ந்திருக்கிறேன். உங்கள் லட்சியங்களை எட்டவும் கனவுகளை நனவாக்கவும் உதவுவதற்காக இந்த ஆற்றலின் வடிவில் கடவுளின் ராஜ்ஜியம் உங்களுக்குள் இருக்கிறது என்று இன்று என்னால் உறுதியாகச் சொல்ல முடியும்.

உள்ளார்ந்த இந்த ஆற்றலின் எதிர்வினையை மிக முக்கியமானதாக ஆக்கக்கூடிய அனுபவங்கள் பல விதங்களிலும் பல்வேறு மட்டங்களிலும் ஏற்படுகின்றன. சில சமயங்களில் நாம் தயாராக இருக்கும்போது இறைவனுடன் ஏற்படும் மிக மென்மையான தொடர்பு நமக்குள் ஞானத்தை யும் உள்ளொளியையும் நிரப்பும். இன்னொரு நபரை எதிர்கொள்ளும்போது, ஒரு வார்த்தையிலிருந்து, ஒரு கேள்வியி லிருந்து, ஒரு சைகை அல்லது ஒரு பார்வையிலிருந்து இந்தத் தொடர்பு உருவாகலாம். பல சமயங்களில் ஒரு புத்தகம், உரையாடல், ஏதேனும் ஒரு சொற்றொடர், ஒரு கவிதை வரி, ஒரு படம் ஆகியவை மூலமாகவும் இந்தத் தொடர்பு ஏற்படலாம். எந்த அறிகுறியும் இல்லாமல் உங்கள் வாழ்வில் ஒரு திருப்பம் நிகழும். ரகசிய முடிவு ஒன்று எடுக்கப்படும். உங்களுக்குத் தெரியவே தெரியாத முடிவாகவும் அது இருக்கலாம்.

அழகான அந்தக் கூடத்தைச் சுற்றிலும் பார்வையை ஓட்டினேன். பக்கத்தில் இருந்த சோபாவில் யாரோ ஒரு புத்தகத்தை விட்டுவிட்டுப் போயிருந்தார்கள். குளிர்ச்சியான அந்த இரவில் சிந்தனையைத் தூண்டிவிடலாமே என்று அந்தப் புத்தகத்தை எடுத்துப் புரட்டத் தொடங்கினேன். சில பக்கங்களைத்தான் புரட்டியிருப்பேன். அந்தப் புத்தகத்தைப் பற்றி இப்போது எனக்கு எதுவும் நினைவில் இல்லை.

அது தொழில் நிர்வாகம் தொடர்பான நூல். நான் அதைப் படிக்கவில்லை. பத்தி பத்தியாகக் கண்களை ஓட்டியபடி பக்கங்களைப் புரட்டிக்கொண்டிருந்தேன். சட்டென்று ஒரு பத்தியில் என் கவனம் குவிந்தது. அது பெர்னார்ட் ஷாவின் மேற்கோள். நேர்வழியில் செல்லும் மனிதர்கள் உலகத்திற்கு ஏற்றபடி தன்னை மாற்றிக்கொள்கிறார்கள். கோணலான, முரண்பட்ட நடத்தை கொண்டவர்கள் உலகத்தைத் தனக்கேற்ப மாற்ற முயல்கிறார்கள். உலகின் எல்லா முன்னேற்றங்களும் இரண்டாவது ரகத்தைச் சேர்ந்தவர்களையும் அவர்களுடைய புதுமையான, வழக்கத்துக்கு மாறான செயல்பாடுகளையும் சார்ந்தே இருக்கின்றன என்பதுதான் அந்த மேற்கோளின் சாராம்சம்.

பெர்னார்ட் ஷாவின் பத்தியிலிருந்து அந்தப் புத்தகத்தைப் படிக்க ஆரம்பித்தேன். புதுமையின் கோட்பாடு, செயல்முறை ஆகியவற்றைத் தொழில்துறையிலும் தொழிலிலும் உருவாக்கப் பட்டுள்ள கட்டுக்கதைகளை நூலாசிரியர் விவரிக்கிறார். வியூக அடிப்படையில் திட்டமிடுவது குறித்த கட்டுக்கதை பற்றிப் படித்தேன். வியூகரீதியாகவும் தொழில்நுட்பரீதியாகவும் நன்கு திட்டமிட்டால் நாம் எதிர்பார்த்த விளைவு ஏற்படும் எனப் பொதுவாகக் கருதப்படுகிறது. திட்டப்பணியின் நிர்வாகி நிச்சயமற்ற தன்மையையும் குழப்பத்தையும் ஏற்றுக்கொள்ளக் கற்க வேண்டும் என்கிறார் நூலாசிரியர். துல்லியமாகக் கணிக்கக்கூடிய திறன்தான் பொருளாதார வெற்றியின் ரகசியம் என்ற நம்பிக்கை ஒரு மாயை என்கிறார். இந்த மாயைக்கு எதிராக ஜெனரல் ஜார்ஜ் பேட்டனின் மேற்கோளைத் தந்திருக்கிறார். அதிரடியாக இன்றே அமலாக்கப்படும் ஒரு நல்ல திட்டம், அடுத்த வாரம் அமலாக்கப்படும் கச்சிதமான திட்டத்தைக் காட்டிலும் மேலானது என்பது ஜார்ஜ் பேட்டனின் கூற்று. எல்லாமே சரியான அளவில் இருந்தால்தான் பெரிய அளவில் வெற்றிபெற முடியும் என்பதும் தவறான நம்பிக்கை என்கிறார் ஆசிரியர். எல்லாமே சரியான அளவு என்பது ஏட்டுச் சுரைக்காய் என்று சொல்லும் அவர் நிஜ உலகில் அது தோல்வியையே தழுவும் என்கிறார்.

இரண்டு மணிநேரத்திற்குப் பிறகு நிகழவிருக்கும் சந்திப்புக் காக ஓட்டல் வரவேற்பறைக் கூடத்தில் அதிகாலை ஒரு மணிக்குக் காத்திருப்பது எனக்கோ பேராசிரியர் சாராபாய்க்கோ பொருத்தமான செயலல்ல. ஆனால் பேராசிரியர் சாராபாய் எப்போதுமே சம்பிரதாயங்களை மீறிச் செயல்படும் இயல்பு கொண்டவர். குறைவான பணியாளர்கள், அதிகமான வேலைப்பளு என்ற வகையில் விண்வெளி ஆராய்ச்சியை வெற்றிகரமாக நடத்திவந்தவர்.

நான் அமர்ந்திருந்த சோபாவுக்கு எதிரில் இருந்த சோபாவில் இன்னொருவர் வந்து அமர்ந்திருப்பதைத் திடீரென்று உணர்ந்தேன். வாட்டசாட்டமான உடல், புத்திசாலித்தனமான தோற்றம், மெருகேற்றப்பட்ட தோரணை. என்னைப் போல ஏனோதானோவென்று இல்லாமல் மிக நேர்த்தியாக உடையணிந்திருந்தார். அந்த நேரத்திலும் உற்சாகமாகவும் விழிப்பாகவும் இருந்தார்.

அவரிடம் இருந்த வினோதமான காந்த ஈர்ப்பு விசை புதுமை குறித்த என் சிந்தனையைத் தடம் புரளவைத்தது. மீண்டும் நூலைப் படிக்கத் தொடங்குவதற்கு முன்பு பேராசிரியர் சாராபாய் என்னைச் சந்திக்கத் தயாராக இருப்பதாகச் செய்தி வந்தது. புத்தகத்தை எடுத்த இடத்திலேயே வைத்தேன். என் எதிரில் உட்கார்ந்திருந்தவரையும் உள்ளே அழைத்தார்கள். யார் அவர்? இந்தக் கேள்விக்கு விரைவிலேயே விடை கிடைத்தது. நாங்கள் இருக்கையில் அமரும் முன்பே பேராசிரியர் சாராபாய் எங்கள் இருவரையும் அறிமுகம் செய்துவைத்தார். அவர் விமானப் படைத் தலைமையகத்தின் குரூப் கேப்டன் வி.எஸ். நாராயணன்.

பேராசிரியர் சாராபாய் எங்கள் இருவருக்கும் காப்பி வரவழைத்தார். ராணுவ விமானத்திற்கான ராக்கெட் உதவியுடன் மேலெழும்பும் சாதனத்தை (Rocket Assisted takeoff System – RATO) உருவாக்குவது குறித்த தனது திட்டத்தை விவரித்தார். இது இமயமலைப் பகுதியில் குறைந்த நீளம் கொண்ட ரன்வேயில் போர் விமானங்கள் மேலெழும்ப உதவும். காப்பி சாப்பிட்டபடியே பொதுவாகச் சில விஷயங்களைப் பேசிக்கொண்டிருந்தோம். பேராசிரியர் பொதுவாக இப்படியெல்லாம் செய்ய மாட்டார். காப்பியைப் பருகியதும் எழுந்த அவர் தில்லி புறநகர்ப் பகுதியில் உள்ள தில்பத் ராணுவ தளத்திற்குத் தன்னுடன் வருமாறு கூறினார். நாங்கள் மூவரும் வரவேற்புக்கூடத்தைத் தாண்டிச் செல்லும் போது நான் புத்தகத்தை வைத்த சோபா பக்கம் பார்வையைச் செலுத்தினேன். புத்தகம் அங்கே இல்லை.

சுமார் ஒரு மணிநேரத்தில் அங்கு போய்ச் சேர்ந்தோம். ரஷ்யாவில் தயாரான ராட்டோவைப் பேராசிரியர் சாராபாய் எங்களுக்குக் காட்டினார். "இதன் மோட்டாரை ரஷ்யாவிலிருந்து வரவழைத்துக் கொடுத்தால் பதினெட்டு மாதங்களில் உங்களால் தயாரிக்க முடியுமா?" என்று கேட்டார். "முடியும்" என்று குரூப் கேப்டன் வி.எஸ். நாராயணனும் நானும் கிட்டத்தட்ட ஒரே சமயத்தில் பதிலளித்தோம். எங்கள் உற்சாகத்தால் பேராசிரியர் சாராபாயின் முகம் ஒளிவீசியது.

"இறைவன் உன் பாதைக்கு வெளிச்சம் தந்து வழிகாட்டுவான்" என்று நான் படித்த ஒரு வரி நினைவில் தோன்றியது.

மீண்டும் எங்களை அசோகா ஓட்டலில் இறக்கிவிட்ட பேராசிரியர் சாராபாய் பிரதமரின் இல்லத்தில் காலை உணவின்போது நடக்கும் சந்திப்பில் கலந்துகொள்ளச் சென்றார். உயர்மட்டத் திறன் வாய்ந்த ராணுவம் குறுகிய தொலைவு மட்டுமே ஓடி மேலெழும்பச் செய்வதற்கான சாதனத்தை உள்நாட்டிலேயே உருவாக்கும் திட்டம் குறித்த செய்தி அன்று மாலை வெளியானது. அந்தத் திட்டத்தின் தலைமைப் பொறுப்பில் நான் நியமிக்கப்பட்டிருந்தேன். மகிழ்ச்சி, நன்றியுணர்வு, மனநிறைவு எனப் பல விதமான உணர்வுகள் என் மனதில் நிரம்பியிருந்தன. 19ஆம் நூற்றாண்டைச் சேர்ந்த, அவ்வளவாகப் பிரபலம் ஆகாத ஒரு கவிஞரின் வரிகள் மனதில் அலைமோதின.

எல்லா நாட்களிலும் தயாராக இரு
எல்லோரையும் ஒன்றுபோல எதிர்கொள்
எல்லா நாட்களையும் ஒன்றுபோல எதிர்கொள்
நீ பட்டறைக் கல்லாக இருந்தால்
விழும் அடிகளைத் தாங்கிக்கொள்
சுத்தியலாக இருந்தால்
வலுவாகத் தாக்கு

குண்டுவீச்சால் சேதமடைந்த ஓடுதளங்கள், மிக உயரத்தில் அமைந்த விமான தளங்கள், பரிந்துரைக்கப்பட்ட அளவைவிட அதிகச் சுமை ஏற்றிய விமானங்கள், மோசமான காலநிலை முதலான நெருக்கடியான சூழ்நிலைகளில் விமானம் மேலே கிளம்புவதற்குத் தேவையான கூடுதல் உந்தாற்றலை அளிப்பதற்காக ராட்டோ மோட்டார்கள் விமானத்தில் பொருத்தப்படுகின்றன. விமானம் S-22, HF-24 ரக விமானங்களுக்கு ஏராளமான ராட்டோ மோட்டார்கள் தேவைப்பட்டன.

தில்பத் ராணுவ தளத்தில் நாங்கள் கண்ட ரஷ்ய ராட்டோ மோட்டார் 3000 கிலோ உந்துசக்தியை உருவாக்கக்கூடியது.

220 கிலோ எடை கொண்ட அந்த மோட்டாரில் எரிபொருள் வைக்கப்பட்ட எஃகினால் ஆன இரண்டு அடுக்குக் கொள்கலன் இருந்தது.

பாதுகாப்பு ஆராய்ச்சி மற்றும் மேம்பாட்டு நிறுவனம் (DRDO), HAL, DTD&P (Air), விமானப் படைத் தலைமை அலுவலகம் ஆகியவற்றின் உதவியோடு விண்வெளி அறிவியல் தொழில்நுட்ப மையத்தில் ராட்டோ மோட்டாரைத் தயாரிக்க வேண்டியிருந்தது.

பல்வேறு பொருட்களை ஆராய்ந்து பார்த்த பிறகு கண்ணாடி இழையைக் கொண்டு மோட்டார் கேஸிங்கைச் செய்யலாம் என்று முடிவெடுத்தோம். அதிக ஆற்றல் தரக்கூடிய கலவையான எரிபொருளைத் தேர்ந்தெடுத்தோம். இது நீண்ட நேரம் எரியும் என்பதால் எரிபொருள் முழுமையாகப் பயன்படுத்தப்படும். ராக்கெட் இயங்குவதற்குத் தேவையான அழுத்தத்தைப் போல இரண்டு மடங்குக்கும் மேல் அழுத்தம் அதிகரித்தால் மட்டுமே கிழிந்துபோகக்கூடிய இடைத்திரை ஒன்றைப் பொருத்துவதன் மூலம் கூடுதலாகப் பாதுகாப்பு ஏற்பாட்டினைச் செய்யவும் முடிவெடுத்தேன்.

ராட்டோவை உருவாக்கும் பணியின்போது இரண்டு முக்கியமான நிகழ்வுகள் நடைபெற்றன. முதலாவது, பத்தாண்டுக் காலத்திற்கான இந்திய விண்வெளித் திட்ட ஆய்வறிக்கை வெளியானது. இதைத் தயாரித்தவர் பேராசிரியர் சாராபாய். தனது அணியினர் செயல்படுத்துவதற்காக உயரதிகாரி ஒருவர் தயாரித்த செயல்திட்டம் அல்ல இது. திறந்த மனதுடன் விவாதித்த பிறகு செயல்திட்டமாக மாற்றக்கூடிய கொள்கை விளக்க அறிக்கை. இந்திய விண்வெளி ஆய்வுத் திட்டத்தின் மீது ஆழ்ந்த விருப்பம் கொண்ட ஒருவர் மிகுந்த ஆவலுடன் உருவாக்கிய அறிக்கை.

இந்திய விண்வெளி ஆய்வுக் குழுவில் (INCOSPAR) தொடக்க காலத்தில் உருவான எண்ணங்களின் அடிப்படையில்தான் இந்தத் திட்டம் உருவாகியிருந்தது. தொலைக்காட்சி, கல்வி வளர்ச்சி, வானிலை நிலவரத்தைக் கண்காணித்தல், இயற்கை வளங்களைக் கண்டறிந்து அவற்றை நிர்வகிப்பது ஆகியவை இந்தத் திட்டத்தில் அடக்கம். செயற்கைக்கோள் ஏவுகலங்களை உருவாக்கி விண்ணில் செலுத்தும் திட்டமும் இதில் சேர்த்துக் கொள்ளப்பட்டது.

வெளிநாடுகளின் ஒத்துழைப்போடு செயல்படுவதற்குத் தொடக்கக் காலங்களில் அதிக முக்கியத்துவம் அளிக்கப் பட்டிருந்தது. இந்தத் திட்டத்தில் அது அடியோடு நீக்கப்பட்டுச்

சுதேசித் தொழில்நுட்பங்களுக்கும் சுயசார்புக்கும் அழுத்தம் கொடுக்கப்பட்டிருந்தது. இலகு ரக செயற்கைக்கோள்களைப் பூமியின் தாழ்வான சுற்றுப்பாதையில் செலுத்துவதற்கான செயற்கைக்கோள் ஏவுகலங்களைத் (SLV) தயாரிப்பது, ஆய்வுக்கூட மாதிரி வடிவ நிலையிலேயே இருக்கும் இந்தியச் செயற்கைக்கோள்களை விண்ணில் சுற்றும் பொருள்களாக மேம்படுத்துவது, அபோகி மோட்டார், பூஸ்டர் மோட்டார், வேகத்தை உறுதிப்படுத்தும் சக்கரம், சூரிய ஆற்றல் மூலம் மின்சாரம் தயாரிக்கும் சோலார் பேனல்கள் ஆகியவற்றைத் தயாரிப்பது ஆகியவற்றை உள்ளடக்கியதாக இந்தத் திட்டம் இருந்தது.

விண்வெளித் திட்டத்திற்குத் தொடர்பில்லாத செயல்பாடு களுக்கான பலவிதமான பாலிமர்கள், பசைகள், மாற்று விசை மின்னாக்கக் கருவிகள் (Transducers), தொலை அளப்பியல் சுழல் காட்டி (Telemetry gyros) போன்ற தொழில்நுட்ப ரீதியான துணைப்பலன்களைப் பெறவும் அந்தத் திட்டம் உறுதியளித்தது. பல்வேறு பொறியியல், அறிவியல் துறைகளின் ஆராய்ச்சிக்கும் மேம்பாட்டிற்கும் (R&D) துணைபுரியும் திறன் கொண்ட உள்கட்டமைப்பை உருவாக்கும் கனவும் இந்தத் திட்டத்தில் இடம்பெற்றிருந்தது.

பாதுகாப்பு அமைச்சகத்தில் ஏவுகணைக் குழு ஒன்றை அமைத்தது இரண்டாவது நிகழ்வு. அதன் உறுப்பினர்களாக நாராயணனும் நானும் சேர்க்கப்பட்டோம். நமது நாட்டிலேயே ஏவுகணை தயாரிப்பது குறித்த எண்ணம் பரவசமளித்தது. வளர்ச்சியடைந்த நாடுகளின் ஏவுகணைகள் பற்றி மணிக்கணக்கில் ஆய்வுசெய்தோம்.

தந்திரோபாய ஏவுகணைக்கும் (Tactical Missile) வியூக ரீதியிலான ஏவுகணைக்கும் நுட்பமான வேறுபாடு உள்ளது. 'வியூகரீதியிலான' என்று சொல்லும்போது அந்த ஏவுகணை ஆயிரக்கணக்கான கிலோமீட்டர் பயணிக்கும் என்று பொருள். ஆனால் போரில் இந்த ஏவுகணை ஏவிய இடத்திலிருந்து எவ்வளவு தூரம் செல்கிறது என்பதைக் காட்டிலும் எத்தகைய இலக்கைத் தாக்குகிறது என்பதைக் குறிக்கவே இந்தச் சொல் பயன்படுத்தப்படுகிறது. வியூகரீதியான ஏவுகணைகள் எதிரியின் முக்கியமான மையங்களைத் தாக்குபவை. எதிரியின் படைகளின் மீது தாக்குதல் தொடுப்பது அல்லது எதிரி நாட்டின் மக்கள்மீது, அதாவது நகரங்கள்மீது தாக்குதல் தொடுப்பது ஆகிய இரண்டும் இதில் அடங்கும். தந்திரோபாய

ஏவுகணைகள் போர்க்களத்தில் தாக்கம் செலுத்துபவை. இந்தப் போர் தரையிலோ, கடலிலோ, வானிலோ அல்லது மூன்று இடங்களிலுமே நடக்கலாம். இத்தகைய வகைப்பாடுகள் தற்போது அபத்தமானவையாகிவிட்டன. அமெரிக்காவின் விமானப் படை தரையிலிருந்து செலுத்திய டமாஹக் (*Tomahawk*) 3000 கிலோமீட்டர் பயணித்தாலும் குறிப்பான இலக்கை நோக்கியே செலுத்தப்பட்டது. முன்பெல்லாம் வியூக ரீதியிலான ஏவுகணைகள் என்றால் 1500 கடல் மைல் (2780 கி.மீ.) தொலைவு பயணிக்கும் ஏவுகணைகள், அதைவிடவும் தொலைவாகச் செல்லக்கூடிய கண்டம் விட்டுக் கண்டம் தாக்கும் ஏவுகணைகள் என்றே பொருள்.

உள்நாட்டிலேயே ஏவுகணை தயாரிக்கும் திட்டத்தில் குரூப் கேப்டன் நாராயணனுக்கு அபரிமிதமான உற்சாகம் ஏற்பட்டது. ஏவுகணை மேம்பாட்டுத் திட்டத்தில் ரஷ்யாவின் வலுவான அணுகுமுறையை அவர் பெரிதும் மதித்தார். "அங்கே இதைச் சாதிக்க முடியும் என்றால் விண்வெளி ஆய்வின் மூலம் ஏவுகணைத் தொழில்நுட்பத்தின் செழுமைக்கான அடித்தளத்தை ஏற்கெனவே அமைத்திருக்கும் நம்மால் ஏன் முடியாது?" என்று என்னை அவ்வப்போது தூண்டிவிடுவார்.

1962இலும் 1965இலும் நாம் எதிர்கொண்ட போர்கள் கசப்பான பாடங்களைத் தந்தன. ராணுவத் தளவாடங்கள், ஆயுதங்கள் ஆகியவற்றின் தயாரிப்பில் தன்னிறைவு அடைவதைத் தவிர இந்தியத் தலைமைக்கு வேறு வழியில்லை என்ற நிலை இருந்தது. தரையிலிருந்து வானில் ஏவும் ஏவுகணை களை (*Surface to Air Missiles-SAM*) போர் முக்கியத்துவம் வாய்ந்த நமது இடங்களைப் பாதுகாப்பதற்காக ரஷ்யாவிலிருந்து பெருமளவில் வரவழைத்திருந்தோம். இந்த ஏவுகணைகளை உள்நாட்டிலேயே தயாரிக்க வேண்டும் என்று மிகவும் வலியுறுத்தி வந்தார் நாராயணன்.

ராட்டோ மோட்டார் திட்டத்திலும் ஏவுகணைக் குழுவிலும் நாராயணனும் நானும் சேர்ந்து பணியாற்றிய போது பரஸ்பரம் நிறையக் கற்றுக்கொண்டோம். ராக்கெட் தொழில்நுட்பத்தைக் கற்றுக்கொள்வதில் அவருக்கு மிகுந்த ஆர்வம் இருந்தது. விமானத்திலிருந்து ஆயுதங்களை ஏவும் அமைப்புகள் (*Airborne weapon systems*) பற்றி அறிந்துகொள்வதில் எனக்கும் பெரும் ஆர்வம் இருந்தது. நாரயணனின் ஆழமான உறுதிப்பாடும் செயலில் அவர் காட்டிய வேகமும் உத்வேக மூட்டின. விடியலுக்கு முன்பு தில்பத் ராணுவ தளத்திற்குப் பேராசிரியர் சாராபாயுடன் நாங்கள் சென்ற நாளிலிருந்தே

நாராயணன் ராட்டோ மோட்டார் பணியில் தீவிரமாக ஈடுபட்டுவந்தார். வேண்டியது எதுவானாலும் கேட்பதற்கு முன்பே அதை ஏற்பாடு செய்துவிடுவார். எதிர்பாராத செலவுகளுக்காகக் கூடுதலாக 75 லட்ச ரூபாய் நிதியைப் பெற்றுக்கொடுத்துவிட்டார். "உங்களுக்கு என்ன வேண்டு மென்று சொல்லுங்கள், ஏற்பாடு செய்கிறேன். கூடுதல் அவகாசம் மட்டும் கேட்காதீர்கள்" என்றார். அவருடைய பொறுமையின்மையைக் கண்டு அடிக்கடி எனக்குச் சிரிப்பு வரும். டி.எஸ்.எலியட்டின் ஹாலோ மேன் கவிதையிலிருந்து இந்த வரிகளை அவருக்குப் படித்துக்காட்டுவேன்.

>கருவுக்கும் படைப்புக்கும் நடுவில்
>உணர்ச்சிக்கும் எதிர்வினைக்கும் நடுவில்
>நிழல் விழுகிறது.

அந்தக் காலங்களில் பாதுகாப்புத் துறையின் ஆய்வும் மேம்பாடும் இறக்குமதியையே பெரிதும் சார்ந்திருந்தன. உள்நாட்டில் எதுவுமே கிடைக்கவில்லை. இறக்குமதி செய்வதற்கான பொருள்களின் பட்டியல் நீளமாக இருந்தது. இது எனக்கு வருத்தத்தை ஏற்படுத்தியது. இதற்குத் தீர்வோ மாற்று ஏற்பாடோ இல்லையா? திருப்புளி செய்யும் தொழில் நுட்பத்தோடு திருப்தியடைவதுதான் இந்த நாட்டின் தலையெழுத்தா? இந்தியாவைப் போன்ற ஏழை நாட்டிற்கு இப்படிப்பட்ட வளர்ச்சி கட்டுப்படி ஆகுமா?

ராட்டோ திட்டம் தொடங்கிய பிறகு அலுவலக நேரம் முடிந்த பிறகும் நீண்ட நேரம் வேலைசெய்வது வழக்கமாகி விட்டது. ஒருநாள் என்னுடைய இளம் சக ஊழியரான ஜெயச்சந்திர பாபு வீட்டுக்குக் கிளம்பிக்கொண்டிருந்தார். பாபு சில மாதங்களுக்கு முன்புதான் பணியில் சேர்ந்தார். ஆக்கப்பூர்வமான அணுகுமுறையும் எண்ணங்களை அழகாக எடுத்துரைக்கும் திறனும் கொண்டவர் என்பது மட்டும்தான் எனக்கு அவரைப் பற்றித் தெரியும். அவரை என்னுடைய அலுவலகத்திற்கு அழைத்து அப்போது என் மனதில் இருந்த கவலைகளை அவரிடம் பகிர்ந்துகொண்டேன். "உங்களிடம் இதற்கெல்லாம் ஏதாவது யோசனை இருக்கிறதா?" என்று கேட்டேன். சிறிது நேரம் அமைதியாக இருந்த பாபு மறுநாள் மாலைவரை அவகாசம் கேட்டார்.

அடுத்த நாள் குறிப்பிட்ட நேரத்திற்குச் சற்று முன்னதாகவே என்னைச் சந்தித்தார். அவர் முகத்தில் நம்பிக்கை ஒளி வீசியது. "நம்மால் முடியும், சார். எதையும் இறக்குமதி செய்யாமலேயே ராட்டோ மோட்டார்களை இங்கே உருவாக்க முடியும்.

கொள்முதலிலும் சப்-கான்டிராக்டிலும் நமது அணுகு முறையில் நெகிழ்வு இல்லை என்பதுதான் பிரச்சினை. இவற்றில் கவனம் செலுத்தினால் இறக்குமதியைத் தவிர்த்து விடலாம்" என்றார். ஏழு அம்சத் திட்டம் ஒன்றை அவர் முன்வைத்தார். ஏழு விதமான சுதந்திரங்களைக் கோரினார் என்றும் சொல்லலாம். நிதி ஒப்புதலுக்காகப் பல அதிகாரிகளிடம் போக வேண்டியிருக்கிறது. இதை மாற்றி ஒரே அதிகாரி அனுமதி தந்தால் போதும் என்று ஆக்க வேண்டும், பணியில் ஈடுபடும் அனைவருக்கும் அவர்களுடைய பதவிகளின்படி உரிமை இருக்கிறதா என்று பார்க்காமல் வேலை தொடர்பாக விமானத்தில் பயணிக்க அனுமதிக்க வேண்டும், ஒரே ஒருவரிடம் மட்டுமே பதில் சொல்ல வேண்டிய பொறுப்பு, சரக்கு விமானங்கள் மூலம் பொருட்களைக் கொண்டுவருவது, தனியார் துறைக்கு சப்-கான்டிராக்ட் தருதல், தொழில்நுட்பத் திறனின் அடிப்படையில் ஆர்டர்களை வழங்குதல், கணக்கு நடைமுறைகளை வேகமாக முடித்தல் – இவையே அந்த ஏழு அம்சத் திட்டங்கள்.

பழமையில் ஊறிய அரசு நிறுவனங்கள் கேள்விப்பட்டிராத கோரிக்கைகள் இவை. பாபுவின் யோசனைகள் பலனுள்ளவை என்பதை என்னால் உணர முடிந்தது. ராட்டோ திட்டம் என்பது புதிய வகையான ஆட்டம். அதற்குப் புதிய விதிகள் இருப்பதில் என்ன தவறு. பாபு சொன்ன ஆலோசனைகளை இரவு முழுவதும் தீவிரமாக அலசிப்பார்த்தேன். அவற்றைப் பேராசிரியர் சாராபாயிடம் முன்வைக்கலாம் என்று முடிவு செய்தேன். நிர்வாகத்தின் தாராளமயமாக்கலுக்கான என்னுடைய கோரிக்கையைக் கேட்ட பேராசிரியர் சாராபாய் அதிலுள்ள பலன்களை உணர்ந்து உடனடியாக இசைந்தார்.

மிகவும் கவனத்தோடு மேற்கொள்ள வேண்டிய மேம்பாட்டுப் பணியை வணிகரீதியான அறிவுக் கூர்மையுடன் செய்ய வேண்டியதன் அவசியத்தை பாபு அடிக்கோடிட்டுக் காட்டியிருந்தார். நடப்பில் இருக்கும் வேலை விதிமுறைகளுக்குள் விரைவாக முன்னேற வேண்டுமென்றால் மேலும் அதிக ஆட்கள், அதிகப் பொருள்கள், அதிகப் பணம் ஆகியவை தேவை. அவற்றைக் கொண்டுவர முடியாவிட்டால் விதிமுறைகளை மாற்ற வேண்டும். இயல்பாகவே வணிக மூளை கொண்டிருந்த பாபு நெடுநாட்கள் எங்களுடன் நீடிக்கவில்லை. கூடுதல் பலன்கள் கிடைக்கிறது என்பதற்காக இஸ்ரோவை விட்டு விட்டு நைஜீரியாவுக்குப் போய்விட்டார். நிதி விவகாரங்களில் அவருடைய அறிவை என்னால் ஒருபோதும் மறக்க முடியாது.

ராட்டோ மோட்டாருக்கான உறையை எபாக்சி (epoxy) என்னும் பொருளைப் பயன்படுத்திப் பல அம்சங்களைக் கொண்டதாக ஆக்க வேண்டுமென்று முடிவு செய்தோம். அதிக ஆற்றல் கொண்ட கலவையான எரிபொருளையும் தேர்வு செய்தோம். ராக்கெட் பயணத்தின்போது ஒன்றையடுத்து அடுத்தது எனச் செயல்பாடுகள் தொடர்ந்து நடைபெறவும் ஏற்பாடுசெய்தோம். விமானத்திலிருந்து ஜெட் விலகிச் செல்லும் வகையில் மூடிய முனையையும் வடிவமைத்தோம். திட்டம் தொடங்கிய பன்னிரண்டாவது மாதத்தில் ராட்டோ மோட்டாரை அசையாநிலையில் சோதனை *(Static test)* செய்து பார்த்தோம். அடுத்த நான்கு மாதங்களில் இதுபோன்ற 64 சோதனைகளை நடத்தினோம். இந்தத் திட்டத்தில் சுமார் இருபது பொறியாளர்கள் மட்டுமே வேலை பார்த்தோம்.

6

இதற்குள் வருங்காலச் செயற்கைக்கோள் ஏவுகலம் (SLV) எப்படி இருக்க வேண்டும் என்ற திட்டமும் தயாராகிவிட்டது. விண்வெளித் தொழில்நுட்பத்தின் அபாரமான சமூக, பொருளாதாரப் பலன்களை உணர்ந்த பேராசிரியர் சாராபாய், நாமே சொந்தமாகச் செயற்கைக்கோள்களைத் தயாரித்து ஏவுவதற்கான திறன்களை வளர்ப்பதற்கான பணியை முழுமூச்சாக முன்னெடுத்துச் செல்ல 1969இல் முடிவெடுத்தார். செயற்கைக்கோள் ஏவுகலங்களையும் பெரிய ராக்கெட்டுகளையும் உருவாக்குவதற்கான இடத்தைத் தேர்ந்தெடுப்பதற்காகக் கிழக்குக் கடற்கரையில் விமானம் மூலம் வானிலிருந்தபடியே மேற்கொள்ளப்பட்ட ஆய்வில் அவரே பங்கேற்றார்.

பூமி மேற்கிலிருந்து கிழக்கு நோக்கிச் சுழலுவதைக் கொண்டு செயற்கைக்கோள் ஏவுகலம் அதிகபட்சப் பலனைப் பெறுவதற்காகப் பேராசிரியர் சாராபாய் கிழக்குக் கடற்கரையில் கவனம் செலுத்தினார். கடைசியில் சென்னைக்கு 100 கி.மீ. வடக்கிலுள்ள ஸ்ரீஹரிகோட்டாவைத் தேர்ந்தெடுத்தார். இப்படித்தான் SHAR ராக்கெட் ஏவுதளம் உதயமானது. பிறை வடிவம் கொண்ட இந்தத் தீவு கடற்கரையை ஒட்டி அதிகபட்சம் 8 கி.மீ. அகலம் கொண்டு அமைந்திருக்கிறது. இது சென்னை நகரம் அளவிற்குப் பெரியது. இதன் மேற்கு எல்லையில் பக்கிங்ஹாம் கால்வாயும் பழவேற்காடு ஏரியும் உள்ளன.

1968இல் இந்திய ராக்கெட் கழகத்தை நிறுவினோம். விரைவிலேயே இந்திய விண்வெளி ஆய்வுக் குழு (INCOSPAR) இந்திய தேசிய

அறிவியல் கல்வி நிறுவனத்தின் (Indian National Science Academy – INSA) கீழ் ஆலோசனை வழங்கும் அமைப்பாக மாற்றப்பட்டது.

இந்தியாவில் விண்வெளி ஆய்வுகளை மேற்கொள்வதற்காக அணு ஆற்றல் துறையின் (Department of Atomic Energy-DAE) கீழ் இந்திய விண்வெளி ஆராய்ச்சி அமைப்பு (Indian Space Research Organisation – ISRO) உருவாக்கப்பட்டது.

இதற்குள் பேராசிரியர் சாராபாய் இந்திய செயற்கைக் கோள் ஏவுகலத்தை (எஸ்.எல்.வி.) உருவாக்கும் தன் கனவை நனவாக்குவதற்கான நபர்களைத் தேர்ந்தெடுத்திருந்தார். அந்தத் திட்டத்தின் தலைவராக நியமிக்கப்பட்டதை எனது நல்வாய்ப்பாகக் கருதுகிறேன். எஸ்.எல்.வி.யின் நான்காம் கட்டத்தை வடிவமைக்கும் கூடுதல் பொறுப்பையும் பேராசிரியர் சாராபாய் எனக்கு அளித்தார். டாக்டர் வி.ஆர்.கௌரிகர், எம்.ஆர்.குரூப், ஏ.ஈ.முத்துநாயகம் ஆகியோர் பிற மூன்று கட்டங்களுக்குப் பொறுப்பாளர்கள்.

இந்த மாபெரும் திட்டத்திற்குப் பேராசிரியர் சாராபாய் எங்களை எப்படித் தேர்ந்தெடுத்தார்? எங்களுடைய பணிகளின் பின்னணியே இதற்குக் காரணம் என்று நினைக்கிறேன். கலவை எரிபொருள் உருவாக்கும் பணியில் டாக்டர் கௌரிகர் அபாரமாகச் செயலாற்றினார். வேகத்தை அதிகரிப்பதற்கான எரிபொருள் தொழில்நுட்பத்தில் மிகச் சிறந்த ஆய்வுக்கூடத்தை குரூப் உருவாக்கினார். அதிக ஆற்றல் கொண்ட எரிபொருள்களை உருவாக்குவதில் முத்துநாயகம் சிறப்பாகப் பங்களித்தார். நான்காம் கட்டம் கலவையான வடிவமைப்பைக் கொண்டதாகத் திட்டமிடப்பட்டிருந்தது. இதற்கு ஃபேப்ரிகேஷன் தொழில்நுட்பத்தில் பெருமளவில் புதுமைகளைப் புகுத்த வேண்டியிருந்தது. அதனால்தான் என்னை அவர் இதற்குத் தேர்ந்தெடுத்திருக்கக்கூடும்.

விவேகமான தோராயக் கணிப்பு, உணர்ச்சிவசப்படாத ஆதரவு ஆகிய இரண்டு வலுவான அம்சங்களின் மீது நான்காம் கட்டத்திற்கான அடித்தளத்தை அமைத்தேன். முழுமையை எட்டுவதற்காகக் கொடுக்கும் விலை மிக அதிகம் என்பது என் கருத்து. கற்கும் செயல்முறையின் ஒரு பகுதியாகவே தவறுகளை எப்போதும் கருதிவந்திருக்கிறேன். முழுமையை எய்துவதைவிடவும் துணிச்சலாகவும் விடாமுயற்சியுடனும் செயலாற்றுவதையே நான் விரும்புகிறேன். என்னுடைய அணியைச் சேர்ந்தவர்களின் முயற்சிகள் வெற்றியடைந்தாலும் தோல்வியடைந்தாலும் அவற்றை விழிப்புடன் கவனித்து வருவதன் மூலம் அவர்கள் கற்றுக்கொள்வதற்கு உதவி செய்தேன்.

என்னுடைய குழுவில் வேலையின் முன்னேற்றத்தை ஒவ்வொரு கட்டத்திலும் அங்கீகரித்து வலுவூட்டிவந்தோம். நான்காம் கட்டத்தை உருவாக்குவதற்குத் தேவையான தகவல்கள் அனைத்தையும் என் குழுவினர் அனைவரும் பெறுவதற்கு நான் ஏற்பாடு செய்திருந்தாலும் அவர்கள் பணியில் நேரடியாக உதவவும் ஆதரவளிக்கவும் என்னால் போதிய நேரத்தைச் செலவிட முடியவில்லை. நேர நிர்வாகத்தில் தவறுகிறேனா என்று யோசித்தேன். இந்தக் கட்டத்தில் பிரச்சினையைச் சுட்டிக்காட்டுவதற்காக பிரான்ஸிலிருந்து பேராசிரியர் க்யூரியன் என்பவரைப் பேராசிரியர் சாராபாய் வரவழைத்திருந்தார்.

பேராசிரியர் க்யூரியன் முழுமையான தொழில்முறை வல்லுநர். இஸ்ரேலைப் போலவே பிரான்ஸில் இருக்கும் சி.என்.ஈ.எஸ். *(Center National de Etudes Spatiades – CNES)* விண்வெளி ஆய்வு மையத்தின் தலைவர். அவர்கள் அப்போது டயமன்ட் ஏவுகலங்களை உருவாக்கிவந்தார்கள். பேராசிரியர் சாராபாயும் பேராசிரியர் க்யூரியனும் இலக்கை நிர்ணயிக்க எனக்கு உதவினார்கள். அதை எப்படி அடைவது என்பது பற்றி என்னிடம் விவாதித்த அவர்கள் தோல்விக்கான சாத்தியக்கூறுகள் குறித்தும் எச்சரித்தார்கள். பேராசிரியர் க்யூரியனின் ஆலோசனைகளால் நான்காம் கட்டத்தில் உள்ள பிரச்சினைகள் குறித்த தெளிவான பார்வை எனக்குக் கிடைத்தது. பேராசிரியர் சாராபாயின் முக்கியமான ஆலோசனைகள், டயமன்ட் ஏவுகலத் திட்டத்தின் முன்னேற்றம் குறித்துச் சிறந்த முறையில் ஆய்வு செய்யப் பேராசிரியர் க்யூரியனுக்கு உதவிகரமாக இருந்தன.

அதிகச் சவால்கள் அற்ற சிறிய பணிகளிலிருந்து என்னை விடுவித்துச் சாதனை புரிவதற்கான வாய்ப்பை அதிகமாக அளிக்கும்படி பேராசிரியர் க்யூரியன் பேராசிரியர் சாராபாய்க்கு யோசனை கூறினார். நன்கு திட்டமிட்ட எங்களுடைய முயற்சிகள் பேராசிரியர் க்யூரியனைப் பெரிதும் கவர்ந்தன. டயமன்ட் ஏவுகலத்தின் நான்காம் கட்டத்தையும் நீங்களே செய்துதர முடியுமா என்று அவர் கேட்டார். அப்போது பேராசிரியர் சாராபாயின் முகத்தில் அரும்பிய நுட்பமான புன்னகை எனக்கு இன்னமும் நினைவிருக்கிறது.

டயமன்ட், எஸ்.எல்.வி. ஆகிய இரண்டின் சட்டகங்களும் ஒன்றோடொன்று பொருந்தாதவை. இரண்டின் விட்டங்களும் மிகவும் மாறுபட்டவை. ஒன்றை மற்றொன்றுக்குப் பொருத்த வேண்டுமென்றால் அதிரடியான சில புதுமைகளை அதில்

செய்தாக வேண்டும். எங்கிருந்து தொடங்குவது என்று யோசித்தேன். என்னுடைய சகாக்களிடமிருந்தே தீர்வைக் கண்டறிய முடிவு செய்தேன். தொடர்ந்து பரிசோதனை செய்வதற்கான ஆசை அவர்களது அன்றாடப் பணிகளில் பிரதிபலிக்கிறதா என்று கவனமாகப் பார்த்துவருவது என் வழக்கம். இவ்விஷயத்தில் ஓரளவு நம்பிக்கை தரும் வகையில் யாரேனும் செயல்பட்டால் அவர்களிடம் பேசி அவர்கள் சொல்வதைக் கவனமாகக் கேட்க ஆரம்பித்தேன். இது கற்றுக்குட்டித்தனம் என்று நண்பர்கள் சிலர் என்னை எச்சரித்தார்கள். ஒவ்வொருவரின் யோசனைகளையும் தவறாமல் குறித்துவந்தேன். இஞ்சினியரிங், வடிவமைப்பு தொடர்பான குறிப்புகளைக் கைப்பட எழுதிச் சகாக்களிடம் கொடுப்பேன். அடுத்த ஐந்து அல்லது பத்து நாட்களுக்குள் அவற்றை முடித்துவிடும்படி சொல்வேன்.

இந்தச் செயல்முறை வியப்பூட்டும் வகையில் நன்கு வேலை செய்தது. ஐரோப்பாவில் எங்களைப் போன்ற பணிகளில் ஈடுபடுபவர்கள் மூன்று ஆண்டுகளில் செய்வதை நாங்கள் ஒரே ஆண்டில் முடித்திருப்பதாக எங்கள் பணியின் முன்னேற்றத்தை ஆய்வு செய்த பேராசிரியர் க்யூரியன் கூறினார். அதிகார அடுக்கில் எங்களுக்குக் கீழே இருப்பவர்களோடும் மேலே இருப்பவர்களோடும் நாங்கள் இணைந்து பணியாற்றியது எங்களுடைய சாதகமான அம்சம் என்றும் அவர் குறிப்பிட்டார். வாரம் ஒரு முறையேனும் அணியினர் அனைவரும் கூடிப் பேச வேண்டும் என்று வலியுறுத்தினேன். இதில் நேரமும் ஆற்றலும் செலவானாலும் இப்படிப்பட்ட கூட்டம் நடப்பது அவசியம் என்று கருதினேன்.

ஒரு தலைவர் எந்த அளவுக்குச் சிறந்தவர்? தனது அணியினர், பணியில் அவர்களுடைய ஈடுபாடு, பணித் திட்டத்தில் அவர்களுடைய முழுமையான பங்கேற்பு ஆகிய வற்றைப் பொறுத்தே ஒரு தலைவருக்கு மதிப்பு. அணியினரை ஒன்றாகக் கூட்டி ஒவ்வொருவரும் தான் அடைந்திருக்கும் முன்னேற்றங்களை, அவை எவ்வளவு சிறியதாக இருந்தாலும், பகிர்ந்துகொள்ளும்படி சொல்வேன். அவர்களுடைய அனுபவங்களையும் சிறிய வெற்றிகளையும் பகிர்ந்துகொள்ளச் சொல்வேன். இதற்காகச் செலவிடும் நேரமும் ஆற்றலும் மிகவும் அவசியமானவை என்றே எனக்குத் தோன்றியது. பணியில் அவர்களுடைய பற்றுறுதி, நம்பிக்கை என்று சொல்லத்தகுந்த அணி உணர்வு ஆகியவற்றுக்காக நான் கொடுத்த சிறிய விலை அது. என்னுடைய சிறிய குழுவில் தலைவர்களைக் கண்டேன். ஒவ்வொரு மட்டத்திலும் தலைவர்கள் இருப்பார்கள் என்பதைக்

கற்றுக்கொண்டேன். மேலாண்மையில் நான் கற்றுக்கொண்ட இன்னொரு முக்கியமான பாடம் இது.

எஸ்.எல்.வி. நான்காம் கட்ட வடிவமைப்பை டயமன்டுக்கு ஏற்ப மாற்றியமைத்தோம். 250 கிலோ, 400 மி.மீ. விட்டம் என்னும் நிலையிலிருந்து 600 கிலோ, 650 மி.மீ. விட்டம் கொண்டதாக மாற்றினோம். இரண்டாண்டுக் கால உழைப்பிற்குப் பிறகு அதை பிரான்ஸின் CNES அமைப்பிற்கு வழங்கத் தயாராக இருந்த சமயத்தில் பிரான்ஸ் அரசு தனது டயமன்ட் பி.சி. திட்டத்தை ரத்து செய்துவிட்டது. எங்களுடைய நான்காம் கட்ட வடிவமைப்பு தேவையில்லை என்று சொல்லிவிட்டது. பெரும் அதிர்ச்சிக்கு ஆளானேன். டேராடூனில் விமானப் படையில் சேர முடியாமல் போனது, பெங்களூரில் நந்தி திட்டத்தை ADE கைவிட்டது ஆகிய பழைய அதிர்ச்சிகள் எல்லாம் மீண்டெழுந்து வந்து தாக்கின.

டயமன்ட் ராக்கெட்டில் பொருத்தி விண்ணில் ஏவ வேண்டும் என்பதற்காக நான்காம் கட்ட வடிவமைப்பை உருவாக்குவதில் பெரும் நம்பிக்கை வைத்துக் கடுமையாக உழைத்திருந்தேன். எஸ்.எல்.வி.யின் இதர மூன்று கட்டங்களின் பணி நிறைவடைய இன்னும் குறைந்தது ஐந்து ஆண்டுகள் ஆகும். அந்தக் கட்டங்களுக்காக ராக்கெட் எரிபொருளில் ஏகப்பட்ட வேலைகள் செய்ய வேண்டியிருந்தன. எனினும், டயமன்ட் விஷயத்தில் ஏற்பட்ட ஏமாற்றம் விரைவிலேயே அகன்றது. இந்தத் திட்டத்திற்காக மேற்கொண்ட வேலைகளை மிகவும் அனுபவித்துச் செய்திருந்தேன். டயமன்ட் திட்டம் ஏற்படுத்திய வெற்றிடத்தை ராட்டோ திட்டம் விரைவிலேயே போக்கியது.

ராட்டோ திட்டப்பணிகள் நடந்துகொண்டிருந்தபோது எஸ்.எல்.வி. திட்டமும் மெதுவாக வடிவம் பெற்றுக்கொண் டிருந்தது. ஏவுகலம் தயாரிப்பதற்கான பிரதான அமைப்புகள் அனைத்திற்கும் தேவையான ஏற்பாடுகள் எல்லாம் தும்பாவில் தயாராகிவிட்டன. வசந்த் கவாரிகர், எம்.ஆர். குரூப், முத்து நாயகம் ஆகியோர் தங்களது அபாரமான முயற்சிகள் மூலமாக ராக்கெட் தொழில்நுட்பத்தில் பெரும் பாய்ச்சலை நிகழ்த்தக்கூடிய அளவில் தும்பா ராக்கெட் ஏவுதளத்தைத் (TERLS) தயார் செய்துவிட்டார்கள்.

அணியை உருவாக்கும் கலையில் பேராசிரியர் சாராபாய் முன்னுதாரணமான ஆளுமை. ஒரு சந்தர்ப்பத்தில் எஸ்.எல்.வி.க்கான தொலைக்கட்டளை அமைப்பை உருவாக்கும் பொறுப்பிற்காக ஒருவரை அவர் அடையாளம்

காண வேண்டியிருந்தது. இரண்டு பேர் அதற்கான தகுதி யுடன் இருந்தார்கள். ஒருவர் அனுபவமும் நேர்த்தியும் கொண்ட யு.ஆர். ராவ். இன்னொருவர் அதிகம் அறியப்படாத ஜி. மாதவன் நாயர். இவர் புதிய பரிசோதனைகளில் அதிக ஆர்வம் கொண்டவர். இவருடைய அர்ப்பணிப்பு உணர்வும் திறமையும் என்னை மிகவும் கவர்ந்திருந்தாலும் அவருக்கு இந்த வாய்ப்பு கிடைக்காது என்றே நினைத்தேன். பேராசிரியர் சாராபாயின் வருகையின்போது மாதவன் நாயர் தான் மேம்படுத்திய மிகவும் நம்பகமான தொலைக்கட்டளைச் சாதனத்தைத் துணிச்சலோடு இயக்கிக் காட்டினார். அனுபவம் வாய்ந்த நிபுணருக்குப் பதிலாகப் புதிய பரிசோதனைகளில் ஆர்வம் கொண்ட இந்த இளைஞரையே பேராசிரியர் சாராபாய் தேர்ந்தெடுத்தார். மாதவன் நாயர் தன் தலைவரின் எதிர்பார்ப்புகளைப் பூர்த்திசெய்ததோடு மட்டுமின்றி அதைத் தாண்டியும் பலவற்றைச் செய்து முடித்தார். பின்னாளில் அவர் போலார் செயற்கைக்கோள் ஏவுகலத் திட்டத்தின் (பி.எஸ்.எல்.வி.) இயக்குநராக உயர்ந்தார்.

எஸ்.எல்.வி.யையும் ஏவுகணைகளையும் ஒன்றுவிட்ட சகோதரிகள் என்று சொல்லலாம். அவற்றின் கோட்பாடுகளும் நோக்கங்களும் வேறுவேறு. ஆனால் ராக்கெட் தொழில்நுட்பம் என்னும் ஒரே கொடிவழியிலிருந்துதான் இரண்டும் பிறந்தன.

ஹைதராபாதில் உள்ள பாதுகாப்பு ஆய்வு மற்றும் மேம்பாட்டு ஆய்வுக் கூடத்தில் (DRDL) மாபெரும் ஏவுகணை உருவாக்கத் திட்டத்தை DRDO தொடங்கியது. தரையிலிருந்து விண்ணில் ஏவப்படும் ஏவுகணைகளை உருவாக்குவதற்கான இந்தத் திட்டம் வேகமெடுத்ததால் ஏவுகணைக் குழுவின் ஆலோசனைக் கூட்டங்கள் அதிகரித்தன. குரூப் கேப்டன் நாராயணனுடனான எனது உரையாடல்களும் அதிகரித்தன.

பேராசிரியர் சாராபாய் 1968இல் ஒருமுறை தும்பாவுக்கு வந்திருந்தார். ஒவ்வொரு கட்டமாக ஏவுகலம் பிரிந்துபோகும் அமைப்பின் இயக்கத்தை அவருக்குச் செய்துகாட்டினோம். எங்கள் பணிகளின் விளைவுகளை அவருடன் பகிர்ந்து கொள்வதில் வழக்கம்போலவே நாங்கள் ஆவலுடன் இருந்தோம்.

குறிப்பிட்ட நேரத்தில் செயல்பட வைக்கும் டைமர் சர்க்யூட்டின் மூலம் பைரோ சாதனத்தை இயக்கிவைக்கும்படி பேராசிரியரைக் கேட்டுக்கொண்டோம். அவர் புன்னகையுடன் பொத்தானை அழுத்தினார். நாங்கள் பேரதிர்ச்சியில் உறைந்தோம். எதுவுமே நடக்கவில்லை. டைம் சர்க்யூட்டை வடிவமைத்து ஒருங்கிணைத்த பிரமோத் காபேவைப்

பார்த்தேன். எங்கே தவறு நடந்திருக்கும் என்று அனைவருமே மனதுக்குள் அலசிக்கொண்டிருந்தோம். பேராசிரியர் சாராபாயைச் சில நிமிடங்கள் காத்திருக்கச் சொல்லிவிட்டு டைமர் சாதனத்தைப் பிரித்துவிட்டு பைரோ சாதனத்திற்கு நேரடியாகத் தொடர்பு கொடுத்தோம். பேராசிரியர் சாராபாய் மீண்டும் பொத்தானை அழுத்தினார். பைரோ சாதனம் எரிபொருளைப் பற்றவைத்தது. ராக்கெட்டின் மூக்குப் பகுதி பிரிந்தது. பேராசிரியர் என்னையும் காபேவையும் பாராட்டினார். ஆனால் அவர் மனதில் வேறு எண்ணங்கள் ஓடிக்கொண்டிருந்ததை அவர் முகம் காட்டியது. அவர் என்ன நினைக்கிறார் என்று ஊகிக்க முடியவில்லை. அந்த மர்மம் சீக்கிரமே வெளிப்பட்டது. இரவு உணவு முடித்தவுடன் முக்கியமான விவாதத்திற்காகப் பேராசிரியரைச் சந்திக்கும்படி அவருடைய செயலரிடமிருந்து தகவல் வந்தது.

பேராசிரியர் கோவளம் பேலஸ் ஓட்டலில் தங்கியிருந்தார். திருவனந்தபுரம் வரும்போதெல்லாம் அவர் அங்கேதான் தங்குவார். அவருடைய அழைப்பு எனக்குள் கலக்கத்தை ஏற்பட்டிருந்தது. வழக்கம்போலவே இதமாக வரவேற்றார். ராக்கெட் ஏவுதளங்கள், பிளாக் ஹவுஸ்கள், ரடார், ஏவுகலம் செல்லும் பாதையைக் கண்காணிக்கும் டெலிமெட்ரி சாதனம் போன்ற வசதிகளை உருவாக்குவது பற்றிப் பேசினார். இந்திய விண்வெளி ஆராய்ச்சித் துறையில் இன்று சர்வசாதாரணமாகி விட்ட விஷயங்கள் இவை. பிறகு காலையில் நடந்த சம்பவத்தைப் பற்றிப் பேசினார். அதை நினைத்துத்தான் பயந்து கொண்டிருந்தேன். அவர் என்னைக் கண்டிப்பார் என்றும் அஞ்சினேன். ஆனால் அப்படி நடக்கவில்லை. எங்களுடைய அறிவுக் குறைவினாலும் திறமையின் போதாமையாலும்தான் பைரோ டைமர் சர்க்யூட் வேலை செய்யாமல்போனது என்ற முடிவுக்கு அவர் வரவில்லை. அல்லது அதை இயக்கும் நிலையை நாங்கள் சரியாகப் புரிந்துகொள்ளவில்லை என்றும் அவர் கருதவில்லை. போதிய சவால் இல்லாத வேலை என்பதால் எங்களுக்கு அதில் உற்சாகம் இல்லையா என்று கேட்டார். இதுவரை எனக்குத் தெரியாத எந்தக் காரணத்தினாலாவது என்னுடைய வேலை தடைப்படுகிறதா என்று யோசித்துப் பார்க்கும்படி சொன்னார்.

கடைசியில் முக்கியமான விஷயத்தைத் துல்லியமாகச் சுட்டிக்காட்டினார். பல்வேறு விதமான ராக்கெட்டுகள், ராக்கெட்டின் பல்வேறு கட்டங்கள் ஆகிய அனைத்தையும் ஒரே இடத்தில் ஒருங்கிணைக்கும் வசதி எங்களுக்கு இல்லை. எலக்ட்ரிகல், மெக்கானிக்கல் ஒருங்கிணைப்புப் பணி காலம்,

இடம் ஆகிய இரண்டு விதங்களிலும் வெவ்வேறு கட்டங்களில் நடந்துவந்தது. எலக்ட்ரிகல், மெக்கானிக்கல் ஒருங்கிணைப்பை ஒரே இடத்தில் கொண்டுவருவதற்கு எந்த முயற்சியும் மேற்கொள்ளப்படவில்லை. எங்கள் பணிகளுக்கு மறு வரையறை அளிக்கும் வேலையில் அடுத்த ஒரு மணிநேரம் பேராசிரியர் சாராபாய் ஈடுபட்டார். ராக்கெட் இஞ்சினியரிங் பிரிவு ஒன்றை அமைக்கும் முடிவு விடியற்காலையில் எடுக்கப்பட்டது.

பணியில் ஏற்படும் தவறுகளால் தனிநபர்களும் அமைப்பு களும் தமது குறிக்கோள்களை முறையாக நிறைவேற்றுவதில் தாமதமோ தடையோ ஏற்படக்கூடும். பேராசிரியர் சாராபாய் போன்ற லட்சியப் பார்வை கொண்டவர்கள் புதுமைகளை முன்னெடுப்பதற்கும் புதிய கருத்துகளை உருவாக்குவதற்கு மான வாய்ப்பாகத் தவறுகளைப் பயன்படுத்திக்கொள்வார்கள். நடந்த தவற்றைப் பற்றி அவர் கவலைப்படவில்லை. அதற்காக எங்கள்மீது பழிசுமத்தவும் அவர் நினைக்கவில்லை. தவறுகள் தவிர்க்க முடியாதவை; ஆனால் சரிப்படுத்தக்கூடியவை என்னும் நம்பிக்கைதான் அவருடைய அணுகுமுறை. தவறுகளைக் கையாளும்போது திறமைகள் வெளிப்படும். தவறுகளை முன்கூட்டியே அனுமானிப்பதுதான் அவற்றைத் தவிர்ப்பதற்கான சிறந்த வழி என்பதைப் பின்னாளில் அனுபவத்தில் உணர்ந்துகொண்டேன். இப்போது ஏற்பட்ட தவற்றினால் விசித்திரமான திருப்பம் நிகழ்ந்தது. டைமர் சர்க்யூட்டில் ஏற்பட்ட கோளாறு ராக்கெட் இஞ்சினியரிங் ஆய்வுக்கூடம் அமைய வழி வகுத்தது.

ஒவ்வொரு முறை ஏவுகணைக் குழுவின் ஆலோசனைக் கூட்டம் முடிந்ததும் கூட்டத்தின் விவரங்களைப் பேராசிரியர் சாராபாயிடம் சுருக்கமாகச் சொல்வது என் வழக்கம். 1971 டிசம்பர் 30 அன்று தில்லியில் அத்தகைய கூட்டம் ஒன்றில் கலந்துகொண்ட பிறகு திருவனந்தபுரம் புறப்பட்டேன். அதே நாளில் எஸ்.எல்.வி. வடிவமைப்பை மதிப்பாய்வு செய்வதற் காகப் பேராசிரியர் சாராபாய் தும்பாவுக்கு வந்திருந்தார். விமான நிலையத்திலிருந்து அவரைத் தொலைபேசியில் அழைத்து, கூட்டத்தில் பேசப்பட்ட முக்கியமான விஷயங் களை அவரிடம் தெரிவித்தேன். தில்லி விமானத்திலிருந்து இறங்கியதும் திருவனந்தபுரம் விமான நிலையத்திலேயே என்னைக் காத்திருக்கச் சொன்னார். தான் அன்றிரவு மும்பை செல்வதற்கு முன்பு என்னைச் சந்திக்க வேண்டும் என்றார்.

நான் திருவனந்தபுரத்தை அடைந்தபோது அங்கு இருள் சூழ்ந்திருந்தது. விமானத்தின் ஏணியை இயக்கும் குட்டி,

பேராசிரியர் சாராபாய் இறந்துவிட்டார் என்ற தகவலைத் துக்கம் தொண்டையை அடைத்தபடி சொன்னார். மாரடைப்பு காரணமாகச் சில மணிநேரங்களுக்கு முன்பு அவர் உயிர் பிரிந்தது. நான் அதிர்ச்சியில் உறைந்துபோனேன். நாங்கள் பேசிய ஒரு மணிநேரத்திற்குள் இது நடந்திருக்கிறது. எனக்கும் இந்திய அறிவியல் துறைக்கும் இது பேரிழப்பு. பேராசிரியர் சாராபாயின் உடலைத் தகனம் செய்வதற்காக அகமதாபாதுக்கு அனுப்பும் வேலையில் அந்த இரவு கழிந்தது.

1966முதல் 1971வரை ஐந்து ஆண்டுகளாக சுமார் 22 விஞ்ஞானிகளும் பொறியாளர்களும் பேராசிரியர் சாரா பாயுடன் நெருக்கமாகப் பணிபுரிந்துகொண்டிருந்தார்கள். இவர்கள் அனைவருமே பின்னாளில் முக்கியமான அறிவியல் திட்டங்களுக்குப் பொறுப்பேற்றார்கள். பேராசிரியர் சாராபாய் மகத்தான விஞ்ஞானி மட்டுமல்ல; மகத்தான தலைவரும்கூட. 1970 ஜூன் மாதம் எஸ்.எல்.வி.-3க்கான வடிவமைப்புத் திட்டங்களின் முன்னேற்றத்தை ஆய்வு செய்ய இரண்டு மாதங்களுக்கு ஒரு முறை கூட்டம் நடக்கும். ஒன்றுமுதல் நான்கு வரையிலான கட்டங்களின் நிலை குறித்து விளக்குவதற்கு ஏற்பாடு செய்யப்பட்டிருந்தது. முதல் மூன்று கட்டங்கள் குறித்த விளக்கங்கள் சீராக நடந்து முடிந்தன. என்னுடையது கடைசி. வடிவமைப்பில் பல வழிகளிலும் பங்களித்த என்னுடைய அணியினர் ஐவரை அறிமுகப்படுத்தினேன். ஒவ்வொருவரும் தத்தமது பணியைக் குறித்து நம்பிக்கையுடனும் தீர்க்கமாகவும் விளக்கிய விதம் அனைவரையும் வியக்கவைத்தது. விளக்கங்கள் குறித்த விரிவான விவாதம் நடந்தது. பணியின் முன்னேற்றம் திருப்திகரமாக இருக்கிறது என்ற முடிவுக்கு வந்தார்கள்.

அப்போது பேராசிரியர் சாராபாயுடன் நெருக்கமாக இணைந்து பணியாற்றிய முதுநிலை விஞ்ஞானி ஒருவர் திடீரென்று என்னைப் பார்த்துக் கேட்டார்: "உங்கள் திட்டம் குறித்த விளக்கங்களைத் தங்கள் வேலைகளின் அடிப்படை யில் உங்கள் அணியினர் முன்வைத்தார்கள். இந்தத் திட்டத்தில் நீங்கள் என்ன செய்தீர்கள்?" பேராசிரியர் சாராபாய் நிஜமாகவே கோபப்பட்டு அப்போதுதான் முதல்முறையாகப் பார்த்தேன். "திட்டத்தை மேலாண்மை செய்வது என்றால் என்னவென்று உங்களுக்குத் தெரிந்திருக்க வேண்டும். அதற்கான சிறந்த உதாரணத்தை இப்போது நாம் பார்த்தோம். தன் அணியினரை நல்ல முறையில் ஒருங்கிணைப்பவரே திட்டத்தின் தலைவர். கலாம் அதைத்தான் செய்கிறார்" என்றார். பேராசிரியர் சாராபாயை இந்திய அறிவியலின் மகாத்மா காந்தியாக நான் கருதுகிறேன். தனது அணியினரிடத்தில் தலைமைப் பண்பை

உருவாக்கி, தனது சிந்தனைகளாலும் முன்னுதாரணத்தினாலும் அவர்களுக்கு உத்வேகமூட்டிய ஆளுமை அவர்.

இடைக்கால ஏற்பாடாகப் பேராசிரியர் எம்.ஜி.கே. மேனன் தலைமை வகித்த பிறகு இஸ்ரோவின் தலைவராகப் பேராசிரியர் சதீஷ் தவன் பொறுப்பேற்றார். TERLS, விண்வெளி அறிவியல் தொழில்நுட்ப மையம் (SSTC), RPP, ராக்கெட் கட்டுமானக் கூடம் (Rocket Fabrication Facility – RFF), ராக்கெட் எரிபொருள் வளாகம் (Rocket Propellent Fuel Complex – PFC) ஆகிய அமைப்புகள் தும்பா வளாகத்தினுள் அமைந்திருந்தன. இவை அனைத்தையும் ஒன்றாக இணைத்து ஒருங்கிணைந்த விண்வெளி மையமாக ஆக்கப்பட்டன. இவையெல்லாம் உருவாகக் காரணமாக இருந்த மனிதரைப் போற்றும் முகமாக அந்த மையத்திற்கு விக்ரம் சாராபாய் விண்வெளி மையம் (VSSC) எனப் பெயரிடப் பட்டது. புகழ்பெற்ற உலோகவியல் வல்லுநர் டாக்டர் பிரம்ம பிரகாஷ் இந்த மையத்தின் முதல் இயக்குநராகப் பொறுப்பு வகித்தார்.

1972 அக்டோபர் 8ஆம் தேதியன்று உத்தரப் பிரதேசம் பரேலியில் உள்ள விமானப் படை நிலையத்தில் ராட்டோவை வெற்றிகரமாகப் பரிசோதனை செய்தோம். உயர்திறன் கொண்ட சுகாய் – 16 (Sukhoi – 16) ஜெட் விமானம் 1200 மீட்டர் மட்டுமே ஓடி மேலெழும்பியது. வழக்கமாக இரண்டு கிலோ மீட்டர் ஓடிய பிறகே மேலெழும். சோதனையில் 66ஆவது ராட்டோ மோட்டாரைப் பயன்படுத்தினோம். ஏர் மார்ஷல் ஷிவ்தேவ் சிங்கும் பாதுகாப்பு அமைச்சரின் அப்போதைய அறிவியல் ஆலோசகர் பி.டி. நாக் சௌத்ரியும் அதைப் பார்வையிட்டார்கள். இந்த முயற்சியால் நான்கு கோடி ரூபாய் மதிப்புள்ள அன்னியச் செலாவணி மிச்சமானதாகத் தெரிய வந்தது. தொழிலதிபராகவும் விஞ்ஞானியாகவும் விளங்கிய ஒருவரின் தொலைநோக்குப் பார்வையில் விளைந்த பலன் இது.

பேராசிரியர் சாராபாய் விண்வெளி ஆய்வுத் திட்டப்பணி களை ஒருங்கிணைப்பதற்கான பொறுப்பை ஏற்று INCOSPARஇன் தலைவராவதற்கு முன்பு பல தொழில் நிறுவனங்களை வெற்றிகரமாக நிறுவியிருந்தார். தொழிலிலிருந்து விலகித் தனித்துச் செயல்படும் அறிவியல் ஆய்வு வெற்றிபெறாது என்பதை அவர் அறிந்திருந்தார். சாராபாய் கிளாஸ், சாராபாய் செய்தி லிமிடட், சாராபாய் மெர்க் லிமிடட், சாராபாய் இஞ்சினியரிங் குரூப் எனப் பல தொழிற்சாலைகளை அவர் நிறுவியிருந்தார். எண்ணெய் வித்துக்களிலிருந்து எண்ணெய் பிழிந்தெடுப்பதிலும், செயற்கை டிடர்ஜெண்டுகளையும் அழகு

சாதனப் பொருட்களையும் உற்பத்தி செய்வதிலும் அவருடைய சுவஸ்திக் ஆயில் மில்ஸ் லிமிடெட் முன்னோடியாகச் செயல் பட்டது. ஸ்டாண்டர்ட் பார்மசூட்டிகல்ஸ் லிமிடட் நிறுவனம் பென்சிலினை அதிக அளவில் உற்பத்தி செய்ய இவர் தூண்டுதலாக இருந்தார். பென்சிலின் அப்போது எக்கச்சக்கமான விலைக்கு இறக்குமதி செய்யப்பட்டுவந்தது. ராட்டோ இந்தியாவிலேயே தயாராகிவிட்ட நிலையில் அவருடைய பணி புதிய பரிமாணம் பெற்றது. ராணுவத் தளவாடங்களை உற்பத்தி செய்வதில் சுயசார்பை எட்டியதால் பல கோடி ரூபாய் அன்னியச் செலாவணியை மிச்சப்படுத்தினோம். ராட்டோ சோதனையை வெற்றிகரமாக நடத்திய தினத்தில் இதை நான் நினைவுகூர்ந்தேன். சோதனைக்கான செலவையும் சேர்த்து இந்தத் திட்டத்திற்காக நாம் செலவழித்த மொத்தத் தொகையும் ரூ. 25 லட்சத்திற்கும் குறைவு. இந்திய ராட்டோ ஒன்றைத் தயாரிக்க ரூ. 17,000 செலவாகும். இதை இறக்குமதி செய்ய ரூ. 33,000 தேவை.

விக்ரம் சாராபாய் விண்வெளி மையத்தில் எஸ்.எல்.வி.க்கான பணிகள் முழு வேகத்தில் நடைபெற்றன. எல்லா விதமான துணைச் சாதனங்களும் வடிவமைக்கப்பட்டன. தேவையான தொழில்நுட்பங்களை அடையாளம் காணுதல், செயல்முறைகளை முடிவு செய்தல், பணி மையங்களைத் தேர்வு செய்தல், எவ்வளவு பணியாளர்கள் தேவை என்று கணக்கிடுதல், திட்ட நிரல்களைத் தயாரித்தல் ஆகிய அனைத்துப் பணிகளும் நடைபெற்றன. இவ்வளவு பெரிய திட்டத்தைத் திறமையாகக் கையாள்வதற்கான நிர்வாகக் கட்டமைப்பு இல்லாததுதான் பெரிய குறையாக இருந்தது. திட்டத்திற்கான பல்வேறு பணி மையங்கள் தமக்கே உரிய வழிகளிலும் நிர்வாகச் செயல்முறைகளிலும் இயங்கிவந்தன. இவற்றையெல்லாம் ஒருங்கிணைப்பதும் கடினமாக இருந்தது.

டாக்டர் பிரம்ம பிரகாஷிடம் ஆலோசித்த பிறகு, இந்த ஒருங்கிணைப்பு வேலையைச் செய்யப் பேராசிரியர் தவன் என்னைத் தேர்ந்தெடுத்தார். எஸ்.எல்.வி.யின் திட்ட மேலாளராக நியமிக்கப்பட்டேன். விக்ரம் சாராபாய் விண்வெளி மையத்தின் இயக்குநரிடம் நான் நேரடியாக ரிப்போர்ட் செய்ய வேண்டும். திட்ட மேலாண்மைக்கான செயல்திட்டத்தைத் தயாரிப்பதுதான் என்னுடைய முதல் பணி. கவாரிகர், முத்துநாயகம், குரூப் போன்ற ஜாம்பவான்கள் இருக்கும்போது என்னை ஏன் தேர்வுசெய்தார்கள் என்று வியப்படைந்தேன். ஈஸ்வர்தாஸ், ஆராவமுதன், எஸ்.ஜி. குப்தா ஆகிய இயக்க அமைப்பாளர்களைவிட என்னால் எப்படிச்

சிறப்பாகச் செயல்பட முடியும்? என் கவலைகளை டாக்டர் பிரம்ம பிரகாஷிடம் தெரிவித்தேன். என்னைவிட மற்றவர்களிடம் இருப்பதாக நான் கருதும் வலுவான அம்சங்களில் கவனம் செலுத்துவதை விடுத்து, அவர்களுடைய திறமைகளை விரிவுபடுத்த முயற்சி செய்யுமாறு கூறினார். திட்டத்தின் செயல் வேகத்தைக் குறைக்கும் அம்சங்களில் கவனம் செலுத்தும்படி அறிவுரை வழங்கினார். திட்டத்தில் பங்கேற்கும் பணி மையங்கள் அதிகபட்ச செயல்பாட்டைப் பெறுவதில் கறாராக இருக்க வேண்டாம் என்றும் எச்சரித்தார்.

"எஸ்.எல்.வி.யை உருவாக்குவதில் தங்களுடைய பங்கை ஒவ்வொருவரும் செலுத்துவார்கள். முழுமையான எஸ்.எல்.வி.யை உருவாக்குவதற்காக மற்றவர்களை நம்பியிருப்பதுதான் உங்களுடைய பிரச்சினையாக இருக்கப் போகிறது. பெருமளவிலான நபர்களின் உதவியோடுதான் எஸ்.எல்.வி. பணியை முடிக்க முடியும். உங்களுக்கு நிறைய பொறுமையும் சகிப்புத்தன்மையும் இருக்க வேண்டும்" என்றார் அவர்.

சரி, தவறு இரண்டுக்குமிடையே உள்ள வேறுபாட்டைப் பற்றித் திருக்குர்ஆனிலிருந்து என் தந்தை படித்துக் காட்டிய ஒரு பகுதி நினைவுக்கு வந்தது. "உணவு அருந்தாத, கடை வீதிகளில் நடமாடாத தூதர் எவரையும் உமக்கு முன்பு நாம் அனுப்பவில்லை. உங்களில் சிலரின் மூலம் உங்களைச் சோதிக்கிறோம். நீங்கள் பொறுமையாக இருப்பீர்களா?"

இத்தகைய சூழ்நிலைகளில் உருவாகும் முரண்பாடு குறித்து நான் அறிந்திருந்தேன். அணித் தலைவர்கள் பொதுவாக இரண்டு அணுகுமுறைகளைக் கொண்டிருப்பார்கள். சிலருக்கு வேலைதான் மிகமுக்கியமான உந்துசக்தி. வேறு சிலருக்கோ வேலை செய்யும் பணியாளர்கள்தான் முக்கியம். இவை இரண்டுக்கும் இடைப்பட்ட அல்லது அப்பாற்பட்ட பலரும் இருக்கிறார்கள். வேலையிலோ வேலை செய்பவர்கள் மீதோ ஈடுபாடு அற்றவர்களைத் தவிர்க்க முடிவுசெய்தேன். வேலை அல்லது பணியாளர் ஆகிய இரண்டு நிலைகளில் ஏதாவது ஒன்றில் மட்டும் யாரும் ஒட்டிக்கொண்டு விடாதபடி பார்த்துக்கொள்ள வேண்டும் என்பதிலும் உறுதியாக இருந்தேன். வேலை, பணியாளர்கள் இரண்டும் ஒன்றாக இணைவதற்கான சூழ்நிலையை உருவாக்கத் தீர்மானித்தேன். குழுவின் உறுப்பினர் ஒவ்வொருவரும் பிறரது திறமைகளை மேம்படுத்துவதற்காகப் பாடுபட வேண்டும்; இணைந்து செயல்படுவதில் உள்ள மகிழ்ச்சியை அனுபவிக்க வேண்டும் என்று கனவுகண்டேன்.

40 கிலோ எடையுள்ள செயற்கைக்கோளைப் பூமியைச் சுற்றி 400 கி.மீ. சுற்றுப்பாதையில் செலுத்தும் பணியை வெற்றிகரமாகவும் விரைவாகவும் செய்துமுடிக்கக்கூடிய எஸ்.எல்.வி.–3 என்ற எஸ்.எல்.வி. அமைப்புமுறையை வடிவமைத்து, உருவாக்கி இயங்கச் செய்வதுதான் திட்டத்தின் குறிக்கோள்.

பணியின் முதல் படியாக, திட்டத்தின் குறிக்கோள்களை முக்கியமான சில பிரிவுகளாகப் பிரித்துக்கொண்டேன். ராக்கெட்டுக்குத் தேவையான நான்கு கட்ட மோட்டார் அமைப்பை உருவாக்குவது அதில் ஒன்று. இதை நிறைவேற்றுவதில் முக்கியமான சில பிரச்சினைகள் முளைத்தன. 8.6 டன் எரிபொருளைக் கொண்டு ராக்கெட் மோட்டாரை உருவாக்க வேண்டியிருந்தது. ராக்கெட்டை அதிகத் தொலைவுக்கு எடுத்துச் செல்லக்கூடியதாகவும் அது இருக்க வேண்டும். ராக்கெட்டைக் கட்டுப்படுத்தி வழிகாட்டுவது இன்னொரு பெரிய வேலை. முதல் மூன்று கட்டங்களின் எதிர்வினையைக் கட்டுப்படுத்தும் அமைப்பு, நான்காம் கட்டத்திற்கான இயங்குமுறை ஆகிய மூன்று விதமான கட்டுப்பாட்டு அமைப்புகளை உருவாக்க வேண்டும். ராக்கெட் இயங்கிக் கொண்டிருக்கும்போதே அதன் செயல்பாட்டினைக் கட்டுப் படுத்தி வழிநடத்துவதற்கான செயல்முறையை உருவாக்க வேண்டியதும் அவசியமாக இருந்தது. ஸ்ரீஹரிகோட்டாவில் உள்ள ஷார் (SHAR) மையத்தில் ராக்கெட் ஏவுவதற்குத் தேவையான வசதிகளை அதிகரிப்பது இன்னொரு பெரிய பணி. 64 மாதங்களுக்குள், அதாவது 1973 மார்ச் மாதத்திற்குள் இவை அனைத்தையும் முடித்தாக வேண்டும் என்றும் இலக்கு நிர்ணயிக்கப்பட்டது.

கொள்கை முடிவுகள், ஒப்புக்கொள்ளப்பட்ட நிர்வாகத் திட்டம், திட்டப்பணி அறிக்கை ஆகியவற்றுக்கு உட்பட்டுத் திட்டத்தை அமலாக்கும் பொறுப்பை ஏற்றுக்கொண்டேன். ஒதுக்கப்பட்ட நிதிக்கு உட்பட்டும் விக்ரம் சாராபாய் விண்வெளி மைய இயக்குநர் எனக்கு அளித்த அதிகாரங்களின் துணையோடும் நான் செயல்பட வேண்டியிருந்தது. ராக்கெட் மோட்டார்கள், தேவையான பொருட்கள், ஃபேப்ரிகேஷன், கட்டுப்படுத்தி வழிநடத்துதல், மின்னணு சார்ந்த அம்சங்கள், ராக்கெட்டை ஏவுதல் முதலான முக்கியமான அம்சங்களில் எனக்கு ஆலோசனை கூறுவதற்காக நான்கு திட்ட ஆலோசனைக் குழுக்களை டாக்டர் பிரம்ம பிரகாஷ் ஏற்படுத்தினார். டி.எஸ். ரானே, முத்துநாயகம், டி.எஸ். பிரஹல்லாத், ஏ.ஆர். ஆச்சார்யா, எஸ்.ஜி. குப்தா,

சி.எல். அம்பா ராவ் போன்ற தலைசிறந்த விஞ்ஞானிகளின் வழிகாட்டுதல் எனக்குக் கிடைத்தது.

திருக்குர்ஆன் சொல்கிறது: "உமக்கு முன் சென்றவர்களின் அனுபவங்களையும் நல்லவர்களுக்கு உபதேசத்தையும் காட்டும் தரிசனங்களை உமக்கு நாம் வழங்கியுள்ளோம்." அபாரமான திறன் படைத்த இவர்களுடைய ஞானத்தைப் பெற்றுக்கொள்ள நான் விழைந்தேன். "ஒளியின் மீது ஒளி பாய்கிறது. அல்லா தான் நாடியவர்களைத் தன் ஒளியின் பக்கம் செலுத்துகிறான். அல்லாவுக்கு எல்லா விஷயங்களைப் பற்றியுமான அறிவு இருக்கிறது."

திட்டச் செயல்பாடுகளை மேற்கொள்ள மூன்று குழுக்களை உருவாக்கினோம். திட்ட நிர்வாகக் குழு, பணிகளை ஒருங்கிணைக்கவும் பறத்தலைச் சோதிப்பதற்குமான குழு, துணைச் சாதனங்களை உருவாக்கும் குழு ஆகியவையே அவை. எஸ்.எல்.வி.–3 தொடர்பான எல்லாவிதமான நிர்வாக அம்சங்களையும் கவனித்துக்கொள்வது முதல் குழுவின் பணி. திட்ட நிர்வாகம், திட்டமிடுதல், மதிப்பிடுதல், துணைச் சாதனங்களை வரையறுத்தல், தேவையான பொருள்களை ஏற்பாடு செய்தல், ஃபேப்ரிகேஷன், தரத்தை உறுதி செய்தல், கட்டுப்பாடு ஆகியவற்றைக் கவனித்துக்கொள்வது இந்தக் குழுவின் பொறுப்பு. எஸ்.எல்.வி.–3 ஒருங்கிணைப்புக்கும் சோதனைக்குமான வசதிகளை ஏற்படுத்தித்தருவது இரண்டாவது குழுவின் பொறுப்பு. விண்வெளி மையத்தின் பல்வேறு பிரிவுகளுடன் கலந்து பேசி, பல்வேறு துணைச் சாதனங்களை உருவாக்குவதில் எழக்கூடிய தொழில்நுட்பப் பிரச்சினைகளுக்குத் தீர்வு காண்பது மூன்றாவது குழுவின் பொறுப்பு.

எஸ்.எல்.வி.–3 திட்டத்திற்கு 275 பொறியாளர்களும் விஞ்ஞானிகளும் தேவை என்று கேட்டிருந்தேன். கிடைத்ததோ 50 பேர்தான். அனைவரும் ஒன்றிணைந்து, ஒத்திசைவான முறையில் உழைத்திராவிட்டால் மொத்தத் திட்டமும் முடங்கியிருக்கும். எம்.எஸ்.ஆர். தேவ், ஜி. மாதவன் நாயர், எஸ். ஸ்ரீனிவாசன், யு.எஸ். சிங், சுந்தர்ராஜன், அப்துல் மஜீத், வேத் பிரகாஷ் சந்த்லாஸ், நம்பூதிரி, சசிகுமார், சிவதாணுப் பிள்ளை போன்ற இளம் பொறியாளர்கள் தங்களுக்கான வழிகளைத் தாங்களே வகுத்துக்கொண்டு தனிப்பட்ட முறையிலும் அணியாகவும் அபாரமான முறையில் செயலாற்றினார்கள். இவர்கள் தங்கள் வெற்றியை இணைந்து கொண்டாடுவார்கள். ஒருவரை ஒருவர் பாராட்டி மகிழ்வார்கள்.

இதனால் அவர்கள் மனஉறுதி கூடியது. பின்னடைவுகளைப் பக்குவத்துடன் ஏற்றுக்கொள்ளவும் தீவிரமான உழைப்பிற்குப் பிறகு புத்துணர்வூட்டிக்கொள்ளவும் இந்தப் பழக்கம் உதவியது.

எஸ்.எல்.வி.–3 திட்டத்தில் பணிபுரிந்த ஒவ்வொருவரும் தத்தமது துறையில் வல்லவர். எனவே இவர்கள் தங்களுக்கான சுதந்திரத்தை மிகவும் விரும்பினார்கள். இத்தகைய வல்லுநர்கள் அடங்கிய குழுவை நிர்வகிக்கும் தலைவர் நேரடித் தலையீடு, தலையிடாமலேயே இருப்பது ஆகிய இரண்டுக்கும் நடுவே நுட்பமாகச் செயல்பட வேண்டும். அணியினரின் வேலைகளில் மிகுந்த அக்கறை எடுத்துக்கொண்டு தொடர்ந்து அந்த வேலைகளைக் கவனித்துவருவது நேரடியாக ஈடுபடும் முறை. அணியினர்மீது நம்பிக்கைவைத்து அவர்களைச் சுதந்திரமாகத் தத்தமது பாணிகளில் செயல்பட விடுவது நேரடியாக ஈடுபடாத அணுகுமுறை. இது அணியினரின் சுய ஊக்கத்தை நம்பிச் செயல்படுகிறது. நேரடி அணுகுமுறையை அதிகமாகக் கடைப்பிடிக்கும் தலைவர் பதற்றம் கொண்டவராகவும் பிறரது பணியில் குறுக்கிடுபவராகவும் தோற்றமளிப்பார். இரண்டாவது அணுகுமுறையை அதிகமாகக் கடைப்பிடிக்கும் தலைவர் தனது பொறுப்பைத் தட்டிக் கழிப்பவராகவும் ஆர்வமற்றவராகவும் தோற்றமளிப்பார்.

எஸ்.எல்.வி.–3 திட்டத்தின் உறுப்பினர்கள் இன்று நாட்டின் பெருமைக்குரிய பல்வேறு திட்டங்களின் பொறுப்பாளர்களாக உயர்ந்திருக்கிறார்கள். எம்.எஸ்.தேவ் மேம்படுத்தப்பட்ட எஸ்.எல்.வி. திட்டத்தின் தலைவர். மாதவன் நாயர் போலார் செயற்கைக்கோள் ஏவுகலத் திட்டத்தின் தலைவர். சந்த்லாஸும் சிவதாணுப் பிள்ளையும் DRDOவின் தலைமையகத்தின் முதன்மைக் கட்டுப்பாட்டு அதிகாரிகள். இடையறாத கடின உழைப்பும் எதற்கும் கலங்காத மனஉறுதியும் இவர்களை இந்த அளவுக்கு உயர்த்தியிருக்கின்றன. அபாரமான திறமை கொண்ட அற்புதமான அணி இது.

7

எஸ்.எல்.வி.–3 திட்டத்தைச் செயல்படுத்தும் தலைமைப் பொறுப்பை ஏற்ற பிறகு என்னுடைய நேரத்தை நிர்வகிப்பதில் சிக்கல்கள் எழுந்தன. அவசரமான, ஒன்றுக்கொன்று முரண்படும் பல்வேறு வேலைகளுக்காக நேரம் செலவிட வேண்டியிருந்தது. குழுவின் வேலை, பொருட்கள் கொள்முதல், கடிதப் போக்குவரத்து, மதிப்பாய்வு, பணி விளக்கக் கூட்டங்கள் எனப் பல தேவைகளுக்கும் நேரம் ஒதுக்க வேண்டியிருந்தது. பல்வேறு விஷயங்கள் பற்றி அறிந்துகொள்ளவும் நேரம் தேவைப்பட்டது.

நான் தங்கியிருந்த விடுதியைச் சுற்றி இரண்டு கிலோ மீட்டர் நடப்பேன். இப்படித்தான் என்னுடைய நாள் தொடங்கும். காலை நடையின் போது அன்றைய பணிகளுக்கான திட்டத்தைத் தயாரித்துக்கொள்வேன். அன்று செய்தே ஆக வேண்டிய இரண்டு அல்லது மூன்று முக்கியமான விஷயங்களைத் தீர்மானிப்பேன். அதில் ஒன்று நீண்டகாலக் குறிக்கோளை எட்ட உதவிகரமாக இருக்குமாறு அமைத்துக்கொள்வேன்.

அலுவலகம் சென்றதும் முதலில் மேசையைச் சுத்தம் செய்வேன். அடுத்த பத்து நிமிடங்களில் மேசையில் இருக்கும் எல்லாத் தாள்களையும் பார்த்து, அவற்றைப் பல்வேறு வகைகளாகப் பிரித்துக்கொள்வேன். உடனடி நடவடிக்கை தேவைப்படுபவை, குறைந்த முக்கியத்துவம் கொண்டவை, ஒத்திப்போடக்கூடியவை, படிக்க வேண்டியவை என்று பிரித்துக்கொள்வேன். அதிக முன்னுரிமை தர வேண்டியவற்றை மட்டும் என் முன்னால் வைத்துக்கொண்டு மற்ற அனைத்தையும் கண்ணில் படாத இடத்தில் வைத்துவிடுவேன்.

எஸ்.எல்.வி.–3 திட்டத்திற்குச் சுமார் 250 துணை அசெம்ப்ளி பிரிவுகளையும் 44 துணைச் சாதனங்களையும் உருவாக்க வேண்டும் எனத் திட்டமிட்டோம். தேவையான பொருட்களின் எண்ணிக்கை பத்து லட்சத்தைத் தாண்டிவிட்டது. இந்தச் சிக்கலான திட்டம் ஏழுமுதல் பத்து ஆண்டுகள்வரை காலாவதி யாகிவிடாமல் தாக்குப் பிடிப்பதற்கான திட்ட அமலாக்க வியூகத்தை வகுக்க வேண்டியது அவசியமாக இருந்தது. விக்ரம் சாராபாய் விண்வெளி மையம், ஷார் ஆகிய அமைப்புகளின் பணியாளர்களையும் நிதியையும் முழுவதுமாக எங்களுக்குத் திருப்பிவிட வேண்டும் என்று பேராசிரியர் தவன் தெளிவாகக் கூறிவிட்டார். 300 தொழிற்சாலைகள் ஒன்றுக்கொன்று உறுதுணையாக இருக்கும் வகையில் தொழிற்சாலைகளுக்கான நிர்வாகத் திட்டம் ஒன்றை நாங்கள் உருவாக்கினோம். தொழிற்சாலைகளுடன் நாங்கள் மேற்கொள்ளும் தொடர்பு களால் அவற்றின் தொழில்நுட்பத் திறமை அதிகரிக்க வேண்டும் என்பதே இதன் இலக்கு. வடிவமைப்புத் திறனின் முக்கியத்துவம், இலக்கை நிர்ணயித்து அதை எட்டுவது, பின்னடைவுகளைத் தாங்கிக்கொள்ளும் திறன் ஆகிய மூன்று அம்சங்களை என் சகாக்களிடம் வலியுறுத்திக் கூறினேன். எஸ்.எல்.வி.–3 திட்ட நிர்வாகத்தின் நுட்பமான அம்சங்களை விவரிப்பதற்கு முன்னால் எஸ்.எல்.வி.–3 பற்றிச் சொல்லிவிடுகிறேன்.

ஏவுகலத்தை மனிதனாக உருவகித்து விவரிப்பது சுவாரஸ்ய மானது. அதன் பிரதான இயந்திரக் கட்டமைப்பை மனித உடலாகக் கற்பனை செய்துகொள்ளலாம். எலக்ட்ரானிக்ஸுடன் கூடிய கட்டுப்படுத்தி வழிகாட்டும் அமைப்பை இதன் மூளை என்று சொல்லலாம். எரிபொருட்களே இதன் தசைநார். எப்படி இவற்றைத் தயாரிக்கிறார்கள்? இதில் பயன்படும் பொருட்களும் தொழில்நுட்பங்களும் என்னென்ன?

ஏவுகலத்தை உருவாக்க உலோகம், அலோகம் எனப் பலவிதமான பொருட்கள் தேவைப்படுகின்றன. ஸ்டெய்ன்லெஸ் ஸ்டீல், அலுமினியம், மெக்னீசியம், டைட்டானியம், தாமிரம், டெலிரியம், டங்ஸ்டன், மாலிப்டீனம் போன்ற பலவித மான உலோகப் பொருட்கள் பயன்படுத்தப்படுகின்றன. கலவைப் பொருட்கள் என்பவை இரண்டு அல்லது அதற்கு மேற்பட்ட பொருட்கள் அடங்கியவை. இந்தப் பொருட்கள் வடிவத்திலும் தன்மையிலும் மாறுபட்டவையாகவும் ஒன்றில் மற்றொன்று கரைந்துவிடாதவையாகவும் இருக்கும். இப்படிக் கலக்கும் பொருட்கள் உலோகங்களாகவோ கரிமப் பொருட்களாகவோ கனிமப் பொருட்களாகவோ இருக்கும். பொருட்களின் கலவைக்கான சாத்தியக்கூறுகளுக்கு எல்லையே

இல்லை. வலுவூட்டிய கண்ணாடி இழைகளை அதிகமாகப் பயன்படுத்தினோம். செராமிக் பொருட்கள் குறிப்பிட்ட வகையிலான களிமண்ணைச் சூடுபடுத்தி அதிலிருந்து தயாரிக்கப்படுபவை. இவற்றைப் பயன்படுத்தத் திட்ட மிட்டு, பிறகு தொழில்நுட்பச் சிக்கல்கள் காரணமாக அந்த யோசனையைக் கைவிட்டோம்.

இயந்திரப் பொறியியல் மூலமாக இந்தப் பொருட்களை யெல்லாம் இணைத்துக் கருவிகளாக மாற்றினோம். ராக்கெட்டை உருவாக்கத் தேவைப்படும் பொறியியல் சார்ந்த பணிகளில் இயந்திரப் பொறியியல்தான் மிகவும் அடிப்படை யானது. மிக நுட்பமான திரவ எரிபொருள் இயந்திரமோ அல்லது மிகச் சாதாரணமான திருகாணியோ எதுவாக இருந்தாலும் திறமையான இயந்திரப் பொறியாளர்களும் துல்லியமான இயந்திரக் கருவிகளும் தேவை. குறை கரிமக் கலவை எஃகு, துருப்பிடிக்காத எஃகு ஆகியவற்றுக்கான வெல்டிங் நுட்பங்கள், எலக்ட்ரோ ஃபார்மிங் நுட்பங்கள், மிகத் துல்லியமான செயல்முறைக் கருவிகள் ஆகிய வற்றுக்கான முக்கியமான தொழில்நுட்பங்களை நாங்களே உருவாக்குவதென்று தீர்மானித்தோம். மூன்றாவது நான்காவது கட்டங்களுக்கான 254 லிட்டர் கொள்ளளவு கொண்ட கொள்கலன் போன்ற முக்கியமான இயந்திரங்களையும் இதர இயந்திர வசதிகளையும் சொந்தமாக உருவாக்க முடிவு செய்தோம். எங்களுடைய துணைச் சாதனங்களில் பெரும்பாலானவை அளவில் மிகப் பெரியதாகவும் சிக்கலான அமைப்பைக் கொண்டவையாகவும் இருந்ததால் ஏராள மாகச் செலவாயிற்று. சிறிதும் தயங்காமல் தனியார் தொழிற்சாலைகளை அணுகி அவர்களுடன் ஒப்பந்தம் செய்து கொண்டு இந்தத் திட்டங்களுக்கான உதவிகளைப் பெற்றுக் கொண்டோம். இப்படித் தனியார் துறையுடனான இந்தக் கூட்டுறவு பின்னாளில் அரசு முன்னெடுத்த பல்வேறு அறிவியல் தொழில்நுட்ப வணிக நிறுவனங்களுக்கான முன்னுதாரணமாக அமைந்தது.

எஸ்.எல்.வி.யின் உயிர்நாடி, அதன் சிக்கலான மின்சுற்று அமைப்புதான். அதுதான் எஸ்.எல்.வி.யின் இயந்திரக் கட்டு மானத்தை இயக்குகிறது. எளிய மின்சார சப்ளையிலிருந்து மிக நுட்பான கருவிகள், கட்டுப்படுத்தவும் வழிகாட்டுவதற்கு மான அமைப்புகள் ஆகியவை வரையிலான பலவிதமான செயல்பாடுகள் அனைத்தையும் சேர்த்து 'ஏவியானிக்ஸ்' என்று குறிப்பிடுவார்கள். டிஜிட்டல் எலக்ட்ரானிக்ஸ், மைக்ரோ வேவ் ரடார்கள், ரடார் டிரான்ஸ்பாண்டர்கள், இயக்கத்தை

நிலைப்படுத்தும் பகுதிகளும் அமைப்புகளும் ஆகியவற்றை உருவாக்கும் முயற்சிகள் விக்ரம் சாராபாய் விண்வெளி மையத்தில் ஏற்கெனவே தொடங்கியிருந்தன. எஸ்.எல்.வி. விண்ணில் பறக்கும்போது அதன் நிலையை அறிய வேண்டியது மிகவும் முக்கியம். அழுத்தம், அதிர்வு, முடுக்கம் முதலான இயற்பியல் சார்ந்த அம்சங்களை அளவிடுவதற்குத் தேவையான பலவிதமான டிரான்ஸ்டியூடர்களை உருவாக்கும் புதிய பணியை எஸ்.எல்.வி. திட்டம் தொடங்கிவைத்தது. டிரான்ஸ்டியூடர்கள் ராக்கெட்டின் இயற்பியல் கூறுகளை மின்சார சமிக்ஞை களாக மாற்றுகின்றன. ராக்கெட் பறக்கும்போது அதிலுள்ள டெலிமெட்ரி அமைப்பு இந்த சமிக்ஞைகளை வானொலி சமிக்ஞைகளாக மாற்றித் தரைக் கட்டுப்பாட்டு நிலையத்திற்கு அனுப்பிவிடும். அங்கே அவை பொருள் கொள்ளப்பட்டுத் தகவல்களாக மாற்றப்படும். திட்டமிட்டபடியே இவை அனைத்தும் வேலை செய்தால் கவலையில்லை. ஆனால் ஏதாவது ஒன்று பிசகிவிட்டாலும் ராக்கெட்டை அழித்துவிட வேண்டும். இல்லையேல் அது எதிர்பாராத விதத்தில் இயங்கிப் பெரும் சிக்கலை ஏற்படுத்திவிடக்கூடும்.

இப்படிப்பட்ட சூழலின் பாதுகாப்பை உறுதிசெய்வதற்காக ராக்கெட்டை அழிக்கக்கூடிய சிறப்புத் தொலைக்கட்டளை அமைப்பு உருவாக்கப்படும். எஸ்.எல்.வி.யின் இருப்பிடத்தையும் அதன் இயக்க வீச்சையும் அறிந்துகொள்ள ரடார்களைத் தவிர, இன்டர்ஃபெரோமீட்டர் அமைப்பும் உருவாக்கப்படும். ராக்கெட்டின் எரிபொருளைப் பற்றவைப்பது, ராக்கெட்டின் வெவ்வேறு கட்டங்கள் தனித்தனியாகப் பிரிவது போன்ற பல்வேறு நிகழ்வுகளுக்கான நேரத்தை நிர்ணயிக்கும் கருவியான சீக்குவன்சர்களை உள்நாட்டிலேயே தயாரிக்கவும் எஸ்.எல்.வி. திட்டம் காரணமாக அமைந்தது. ராக்கெட் முன்பே திட்டமிட்ட தனது பாதையை அடைவதற்கான கட்டளைகளைப் பிறப்பிக்கும் தானியங்கி மின்னணுத் (Auto-Pilot Electronics) துறையையும் எஸ்.எல்.வி. திட்டம்தான் தொடங்கிவைத்தது.

முழு ராக்கெட்டையும் உந்திச் செலுத்தும் அளவிற்கு ஆற்றல் இல்லாவிட்டால் ராக்கெட் மேலே எழும்பாது. புரப்பல்லன்ட் என்பது எரியக்கூடிய பொருள். இது வெப்பத்தை உருவாக்கி ராக்கெட் மேலே எழுவதற்கான ஆற்றலைத் தருகிறது. ஒரே சமயத்தில் ஆதார சக்தியாகவும் சக்தியைப் பெருக்கும் பொருளாகவும் இது விளங்குகிறது. புரப்பல்லன்ட் என்பது ராக்கெட்டைச் செலுத்த உதவும் வேதிப்பொருள்களையே குறிக்கிறது.

புரப்பல்லன்ட்டைத் திடம், திரவம் என இரண்டாகப் பிரிக்கலாம். நாங்கள் திட புரப்பல்லன்ட்களில்தான் கவனம் செலுத்தினோம். திட புரப்பலன்டில் மூன்று கூறுகள் உள்ளன. ஆக்சிஜன் வழங்குபவை, எரிபொருள், அளவை அதிகரித்துக் காட்டும் ஆடிட்டீவ்ஸ் ஆகியவையே அவை. திட புரப்பல்லன்டுகளைக் கலவை, இரட்டை எரிபொருள் என மேலும் இரண்டு வகையாகப் பிரிக்கலாம். கலவை எரிபொருளில் ஆக்சிஜன் வழங்கும் பொருள் அல்லது கனிமப் பொருள் (அம்மோனியம் பெர்க்லோரேட் போன்றது) கரிம எரியும் பொருளுடன் (செயற்கை ரப்பர் போன்றது) கலந்திருக்கும். அப்போதெல்லாம் இரட்டை எரிபொருள் பற்றிக் கனவுகூடக் காண முடியாது என்றாலும் நாங்கள் கனவுகாண அஞ்சியதில்லை.

இத்தகைய தன்னிறைவும் உள்நாட்டிலேயே தயாரிக்கும் திறனும் படிப்படியாக வந்தன. வேதனையின்றி இது வாய்த்து விடவில்லை. நாங்கள் எல்லோருமே கிட்டத்தட்ட சுயமாகப் பயிற்சிபெற்ற பொறியாளர்கள். இப்போது யோசித்துப் பார்க்கும்போது பயிற்சி இல்லாமல் நாங்கள் பெற்றிருந்த திறமை, எங்கள் இயல்பு, அர்ப்பணிப்பு ஆகியவை கொண்ட தனித்துவமான கலவை எஸ்.எல்.வி.க்குக் கச்சிதமாகப் பொருந்திவிட்டதாகத் தோன்றுகிறது. சிக்கல்கள் தொடர்ந்து முளைத்துக்கொண்டிருந்தன. ஆனால் என்னுடைய குழுவினர் ஒருபோதும் என் பொறுமையைச் சோதிக்கவில்லை. ஒரு நாள் பின்னிரவுப் பணி முடிந்ததும் நான் எழுதிவைத்தது நினைவுக்கு வருகிறது:

நாள் முழுவதும் ஒவ்வொரு கணமும்
நேர்மையாய், துணிவுடன், உண்மையாக
உழைப்பவர்களின் கரங்களே
அழகிய கரங்கள்

ஏறக்குறைய எஸ்.எல்.வி.க்கு இணையானதொரு பணியில் DRDO ஈடுபட்டிருந்தது. தரையிலிருந்து விண்ணில் ஏவும் ஏவுகணையை உள்நாட்டிலேயே உருவாக்கும் திட்டம் அது. ராட்டோ திட்டம் கைவிடப்பட்டது. ராட்டோவைப் பொருத்துவதற்கான விமானம் காலாவதியாகிவிட்டதே இதற்குக் காரணம். புதிய விமானத்திற்கு ராட்டோ தேவை யில்லை. அந்தத் திட்டம் கைவிடப்பட்டதால் ஏவுகணையைத் தயாரிக்கும் குழுவின் தலைவராக நாராயணனை DRDO நியமித்தது. இஸ்ரேவில் நாங்கள் தொழில்நுட்பத்தை மேம்படுத்துவது, செயல்திறனைக் கூட்டுவது என்னும் அணுகுமுறையைக் கடைப்பிடித்தோம். DRDOவில் ஒரு

தொழில்நுட்பத்தை இன்னொரு தொழில்நுட்பத்தால் பதிலீடு செய்யும் அணுகுமுறையைப் பின்பற்றினார்கள். நன்கு செயல்படும் ஒரு ஏவுகணையின் வடிவமைப்பு அளவீடுகள் அனைத்தையும் பற்றி விரிவாக அறிந்துகொள்வதற்காக ரஷ்யாவில் தயாரான தரையிலிருந்து விண்ணில் ஏவப்படும் எஸ்.ஏ–2 என்னும் ஏவுகணையை ஆய்வு செய்தார்கள். DRDOவில் எத்தகைய உள்கட்டமைப்பு வசதிகள் தேவை என்பதை முடிவு செய்வதற்காகவும் இந்த ஆய்வை மேற்கொண்டார்கள். ஒரு தொழில்நுட்பத்தைப் போலவே உள்நாட்டில் இன்னொரு தொழில்நுட்பத்தை உருவாக்கும் பணி நிறைவடைந்தால் வழிகாட்டப்பட்ட ஏவுகணைகள் (Guided Missiles) துறையில் மேலும் முன்னேறலாம் என்ற சிந்தனை நிலவியது. 'டெவில்' என்னும் சங்கேதப் பெயருடன் 1972 பிப்ரவரியில் இந்தத் திட்டத்திற்கு ஒப்புதல் கிடைத்தது. முதல் மூன்று ஆண்டுகளுக்கு ரூ. 5 கோடி ஒதுக்கப்பட்டது. இதில் கிட்டத்தட்டப் பாதித் தொகையை அன்னியச் செலாவணியாகவே செலவு செய்ய வேண்டியிருந்தது.

அந்தச் சமயத்தில் ஏர் கமோடராகப் பதவி உயர்வு பெற்றிருந்த நாராயணன் DRDLஇன் இயக்குநராகப் பொறுப்பேற்றார். ஹைதராபாதின் தென்கிழக்குப் புறநகர்ப் பகுதியில் இருந்த இந்தப் புதிய மையத்தை 'டெவில்' என்னும் மாபெரும் திட்டத்திற்காகத் தயார்ப்படுத்தினார். கல்லறை களும் பழைய கட்டிடங்களும் கொண்ட அந்தப் பகுதி புத்துயிர் பெறத் தொடங்கியது. நாராயணன் அபாரமான செயலூக்கம் கொண்டவர். உற்சாகம் கொண்ட நபர்களைக் கொண்ட வலுவான குழுவை அவர் உருவாக்கிக்கொண்டார். சிவிலியன்களை அதிகமாகக் கொண்ட தன்னுடைய ஆய்வுக்கூடத்தில் ராணுவ அதிகாரிகள் பலரையும் சேர்த்துக் கொண்டார். எஸ்.எல்.வி. தொடர்பான பணிகளில் மூழ்கியிருந்த தால் ஏவுகணைக் குழுவின் ஆலோசனைக் கூட்டங்களில் நான் பங்கேற்பது குறைந்துகொண்டே வந்து ஒரு கட்டத்தில் சுத்தமாக நின்றுவிட்டது. ஆனால் நாராயணன் பற்றியும் டெவில் திட்டம் பற்றியுமான செய்திகள் திருவனந்தபுரத்தை எட்டத் தொடங்கின. முன்பு ஒருபோதும் இருந்திராத அளவில் அங்கே மாற்றம் ஏற்பட்டுவந்தது.

நினைத்ததைச் சாதித்தே தீருவதில் நாராயணன் உறுதி மிக்கவர் என்பதை ராட்டோ திட்டத்தில் இணைந்து பணியாற்றியபோது கண்டிருக்கிறேன். விஷயங்கள் தன் கட்டுப்பாட்டில் இருப்பதற்காகவும் செய்யும் பணியில் நிபுணத்துவம் பெற்று ஆதிக்கம் செலுத்துவதற்காகவும்

எந்த எல்லைக்கும் போகக்கூடியவர் நாராயணன். எந்த விலை கொடுத்தும் நினைத்ததை முடிக்கும் முனைப்பில் இருக்கும் அவரைப் போன்ற நிர்வாகிகள் காலப்போக்கில் மௌனமான எதிர்ப்பையும் ஒத்துழையாமையையும் எதிர் கொள்ள வேண்டியிருக்கும் என்று நான் நினைப்பதுண்டு.

நாராயணனின் தலைமையில் நடைபெற்றுவந்த பணியை நேரடியாக மதிப்பிடுவதற்கான வாய்ப்பு 1975 புத்தாண்டு தினத்தன்று வந்தது. பாதுகாப்பு அமைச்சரின் அறிவியல் ஆலோசகராகவும் DRDOவின் தலைவராகவும் இருந்த எம்.ஜி.கே. மேனன் டெவில் திட்டப்பணியை மதிப்பிடுவதற்காக டாக்டர் பிரம்ம பிரகாஷின் தலைமையில் ஒரு குழுவை அமைத்தார். ராக்கெட் வல்லுநர் என்ற முறையில் காற்று இயக்கவியல், கட்டமைப்பு, ஏவுகணையின் வேகத்தை அதிகரிக்கும் திறன் ஆகியவற்றை மதிப்பிடுவதற்காக என்னையும் அந்தக் குழுவில் சேர்த்திருந்தார். வேக அதிகரிப்புத் திறன் தொடர்பாக பி.ஆர். சோமசேகரும் விங் கமாண்டர் பி. காமராஜூவும் எனக்கு உதவி செய்தார்கள். மின்னணு அமைப்புகள் குறித்த மதிப்பீட்டில் டாக்டர் ஆர்.பி. ஷெனாயும் பேராசிரியர் ஐ.ஜி. சர்மாவும் உதவினார்கள்.

1975 ஜனவரி 1, 2 ஆகிய தேதிகளில் DRDL மையத்தில் நாங்கள் கூடினோம். சுமார் ஆறு வாரங்களுக்குப் பிறகு இரண்டாவது சந்திப்பு நடைபெற்றது. டெவில் உருவாக்கத்திற்கான பல்வேறு மையங்களைப் பார்வையிட்டு அங்கிருந்த விஞ்ஞானிகளுடன் விவாதித்தோம். ஏ.வி. ரங்கா ராவின் தொலைநோக்கு, விங் கமாண்டர் ஆர். கோபால் சாமியின் செயல்வேகம், எல்லா அம்சங்களையும் துல்லியமாகக் கவனிக்கும் டாக்டர் ஐ. அச்சுத ராவின் இயல்பு, ஜி. கணேசனின் உற்சாகமான செயல்முறை, எஸ். கிருஷ்ணனின் சிந்தனையில் இருந்த தெளிவு, ஒவ்வொரு அம்சம் குறித்தும் ஆர். பால கிருஷ்ணனுக்கு இருந்த கறாரான பார்வை ஆகியவை என்னைக் கவர்ந்தன. எண்ணற்ற சிக்கல்களை எதிர்கொண்ட போதிலும் ஜே.சி. பட்டாச்சாரியாவும் லெப்டினன்ட் கர்னல் ஆர். சுவாமிநாதனும் காட்டிய நிதானம் மலைக்கவைத்தது. லெப்டினன்ட் கர்னல் வி.ஜே. சுந்தரத்தின் உற்சாகமும் சமயோசித அறிவும் பளிச்சென்று புலப்பட்டன. இவர்கள் அனைவருமே அற்புதமான, அர்ப்பணிப்பு உணர்வு கொண்ட செயல்வீரர்கள். ராணுவ அதிகாரிகளும் சிவிலியன்களும் கலந்த குழு அது. இந்திய ஏவுகணையை விண்ணில் செலுத்த வேண்டும் என்றும் லட்சிய வேட்கையால் உந்தப்பட்ட இவர்கள்

அனைவரும் தத்தமது துறைகளில் சுய ஆர்வத்துடன் தங்களைச் செழுமைப்படுத்திக்கொண்டவர்கள்.

1975 மார்ச் மாதம் திருவனந்தபுரத்தில் நிறைவுக் கூட்டம் நடைபெற்றது. ஏவுகணைக்குத் தேவையான துணைச் சாதனங்களில் ஒரு தொழில்நுட்பத்திற்குப் பதிலீடாக இன்னொன்று என்னும் கோட்பாட்டின் அடிப்படையில் நடைபெற்ற பணிகளில் திரவ ராக்கெட் பகுதியைத் தவிர மற்ற அனைத்தும் போதிய அளவு முன்னேற்றம் அடைந்திருப்பதாக நாங்கள் கருதினோம். திரவ ராக்கெட் விஷயத்தில் வெற்றிபெற மேலும் அவகாசம் தேவை. ஏவுகணைக்கான சாதனங்களை உருவாக்குவது, அதற்கான பின்புல அமைப்புகளை ஆய்வு செய்வது ஆகிய இரண்டு குறிக்கோள்களையும் DRDL மையம் எட்டியிருக்கிறது என ஆய்வுக் குழுவினர் அனைவரும் ஒருமனதாக முடிவுசெய்தோம்.

வடிவமைப்பு குறித்த விவரங்களை உருவாக்கு வதைக் காட்டிலும் ஒரு தொழில்நுட்பத்திற்குப் பதிலீடாக இன்னொன்றுஎன்னும் கோட்பாடு முன்னுரிமை பெற்றிருப்பதை நாங்கள் கவனித்தோம். இதன் விளைவாக, வடிவமைப்புப் பொறியாளர்கள் பெரும்பாலானோர் தகவல்களை அலசுவதில் போதிய கவனம் செலுத்த முடிவதில்லை. விக்ரம் சாராபாய் விண்வெளி மையத்தில் இதைக் கடைப்பிடிக்கிறோம். அதுவரை நடந்திருந்த அலசல்களும் ஆரம்ப கட்டச் செயல்பாடுகளாகவே இருந்தன. ஒட்டுமொத்தமாகப் பார்க்கும்போது சாதித்திருந்த விஷயங்கள் அபாரமானவையாக இருந்தாலும் இன்னும் போக வேண்டிய தொலைவு அதிகம் இருந்தது. பள்ளியில் படித்த ஒரு கவிதை நினைவுக்கு வந்தது.

கவலைப்படாதே, வருந்தாதே
துணிவை இழக்காதே
வாய்ப்புகள் இப்போதுதான்
வரத் தொடங்கியுள்ளன
சிறப்பான வேலைகள்
இன்னும் தொடங்கவில்லை
சிறப்பான பணியை இன்னும்
செய்து முடிக்கவில்லை

டெவில் திட்டத்தை முன்னெடுத்துச் செல்ல அனுமதி அளிக்கலாம் என்று அரசுக்கு எங்கள் குழு வலுவாகப் பரிந்துரைத்தது. எங்கள் பரிந்துரையை ஏற்று, திட்டத்தைத் தொடர அரசு அனுமதியளித்தது.

விக்ரம் சாராபாய் மையத்தில் எஸ்.எல்.வி. பணிகள் ஒரு வடிவத்திற்கு வந்துகொண்டிருந்தன. DRDLஇல் வேலை

வேகமாக முன்னேறிக்கொண்டிருந்தது. நாங்கள் மெதுவாகவே முன்னேறிக்கொண்டிருந்தோம். தலைவரைப் பின்தொடர்ந்து செல்லாமல் என்னுடைய அணி பல்வேறு தனிப் பாதைகளில் வெற்றியை நோக்கிச் சென்றுகொண்டிருந்தது. எங்கள் வேலை முறையின் ஆதாரமே தகவல் பரிமாற்றத்திற்கு நாங்கள் கொடுத்த முக்கியத்துவம்தான். ஒவ்வொரு அணிக்குள்ளும் வெவ்வேறு அணிகளுக்கிடையிலும் தகவல் பரிமாற்றம் நடந்துகொண்டிருந்தது. அந்த மாபெரும் திட்டத்தை நிர்வகிப்பதில் தகவல் பரிமாற்றமே என் தாரக மந்திரம். அணியினரின் ஆகச் சிறந்த திறமைகளை வெளிக்கொண்டுவருவதற்காக அடிக்கடி அவர்களிடம் பேசிக்கொண்டிருந்தேன். நிறுவனத்தின் லட்சியங்கள் பற்றியும் அந்த லட்சியங்களை அடைய அணியில் உள்ள ஒவ்வொருவரின் பங்களிப்பு பற்றியும் அவர்களிடம் பேசுவேன். என் சகாக்கள் கூறும் ஆக்கப்பூர்வமான ஆலோசனைகளைக் கவனமாகக் கேட்டுக்கொண்டு, தக்க சமயத்தில் அவற்றை நடைமுறைப்படுத்துவேன். அந்தக் கால கட்டத்தில் ஒரு நாள் என் நாட்குறிப்பில் இப்படி எழுதினேன்:

காலத்தின் மணல் பரப்பில்
உன் காலடித்தடங்களைப்
பதிக்க விரும்பினால்
தயங்கியபடி நடக்காதே

பல சமயம், தகவல் பரிமாற்றத்தையும் உரையாடலையும் மக்கள் குழப்பிக்கொள்கிறார்கள். இரண்டும் ஒன்றல்ல. உரையாடலில் நான் என்றுமே சிறந்தவன் அல்ல. ஆனால் தகவல் பரிமாற்றத்தில் சிறந்தவனாகவே என்னைக் கருதிக் கொள்கிறேன். சுவையான உரையாடலில் பல சமயம் உருப்படியான தகவல் எதுவும் இருக்காது. தகவல் தொடர்பு என்பது செய்திகளைப் பரிமாறிக்கொள்வதற்கானது. இது இருவழிப் பாதை என்பதை உணர்வது அவசியம். தகவலைத் தருவது அல்லது பெறுவது இதன் நோக்கம். எஸ்.எல்.வி. திட்டத்தில் சரியான புரிதலை உருவாக்கவும் பிரச்சினைகளை வரையறுப்பதில் சகாக்களுடன் ஒத்த கருத்தை எட்டவும் பிரச்சினைகளைத் தீர்ப்பதற்கான செயல்களை அடையாளம் காணவும் தகவல் பரிமாற்றத்தைப் பயன்படுத்தினேன். இந்தத் திட்டத்தை நிர்வகிப்பதற்கு நான் திறமையாகப் பயன்படுத்திய வழிமுறைகளில் ஒன்று ஆதாரப்பூர்வமான தகவல் பரிமாற்றம். இதை எப்படிச் செய்தேன்?

நான் எப்போதும் உண்மையை வெளிப்படையாகப் பேசுவேன். உண்மை என்னும் கசப்பு மருந்தின் மீது இனிப்பைத்

தடவித் தரும் பழக்கம் எனக்குக் கிடையாது. விண்வெளி அறிவியல் குழு ஆய்வுக் கூட்டம் ஒன்றில் தேவையான பொருட்களைக் கொள்முதல் செய்வதில் ஏற்பட்ட தாமதம் குறித்துக் கோபமாகப் பேசிவிட்டேன். விக்ரம் சாராபாய் விண்வெளி மையத்தின் நிதி ஆலோசகரும் கணக்குக் கட்டுப்பாட்டு அதிகாரியும் அலட்சியம் காட்டுவதாகவும் விஷயங்களை ஒத்திப் போடுவதாகவும் குற்றம் சாட்டினேன். கணக்குப் பிரிவு ஊழியர்கள் தங்கள் வேலைமுறையை மாற்றிக்கொள்ள வேண்டும் என்றும் தங்கள் வேலைகளைத் திட்டக் குழுவிடம் பகிர்ந்தளிக்க வேண்டும் என்றும் கூறினேன். நான் இப்படி வெளிப்படையாகப் போட்டு உடைத்ததைக் கண்டு டாக்டர் பிரம்ம பிரகாஷ் அதிர்ந்துபோனார். புகைத்துக் கொண்டிருந்த சிகரெட்டைப் பாதியிலேயே நசுக்கிவிட்டு எழுந்து போய்விட்டார்.

கடுமையான சொற்களால் டாக்டர் பிரம்ம பிரகாஷைப் புண்படுத்திவிட்டதை எண்ணி அன்று இரவு முழுவதும் வருந்தினேன். எனினும், அமைப்பினுள் உருவாகிவிட்டிருந்த மந்தத்தன்மைக்குள் நானும் சிக்கிக்கொள்வதற்குள் அதை எதிர்த்துப் போராட வேண்டும் என்பதில் உறுதியாக இருந்தேன். தன்னுணர்வற்ற இந்த அதிகாரிகளுடன் சேர்ந்து பணிபுரிய முடியுமா என்ற நடைமுறை சார்ந்த கேள்வியை எனக்குள் கேட்டுக்கொண்டேன். முடியவே முடியாது என்ற பதில் கிடைத்தது. இன்னொரு கேள்வியையும் எழுப்பிக் கொண்டேன். எது டாக்டர் பிரம்ம பிரகாஷை அதிகம் பாதிக்கும்? கடுமையாகத் தோன்றும் வார்த்தைகளா அல்லது பின்னாளில் எஸ்.எல்.வி. திட்டமே கைவிடப்படும் நிலையா? என் இதயமும் மூளையும் என் செயலை ஒப்புக்கொண்டன. எனக்கு உதவி செய்யுமாறு இறைவனை இறைஞ்சினேன். நல்வாய்ப்பாக, டாக்டர் பிரம்ம பிரகாஷ் அடுத்த நாள் காலையில் நிதி அதிகாரங்களைத் திட்டக் குழுவிற்கே அளித்து விட்டார்.

ஒரு குழுவுக்குத் தலைமை தாங்கும் பொறுப்பை ஏற்றுக்கொள்பவர் போதிய அளவிற்குச் சுதந்திரமும் அதிகாரமும் செல்வாக்கும் கொண்டிருந்தால்தான் வெற்றி பெற முடியும். வாழ்க்கையில் தனிப்பட்ட முறையில் திருப்தி அடைவதற்கான வழியும் இதுதான். பொறுப்புடன் கூடிய சுதந்திரம் என்பதுதான் தனிப்பட்ட மகிழ்ச்சிக்கான வலுவான அடித்தளம். தனிப்பட்ட சுதந்திரத்தை வலுப்படுத்திக்கொள்ள ஒருவர் என்ன செய்ய முடியும்? இதற்கு நான் பின்பற்றும் இரண்டு உத்திகளைப் பகிர்ந்துகொள்கிறேன்.

முதலாவதாக, கல்வியறிவையும் திறன்களையும் அதிகரித்துக்கொள்வது. அறிவாற்றல் என்பது பருண்மையான கண்கூடான சொத்து. பணியில் மிக முக்கியமான கருவி அது. அறிவை நாளுக்கு நாள் புதுப்பித்துக்கொண்டே இருந்தால் நீங்கள் சுதந்திரமாகச் செயல்படலாம். அறிவை யாரும் உங்களிடமிருந்து பறித்துக்கொள்ள முடியாது. உங்களிடம் இருக்கும் அறிவு வழக்கொழிந்து போனால்தான் உண்டு. தன்னைச் சுற்றி நிகழும் அனைத்தையும் அவை நிகழும் சமயத்திலேயே அறிந்துகொள்ளும் தலைவரால்தான் சுதந்திரமாகத் தன் அணியை வழி நடத்த முடியும். ஒரு விதத்தில் சொல்லப்போனால் தொடர்ந்து கற்றுக்கொண்டே இருப்பதுதான் தலைமை தாங்குவதற்கான வழி. பல்வேறு பணிகளில் இருப்பவர்கள் வாரந்தோறும் இரவு நேரங்களில் பல மணிநேரம் கல்லூரிக்குச் சென்று கற்பது பல நாடுகளில் இயல்பான நடைமுறை. ஒவ்வொரு நாளும் அன்றாட வேலைகளின் பரபரப்பு அடங்கியதும் அலுவலகத்தில் கூடுதல் நேரம் தங்கியிருந்து அடுத்த நாளை மேலும் சிறப்பாக எதிர்கொள்ளத் தன்னைத் தயார்ப்படுத்திக்கொள்பவரால் வெற்றிகரமான தலைவராக விளங்க முடியும்.

உங்கள் தனிப்பட்ட பொறுப்புகளின் மீது பெரும் ஆர்வத்தை வளர்த்துக்கொள்வது இரண்டாவது வழி. உங்களைத் தீர்மானிக்கும் சக்திகளை நீங்களே தீர்மானிக்க உதவுங்கள். துடிப்பாகச் செயல்படுங்கள். பொறுப்பை ஏற்றுக் கொள்ளுங்கள். நீங்கள் நம்பும் விஷயங்களுக்காக வேலை செய்யுங்கள். இல்லையேல் உங்கள் தலைவிதியை நீங்கள் வேறொருவர் கைகளில் ஒப்படைத்துவிடுகிறீர்கள். எடித் ஹாமில்டன் என்னும் வரலாற்றாசிரியர் பண்டைய கிரேக்கம் பற்றி இவ்வாறு எழுதியிருக்கிறார்: "பொறுப்பிலிருந்து பெறும் விடுதலையைத்தான் அவர்கள் விரும்பினார்கள். அதன் பிறகு ஏதன்ஸ் ஒருபோதும் விடுதலை பெறவில்லை."

நமது சுதந்திரத்தை அதிகரித்துக்கொள்ள நாம் செய்யக் கூடிய காரியங்கள் பல உள்ளன. நம்மைக் கீழே அழுத்தக்கூடிய சக்திகளை எதிர்த்து நம்மால் போராட முடியும். தனிப்பட்ட சுதந்திரத்தை முன்னேற்றக்கூடிய பண்புகளையும் சூழ்நிலை களையும் கொண்டு நம்மைப் பாதுகாத்துக்கொள்ள முடியும். இப்படிச் செய்வதன் மூலம், இதுவரை கண்டிராத அளவில் சாதனைகளைச் செய்யும் அளவிற்கு நமது அமைப்பு வலுப்பெறுவதற்கு நாம் உதவுகிறோம்.

எஸ்.எல்.வி. திட்டப்பணிகள் வேகமெடுத்ததும் திட்டத்தில் பங்கேற்கும் அனைத்துக் குழுவினரும் இணைந்து திட்ட வளர்ச்சியை மதிப்பீடு செய்யும் நடைமுறையைப் பேராசிரியர் தவன் அறிமுகப்படுத்தினார். அவர் பணியில் கண்ணும் கருத்துமாய் இருப்பவர். தொய்வடைந்த பகுதிகளுக்கெல்லாம் சுறுசுறுப்பூட்டி வேலையைச் சீராக முன்னெடுத்துச்செல்வார். பேராசிரியர் தவன் தலைமையில் நடைபெற்ற மதிப்பாய்வுக் கூட்டங்கள் விக்ரம் சாராபாய் விண்வெளி மையத்தின் மிக முக்கியமான நிகழ்வுகள். இஸ்ரோ என்னும் கப்பலின் கமாண்டர், மாலுமி, பராமரிப்பாளர் எனப் பல விதமான பணிகளையும் மேற்கொள்ளும் உண்மையான கேப்டன் அவர். தனக்கு என்ன தெரியுமோ அதற்கு மேல் தெரிந்துகொண்டிருப்பதாகக் காட்டிக்கொள்ளும் வழக்கம் அவரிடம் இல்லை. ஏதாவது ஒன்றில் குழப்பம் இருந்தால் கேள்வி கேட்டுத் தன் ஐயங்களை வெளிப்படையாக விவாதிப்பார். உறுதியோடும் நேர்மையாகவும் செயல்படுவதைத் தார்மிகக் கடமையாகக் கருதிய தலைவர் அவர். எந்தப் பிரச்சினையிலும் ஒரு முடிவு எடுத்து விட்டால் அதில் அவர் மனம் உறுதியாக நிற்கும். ஆனால் முடிவெடுக்கும்வரை அவர் மனம் எப்படி வேண்டுமானாலும் நெகிழ்ந்து கொடுக்கும் களிமண்ணைப் போல இருக்கும். அதன் பிறகு எடுக்கப்படும் முடிவுகள் சூளையில் சுட்ட கலங்கள்போல உறுதியாகவும் நீடித்து நிற்கக்கூடியவையாகவும் இருக்கும்.

பேராசிரியர் தவனுடன் அதிக நேரம் செலவிடுவதற்கான வாய்ப்பு எனக்குக் கிடைத்தது. எதைப் பற்றி அலசும்போதும் தன்னுடைய தர்க்கரீதியான, அறிவுப்பூர்வமான அணுகுமுறையால் கேட்பவரை வசியப்படுத்தும் திறன் கொண்டவர் அவர். பல விதமான பாடங்களில் பட்டப் படிப்புகளை முடித்தவர். கணிதத்திலும் இயற்பியலிலும் பி.எஸ்.சி., ஆங்கில இலக்கியத்தில் முதுகலைப் பட்டம், மெக்கானிக்கல் இஞ்சினியரிங்கில் பி.ஈ., விமானப் பொறியியலில் எம்.எஸ்., விமானவியலிலும் கணிதத்திலும் அமெரிக்காவின் கலிஃபோர்னியா இன்ஸ்டிட்யூட் ஆஃப் டெக்னாலஜியில் (கால்டெக்) பிஎச்.டி. பட்டம் எனப் பலவிதமான பட்டங்களைப் பெற்றவர்.

அவருடன் நடந்த அறிவார்த்தமான விவாதங்கள் எனக்கும் என் குழுவினருக்கும் புத்துணர்வு தந்தன. மிகுந்த நம்பிக்கை கொண்டவர்; கருணை நிறைந்தவர். தன்னைப் பற்றிய சுய மதிப்பீட்டில் எந்தச் சலுகையும் எடுத்துக்கொள்ளாமல் சாக்குப் போக்குச் சொல்லாமல் கறாராக நடந்துகொள்வார். பிறருடைய பிழைகள் தொடர்பாகப் பெருந்தன்மையோடு

நடந்துகொள்வார். தனது தீர்ப்புகளைக் கடுமையான முறையில் முன்வைத்தாலும் தவறு செய்தவர்களை மன்னித்துவிடுவார்.

1975இல் இஸ்ரோ அரசு அமைப்பாக மாறியது. பல்வேறு பணி மையங்களின் இயக்குநர்களும் விண்வெளித் துறையின் முதுநிலை அதிகாரிகளும் அடங்கிய இஸ்ரோ கவுன்சில் உருவாக்கப்பட்டது. அரசு அதிகாரங்களைக் கொண்ட விண்வெளித் துறைக்கும் பணிகளைச் செயல்படுத்தும் மையங்களுக்கும் இடையே அடையாளப்பூர்வமான இணைப்புப் பாலமாகவும் இந்த இரு தரப்பினரையும் நிர்வாகத்தில் பங்கேற்கச் செய்யும் அமைப்பாகவும் இந்தக் கவுன்சில் விளங்கியது. அரசுத் துறைகளின் மரபுப்படி இஸ்ரோவின் மையங்கள் அரசுத் துறையின் துணைப் பிரிவுகளாகவோ இணைக்கப்பட்ட அலுவலகங்களாகவோ கருதப்படுவதே வழக்கம். ஆனால் அத்தகைய பேச்சு எதுவும் இஸ்ரோவிலோ விண்வெளித் துறையிலோ எழுந்ததே இல்லை. நிர்வாக அதிகாரம் கொண்ட அமைப்புகளும் பணிகளைச் செயல்படுத்தும் அமைப்புகளும் ஒன்றுடன் ஒன்று கலந்து பேசிச் செயல்படும் முறை இஸ்ரோ நிர்வாகத்தின் புதுமையான நிர்வாக அணுகுமுறையாக உருவானது. இரு தரப்பினரும் பங்கேற்கும் இத்தகைய நிர்வாக முறை இந்திய ஆராய்ச்சி மேம்பாட்டுப் பணிகளில் பெருமளவில் பலனுள்ளதாக அமைந்தது.

இந்தப் புதிய ஏற்பாட்டினால் விண்வெளித் துறையின் இணைச் செயலாளராகப் பணியாற்றிவந்த டி.என்.சேஷனுடன் எனக்குத் தொடர்பு ஏற்பட்டது. அதுவரையில் அரசு அதிகாரவர்க்கத்தினர் பற்றி எனக்குள் ஒவ்வாமை இருந்ததால் எஸ்.எல்.வி.–3 நிர்வாகக் குழு கூட்டத்தில் சேஷனைப் பார்த்த போது இணக்கமாக உணரவில்லை. ஆனால் ஒவ்வாமை விரைவிலேயே மரியாதையாக மாறியது. கூட்டத்தின் நடவடிக்கைகளைத் துருவி ஆராய்ந்து முழுமையான தயாரிப்புடன் கூட்டத்தில் கலந்துகொள்வார். எதையும் துல்லியமாக அலசும் அவருடைய திறமை விஞ்ஞானிகளின் மனங்களில் புதிய சிந்தனைகளைக் கிளறிவிடும்.

எஸ்.எல்.வி. திட்டத்தின் முதல் மூன்று ஆண்டுகளில் அறிவியலின் வியப்பூட்டும் பல்வேறு மர்மங்கள் வெளிப்பட்டன. மனிதர்களான நாம் அறியாமையோடுதான் வாழ்ந்து வருகிறோம். எப்போதுமே அப்படித்தான் இருப்போம். அறிவியல் தொடர்பான அறியாமை குறித்த விழிப்புணர்வுதான் புதிது. அறிவியல் ஆழம் காண முடியாத பரிமாணங்கள்

கொண்டது என்பதை அறிந்துகொண்டேன். எல்லாவற்றுக்கும் விளக்கமளிப்பதே அறிவியலின் பணி என்றும், விளக்க முடியாதவை என்னுடைய அப்பா, லட்சுமண சாஸ்திரி ஆகியோர் சம்பந்தப்பட்டவை என்றும் தவறாக எண்ணி யிருந்தேன். இதுபற்றி அறிவியலாளர்களிடம் விவாதிப்ப தில்லை. அவர்களுக்குள் வலுவாக உருப்பெற்றிருக்கும் கருத்து களை அசைத்துவிடக் கூடாது என்ற அச்சத்தால் இந்த விவாதங்களைத் தவிர்த்துவிடுவேன்.

அறிவியலுக்கும் தொழில்நுட்பத்திற்கும், ஆய்வுக்கும் மேம்பாட்டிற்கும் இடையேயான வேறுபாடுகளைப் படிப்படி யாக அறிந்துகொண்டேன். அறிவியல் இயல்பாகவே திறந்த மனம் கொண்டது. ஆராயும் குணம் கொண்டது. மேம்பாடு என்பது முடிவு செய்யப்பட்ட விஷயம். இதில் தவறுகள் தவிர்க்க முடியாதவை. ஒவ்வொரு நாளும் தவறுகள் நிகழ்கின்றன. ஒவ்வொரு தவறும் தரத்தை மேம்படுத்திக்கொள்வதற்கும் மெருகேற்றுவதற்கும் பயன்படுகின்றது. அறிவியலாளர்கள் மேலும் அதிகமாகச் சாதனை படைக்கவைப்பதற்காகவே இவ்வுலகைப் படைத்தவன் பொறியாளர்களைப் படைத் திருக்கக்கூடும். அறிவியலாளர்கள் முழுமையாக ஆராய்ந்து முழுமையான தீர்வைக் கொடுக்கும்போதெல்லாம் பொறியாளர்கள் அதில் இன்னொரு சாத்தியக்கூறு இருப்பதைக் காட்டுவார்கள். அறிவியலாளர்களாக ஆகிவிடாதீர்கள் என்று என் அணியினரை எச்சரித்திருக்கிறேன். அறிவியல் என்பது மாபெரும் வேட்கை. நம்பிக்கைகளையும் சாத்தியங்களையும் தேடிச் செல்லும் முடிவற்ற பயணம். எங்களுக்கான நேரமும் நிதி வசதியும் வரம்பிற்குட்பட்டவை. எங்கள் வரம்புகளை நாங்கள் அறிந்திருக்க வேண்டும். அதைப் பொறுத்துத்தான் எஸ்.எல்.வி. தயாரிப்பே உள்ளது. நடப்பில் இருக்கும் நடைமுறை சாத்தியமான தீர்வுகளையே தேர்ந்தெடுத்தேன். காலக்கெடுவைக் கொண்ட திட்டங்களில் புதுமைகளுக்கு இடமில்லை. திட்டப்பணியின் தலைவர் கூடியவரையிலும் நிரூபிக்கப்பட்ட தொழில்நுட்பங்களையே பயன்படுத்த வேண்டும்.

8

எரிபொருள் உற்பத்தி, ராக்கெட் மோட்டார் சோதனை, அதிக விட்டம் கொண்ட எந்த ராக்கெட்டையும் ஏவுதல் ஆகியவற்றைப் பெரிய தொழில்நுட்ப மையங்களான விக்ரம் சாராபாய் விண்வெளி மையமும் 'ஷார்' மையமும் கையாள வேண்டுமெனத் திட்டமிடப்பட்டிருந்தது. எஸ்.எல்.வி.–3 திட்டப்பணியின் பங்கேற்பாளர்கள் என்ற முறையில் நாங்கள் எட்ட வேண்டியவை என மூன்று முக்கியக் கட்டங்களைத் தீர்மானித்திருந்தோம். 1975ஆம் ஆண்டிற்குள் சவுண்டிங் ராக்கெட் மூலமாக எல்லாத் துணைச்சாதனங்களையும் உருவாக்கி, பறக்கும் நிலைக்கு அவற்றைத் தயார்ப்படுத்துதல்; 1976க்குள் துணை – வட்டப்பாதை விமானங்களை உருவாக்குதல்; இறுதிக் கட்டச் சுற்றுப்பாதை விமானத்தை 1978க்குள் முடித்தல் ஆகியவையே அந்த மூன்று கட்டங்கள். வேலை சூடுபிடித்து விட்டது. அலுவலகம் முழுவதும் உத்வேகம் நிரம்பியிருந்தது. எங்கே போனாலும் எங்கள் அணியினர் ஆர்வமூட்டக்கூடிய ஏதேனும் ஒன்றை எனக்குக் காட்டினார்கள். பெரிய அளவிலான செயல்பாடுகள் நம் நாட்டில் முதல்முறையாக அப்போதுதான் நடந்தன.

அடிமட்டத்திலிருந்த தொழில்நுட்பப் பணியாளர்கள் இப்படிப்பட்ட வேலையை அதுவரை பார்த்ததே இல்லை. என்னுடைய அணியினரிடத்தில் செயல்திறனின் புதிய பரிமாணங்கள் வளர்ந்து வந்ததைக் கண்டேன். செயல்திறன் பரிமாணங்கள் புதிதாகப் படைப்பதற்கு வழிவகுக்கும் காரணிகள். தனிநபரின் திறன்கள், அறிவு ஆகிய தகுதிகளைத் தாண்டியவை இவை. ஒருவர் தனது வேலையைச் சரியாகச் செய்வதற்கு அறிந்திருக்க வேண்டிய விஷயங்கள்,

செய்தாக வேண்டியவை ஆகியவற்றைக் காட்டிலும் விரிவும் ஆழமும் கொண்டவை. நடத்தைப் போக்கு, விழுமியங்கள், குண இயல்புகள் ஆகியவற்றை உள்ளடக்கியவை. மனித ஆளுமையின் பல்வேறு மட்டங்களில் இவை இருக்கின்றன. நடத்தையின் புற எல்லையில் திறன்களைக் கவனித்து அறிவை அளவிடலாம். சமூகத்தில் ஒருவர் வகிக்கும் பங்கும் அவரது சுய படிமமும் இடைநிலையில் இருப்பவை. ஒருவரது நோக்கங்களும் இயல்புகளும் மிகவும் உள்மட்டத்தில் இருப்பவை. பணியின் வெற்றியுடன் பெருமளவில் தொடர்பு கொண்ட செயல்திறன் பரிமாணங்களை அடையாளம் காண முடிந்தால் அவற்றை ஒன்றுதிரட்டிச் சிந்தனையிலும் செயலிலும் மிகச் சிறந்த செயல்திறனை வெளிப்படுத்து வதற்கான முன்மாதிரியாக உருவாக்கலாம்.

எஸ்.எல்.வி.-3 இன்னமும் முழுமைபெறவில்லை என்றாலும் அதன் துணைச்சாதனங்களை உருவாக்கும் பணி முடிவடைந்துவிட்டது. 1974 ஜூன் மாதத்தில் எங்களுடைய முக்கியமான சில அமைப்புமுறைகளைச் சோதித்துப் பார்ப்பதற் காக சென்டார் சவுண்டிங் ராக்கெட்டைப் பயன்படுத்திக் கொண்டோம். 1974 ஜூன் மாதம் அதை ஏவியதன் மூலம் எங்களுடைய மிக முக்கியமான அமைப்புகளைச் சோதித்துப் பார்த்தோம். திறன் குறைக்கப்பட்ட எஸ்.எல்.வி.யின் வெப்பத் தடுப்புக் கருவி, ரேட் கைரோ பிரிவு, விண்கலத்தின் போக்கைத் தீர்மானிக்கும் திட்ட அமைப்பு ஆகியவற்றை சென்டார் ராக்கெட்டுடன் ஒருங்கிணைத்தோம், இந்த மூன்று அமைப்புகளையும் உருவாக்கக் கலவைப் பொருட்கள், கட்டுப்படுத்தும் பொறியாண்மை, மென்பொருள் என விரிவான வல்லமை தேவை. இவற்றில் எதையுமே நம் நாட்டில் அதற்கு முன்பு முயற்சிசெய்து பார்த்ததில்லை. நாங்கள் மேற்கொண்ட சோதனை முழுமையாக வெற்றிபெற்றது. அதுவரை இந்திய விண்வெளித் திட்டம் சவுண்டிங் ராக்கெட்டுகளைத் தாண்டிச் சென்றதில்லை. வானிலை ஆய்வுத் துறையின் கருவிகளில் சில பரிசோதனைகளைச் செய்துபார்ப்பதைத் தாண்டி மேற்கொண்ட முயற்சிகளாக இவற்றைக் காணவும் அங்கீகரிக்கவும் மிகவும் விவரமறிந்தவர்கள்கூடத் தயாராக இல்லை.

முதல்முறையாக நாங்கள் தேசத்தின் நம்பிக்கையைப் பெற்றோம். 1974 ஜூலை 24 அன்று பிரதமர் இந்திரா காந்தி நாடாளுமன்றத்தில் இவ்வாறு அறிவித்தார்: *"(இந்தியாவின் முதல் செயற்கைக்கோள் ஏவுகலத்தை உருவாக்குவதற்கான) தொழில்நுட்பங்கள், துணைச்சாதனங்கள், வன்பொருள்கள்*

ஆகியவற்றை உருவாக்கும் பணி திருப்திகரமாக முன்னேறிக் கொண்டிருக்கிறது. இந்தப் பணியில் எண்ணற்ற தொழிலகங்கள் ஈடுபட்டுவருகின்றன. இந்தியாவின் முதல் விண்கலம் 1978இல் தயாராகிவிடும்."

எந்தப் படைப்பையும் போலவே எஸ்.எல்.வி.–3ஐ உருவாக்கும் பணியிலும் வலி மிகுந்த தருணங்கள் இருந்தன. ஒருநாள் நானும் என் அணியினரும் முதல் கட்ட மோட்டாரை அசையா நிலையில் வைத்துச் சோதனை செய்வதற்கான ஏற்பாடுகளில் மூழ்கியிருந்தபோது என் குடும்பத்திலிருந்து ஒரு செய்தி வந்தது. என்னுடைய மைத்துனரும் வழிகாட்டியு மான ஜனாப் அகமது ஜலாவுதீன் இறந்துவிட்டார். நான் செயலற்றுப்போனேன். எதையும் யோசிக்கவோ உணரவோ முடியவில்லை. சுதாரித்துக்கொண்டு மீண்டும் வேலையில் ஈடுபட முயன்றபோது என் பேச்சு குழறியது. ஜலாலுதீனுடன் என்னில் ஒரு பகுதியும் காலமாகிவிட்டதாக உணர்ந்தேன். பாலிய காலக் காட்சிகள் மனத்திரையில் தோன்றின. ராமேஸ்வரத்தில் கோயிலைச் சுற்றி மாலை வேளைகளில் நடந்து சென்றது, ஒளிரும் மணல் திட்டுக்கள், நிலவொளியில் நடனமாடிய அலைகள், பூமியைப் பார்க்கும் நட்சத்திரங்கள், தொடுவானம் கடலினுள் மூழ்கும் காட்சியை ஜலாலுதீன் எனக்குச் சுட்டிக் காட்டியது, எனக்குப் புத்தகங்கள் வாங்க ஏற்பாடு செய்தது, சாந்தா குரூஸ் விமான நிலையத்தில் விடைகொடுத்தது எனப் பல காட்சிகள் தோன்றின.

காலத்திலும் வெளியிலும் பெரும் சுழலுக்குள் என்னை யாரோ வீசியெறிந்ததுபோல உணர்ந்தேன். நூறு வயதைக் கடந்துவிட்ட என் தந்தையார் தன் வயதில் பாதிகூட இல்லாத தன் மருமகனின் உடலைச் சுமந்து செல்வார். நான்கு வயதுச் சிறுவனைப் பறிகொடுத்ததால் ஏற்பட்ட காயங்கள் இன்னும் ஆறாமல் இருக்கும் என் தமக்கை ஜொஹாரா இதை எப்படித் தாங்கிக்கொள்வார். இந்தக் காட்சிகளெல்லாம் என் கண்முன் மங்கலாகத் தோன்றின. தாங்க முடியாத அளவுக்குப் பயங்கரமான அனுபவமாக அது இருந்தது. அசெம்ப்ளிமீது சாய்ந்தபடி ஒருவாறு என்னைச் சமாளித்துக் கொண்டு, திட்டத்தின் துணை இயக்குநரான டாக்டர் எஸ். ஸ்ரீனிவாசனிடம் செய்ய வேண்டிய சில விஷயங்களைச் சொன்னேன். வேலையைத் தொடருமாறு கூறிவிட்டு அங்கிருந்து அகன்றேன்.

பல பேருந்துகள் மாறிச் சென்றதில் அடுத்த நாள்தான் என்னால் ராமேஸ்வரம் போக முடிந்தது. ஜலாலுதீனுடன் முடிந்துபோனதாகத் தோன்றும் என் கடந்த காலத்துடனான

பற்றுதலிலிருந்து விடுவித்துக்கொள்ள அந்தப் பயணத்தின் போது முடிந்தவரை முயற்சி செய்தேன். ஆனால் வீட்டில் காலடி வைத்ததும் துயரம் மீண்டும் பற்றிக்கொண்டது. ஜொஹாராவுக்கோ என் மருமகள் மெஹ்பூபுக்கோ சொல்வதற்கு என்னிடம் வார்த்தைகளே இல்லை. கட்டுப்படுத்த முடியாமல் இருவரும் கதறி அழுதுகொண்டிருந்தார்கள். எனக்குக் கண்ணீர் வற்றியிருந்தது. ஜலாலுதீன் உடலைப் பெரும் துயரத்துடன் நல்லடக்கம் செய்தோம்.

அப்பா வெகுநேரம் என் கைகளைப் பிடித்துக்கொண்டிருந்தார். அவர் கண்களிலும் கண்ணீர் இல்லை. "கடவுள் நிழல்களை எப்படி நீளமாக்குகிறார் என்பது உனக்குப் புரிகிறதா அபுல்? அவர் நினைத்திருந்தால் நிழலை ஒரே அளவாக வைத்திருக்கலாமே. ஆனால் சூரியனை அவற்றின் வழிகாட்டியாக ஆக்கியிருக்கிறார். கொஞ்சம் கொஞ்சமாக அவற்றைச் சுருக்குகிறார். இரவைத் திரையாக்கி உறங்கி ஓய்வெடுக்கச் செய்பவரும் அவர்தான். ஜலாலுதீன் நீண்ட உறக்கத்தில் ஆழ்ந்துவிட்டான். கனவுகள் இல்லாத உறக்கம். பிரக்ஞையற்ற நிலையில் அவனுடைய இருப்பு மொத்தமும் முழுமையான ஓய்வு எடுக்கின்றன. அல்லா நினைக்காத எதுவும் நமக்கு நடப்பதில்லை. அவனே நம் பாதுகாவலன். மகனே, அல்லாமீது நம்பிக்கை வைத்திரு" என்று சொல்லிவிட்டுச் சுருக்கங்கள் நிறைந்த இமைகளை மூடியவாறு கிட்டத்தட்டத் தவநிலைக்குப் போய்விட்டார்.

மரணம் என்னை ஒருபோதும் அச்சுறுத்தியதில்லை. எல்லோரும் ஒருநாள் போய்த்தான் ஆக வேண்டும். ஆனால் ஜலாலுதீன் கொஞ்சம் சீக்கிரமே போய்விட்டார் என்று தோன்றியது. என்னால் வீட்டில் அதிக நாட்கள் தங்கியிருக்க முடியவில்லை. மனம் துக்கத்தால் துடித்துக்கொண்டிருந்தது. தனி வாழ்க்கைக்கும் தொழில் வாழ்க்கைக்கும் இடையிலான மோதல்கள் மனதுக்குள் நிகழ்ந்துகொண்டிருந்தன. தும்பாவுக்குத் திரும்பிய பிறகு நான் செய்துகொண்டிருந்த அனைத்தும் பொருளற்றவை என்று தோன்றியது. அதுவரை அம்மாதிரியான எண்ணம் வந்ததில்லை.

பேராசிரியர் தவனிடம் நெடுநேரம் உரையாடினேன். எஸ்.எல்.வி. திட்டத்தின் முன்னேற்றம்தான் எனக்கு ஆறுதல் தரும் என்றார் அவர். முதலில் குழப்பங்கள் குறையும்; பிறகு முற்றிலுமாக மறைந்துபோகும் என்றார். தொழில்நுட்பத்தின் வியப்பூட்டும் அம்சங்கள், சாதனைகள் ஆகியவற்றின் மீது என் கவனத்தைத் திருப்பினார்.

படிப்படியாக எஸ்.எல்.வி. சாதனம் உருப்பெறத் தொடங்கியது. ஃபேப்ரிகேஷன் வேலைகளைச் செய்யும் மையங்களிடையே சிறப்பான தொடர்பை சசிகுமார் உருவாக்கினார். ஒரு பாகத்திற்கான வரைபடம் தயாரானதும் கையில் இருப்பதைக் கொண்டு ஃபேப்ரிகேஷன் வேலையைத் தொடங்கிவிடுவார். நம்பூதிரியும் பிள்ளையும் எரிபொருள் ஆய்வுக்கூடத்தில் இரவுபகலாக வேலை செய்தார்கள். ஒரே நேரத்தில் நான்கு ராக்கெட் மோட்டார்களை உருவாக்கி னார்கள். எம்.எஸ்.ஆர். தேவும் சந்த்லாஸூம் ஏவுகலத்தின் இயந்திர, மின்சாதன ஏற்பாடுகளை ஒருங்கிணைப்பதற்கான துல்லியமான திட்டங்களைத் தீட்டினார்கள். விக்ரம் சாராபாய் விண்வெளி மையத்தின் மின்னணு ஆய்வகங்கள் உருவாக்கிய அமைப்புகளை மாதவன் நாயரும் மூர்த்தியும் ஆய்வுசெய்தார்கள். எங்கெல்லாம் முடியுமோ அங்கெல்லாம் அந்த அமைப்புகளை விமானத்தின் துணைச்சாதனங்களோடு இணைத்தார்கள். டெலிமெட்ரி, தொலைக்கட்டளை, ரடார் ஆகியவை அடங்கிய தரையிலிருந்து ஏவும் அமைப்பை யு.எஸ். சிங் உருவாக்கினார். பறக்கும் சோதனைகளுக்கான விரிவான செயல்திட்டத்தை ஷார் அமைப்புடன் இணைந்து தயாரித்தார். திட்டத்தின் குறிக்கோள்களை நெருக்கமாக மேற்பார்த்துவந்த டாக்டர் சுந்தர்ராஜன் புதிய முன்னேற்றங்களுக் கேற்ப உடனுக்குடன் தகவமைத்தார்.

ஏவுகல வடிவமைப்பாளரான டாக்டர் சீனிவாசன் எஸ்.எல்.வி. திட்டத்தின் துணை இயக்குநர் என்ற முறையில் என்னுடைய பணிகளுக்கு உதவிகரமான செயல்பாடுகளையும் துணைச் செயல்பாடுகளையும் பார்த்துக்கொண்டார். என் கவனத்திலிருந்து தப்பியவற்றைக் கவனித்தார். நான் கேட்கத் தவறியவற்றைக் கேட்டார். எனக்குத் தோன்றியிராத சாத்தியக் கூறுகளைப் பரிந்துரைத்தார்.

வெவ்வேறு நபர்களுக்கும் பணி மையங்களுக்கும் இடையே தொடர்ச்சியான, பலனுள்ள தொடர்புகள் நடந்துகொண்டே இருப்பதை உறுதி செய்வதுதான் திட்டப்பணி நிர்வாகத்தின் ஆகப்பெரிய பிரச்சினை என்பதைக் கற்றுக்கொண்டோம். முறையான ஒருங்கிணைப்பு இல்லாவிட்டால் கடின உழைப்பு அத்தனையும் வீணாகிவிடும்.

அந்த நாட்களில் இஸ்ரோ தலைமையகத்தில் ஒய்.எஸ். ராஜன் எனக்கு நண்பராக அமைந்தது என் நல்வாய்ப்பு. ராஜன் எல்லோருக்கும் நண்பர். விஞ்ஞானிகள், பொறியாளர்கள், ஒப்பந்ததாரர்கள், அரசு அதிகாரிகள் ஆகியோரோடு

மட்டுமின்றி டர்ணர்கள், ஃபிட்டர்கள், எலக்ட்ரீஷியன்கள், ஓட்டுநர்கள் ஆகியோரிடமும் அவர் அதே அளவுக்கு அன்பாகப் பழகுவார். ஊடகங்கள் என்னை 'மக்களை இணைப்பவர்' என்கிறார்கள். இந்தப் பண்பை ராஜனிடமிருந்துதான் கற்றுக் கொண்டேன். வெவ்வேறு பணி மையங்களுடன் அவர் கொண்டிருந்த தொடர்பு எஸ்.எல்.வி. பணிகளில் சிறந்த ஒத்திசைவை ஏற்படுத்தியது. இந்த ஒத்திசைவுதான் தனிப்பட்ட முயற்சிகள் என்னும் இழைகளை ஒன்றாக நெய்து மாபெரும் வலிமை என்னும் துணியாக மாற்றியது.

1976இல் என் தந்தையார் காலமானார். முதுமையின் காரணமாகச் சில காலமாகவே அவர் உடல்நிலை நலிந்திருந்தது. ஜலாலுதீனின் மரணம் அவருடைய உடல்நலத்தையும் மன உறுதியையும் பாதித்துவிட்டது. வாழ்வதற்கான ஆசையை அவர் இழந்துவிட்டார். ஜலாலுதீன் சென்ற இறைவனின் இருப்பிடத்திற்கே தானும் சென்றுவிட வேண்டுமென்று விரும்பினார் போலும்.

அப்பாவுக்கு உடல்நலம் சரியில்லை என்பதை அறிந்த போதெல்லாம் நகரத்திலிருந்து ஒரு டாக்டரை அழைத்துக் கொண்டுபோய் அவரைச் சந்திப்பேன். ஒவ்வொரு முறை நான் அப்படிச் செய்யும்போதும் நான் தேவையில்லாமல் கவலைப்படுவதாக என்னைக் கண்டிப்பார். டாக்டருக்கு ஆகும் செலவைப் பற்றி அறிவுரை கூறுவார். "நீ வந்தாலே நான் குணமாகிவிடுவேன். எதற்காக டாக்டரை அழைத்துவந்து செலவழிக்கிறாய்?" என்று கேட்பார். இந்தமுறை எந்த டாக்டராலும் காப்பாற்ற முடியாத நிலையை அவர் எட்டிவிட்டார். ராமேஸ்வரம் தீவில் 102 ஆண்டுகள் வாழ்ந்த என் தந்தை ஜெயினுலாபுதீன் காலமாகிவிட்டார். அவர் இறக்கும்போது அவருக்குப் பதினைந்து பேரக் குழந்தைகளும் ஒரு கொள்ளுப் பேரனும் இருந்தார்கள். முன்னுதாரணமான வாழ்க்கையை அவர் வாழ்ந்தார். தந்தையை நல்லடக்கம் செய்த அன்றிரவு தனிமையில் அமர்ந்திருந்தேன். யேட்ஸின் மரணத்தின்போது அவர் நண்பர் ஆடன் (Auden) எழுதிய கவிதை நினைவுக்கு வந்தது. என் அப்பாவுக்காகவே எழுதிய கவிதைபோலவே அது எனக்குத் தோன்றியது.

பூமியே, மரியாதைக்குரிய விருந்தாளியை ஏற்றுக்கொள்;
வில்லியம் யேட்ஸ் அடக்கம் செய்யப்படுகிறார்:
… … … … …
… … … … …
காலத்தின் சிறையில் இருக்கும்

சுதந்திர மனிதனுக்குக் கற்றுக்கொடுங்கள்
எப்படிப் புகழ்வதென்று

உலக வழக்கைப் பொறுத்தவரை அது இன்னொரு முதியவரின் மரணம். அவ்வளவுதான், பொது இரங்கல் நிகழ்ச்சி எதுவும் நடக்கவில்லை. கொடி எதுவும் அரைக் கம்பத்தில் பறக்கவில்லை. எந்தப் பத்திரிகையும் அஞ்சலிக் கட்டுரை வெளியிடவில்லை. அவர் அரசியல்வாதி அல்ல. கல்விமான் அல்ல. வணிகரும் அல்ல. எளிமையான, வெளிப்படையான மனிதர். நன்மை என்னும் ஆகப்பெரிய விழுமியத்தை அவர் பின்பற்றினார். அருள் நிரம்பிய, தேவதையின் இயல்பு கொண்ட, அறிவார்த்தமான, உன்னதமான விஷயங்கள் எல்லாம் வளர்வதற்கான உத்வேகமாக அவரது வாழ்க்கை அமைந்தது.

என் தந்தையாரை நினைக்கும்போது புராணக் கதையில் வரும் அபு பென் ஆதம் நினைவுக்கு வருவார். ஒரு நாள் இரவு அமைதியில், ஆழ்ந்த கனவிலிருந்து எழுந்து நடந்து சென்ற ஆதம், ஒரு தேவதை இறைவனை விரும்புபவர்களின் பெயர்களைத் பொன்னேடுகளில் எழுதிக்கொண்டிருப்பதைப் பார்க்கிறார். தன்னுடைய பெயர் அதில் இருக்கிறதா என்று கேட்கிறார். இல்லை என்று தேவதை கூறுகிறது. ஆதம் ஏமாற்றமடைந்தாலும் உற்சாகத்தை இழக்கவில்லை. “இறைவனைப் பின்பற்றுபவர்களை விரும்புவன் என்று எழுதுங்கள்” என்று கூறுகிறார். தேவதை அப்படியே செய்கிறது. பிறகு மறைந்துபோகிறது. அடுத்த நாள் இரவில் பிரகாசமான விளக்கை ஏந்திவந்த தேவதை, இறைவனின் அன்பு யாரையெல்லாம் ஆசீர்வதித்திருக்கிறது என்ற பட்டியலைக் காட்டுகிறது. அபுவின் பெயர் அதில் முதலாவதாக இருக்கிறது.

என் அம்மாவுடன் நெடுநேரம் அமர்ந்திருந்தேன். எதுவும் பேச முடியவில்லை. அவரிடம் விடைபெற்றுக்கொண்ட போது கம்மிய குரலில் என்னை ஆசீர்வதித்தார். தன் கணவரின் வீட்டை விட்டுத் தான் வெளியேற முடியாது என்பதை அவர் அறிவார். அந்த வீடு அவர் பொறுப்பில் இருந்தது. நான் அவருடன் தங்கப்போவதில்லை என்பதையும் அவர் அறிவார். இருவரும் தத்தமது விதியின்படி வாழ வேண்டியவர்கள். நான் கல்நெஞ்சம் கொண்டவனா அல்லது எஸ்.எல்.வி. திட்டத்தில் அந்த அளவுக்கு ஆழமாக மூழ்கியிருந்தேனா? என்னுடைய சொந்த விவகாரங்களைச் சிறிது ஒதுக்கிவிட்டு அவர் சொல்வதைக் கேட்டிருக்க வேண்டுமோ? விரைவிலேயே அவரும் காலமான பிறகுதான் இதை உணர்ந்தேன்.

பிரான்ஸ் நாட்டின் டயமன்ட் ராக்கெட்டின் மாதிரியைப் பின்பற்றி உருவாக்கிய எஸ்.எல்.வி.–3 அபோகி ராக்கெட்டைச் சோதனை ஓட்டமாக பிரான்ஸிலிருந்து ஏவுவதற்குத் திட்டமிட்டிருந்தோம். அந்தத் திட்டத்தில் அடுக்கடுக்காகச் சில சிக்கல்கள் முளைத்தன. அவற்றைத் தீர்ப்பதற்காக நான் பிரான்சுக்கு அவசரமாகப் போக வேண்டியிருந்தது. கிளம்பு வதற்கு முன்பு, என் அம்மா காலமாகிவிட்ட செய்தி வந்தது. உடனடியாக ஒரு பேருந்தைப் பிடித்து நாகர்கோவிலுக்குப் போனேன். அங்கிருந்து இரவு முழுவதும் ரயிலில் பயணம் செய்து ராமேஸ்வரத்துக்குப் போய் என் அன்னையின் இறுதிச் சடங்குகளை மறுநாள் காலையில் செய்து முடித்தேன்.

என்னை உருவாக்கிய இருவரும் விண்ணுலகம் சென்று விட்டார்கள். தங்கள் பயணத்தின் முடிவை அடைந்து விட்டார்கள். எஞ்சி இருப்பவர்கள் தொடர்ந்து பயணிக்க வேண்டும். வாழ்க்கை முன்னகர வேண்டும். என் தந்தை ஒவ்வொரு நாள் மாலையும் என்னை அழைத்துச்சென்ற பள்ளிவாசலுக்குச் சென்று தொழுதேன். தன் கணவரின் அன்பும் அக்கறையும் இல்லாத உலகில் என் அன்னையால் நெடுநாள் வாழ முடியாது என்பதால் அவருடன் சேர்ந்திருக்க முடிவு செய்துவிட்டார் என்று நான் இறைவனிடம் கூறினேன். இறைவனின் மன்னிப்பைக் கோரினேன்.

“நான் இட்ட பணியை அவர்கள் இருவரும் மகத்தான அக்கறையுடனும் அர்ப்பணிப்புடனும் செய்து முடித்துவிட்டு என்னிடம் திரும்பி வந்திருக்கிறார்கள். அவர்கள் பணி நிறைவடைந்த நாளில் நீ ஏன் துக்கம் கொள்கிறாய்? உனக்கு முன்னால் இருக்கும் கடமைகளில் நீ கவனம் செலுத்து. உன் செயல்கள் மூலம் என் மகிமையைப் பறைசாற்று.”

இந்தச் சொற்களை யாரும் கூறவில்லை. ஆனால் இவை உரத்த குரலில் தெளிவாக எனக்குக் கேட்டன. மரணமடையும் உயிர்கள் பற்றிக் குர்ஆனில் உள்ள உத்வேகமூட்டும் வசனம் ஒன்று நினைவுக்கு வந்தது. “உங்கள் வசதிகளும் குழந்தை களும் உங்களைச் சபலமூட்டுபவை. அல்லாவுடன் இருப்பது மட்டுமே நிரந்தரமான வரம்”.

பள்ளிவாசலிலிருந்து வெளியே வந்தபோது மனம் அமைதியாக இருந்தது. நேராக ரயில் நிலையம் போனேன். வாங்கு ஒலிக்கும்போது எங்கள் வீடே சிறிய பள்ளிவாசலாக மாறிவிடும் என்பது நினைவுக்கு வந்தது. அப்பாவும் அம்மாவும் தொழுகை நடத்த, குழந்தைகளும் பேரக்குழந்தைகளும் அவர்களைப் பார்த்துத் தொழுகை செய்வோம்.

அடுத்த நாள் காலையில் தும்பாவுக்கு வந்தேன். உடல் களைத்துப்போயிருந்தது. உணர்வுப்பூர்வமாக ஆடிப் போயிருந்தேன். ஆனால் இந்திய ராக்கெட்டை அயல்நாட்டிலிருந்து விண்ணில் ஏவியாக வேண்டும் என்கிற லட்சியத்தை நிறைவேற்றியே தீருவது என்ற உறுதிப்பாடு எனக்குள் இருந்தது.

எஸ்.எல்.வி.–3 அபோகி மோட்டாரை வெற்றிகரமாகச் சோதித்துவிட்டு பிரான்ஸிலிருந்து திரும்பிய பிறகு ஒரு நாள் வெர்னர் வான் பிரவுன் (Whernher van Braun) வரவிருப்பதாக டாக்டர் பிரம்ம பிரகாஷ் தெரிவித்தார். ராக்கெட் உருவாக்கத்தில் வேலை செய்துகொண்டிருக்கும் எல்லோருக்கும் வான் பிரவுனைத் தெரியும். இரண்டாம் உலகப் போரில் லண்டனைச் சின்னாபின்னமாக்கிய பயங்கரமான V–2 ஏவுகணைகளை உருவாக்கியவர் அவர். போரின் கடைசிக் கட்டத்தில் நேச நாடுகள் அவரைச் சிறைப்பிடித்தன. அவருடைய மேதமைக்குப் பரிசாக நாசா ராக்கெட் திட்டத்தில் உயர் பதவியை அவருக்கு வழங்கினார்கள். அமெரிக்க ராணுவத்திற்காகப் பணியாற்றிய வான் பிரவுன் தன் சாதனைப் படைப்பான ஜூபிடர் ஏவுகணையை உருவாக்கினார். 3000 கி.மீ. வேகத்தில் செல்லக்கூடிய முதல் IRBM ஏவுகணை அது. வான் பிரவுனைச் சென்னையில் வரவேற்று அவரைத் தும்பாவுக்கு அழைத்து வரும்படி டாக்டர் பிரம்ம பிரகாஷ் கூறியபோது இயல்பாகவே எனக்குப் பரவசம் ஏற்பட்டது.

ராக்கெட்டுகள், ஏவுகணைகளின் வரலாற்றில் V–2 ஏவுகணை தனிப்பெரும் சாதனை. 1920களில் வான் பிரவுனும் வி.எஃப்.ஆர். (விண்கலங்களுக்கான அமைப்பு) அமைப்பைச் சேர்ந்த அவருடைய அணியினரும் மேற்கொண்ட முயற்சிகளின் விளைவு இது. சிவிலியன் பணியாகத் தொடங்கிய இது விரைவிலேயே ராணுவப் பணியாக மாறியது. வான் பிரவுன் கும்மர்ஸ்டிராஃப்டில் உள்ள ஜெர்மன் ஏவுகணை ஆய்வகத்தின் தொழில்நுட்ப இயக்குநரானார். 1942 ஜூன் மாதம் மேற்கொண்ட முதல் V–2 ஏவுகணைச் சோதனை வெற்றி பெறவில்லை. தலைகுப்புறக் கவிழ்ந்து வெடித்தது. ஆனால் 1942 ஆகஸ்ட் 16 அன்று அது ஒலியின் வேகத்தைத் தாண்டிய முதல் ஏவுகணையாக உருப்பெற்றது. 1944 ஏப்ரல் முதல் அக்டோபர் வரையிலான காலகட்டத்தில் ஜெர்மனியின் நார்தவுசன் (Nordhausen) அருகில் தரைக்கடியில் அமைந்த மாபெரும் உற்பத்திப் பிரிவில் வான் பிரவுனின் மேற்பார்வையில் பத்தாயிரத்திற்கும் மேற்பட்ட V–2 ஏவுகணைகள் உற்பத்தி செய்யப்பட்டன. அறிவியலாளர், வடிவமைப்பாளர், உற்பத்திப் பொறியாளர், நிர்வாகி, தொழில்நுட்ப மேலாளர் ஆகிய

பெருமைகளைத் தன்னகத்தே கொண்ட இந்த மனிதருடன் பயணம் செய்யப்போகிறேன். இதைவிட வேறு என்ன வேண்டும்?

ஆவ்ரோ விமானத்தில் சென்னையிலிருந்து திருவனந்தபுரத்திற்கு ஒன்றரை மணிநேரம் பயணம் செய்தோம். எங்களுடைய பணியைப் பற்றி ராக்கெட் துறையில் ஒரு மாணவனைப் போலக் கேட்டுத் தெரிந்துகொண்டார். நவீன ராக்கெட் இயலின் தந்தை இவ்வளவு அடக்கமாகவும் காதுகொடுத்துக் கேட்பவராகவும் ஊக்கமளிப்பவராகவும் இருப்பார் என்று நான் எதிர்பார்க்கவே இல்லை. விமானப் பயணத்தின்போது என்னை மிகவும் இயல்பாக உணரவைத்தார். ஏவுகணைத் துறையின் ஜாம்பவானோடு பேசிக்கொண்டிருக்கிறேன் என்று என்னால் நம்பவே முடியவில்லை. அவர் மிகவும் தன்னடக்கம் கொண்டவராக இருந்தார்.

எஸ்.எல்.வி.–3இன் நீளத்திற்கும் விட்டத்திற்குமான விகிதம் 22ஆக வடிவமைக்கப்பட்டிருந்தது. இது சிறிது அதிகம் என்று கருதிய வான் பிரவுன், பறக்கும்போது இதனால் பல்வேறு சிக்கல்கள் எழக்கூடும் என்று எச்சரித்தார்.

ஜெர்மனியில் நெடுங்காலம் இருந்த அவருக்கு அமெரிக்க வாழ்க்கை எப்படி இருக்கிறது? நிலவுக்கு மனிதனை அனுப்பிய அப்பல்லோ திட்டத்தின் சாட்ரன் ராக்கெட்டை உருவாக்கியதன் மூலம் அமெரிக்காவில் மக்கள் நாயகராகி விட்ட வான் பிரவுனிடம் இதைக் கேட்டேன். “அமெரிக்கா மாபெரும் சாத்தியக்கூறுகள் நிறைந்த நாடு. ஆனால் அமெரிக்கா அல்லாத எதையும் அவர்கள் சந்தேகத்துடனும் வெறுப்புடனும் பார்க்கிறார்கள். அமெரிக்காவில் தயாராகாத எதையும் மதிக்காத போக்கு அவர்களிடம் உள்ளது. வெளியிலிருந்து வரும் தொழில்நுட்பத்தை இளக்காரமாகப் பார்க்கிறார்கள். ராக்கெட் விஷயத்தில் ஏதாவது செய்ய வேண்டும் என்று நினைத்தால் அதை நீங்களே செய்யுங்கள்” என்றார் வான் பிரவுன். “எஸ்.எல்.வி.–3 அசலான இந்தியத் திட்டம். அதில் உங்களுக்குப் பிரச்சினைகள் இருக்கலாம். ஆனால் வெற்றிகளை வைத்து மட்டுமல்ல; தோல்விகளை வைத்தும் நாம் சாதனைகளைச் செய்யலாம் என்பதை எப்போதும் நினைவில் வைத்திருங்கள்” என்றார்.

ராக்கெட் உருவாக்கத்திற்குத் தேவையான தவிர்க்க முடியாத கடின உழைப்பு பற்றியும் அர்ப்பணிப்பைப் பற்றியும் பேச்சு வந்தது. கண்களில் குறும்பு மின்ன, புன்னகையுடன் அவர் சொன்னார்: “ராக்கெட் உருவாக்கத்திற்குக் கடின உழைப்பு மட்டும் போதாது. கடின உழைப்பை மட்டும் கொண்டு

வெற்றிபெற இது விளையாட்டு அல்ல. இங்கே உங்களுக்கு ஒரு குறிக்கோள் இருக்க வேண்டும். ஆனால் அதோடு, அதை வேகமாக எட்டுவதற்கான வியூகங்களும் வேண்டும்."

"வேலையில் முழுமையான பற்றுறுதி என்பது வெறும் கடின உழைப்பு அல்ல. அது முழுமையான ஈடுபாடு. கற்சுவரை எழுப்புவது முதுகை ஒடிக்கும் வேலை. வாழ்நாள் முழுவதும் இந்த வேலையைச் செய்பவர்கள் இருக்கிறார்கள். அவர்கள் இறக்கும்போது மைல் கணக்கில் நீண்டிருக்கும் சுவர்கள் அவர்களுடைய உழைப்புக்கான மவுன சாட்சியாக இருக்கும். ஆனால் வேறு சிலர் இருக்கிறார்கள். ஒரு கல்லை இன்னொரு கல்லின் மீது அடுக்கும்போது அவர்கள் மனதில் ஒரு இலக்கு இருக்கும். மாடியில் எழும் சுவரின் மீது படர்ந்திருக்கும் ரோஜாச் செடி அல்லது மாலை நேரத்தில் ஆசுவாசமாக உட்கார்ந்து அரட்டை அடிக்க உதவும் பலகணி அவர்கள் மனதில் இருக்கும். அல்லது அந்தக் கற்சுவர் அவர்கள் மனதில் ஒரு ஆப்பிள் தோட்டத்தின் மதில் சுவராக இடம்பெற்றிருக்கும். சுவரெழுப்பி முடிந்ததும் அது வெறும் சுவரல்ல. இந்தக் குறிக்கோள்தான் வித்தியாசத்தை ஏற்படுத்துகிறது. ராக்கெட் உருவாக்குவதை உங்கள் தொழிலாகவோ வாழ்வாதாரமாகவோ கொள்ளாதீர்கள். அது உங்கள் மதமாக, உங்கள் லட்சியமாக இருக்க வேண்டும்" என்றார் வான் பிரவுன்.

பேராசிரியர் விக்ரம் சாராபாயின் சாயலை வான் பிரவுனிடம் கண்டேனா? அந்த எண்ணமே உவகை தந்தது.

என் குடும்பத்தில் மூன்று ஆண்டுகளில் மூன்று மரணங்கள் நிகழ்ந்துவிட்ட நிலையிலும், நான் முழுமையான ஈடுபாட்டுடன் செயலாற்ற வேண்டியிருந்தது. என் வாழ்வை எஸ்.எல்.வி. திட்டத்திற்காக முழுமையாகத் தந்துவிட விரும்பினேன். நான் செல்ல வேண்டிய பாதையை, இறைவன் எனக்குத் தந்திருக்கும் பணியை, இறைவனின் பூமியில் நான் வாழும் நோக்கத்தைக் கண்டுபிடித்துவிட்டதாக உணர்ந்தேன். என்னுடைய தனிப் பட்ட செயல்பாடுகளையெல்லாம் நிறுத்தினேன். மாலை வேளைகளில் பேட்மிண்டன் ஆட்டம் கிடையாது. வாரக் கடைசியில் விடுமுறையோ கிடையாது. குடும்பம் இல்லை. உறவுகள் இல்லை. எஸ்.எல்.வி. வட்டாரத்துக்கு வெளியே நண்பர்களும் இல்லை.

எடுத்த காரியத்தை முடிக்க வேண்டுமென்றால் வேறு எதிலும் கவனம் சிதறாமல் லட்சியத்தின் மீது மனதைக் குவிக்க வேண்டும். என்னைப் போன்றவர்களை வேலை என்னும் போதையில் ஆழ்ந்தவர்கள் என்பார்கள். இதை நான்

மறுக்கிறேன். ஏதோ கோளாறு என்ற தொனி இந்தச் சொல்லில் உள்ளது. உலகிலேயே நான் மிகவும் விரும்பும் ஒன்றை, எனக்கு மகிழ்ச்சி தரும் வேலையைச் செய்தால் அது ஒருபோதும் பிறழ்வாக இருக்க முடியாது. 26ஆவது வசனத்திலிருந்து ஒரு வரி என் மனதில் தோன்றியது. "இறைவா, என்னைச் சோதித்துப் பார்த்து உறுதிசெய்."

தனது துறையில் உச்சநிலையை அடைய விரும்புபவர்களுக்கு முழுமையான ஈடுபாடு என்னும் பண்பு மிக முக்கியமானது. அதிகபட்சத் திறனுடன் பணிபுரிய வேண்டும் என்னும் ஆவல் இருந்தால் வேறு எதற்கும் இடமிருக்காது. வாரம் 40 மணிநேரம் வேலை பார்ப்பது குறித்துப் பரிகாசமாகப் பேசுபவர்களைப் பார்த்திருக்கிறேன். தன்னுடைய வேலை உத்வேகமூட்டிப் பெரும் பரிசுகளையும் தருவதால் வாரத்திற்கு 60, 80, ஏன் 100 மணிநேரம்கூட வேலை செய்பவர்களையும் எனக்குத் தெரியும். வெற்றிபெற்ற ஆண்கள், பெண்கள் அனைவரிடமும் இருக்கும் பொதுவான குணம் வேலையில் முழுமையான ஈடுபாடு. வாழ்க்கையில் எதிர்கொள்ளும் அழுத்தத்தை உங்களால் சமாளிக்க முடிகிறதா? அனுபவங்களைக் கையாளும் விதத்தில்தான் செயல்துடிப்பு கொண்டவர்களுக்கும் குழப்பமடைந்தவர்களுக்கும் இடையே வேறுபாடு இருக்கிறது. கஷ்டம் இருந்தால்தான் வெற்றியைச் சுவைக்க முடியும். நம் அனைவருக்குள்ளும் அபாரமான அறிவுக் கூர்மை இருக்கிறது. நமது ஆழமான சிந்தனைகள், ஆசைகள், நம்பிக்கைகளைச் சோதித்துப்பார்க்க அதைப் பயன்படுத்த வேண்டும்.

வேலையில் உள்ள ஈடுபாட்டின் மூலம் இதைச் செய்துவிட்டால் அதன் பிறகு உங்களுக்குச் சிறந்த உடல் நலமும் எல்லையற்ற செயலாற்றலும் தேவைப்படும். எவரெஸ்ட் சிகரமோ உங்கள் தொழிலில் உச்சமோ, எதுவாக இருந்தாலும் அதை எட்ட வலிமை வேண்டும். ஒவ்வொருவரும் வெவ்வேறு அளவிலான செயலாற்றலைக் கொண்டிருக்கிறார்கள். யார் முதலில் களைத்துப்போய் எளிதாக ஓய்ந்துவிடுகிறார்களோ அவர்கள் விரைவிலேயே தங்கள் வாழ்வை அடையாளம் கண்டுகொள்வது நல்லது.

1979இல் அறுவர் கொண்ட குழு ஒன்று அசையாத நிலையிலான சோதனைக்கும் மதிப்பாய்வுக்குமான சிக்கலான இரண்டாம் கட்டக் கட்டுப்பாட்டு அமைப்பின் பறக்கும் வடிவத்தைத் தயார் செய்துவந்தது. அந்த அணி 15 நிமிட கவுன்ட்டவுனுக்குத் தயாராக இருந்தது. அதாவது, சோதனைக்கு

முந்தைய 15 நிமிடங்களை நெருங்கிவிட்டது. 12 வால்வுகளில் ஒன்று சரியாக இயங்கவில்லை என்பது அப்போது தெரிய வந்தது. பதற்றத்திற்குள்ளான அந்த அணியினர் சோதனைத் தளத்துக்கு விரைந்தார்கள். அப்போது நைட்ரிக் அமிலம் நிரப்பியிருந்த ஆக்சிடைசர் தொட்டி திடீரென்று வெடித்ததில் அவர்களுக்குப் பலத்த காயங்கள் ஏற்பட்டன.

காயம்பட்டவர்களைப் பார்க்க மிகவும் வேதனையாக இருந்தது. குருப்பும் நானும் திருவனந்தபுரம் மருத்துவக் கல்லூரிக்கு விரைந்தோம். அங்கே போதிய படுக்கைகள் இல்லை. தீக்காயம் பட்டவர்களை மருத்துவமனையில் வைத்து, சிகிச்சை செய்யுமாறு கெஞ்சினோம்.

காயமடைந்த ஆறு பேரில் சிவராமகிருஷ்ண நாயரும் ஒருவர். அவர் உடலைப் பல இடங்களில் அமிலம் பொசுக்கி விட்டிருந்தது. மருத்துவமனையில் ஒருவழியாகப் படுக்கை கிடைத்தபோது அவர் கடுமையான வலியால் துடித்துக் கொண்டிருந்தார். நான் அவர் படுக்கை அருகிலேயே இருந்தேன். அதிகாலை 3 மணிக்குத்தான் அவருக்கு நினைவு வந்தது. நடந்த தவற்றுக்கு வருத்தம் தெரிவித்ததுதான் அவரிடமிருந்து வந்த முதல் வார்த்தை. இந்த விபத்தால் திட்ட நிரலில் ஏற்பட்ட பின்னடைவைச் சரிசெய்துவிடுகி றேன் என்று வாக்களித்தார். அவ்வளவு கடுமையான வலியில் தவித்துக்கொண்டிருந்தபோதிலும் அவரிடம் வெளிப்பட்ட நேர்மையும் தன்னம்பிக்கையும் என்னை மிகவும் நெகிழச் செய்தன.

சிவராமகிருஷ்ணன் போன்றவர்கள் தனிப்பிறவிகள். கடுமையாகப் போராடுபவர்கள். கடந்த முறை எட்டியதைவிட இந்த முறை அதிக உயரத்தை எட்ட வேண்டும் என்று நினைப்பவர்கள். அவர்களுடைய சமூக, குடும்ப வாழ்வு அவர்களுடைய கனவுகளுடன் இணைந்திருப்பதால் தங்களது முனைப்புக்கான பலன்கள் அவர்களுக்கு உத்வேக மூட்டுகின்றன. செயலின் சரளமான ஓட்டத்தில் அல்லது செயலோட்டத்தில் இருப்பதால் கிடைக்கும் மகிழ்ச்சியை அவர்கள் அனுபவிக்கிறார்கள். இந்தச் சம்பவம் என்னுடைய அணியின் மீதான என் நம்பிக்கையைப் பெருமளவில் கூட்டியது. வெற்றியிலும் தோல்வியிலும் அசராமல் மலைபோல உறுதியாக நிற்கும் அணி என்ற நிறைவு ஏற்பட்டது.

செயலோட்டம் என்றால் என்ன? அதில் கிடைக்கும் மகிழ்ச்சி எத்தகையது? இதை மாயத் தருணம் என்று குறிப்பிடு வேன். இந்தத் தருணங்களுக்கும் பேட்மின்டன் போன்ற

விளையாட்டுக்களிலோ ஜாகிங் போன்ற பயிற்சிகளிலோ கிடைக்கும் உணர்வெழுச்சிக்கும் இடையே ஒற்றுமை இருக்கிறது. செயலோட்டம் என்பது முழுமையான ஈடுபாட்டுடன் வேலைசெய்யும்போது வரும் உணர்வு. வேலை செய்பவர் பிரக்ஞைப்பூர்வமாக எந்த முயற்சியும் எடுக்காமல் ஒரு செயலை அடுத்து இன்னொன்று என வேலை தனக்கான உள்ளார்ந்த தர்க்கத்தின்படி தொடர்ந்து செல்லும் நிலைதான் செயலோட்டம். அங்கு அவசரம் இல்லை. கவனச் சிதறல் இல்லை. கடந்த காலமும் எதிர்காலமும் இல்லை. வேலை செய்பவருக்கும் வேலைக்கும் இடையிலான வேறுபாடும் இல்லை. நாங்கள் அனைவரும் எஸ்.எல்.வி.யின் செயலோட்டத்தில் சங்கமித்துவிட்டோம். கடுமையாக வேலை செய்தபோதிலும் ஆசுவாசமாகவும் உற்சாகத்துடனும் புத்துணர்வுடனும் இருந்தோம். இது எப்படி நடந்தது? இந்தச் செயலோட்டத்தை உருவாக்கியது யார்?

நாங்கள் அடைய வேண்டிய நோக்கங்களை அர்த்தப் பூர்வமாக ஒருங்கிணைத்ததே இதற்குக் காரணமாக இருக்கலாம். அதிகபட்ச சாத்தியமுள்ள நோக்கத்தை அடையாளம் கண்டு பல்வேறு தேர்வுகளிலிருந்து நடைமுறைச் சாத்தியம் கொண்ட ஒரு தீர்வை எட்டுவதற்காக வேலை செய்தோம். பிரச்சினையைத் தீர்ப்பதில் படைப்பூக்கம் மிகுந்த மாற்றத்தை உருவாக்கும் இந்தச் செயல்முறைதான் எங்களைச் செயலோட்டத்தில் இணைக்கிறது.

எஸ்.எல்.வி.–3 உருவாகத் தொடங்கியபோது எங்கள் கவனக் குவிப்புத் திறனும் குறிப்பிடத்தக்க அளவில் அதிகரித்தது. மாபெரும் நம்பிக்கை என்னுள் பொங்குவதை உணர்ந்தேன். என்மீதும் எஸ்.எல்.வி. திட்டப்பணியின் மீதும் எனக்கு முழுக் கட்டுப்பாடு இருப்பதாக உணர்ந்தேன். கட்டுப்பாட்டுக்குட் பட்ட படைப்பாற்றலின் துணை விளைவுதான் செயலோட்டம். சவாலானதும் மனம் ஏற்றுக்கொள்ளக்கூடியதுமான ஒரு குறிக்கோளை அடைவதற்காகக் கூடியவரையிலும் கடுமை யாக உழைப்பது முதல் தேவை. அது மிகப்பெரிய சவாலாக இல்லாமல் இருக்கலாம். ஆனால் உங்கள் எல்லையைச் சிறிதளவேனும் விரிவுபடுத்தக்கூடியதாக இருக்க வேண்டும். நேற்றைவிடவும் அல்லது கடந்த முறையைவிடவும் இன்று சிறப்பாகச் செயலாற்றுவதாக உங்களை உணரவைக்கும் வேலையாக அது இருக்க வேண்டும். எந்தக் குறுக்கீடும் இல்லாமல் குறிப்பிட்ட அளவில் நேரம் ஒதுக்க வேண்டும். இது செயலோட்டத்திற்கான அடுத்த நிபந்தனை. என்னுடைய அனுபவத்தில் அரை மணிநேரத்திற்கும் குறைவான நேரத்தில்

செயலோட்டத்திற்குள் செல்ல முடியாது.இடையில் குறுக்கீடுகள் இருந்தாலும் அது சாத்தியப்படாது.

கற்றுக்கொள்வதற்காக நாம் நம்மைக் குறிப்பிட்ட சூழலுக்குள் உட்படுத்திக்கொள்கிறோம். அதுபோல ஏதேனும் ஒரு சூழலுக்கு உட்படுத்திக்கொள்வதன் மூலம் செயலோட்டத்தை எட்ட முடியுமா? முடியும். இதற்கு முன்பு நீங்கள் செயலோட்டத்தில் இருந்த தருணங்களை அலசிப்பாருங்கள். குறிப்பிட்டதொரு தூண்டுதலுக்கு எதிர்வினையாற்றுவதில் ஒவ்வொருவருக்கும் தனித்தன்மை வாய்ந்த, இயல்பான தன்மை இருக்கும். உங்கள் விஷயத்தில் இதுபோன்ற எதிர்வினைகளின் பொதுத்தன்மை என்ன வென்பதை நீங்கள்தான் அடையாளம்காண முடியும். இதைக் கண்டுபிடித்துவிட்டால் செயலோட்டத்தைத் தொடங்கி விடலாம்.

எஸ்.எல்.வி. திட்டப்பணிகளின்போது இந்த நிலையைப் பலமுறை, கிட்டத்தட்ட ஒவ்வொரு நாளும் அனுபவித்திருக் கிறேன். ஆய்வகத்தில் பல நாட்கள் என்னைச் சுற்றிலும் பார்க்கையில் அந்த இடமே காலியாக இருப்பதைப் பார்த்திருக்கிறேன். வேலை நேரம் முடிந்து நெடுநேரம் ஆகி விட்டதை உணருவேன். ஒரு சில நாட்களில் நானும் என் சகாக்களும் வேலையில் மூழ்கிவிடுவதில் மதிய உணவு நேரத்தைத் தவறவிட்டிருப்போம். பசியைக்கூடக் கருதாமல் இருந்திருக்கிறோம்.

அந்தத் தருணங்களையெல்லாம் அலசிப் பார்த்தபோது அவற்றில் இருந்த பொதுத்தன்மை புலப்பட்டது. திட்டம் நிறைவுக் கட்டத்தை நெருங்கும்போது அல்லது எல்லாத் தகவல்களும் திரட்டப்பட்டுப் பிரச்சினையைத் தொகுத்துக் கொள்ளத் தயாராக இருக்கும்போது, முரண்பட்ட காரணிகள் எழுப்பிய தேவைகளையும் மாறுபட்ட நோக்கங்கள் முன்வைக்கும் பல்வேறு நிலைப்பாடுகளையும் குறித்துக் கொள்ளும்போது, செயல் திட்டத்திற்கான எங்கள் பரிந்துரை களை முன்வைக்கும் சமயம் ஆகிய தருணங்களில் செயலோட்டம் சாத்தியமாகியிருக்கிறது. அலுவலகத்தில் நெருக்கடியோ ஆலோசனைக் கூட்டங்களோ நடக்காத சமயங்களில் இப்படி நேர்வதையும் உணர்ந்தேன். இத்தகைய தருணங்கள் அதிகரித்தபடி இருந்தன. 1979ஆம் ஆண்டின் மத்தியில் எஸ்.எல்.வி.-3 கனவு நனவானது.

1979 ஆகஸ்ட் 10 அன்று எஸ்.எல்.வி.-3இன் முதல் பரிசோதனை ஓட்டத்தை மேற்கொள்ளத் திட்டமிட்டோம்.

முழுமையாக ஒருங்கிணைத்த ஏவுகலத்தை உருவாக்குதல்; ஸ்டேஜ் மோட்டார்கள், வழிகாட்டிக் கட்டுப்படுத்தும் அமைப்புமுறைகள், மின்னணு துணைச் சாதனங்கள் போன்ற ராக்கெட்டுடன் பறக்கும் அம்சங்களை மதிப்பிடுதல்; செக் அவுட், ராக்கெட்டின் பாதையைக் கண்காணித்தல், டெலிமெட்ரி, ஏவும் செயல்பாட்டின்போது நிகழ்நேரத்திலேயே தகவல்களைப் பெற ஸ்ரீஹரிகோட்டாவில் ஏற்படுத்தப்பட்டுள்ள வசதிகள் ஆகிய தரைத்தள அமைப்புமுறைகளை ஆய்வு செய்தல் ஆகியவையே இந்தப் பணியின் முதன்மையான இலக்குகள். நான்கு கட்டங்கள் கொண்ட, 23 மீட்டர் நீளமும் 17 டன் எடையும் உள்ள எஸ்.எல்.வி. ராக்கெட் 07:58 மணிக்கு நேர்த்தியாக விண்ணில் கிளம்பியது. உடனடியாகத் தனக்கான திட்டமிட்ட பாதையில் பயணிக்கத் தொடங்கியது.

முதல் கட்டம் கச்சிதமாக நடந்தது. இதிலிருந்து இரண்டாம் கட்டத்திற்கு மாறுவது சீராக இருந்தது. எங்களுடைய நம்பிக்கை எஸ்.எல்.வி.–3யின் வடிவில் வானில் பறப்பதை வியப்பில் ஆழ்ந்தபடி பார்த்துக்கொண்டிருந்தோம். திடீரென்று அந்த வியப்பு வடிந்தது. இரண்டாம் கட்டம் எங்கள் கட்டுப்பாட்டை மீறிச் சென்றது. 317 விநாடிகளில் ஏவுகலத்தைச் செயலிழக்கச்செய்தோம். எனக்கு மிகவும் பிடித்தமான நான்காம் கட்டம் உள்பட ஏவுகலத்தின் எஞ்சிய பகுதிகள் ராக்கெட்டுடன் ஸ்ரீஹரிகோட்டாவிற்கு 560 கி.மீ. தொலைவில் கடலில் விழுந்தன.

இந்த நிகழ்வு பெரும் ஏமாற்றத்தை அளித்தது. கோபமும் விரக்தியும் என்னை ஆட்கொண்டன. என் கால்கள் இறுகிப் போய் வலியெடுக்கத் தொடங்கியது. பிரச்சினை உடலில் அல்ல. மனதில் ஏதோ நடந்துகொண்டிருந்தது.

நான் உருவாக்கிய நந்தி ஹோவர் ரக விமானத் திட்டம் கைவிடப்பட்டது, ராட்டோ மோட்டார் திட்டம் நின்று போனது, எஸ்.எல்.வி.– டயமன்ட் நான்காம் கட்டத் திட்டம் ரத்தானது ஆகிய அனைத்தும் சாம்பலிலிருந்து உயிர்த்தெழும் பீனிக்ஸ் பறவைபோல மனதில் எழுந்தன. பாதியில் முறிந்த இந்தத் திட்டங்களின் தோல்விகளையெல்லாம் காலப்போக்கில் எப்படியோ தாங்கிக்கொண்டுவிட்டேன். பின்னடைவுகளை ஏற்றுக்கொண்டு, புதிய கனவுகளை உருவாக்கிக்கொண்டு வேலை செய்யத் தொடங்கினேன். அன்றைய நாளில் இவை அனைத்தும் உயிர் பெற்று எழுந்து என்னை ஆழ்ந்த விரக்தியில் தள்ளின.

“இந்தத் தோல்விக்குக் காரணம் என்னவாக இருக்கும் என்று நினைக்கிறீர்கள்?” என்று பிளாக் ஹவுஸில் யாரோ என்னைக் கேட்டார்கள். விடை கண்டுபிடிக்க முயன்றேன். ஆனால் எதையும் யோசிக்க முடியாத அளவுக்குக் களைப்பாக இருந்தேன். காரணம் கண்டுபிடிக்கும் முயற்சியைக் கைவிட்டேன். விடியற்காலையில் ஏவுவதாகத் திட்டமிட்டிருந்தோம். அதற்கு முன்தினம் இரவு கவுன்ட் டவுன். அதற்கு முந்தைய வாரத்தில் தூக்கமே இல்லை. உடலும் மனமும் முற்றிலும் சோர்ந்துபோயிருந்தேன். நேராக என் அறைக்குச் சென்று படுக்கையில் விழுந்தேன்.

யாரோ என் தோளை மென்மையாகத் தொட்டு எழுப்பினார். அப்போது மதியம் கடந்திருந்தது. கிட்டத்தட்ட மாலை நேரம். டாக்டர் பிரம்ம பிரகாஷ் என் அருகில் அமர்ந்திருந்ததைப் பார்த்தேன்.“மதிய உணவுக்குப் போகலாமா?” என்று கேட்டார். அவருடைய அக்கறையும் அன்பும் என்னை நெகிழவைத்தன. அதற்கு முன்பு இரண்டு முறை என்னுடைய அறைக்கு வந்த அவர் நான் தூங்கிக்கொண்டிருப்பதைப் பார்த்துவிட்டுத் திரும்பிப் போயிருக்கிறார் என்று பிறகு அறிந்துகொண்டேன். அத்தனை நேரம் எனக்காகக் காத்திருந்து சாப்பிட அழைத்துச்சென்றார். நான் துயரில் இருந்தேன். ஆனால் தனியாக இல்லை. டாக்டர் பிரம்ம பிரகாஷ் எனக்குள் புதிய நம்பிக்கையை ஊட்டினார். சாப்பிடும்போது சாதாரணமாகப் பேசிக்கொண்டிருந்தார். எஸ்.எல்.வி.–3 பற்றிய பேச்சைக் கவனமாகத் தவிர்த்தார். ஆனால் மென்மையாக எனக்கு ஆறுதல் கூறினார்.

9

இந்தக் கடினமான காலகட்டத்தைக் கடக்க டாக்டர் பிரம்ம பிரகாஷ் எனக்கு உதவினார். சேதத்தைக் கட்டுப்படுத்துவதற்கான முதன்மை யான கோட்பாட்டை நடைமுறைப்படுத்தினார். "ஆளை உயிரோடு கொண்டுவாருங்கள், அவர் பிழைத்துக்கொள்வார்" என்பதே அந்தக் கோட்பாடு. எஸ்.எல்.வி. குழுவினர் அனைவரை யும் ஒரே இடத்தில் அணி திரட்டிய அவர் எஸ்.எல்.வி. தோல்வி தொடர்பான துயரில் நான் மட்டும் தனியனாக இல்லை என்பதைக் காட்டினார். "தோழர்கள் எல்லாரும் உங்களுடன் நிற்கிறார்கள்" என்றார். இது எனக்கு மிக முக்கியமான, உணர்வுப்பூர்வமான ஆதரவையும் தைரியத்தையும் வழிகாட்டுதலையும் அளித்தது.

1979 ஆகஸ்ட் 11 அன்று நடைபெற்ற பரிசீலனைக் கூட்டத்தில் எழுபதுக்கும் மேற்பட்ட விஞ்ஞானிகள் கலந்துகொண்டார்கள். தோல்வி குறித்த விரிவான தொழில்நுட்ப அலசல் நடந்தது. எஸ்.கே. அதீதன் தலைமையிலான அலசல் குழு எங்கே தவறு நடந்தது என்பதைத் துல்லியமாகச் சுட்டிக்காட்டியது. இரண்டாம் கட்டத்தின் கட்டுப்பாட்டு அமைப்பில்தான் கோளாறு என்பது நிரூபணமானது. இரண்டாம் கட்டத்தின்போது அதைக் கட்டுப்படுத்துவதற்கான ஆற்றல் அங்கே இல்லாததால் ஏவுகலம் நிலை தடுமாறித் தனது உயரத்தையும் வேகத்தையும் இழந்தது. இதனால் அடுத்த கட்டங்கள் உயிர்பெறுவதற்கு முன்பே கடலில் விழுந்தது.

இரண்டாம் கட்டத்தின் எரிபொருளுக்கு ஆற்றல் தருவதற்கான ஆக்சிடைசராகப் பயன்படுத்திய கணிசமான அளவிலான சிவப்புப் புகை கொண்ட நைட்ரிக் அமிலம் (Red fuming nitric acid - RFNA) வற்றிப்போனது மேற்கொண்டு நடைபெற்ற ஆழமான அலசலில் கண்டறியப்பட்டது. இதன் விளைவாக, கட்டுப்படுத்தும் ஆற்றல் தேவைப்பட்டபோது வெறும் எரிபொருள் மட்டுமே கிடைத்தது. அதில் ஆற்றல் இல்லை. ஏவுவதற்கு எட்டு வினாடிகள் இருந்தபோது (T-8) முதல் கட்டளை பிறப்பிக்கப்பட்ட பிறகு ஏற்பட்ட மாசுபாட்டினால் ஆக்சிஜனேற்றும் தொட்டியில் இருந்த சோலனாய்டு வால்வு திறந்துகொண்டது என்பதே அமிலம் வற்றிப்போனதற்குக் காரணமாக அடையாளம்காணப்பட்டது.

இந்தக் கண்டுபிடிப்புகளை இஸ்ரோவின் உயர்நிலை விஞ்ஞானிகளின் கூட்டத்தில் முன்வைத்தோம். அவர்களும் ஏற்றுக்கொண்டார்கள். தோல்விக்கான தொழில்நுட்பக் காரணத்தையும் அதன் விளைவையும் அனைவரும் ஒப்புக் கொண்டார்கள். தோல்வியைக் கையாள்வதற்கு எடுக்கப்பட்ட நடவடிக்கைகள் குறித்துப் பொதுவாக அனைவரும் திருப்தி யடைந்தார்கள். ஆனால் என் மனம் அப்போதும் அதை ஏற்கவில்லை என்பதால் அமைதியிழந்திருந்தேன். தாமதமோ கவனச் சிதறலோ இல்லாமல் முடிவெடுக்கும் செயல்முறையைக் கையாள்வதில் ஒருவருக்குள்ள திறமையைப் பொறுத்துதான் அவருடைய பொறுப்புணர்வை அளவிட முடியும் என்று கருதினேன்.

சட்டென்று ஒரு கணத்தில் இருக்கையிலிருந்து எழுந்து பேராசிரியர் தவனைப் பார்த்துப் பேசத் தொடங்கினேன்: "சார், நடந்த தவற்றுக்கு என் நண்பர்கள் தொழில்நுட்ப ரீதியாக விளக்கமளித்தாலும் கவுன்ட் டவுனின் கடைசிக் கட்டத்தில் நைட்ரிக் அமிலக் கசிவு தெரியவந்தபோது அது பெரிய விஷயமல்ல என்று முடிவெடுத்ததற்கான பொறுப்பை நான் ஏற்றுக்கொள்கிறேன். திட்டத்தின் இயக்குநர் என்ற முறையில் ஏவும் திட்டத்தை நிறுத்திவைத்து, முடிந்தால் ராக்கெட்டைக் காப்பாற்றியிருக்க வேண்டும். இதேபோன்ற சம்பவம் வெளிநாடு ஒன்றில் நடந்திருந்தால் திட்ட இயக்குநரின் வேலை போயிருக்கும். எஸ்.எல்.வி.-3 தோல்விக்கு நான் பொறுப்பேற்கிறேன்" என்று கூறினேன். சிறிது நேரம் அங்கே பெரும் மௌனம் நிலவியது. பிறகு பேராசிரியர் தவன் எழுந்து நின்று, "கலாம் தொடர்ந்து பணியில் இருப்பார்" என்று சொல்லிவிட்டு, கூட்டம் முடிந்தது என்பதைத் தெரிவிக்கும் விதமாக அறையை விட்டு வெளியேறினார்.

அறிவியல் தேடல் என்பது மகத்தான பரவசமும் மாபெரும் நிராசையும் கலந்தது. பல்வேறு நிகழ்வுகள் நினைவுக்கு வந்தன.

ஜோஹன்ட் கெப்லரின் மூன்று சுற்றுப்பாதை விதிகள் விண்வெளி ஆராய்ச்சியின் அடிப்படையை உருவாக்குகின்றன. சூரியனைச் சுற்றியுள்ள கோள்களின் இயக்கம் பற்றிய இரண்டு விதிகளை வகுத்த பின்னர், ஒரு கோள் சூரியனைச் சுற்றி வரும் நீள்வட்டச் சுற்றுப்பாதையின் அளவு, நீளம் ஆகியவற்றிற்கு இடையே யான தொடர்பைக் கொடுக்கும் மூன்றாவது விதியை முன் வைக்கக் கிட்டத்தட்ட 17 ஆண்டுகள் ஆயின. அதற்குள் எத்தனை தோல்விகளையும் விரக்திகளையும் அவர் சந்தித்திருப்பார்? மனிதன் நிலவில் காலடி எடுத்து வைக்க முடியும் என்ற கருத்தை ரஷ்யக் கணிதவியலாளர் கான்ஸ்டன்டைன் சில்கோவ்ஸ்கி முன்வைத்தார். அது நடைமுறையில் சாத்தியமாக 40 ஆண்டுகள் ஆயின. அமெரிக்காதான் அதைச் சாதித்தது. தன்னுடைய 'சந்திரசேகர் வரையறை' என்னும் கண்டுபிடிப்புக்கு நோபல் பரிசு பெறப் பேராசிரியர் சந்திரசேகர் 50 ஆண்டுகள் காத்திருக்க வேண்டியிருந்தது. 1930களில் கேம்பிரிட்ஜ் பல்கலைக்கழகத்தில் மாணவராக இருந்தபோது அவர் அதைக் கண்டுபிடித்தார். அவருடைய கண்டுபிடிப்பை அப்போதே அங்கீகரித்திருந் தால் பல பதிற்றாண்டுகளுக்கு முன்பே கருந்துளையைக் கண்டறிந்திருக்க முடியும். மனிதனை நிலவுக்கு அனுப்பு வதற்கான சாட்ரன் ஏவுகலத்தை உருவாக்குவதற்கு முன்பு வான் பிரவுன் எவ்வளவு தோல்விகளைச் சந்தித்திருப்பார். சரி செய்ய முடியாத பின்னடைவுகளை ஏற்றுக்கொள்வதற்கான திறமையை இந்தச் சிந்தனைகள் எனக்கு அளித்தன.

1979 நவம்பர் தொடக்கத்தில் டாக்டர் பிரம்ம பிரகாஷ் ஓய்வுபெற்றார். விக்ரம் சாராபாய் விண்வெளி மையத்தில் நெருக்கடி ஏற்பட்டபோதெல்லாம் அவர் எனக்குப் பெரும் துணையாக இருந்தார். அணி உணர்வின் மீது அவருக்கு இருந்த நம்பிக்கை எஸ்.எல்.வி. திட்டப்பணிக்கான மேலாண்மை யின் வழிமுறையை உருவாக்க ஊக்கமளித்தது. பிறகு அதுவே இந்தியாவின் அறிவியல் திட்டங்கள் அனைத்திற்குமான முன்மாதிரியாக விளங்கியது. என்னுடைய பணியின் குறிக்கோள்களிலிருந்து நான் பாதைமாறிச் சென்றபோ தெல்லாம் எனக்கு வழிகாட்டிய மதியூக ஆலோசகராக அவர் விளங்கினார்.

பேராசிரியர் சாராபாயிடமிருந்து நான் பெற்ற பண்பு களை டாக்டர் பிரம்ம பிரகாஷ் மேலும் மெருகேற்றியதோடு, அவற்றுக்குப் புதிய பரிமாணங்களைக் கூட்டவும் உதவினார். அவசரப்படக் கூடாது என்று எப்போதும் எச்சரிப்பார். "பெரிய அறிவியல் திட்டங்கள் மலையைப் போன்றவை. கூடியவரை அதிகம் சிரமப்படாமல், அவசரப்படாமல் ஏற

வேண்டும். உங்கள் இயல்பின் யதார்த்தம் உங்கள் வேகத்தைத் தீர்மானிக்க வேண்டும். அமைதியிழந்த நிலையில் இருந்தால் வேகத்தைக் கூட்டுங்கள். பதற்றமாகவும் படபடப்பாகவும் இருந்தால் வேகத்தைத் தணியுங்கள். மலை ஏறும்போது மனம் சமநிலையில் இருக்க வேண்டும். உங்களுடைய திட்டப்பணியின் ஒவ்வொரு கட்டமும் இறுதிக் குறிக்கோளை அடைவதற்கான பாதையாக மட்டுமின்றி, ஒவ்வொன்றும் தனித்தன்மை கொண்ட நிகழ்வாக இருந்தால் நீங்கள் சிறப்பாகச் செயல்படு கிறீர்கள் என்று பொருள்" என்பார். அவருடைய அறிவுரையின் எதிரொலியைப் 'பிரம்மா' என்னும் தலைப்பில் எமர்சன் எழுதிய கவிதையில் கேட்கலாம்.

கொல்பவன் தன்னைக் கொலை செய்பவனாகவும்
கொல்லப்படுபவன் தான்
கொல்லப்படுவதாகவும் கருதினால்
இருவருக்குமே
வருவது, இருப்பது, திரும்ப வருவது
என நுட்பமான வழிகளில்
நான் செயலாற்றுவது புரியவில்லை
என்று பொருள்.

நாம் அறியாத ஒரு எதிர்காலத்திற்காக மட்டும் வாழ்வது மேலோட்டமானது. மலையின் பல்வேறு பகுதிகளைப் பற்றி அறியாமல் அதன் உச்சியை அடைவது போன்றது அது. மலையின் சிகரம் அல்ல; பகுதிகள்தான் உயிர்களுக்கு ஆதாரம். இங்குதான் பலவும் வளர்கின்றன. அனுபவங்கள் கிடைக்கின்றன. தொழில்நுட்பங்களில் வல்லமை பெறுகிறோம். மலையின் பக்கவாட்டுப் பகுதிகளை வரையறுப்பதால் மட்டுமே சிகரம் முக்கியத்துவம் பெறுகிறது. எனவே நான் மலையின் பக்கங்களையெல்லாம் அனுபவித்தபடியே அதன் உச்சியை நோக்கிச் சென்றேன். கடக்க வேண்டிய தொலைவு அதிகம். ஆனால் எனக்கு அவசரம் இல்லை. சின்னச் சின்ன அடிகளை ஒன்றன் பின் ஒன்றாக எடுத்துவைத்தேன். ஒவ்வொரு அடியும் சிகரத்தை நோக்கி இட்டுச் சென்றது.

ஒவ்வொரு கட்டத்திலும் எஸ்.எல்.வி.-3 அணிக்கு அசாதாரணமான, துணிச்சல் மிகுந்த நபர்கள் வாய்த்தார்கள். சுதாகர், சிவராமகிருஷ்ணன் ஆகியோருடன் சிவகாமிநாதன் என்பவரும் இருந்தார். எஸ்.எல்.வி.-3 ஏவுகலத்தில் பொருத்து வதற்காக சி. பாண்ட் டிரான்ஸ்பாண்டரைக் கொண்டுவரும் பொறுப்பை சிவகாமிநாதனிடம் அளித்திருந்தோம். ராக்கெட்டில் பொருத்தப்படும் இந்தச் சாதனம் ராக்கெட் கிளம்பியது முதல் திட்டமிட்ட உயரத்தைச் சென்றடைவதுவரை

ரடார் சமிக்ஞைகளை அனுப்பிக்கொண்டிருக்கும். சக்தி வாய்ந்த அந்த சமிக்ஞைகளை வைத்து ராக்கெட்டின் நிலவரம் பற்றிய தகவல்களை அறியலாம். இந்த டிரான்ஸ்பாண்டரைப் பொருத்தினால்தான் திட்டமிட்ட நேரத்தில் ஏவுகலத்தை அனுப்ப முடியும். சிவகாமிநாதன் பயணம் செய்த விமானம் தரையிறங்கும்போது ஓடுதளத்தில் தடுமாறித் தாறுமாறாக ஓடியது. அடர்ந்த புகை விமானத்தைச் சூழ்ந்தது. பயணிகள் நெருக்கடிகால வாசல்கள் வழியாகக் குதித்து வெளியேறினார்கள். சிவகாமி வெளியேறவில்லை. தன்னுடைய பையிலிருந்து டிரான்ஸ்பாண்டரை எடுத்த பிறகே கிளம்பினார். கடைசியாக வெளியே வந்தவர்களில் ஒருவர் அவர். பெரும்பாலும் விமான ஊழியர்கள்தான் அவருடன் வெளியேறியவர்கள். சிவகாமிநாதன் டிரான்ஸ்பாண்டரைத் தன் மார்போடு சேர்த்து அணைத்தபடி வந்தார்.

எஸ்.எல்.வி.–3 அசெம்ப்ளி கட்டிடத்திற்குப் பேராசிரியர் தவன் வந்தபோது நடந்த சம்பவம் நன்றாக நினைவிருக்கிறது. எஸ்.எல்.வி.–3 ஒருங்கிணைப்பின் நுட்பமான சில அம்சங்கள் பற்றிப் பேராசிரியர் தவன், மாதவன் நாயர், நான் ஆகிய மூவரும் விவாதித்துக்கொண்டிருந்தோம். ஏவுதளத்தில் ஏவுகலத்தைக் கிடைமட்டத்தில் வைத்திருந்த இடத்தைச் சுற்றி வந்தபடி, ஒருங்கிணைக்கப்பட்ட சாதனம் தயார் நிலையில் இருக்கிறதா என்பதை ஆராய்ந்தோம். அங்கே வைத்திருந்த தீயணைப்புச் சாதனத்தின் குழாய்கள் என் கண்ணில் பட்டன. அந்தக் குழாய்கள் எஸ்.எல்.வி.–3 ஏவுகலத்தைப் பார்த்தபடி இருந்தது என்னை முகம் சுளிக்கவைத்தது. அவற்றை அப்படியே எதிர்த் திசையை நோக்கித் திருப்பிவைக்குமாறு மாதவன் நாயரிடம் சொன்னேன். ஒருவேளை குழாயிலிருந்து திடீரென்று தண்ணீர் பாய்ந்து வந்தால் அது ராக்கெட்டின் மீது பட்டு அதைச் சேதப்படுத்துவதைத் தவிர்க்கலாம். என்ன ஆச்சரியம்! அந்தக் குழாய்களைத் திருப்பி வைத்த சில நிமிடங்களில் அவற்றிலிருந்து தண்ணீர் பீய்ச்சி அடித்தது. தீயணைப்புச் சாதனம் சரியாக இயங்குகிறதா என்று பார்ப்பதற்காகப் பாதுகாப்பு அதிகாரிதான் தண்ணீரைத் திறந்துவிட்டிருந்தார். அந்தத் தண்ணீர் ராக்கெட்டின் மீது பட்டிருந்தால் மொத்த ராக்கெட்டும் பாழாகியிருக்கும். இது வருமுன் காத்ததா அல்லது இறைவனின் பாதுகாப்பா?

1980 ஜூலை 17ஆம் தேதி இரண்டாவது எஸ்.எல்.வி.–3 ஏவுகலத்தை விண்ணில் செலுத்துவதற்கு 30 மணிநேரத்திற்கு முன்பு செய்தித்தாள்கள் பலவித ஊகங்களை வெளியிட்டன. "திட்டப்பணியின் இயக்குநரைக் காணவில்லை" என்று ஒரு

செய்தித்தாள் எழுதியது. எஸ்.எல்.வி.–3 ஏவுகலத்தின் முதல் சோதனை தோல்வியடைந்ததைப் பற்றிக் கட்டுரைகள் வந்தன. எரிபொருள் தீர்ந்துபோனதால் மூன்றாம் கட்டம் தோல்வி யடைந்து ராக்கெட் கடலில் வீழ்ந்ததை அவை நினைவு கூர்ந்தன. இடைப்பட்ட தூரம் பாயும் ஏவுகணைகளைத் *(Intermediate-range ballistic missile – IRBM)* தயாரிக்கும் ஆற்றலைப் பெறும் வகையில் ராணுவ நோக்கங்களுக்காக எஸ்.எல்.வி.–3 பயன்படக்கூடிய சாத்தியக் கூறுகளைப் பற்றிச் சிலர் எழுதியிருந்தார்கள். சிலரோ நம் நாட்டின் பிரச்சினைகளையெல்லாம் அலசி ஆராய்ந்து அவற்றை எஸ்.எல்.வி.–3 திட்டத்துடன் முடிச்சுப் போட்டார்கள். அடுத்த நாள் நிகழவிருப்பது இந்திய விண்வெளித் திட்டத்தின் வருங்காலத்தைத் தீர்மானிக்கப்போகிறது என்று எனக்குத் தெரியும். சுருக்கமாகச் சொன்னால், தேசம் முழுவதும் எங்களைப் பார்த்துக்கொண்டிருந்தது.

அடுத்த நாள், 1980 ஜூலை 18ஆம் தேதி, காலை சரியாக 08.03 மணி. இந்தியாவின் முதல் செயற்கைக்கோள் ஏவுகலமான எஸ்.எல்.வி.–3 ஷார் மையத்திலிருந்து விண்ணுக்குப் புறப்பட்டது. ஏவுகலம் கிளம்புவதற்கு 600 வினாடிகளுக்கு முன்பு கணினியைப் பார்த்தேன். ரோஹிணி செயற்கைக்கோளை அதன் சுற்றுப்பாதையில் செலுத்துவதற்குத் தேவையான விசையை அளிக்க ராக்கெட்டின் நான்காம் கட்டம் தயார் என்பதைக் கணினித் திரை காட்டியது. அடுத்த இரண்டு நிமிடங்களில் ஏவுகலம் ரோஹிணியை அதன் சுற்றுப்பாதை யில் செலுத்தியது. என் வாழ்வில் நான் பேசியதிலேயே மிக முக்கியமான வார்த்தைகளைச் கீச்சுக் குரலில் அப்போது பேசினேன். “திட்டப்பணியின் இயக்குநரிடமிருந்து அனைத்து மையங்களுக்கும் அழைப்பு – முக்கியமான அறிவிப்பு. எல்லாக் கட்டங்களும் திட்டமிட்டபடி செயல்பட்டன. நான்காம் கட்ட அபோகி மோட்டார் ரோஹிணி செயற்கைக்கோளைச் சுற்றுப்பாதையில் செலுத்துவதற்குத் தேவையான விசையைச் செலுத்திவிட்டது.”

எங்கும் மகிழ்ச்சி ஆரவாரம். பிளாக் ஹவுஸை விட்டு நான் வெளியே வந்ததும் என் சகாக்கள் என்னைத் தோளில் தூக்கிக்கொண்டு ஊர்வலம் சென்றார்கள்.

தேசம் முழுவதும் பரவசத்தில் மிதந்தது. செயற்கைக் கோளை ஏவும் திறன் கொண்ட மிகச் சில நாடுகளின் குழுவில் இந்தியாவும் சேர்ந்துகொண்டது. செய்தித்தாள்கள் இதைத் தலைப்புச் செய்தியாக வெளியிட்டன. வானொலியும்

தொலைக்காட்சியும் சிறப்பு நிகழ்ச்சிகளை ஏற்பாடு செய்தன. நாடாளுமன்ற உறுப்பினர்கள் மேசைகளைத் தட்டி இந்தச் சாதனையைப் பாராட்டினார்கள். தேசத்தின் கனவு நிறைவேறியது. தேசத்தின் வரலாற்றில் மிக முக்கியமான கட்டம் தொடங்கியது. எப்போதும் அளந்து பேசும் இஸ்ரோவின் தலைவர் பேராசிரியர் சதீஷ் தவன், விண்வெளியை ஆராயும் திறன் நமக்கு வசப்பட்டுவிட்டது என்று அறிவித்தார். பிரதமர் இந்திரா காந்தி வாழ்த்துத் தந்தி அனுப்பினார். அறிவியலாளர் களிடமிருந்து வந்த எதிர்வினை மிகவும் முக்கியமானது. முழுக்க முழுக்க சுதேசி முயற்சியாக இது அமைந்ததில் அவர்கள் அனைவரும் பெருமிதம் கொண்டார்கள்.

என்னுடைய உணர்ச்சிகள் கலவையாக இருந்தன. இருபது ஆண்டுகளாகக் கைக்குச் சிக்காத வெற்றியை அடைந்ததில் மகிழ்ச்சி மேலிட்டது. ஆனால் எனக்கு உத்வேகமூட்டிய என் தந்தையார், மைத்துனர் ஜலாலுதீன், பேராசிரியர் சாராபாய் ஆகியோர் இந்தத் தருணத்தில் இல்லையே என்பதை எண்ணி வருந்தினேன்.

இந்த வெற்றிக்கான பெருமை முதலில் இந்திய விண்வெளித் திட்டத்தின் ஜாம்பவான்களையே சேரும். குறிப்பாக, இந்த முயற்சியை முன்னெடுத்த பேராசிரியர் சாராபாய். அடுத்து விக்ரம் சாராபாய் விண்வெளி மையத்தின் பணியாளர்கள். அவர்களுடைய மன உறுதி நம் நாட்டு மக்களின் தகுதியை நிரூபித்துக் காட்டியது. திட்டப்பணிக்குத் தலைமை ஏற்று வழிகாட்டிய பேராசிரியர் தவனையும் டாக்டர் பிரம்ம பிரகாஷையும் சிறப்பாகக் குறிப்பிட வேண்டும்.

அன்றிரவு தாமதமாகவே சாப்பிட்டோம். கொண்டாட்டங்கள் மெல்ல அடங்கி அமைதி நிலவியது. அசாத்தியமான களைப்புடன் படுக்கையில் வந்து விழுந்தேன். திறந்த சன்னல் வழியாக மேகங்களுக்கிடையே நிலாவைப் பார்த்தேன். அன்று ஸ்ரீஹரிகோட்டாவில் இருந்த மனநிலையைப் பிரதிபலிக்கும் வகையில் கடற்காற்று குளுமையாக வீசியது.

எஸ்.எல்.வி.–3 வெற்றிபெற்ற ஒரு மாதத்திற்குள் அது தொடர்பான அனுபவங்களைப் பகிர்ந்துகொள்ள வருமாறு பம்பாயிலுள்ள நேரு அறிவியல் மையத்திலிருந்து அழைப்பு வந்தது. அங்கே சென்றிருந்தபோது பேராசிரியர் தவன் தில்லியி லிருந்து தொலைபேசி மூலம் அழைத்தார். மறுநாள் காலை தில்லியில் தன்னைச் சந்திக்கும்படி சொன்னார். நாங்கள் பிரதமர் திருமதி இந்திரா காந்தி அம்மையாரைச் சந்திக்க ஏற்பாடாகியிருந்தது. நேரு அறிவியல் மையத்தைச் சேர்ந்தவர்கள்

தில்லி செல்வதற்கான ஏற்பாடு செய்துதந்தார்கள். ஆனால் எனக்கு ஒரு சிறிய பிரச்சினை. நான் சாதாரணமான உடை அணிந்திருந்தேன். வழக்கம்போலவே காலில் செருப்புதான் போட்டுக்கொண்டிருந்தேன். பிரதமரைச் சந்திப்பதற்கான உடையல்ல இது. இதுபற்றிப் பேராசிரியர் தவனிடம் சொன்னபோது அவர் உடையைப் பற்றிக் கவலைப்பட வேண்டாம் என்றார். "வெற்றி என்னும் அழகான ஆடையை அணிந்திருக்கிறீர்கள்" என்று கூறினார்.

பேராசிரியர் தவனும் நானும் மறுநாள் காலை நாடாளு மன்றக் கட்டிடத்தின் இணைப்புக் கட்டிடத்திற்குச் சென்றோம். அறிவியல், தொழில்நுட்பத்திற்கான நாடாளுமன்றக் குழுவின் கூட்டம் பிரதமரின் தலைமையில் நடக்க ஏற்பாடாகியிருந்தது. மக்களவையையும் மாநிலங்களவையையும் சேர்ந்த சுமார் 30 உறுப்பினர்கள் அங்கே இருந்தார்கள். கம்பீரமான சரவிளக்கு அந்த அறையில் ஒளி வெள்ளம் பாய்ச்சியது. பேராசிரியர் எம்.ஜி.கே. மேனன், டாக்டர் நாக் சவுத்ரி ஆகியோரும் இருந்தார்கள். திருமதி இந்திரா காந்தி எஸ்.எல்.வி.–3 திட்டத்தின் வெற்றியைப் பற்றிப் பேசி எங்கள் சாதனையைப் பாராட்டினார். விண்வெளி ஆராய்ச்சியை மேற்கொள்ள ஊக்கமளித்த தற்காகப் பேராசிரியர் தவன் நாடாளுமன்றக் குழு உறுப்பினர் களுக்கு நன்றி தெரிவித்தார். இஸ்ரோ அறிவியலாளர்கள், பொறியாளர்களின் நன்றியையும் தெரிவித்தார். திடீரென்று திருமதி இந்திரா காந்தி என்னைப் பார்த்துச் சிரித்தார். "கலாம், நீங்கள் பேசுவதைக் கேட்க விரும்புகிறோம்" என்றார். பேராசிரியர் தவன் ஏற்கெனவே பேசிவிட்ட நிலையில் இந்த அழைப்பு எனக்கு வியப்பை ஏற்படுத்தியது.

தயக்கத்தோடு எழுந்து நின்று பேசினேன்: "தேசத்தை உருவாக்குபவர்கள் அடங்கிய இந்தச் சபையில் இருப்பதைக் கௌரவமாகக் கருதுகிறேன். எனக்கு ராக்கெட்டை உருவாக்கத்தான் தெரியும். அது நம் நாட்டிலேயே உருவான செயற்கைக் கோளைச் சுமந்து சென்று மணிக்கு 25000 கிலோ மீட்டர் வேகத்தில் அதைச் சுற்றவைக்கும்" என்றேன். இடி முழக்கம் போலக் கைத்தட்டல் எழுந்தது. இந்தத் திட்டத்தில் பணிபுரிந்து நமது நாட்டின் அறிவியல் ஆற்றலை நிரூபிக்க வாய்ப்பளித்ததற்காக நன்றி தெரிவித்தேன். அறை முழுவதும் மகிழ்ச்சி நிரம்பியிருந்தது.

எஸ்.எல்.வி.–3 திட்டப்பணி வெற்றிகரமாக முடிந்துவிட்ட நிலையில் விக்ரம் சாராபாய் விண்வெளி மையம் தன்னுடைய வள ஆதாரங்களைச் சீரமைப்பு செய்துகொண்டு தன் இலக்கு களை மறுவரையறை செய்துகொள்ள வேண்டியிருந்தது. நான்

திட்டப்பணிகளிலிருந்து விலகிக்கொள்ள விரும்பினேன். என் அணியைச் சேர்ந்த வேதப் பிரகாஷ் சந்த்லாஸ் எஸ்.எல்.வி.-3 தொடர் திட்டத்தின் இயக்குநரானார். எஸ்.எல்.வி.-3 போன்ற செயல்படும் செயற்கைக்கோள் ஏவுகலங்களை உருவாக்குவது இந்தத் தொடர் திட்டத்தின் குறிக்கோள். தொழில்நுட்பப் புதுமைகள் சிலவற்றைச் சேர்ப்பதன் மூலம் எஸ்.எல்.வி.-3 திட்டத்தைத் தரமுயர்த்தி, மேம்படுத்திய செயற்கைக்கோள் ஏவுகலங்களைத் (Augmented Satellite Launch Vehicles – ASLVs) தயாரிக்கும் திட்டம் உருவானது. எஸ்.எல்.வி.யின் சுமக்கும் திறனை 40 கிலோவிலிருந்து 150 கிலோவாகக் கூட்டுவது இந்தத் திட்டத்தின் இலக்கு. ஏ.எஸ்.எல்.வி திட்ட இயக்குநராக எம்.எஸ்.ஆர். தேவ் பொறுப்பேற்றார். பிறகு, 900 கி.மீ. தொலைவிலுள்ள சூரிய ஒத்திசைவுச் சுற்றுப்பாதையை (Sun-Synchronous Orbit (900 கிமீ)) அடைய பி.எஸ்.எல்.வி.யைத் தயாரிக்கும் திட்டம். தொலைதூரக் கனவான ஜி.எஸ்.எல்.வி. (Geo Satellite Launch Vehicle) திட்டமும் பரிசீலனையில் இருந்தது.

வளிமண்டல இயக்கவியல் மற்றும் வடிவமைப்புக் குழுவின் (Aerospace Dynamics and Design Group) இயக்குநராகப் பொறுப்பேற்றேன். திட்டமிடப்பட்டிருக்கும் ஏவுகலங்களை உருவாக்குவதும் தொழில்நுட்ப மேம்பாடும் என் பணிகள்.

எதிர்காலத்தில் உருவாக்க வேண்டிய ஏவுகலங்களின் அளவையும் எடையையும் கையாள்வதற்கு விக்ரம் சாராபாய் விண்வெளி ஆராய்ச்சி மையத்தின் உள்கட்டமைப்பு போதாது. இந்தப் புதிய திட்டங்களை அமல்படுத்த மிகவும் மேம்படுத்திய வசதிகள் தேவை. விக்ரம் சாராபாய் விண்வெளி மையத்தின் விரிவுபடுத்தப்பட்ட செயல்பாடுகளுக்காக வட்டியூர்க்காவு, வலியமாலா ஆகிய புதிய இடங்கள் அடையாளம் காணப் பட்டன. தேவையான வசதிகள் குறித்த விரிவான திட்டத்தை டாக்டர் ஸ்ரீனிவாசன் தயாரித்தார்.

இதற்கிடையில், எஸ்.எல்.வி-3 ஏவுகலத்தின் மூலமாகவும் அவற்றின் மாறுபட்ட வடிவங்கள் மூலமாகவும் என்ன வெல்லாம் செய்யலாம் என்பது குறித்த ஆய்வை சிவதாணுப் பிள்ளையுடன் இணைந்து மேற்கொண்டேன். ஏவுகணையைச் செலுத்துவதற்காக அப்போது உலக அளவில் இருந்த ஏவுகலங் களுடன் நமது எஸ்.எல்.வி.யை ஒப்பிட்டுப்பார்த்தோம். இந்தியாவின் தேவைகளுக்கேற்ப குறுகிய, இடைப்பட்ட தொலைவுகளுக்கு (4000 கி.மீ.) பேலோடுகளைச் சுமந்து செல்லக்கூடியவையாக எஸ்.எல்.வி.-3 ராக்கெட் அமைப்புகள் இருப்பதை உறுதிசெய்தோம். எஸ்.எல்.வி.-3 துணைச்

சாதனங்களுடன் 1.8 மீட்டர் விட்டமும் 36 டன் எரிபொருளும் கொண்ட கூடுதலான பூஸ்டரைத் தயாரித்தால் கண்டம் விட்டுக் கண்டம் தாவும் ஏவுகணைகளுக்கான (ICBM) தேவையை அது நிறைவேற்றும் என்று கூறினோம். ஆனால் இந்தத் திட்டம் பரிசீலிக்கப்படவேயில்லை. எனினும் மறு நுழைவுச் சோதனை (Re-entry Experiment - REX) என்னும் திட்டத்திற்கு வழிவகுத்தது. இதுவே பிறகு 'அக்னி'யாக உருவெடுத்தது.

எஸ்.எல்.வி.–3 ஏவுகலத்தின் அடுத்த பயணம் 1981 மே 31 அன்று தொடங்கியது. இதை நான் பார்வையாளர் மாடத்தி லிருந்து பார்த்தேன். ராக்கெட் விண்ணில் கிளம்புவதைக் கட்டுப்பாட்டு மையத்திற்கு வெளியிலிருந்து நான் கண்டது அதுதான் முதல்முறை. அப்போது ஊடகங்கள் என்மீது கவனம் குவித்ததை விரும்பவில்லை. எஸ்.எல்.வி.–3 திட்டத்தில் எனக்கு இணையாகப் பங்களித்த என்னுடைய மூத்த சகாக்கள் சிலர் இதனால் பொறாமை அடைந்தார்கள். புதிய சூழலின் உணர்ச்சியற்ற தன்மை என்னைப் புண்படுத்திவிட்டதா? இருக்கலாம். ஆனால் என்னால் மாற்ற முடியாததை ஏற்றுக் கொள்ளத் தயாராகவே இருந்தேன்.

பிறரது சிந்தனைகளின் பலன்களை நான் என்றுமே அறுவடை செய்ததில்லை. இரக்கமற்ற சாதனையாளராகவும் இருந்ததில்லை. அது என் இயல்பும் அல்ல. எஸ்.எல்.வி.–3 பலவந்தத்தினாலோ சூழ்ச்சிகளாலோ உருவாகவில்லை. தொடர்ச்சியான கூட்டுமுயற்சியின் விளைவு அது. எனில் இந்தக் கசப்பு ஏன் வந்தது? விக்ரம் சாராபாய் விண்வெளி மையத்தில் மட்டும்தான் இப்படியா அல்லது உலகம் முழுவதும் இதுதான் யதார்த்தமா? அறிவியலாளர் என்ற முறையில் யதார்த்தத்திற்கான காரணங்களைக் கண்டறியும் பயிற்சி பெற்றவன் நான். அறிவியலைப் பொறுத்தவரை எது இருக்கிறதோ அதுவே யதார்த்தம். இந்தக் கசப்புணர்வு நிஜம் என்பதால் அதன் காரணத்தை நான் கண்டுபிடிக்க வேண்டும். ஆனால் இதுபோன்ற விஷயங்களுக்கெல்லாம் காரணம் கண்டுபிடிப்பது சாத்தியம்தானா?

எஸ்.எல்.வி. திட்டத்திற்குப் பிந்தைய எனது அனுபவங்கள் என்னை நெருக்கடியான சூழ்நிலையில் தள்ளிவிட்டனவா? ஆம், இல்லை என இரண்டு விதமாகவும் பதிலளிக்கலாம். எஸ்.எல்.வி.யின் புகழ் அதற்கு உரியவர்கள் அனைவருக்கும் போய்ச் சேரவில்லை. ஆனால் அதுகுறித்து எதுவுமே செய்ய முடியவில்லை என்பதால் ஆமாம் என்று சொல்லலாம். ஒருவரின் உள்ளார்ந்த தேவைகள் நிறைவேறுவதற்கு

வாய்ப்பில்லாத சூழ்நிலையைத்தான் நெருக்கடியான சூழல் என்று சொல்ல முடியும்; அப்படி எதுவும் நடந்துவிடவில்லை என்பதால் இந்தக் கேள்விக்கு இல்லை என்றும் பதில் சொல்லலாம். மோதல் என்பதே இதன் அடிப்படையில்தான் உருவாகிறது. பின்னோக்கிப் பார்க்கும்போது, நடப்பதைப் புரிந்துகொள்வதற்கும் என்னைப் புதுப்பித்துக்கொள்வதற்கு மான தேவை இருப்பதை உணர்ந்திருந்தேன் என்று சொல்ல முடியும்.

1981 ஜனவரி மாதம் டேராடூனில் உள்ள அதி உயரிடச் சோதனைக்கூடம் (*High Attitude Laboratory* – தற்போது பாதுகாப்புத் துறை சார்ந்த மின்னணுப் பயன்பாடுகளுக்கான ஆய்வுக் கூடம் என இது அழைக்கப்படுகிறது) எஸ்.எல்.வி.–3 குறித்து உரையாற்ற வருமாறு டாக்டர் பகீரத ராவ் அழைப்பு விடுத்திருந்தார். நான் பெரிதும் மதிக்கும் புகழ்பெற்ற அணு அறிவியலாளர் பேராசிரியர் ராஜா ராமண்ணா அந்தக் கூட்டத்திற்குத் தலைமை வகித்தார். அப்போது அவர் பாதுகாப்புத் துறை அமைச்சரின் அறிவியல் ஆலோசகராக இருந்தார். அணு ஆற்றலை உற்பத்தி செய்வதில் இந்தியாவின் முயற்சிகளைப் பற்றியும் அமைதி நோக்கத்திற்காக அணுச் சோதனை நிகழ்த்துவதில் உள்ள சவால்கள் பற்றியும் அவர் பேசினார். எஸ்.எல்.வி.–3 திட்டத்தில் நான் முழுமையாக ஈடுபட்டிருந்ததால் அது பற்றி என்னால் சரளமாக உரையாற்ற முடிந்தது. அதன் பிறகு தன்னுடன் தனிப்பட்ட முறையில் தேநீர் சந்திப்புக்கு வருமாறு பேராசிரியர் ராஜா ராமண்ணா அழைப்பு விடுத்தார்.

என்னைச் சந்திப்பதில் பேராசிரியர் ராஜா ராமண்ணா உண்மையிலேயே மகிழ்ச்சியடைந்ததை அவரைப் பார்த்ததுமே உணர்ந்துகொண்டேன். அவருடைய பேச்சில் ஆர்வமும் உடனடியாக ஏற்படும் பரிவோடு கூடிய நட்புணர்வும் தெரிந்தன. அவருடைய உடலசைவுகள் வேகமாகவும் ஒயிலாகவும் இருந்தன. அந்தச் சந்திப்பு பேராசிரியர் சாராபாயுடனான என் முதல் சந்திப்பை நினைவுபடுத்தியது. நேற்று நடந்ததுபோல் அது என் நினைவில் இருந்தது. பேராசிரியர் சாராபாயின் உலகம் அகத்தில் எளிமையாகவும் புறத்தில் இலகுவாகவும் இருந்தது. அவரோடு பணிபுரிந்த அனைவரும் புதிதாக உருவாக்க வேண்டும் என்னும் இலக்கை நோக்கி ஒரே சிந்தனை யுடன் செயல்படுவதற்கான உத்வேகத்தைப் பெற்றோம். அந்த இலக்கை அடைவதற்கு உதவக்கூடிய சூழலில் வாழ்ந்தோம். சாராபாயின் உலகம் எங்கள் கனவுகளுக்காகவே உருவானதுபோல் இருந்தது. எங்களுக்குத் தேவையானவை

அனைத்தும் கூடுதலோ குறைவோ இல்லாமல் அங்கே இருந்தன. எங்களுடைய தேவைகளுக்கேற்ப அந்தக் கூறுகளை நாங்கள் பயன்படுத்திக்கொண்டோம்.

அந்தச் சமயத்தில் என்னுடைய உலகில் எளிமைக்கு இடமில்லாமல் போயிருந்தது. அகத்தில் சிக்கலாகவும் புறத்தில் மிகக் கடினமானதாகவும் இருந்தது. ராக்கெட் தொழில் நுட்பத்திலும் உள்நாட்டிலேயே ராக்கெட் தயாரிப்பதிலும் நான் மேற்கொண்ட முயற்சிகள் வெளியிலிருந்து வந்த தடைகளாலும் உள்ளிருந்து வந்த ஊசலாட்டங்களாலும் தடுமாறின. என்னுடைய பயணத்தைத் தொடர்வதற்கு மன உறுதியுடன் கூடிய சிறப்பான முயற்சி தேவை என்பதை அறிந்திருந்தேன். என்னுடைய நிகழ்காலத்திற்கும் கடந்த காலத்திற்கும் இடையிலான ஒருங்கிணைப்பு ஏற்கெனவே சிக்கலாகிவிட்டிருந்தது. பேராசிரியர் ராமண்ணாவைச் சந்திக்கச் சென்றபோது என்னுடைய நிகழ்காலத்தையும் எதிர்காலத்தையும் ஒருங்கிணைப்பது பற்றிய எண்ணம்தான் என் மனதில் மேலோங்கியிருந்தது.

பேராசிரியர் ராமண்ணா நேரடியாக விஷயத்திற்கு வந்தார். DRDLஇல் குரூப் கேப்டன் நாராயணனும் அவர் அணியினரும் டெவில் திட்டத்தில் பெரும் பாய்ச்சலை நிகழ்த்தியிருந்தபோதிலும் அந்தத் திட்டம் கைவிடப்பட்டது. ராணுவத்திற்கான ராக்கெட்டுகளை உருவாக்கும் திட்டம் யாரும் அக்கறை காட்டாததால் கிடப்பில் கிடந்துவந்தது. வரைபலகையிலும் இயங்கா நிலையிலான சோதனை அளவிலும் முடங்கிக் கிடந்த ஏவுகணைத் திட்டங்களுக்குத் தலைமையேற்று நடத்திச் செல்லக்கூடிய ஒருவர் DRDOவிற்குத் தேவைப்பட்டார். DRDLஇல் இணைந்து, ஒருங்கிணைந்த வழிகாட்டப்பட்ட ஏவுகணை மேம்பாட்டுத் திட்டத்திற்கு (Guided Missile Development Programme) வடிவம் கொடுக்கும் பொறுப்பை ஏற்க முடியுமா என்று பேராசிரியர் ராமண்ணா கேட்டார். அந்த யோசனை என்னுள் பலவிதமான உணர்வு களைக் கிளறிவிட்டது.

ராக்கெட் தொழில்நுட்பத்தில் எனக்குள்ள அறிவை யெல்லாம் ஒன்றுதிரட்டி அவற்றைச் செயல்படுத்துவதற்கு இப்படி ஒரு வாய்ப்பு இனி எப்போது கிடைக்கும்?

பேராசிரியர் ராமண்ணா என்மீது வைத்திருந்த மரியாதையைக் கண்டு பெருமிதம் அடைந்தேன். பொக்ரான் அணுச் சோதனைக்கு வழிகாட்டி உத்வேகமூட்டியவர் அவர். இந்தியாவின் தொழில்நுட்பத் திறமை குறித்து வெளியுலகம்

அறியச் செய்வதில் அவர் ஏற்படுத்திய தாக்கம் குறித்த பிரமிப்பு எனக்கு இருந்தது. அவருடைய அழைப்பை என்னால் மறுக்க முடியாது என்பதை அறிவேன். இஸ்ரோவிலிருந்து DRDOவுக்கு என்னை மாற்றல் செய்வதற்கான நடைமுறைகளை மேற்கொள்வதற்காகப் பேராசிரியர் தவனிடம் இதுபற்றிப் பேசும்படி பேராசிரியர் ராமண்ணா கூறினார்.

1981 ஜனவரி 14 அன்று பேராசிரியர் தவனைச் சந்தித்தேன். அனைத்து அம்சங்களையும் அலசி ஆராய வேண்டுமென்றால் எந்த விஷயத்தையும் தவறவிட்டுவிடக் கூடாது என்பதில் மிகுந்த கவனம் கொண்ட அவர் நான் சொல்வதைப் பொறுமையாகக் கேட்டார். அவர் முகத்தில் மகிழ்ச்சி வெளிப்படையாக தெரிந்தது. "என்னுடைய ஆளின் வேலையைப் பற்றிய அவர்களுடைய மதிப்பீட்டைக் கண்டு மகிழ்ச்சி அடைகிறேன்" என்று சொல்லிவிட்டுப் புன்னகைத்தார். மென்மையான வெண்மேகம் போன்ற அந்தப் புன்னகையை வேறு யாரிடமும் நான் கண்டதில்லை. அந்தப் புன்னகையை நமது விருப்பப்படி உருவகப்படுத்திக்கொள்ளலாம்.

அடுத்து என்ன செய்வதென்று எனக்குத் தெரியவில்லை. "DRDLஇல் சேர நான் முறையாக விண்ணப்பிக்க வேண்டுமா?" என்று கேட்டேன். "வேண்டாம், அவர்களுக்கு அழுத்தம் கொடுக்க வேண்டாம். நான் தில்லிக்குப் போகும்போது உயர் மட்டத்தில் இருப்பவர்களுடன் இதுபற்றிப் பேசுகிறேன்" என்றார் பேராசிரியர் தவன். "உங்களுக்கு எப்போதுமே DRDOவின்மீது ஒரு கண் இருப்பதை நான் அறிவேன். இப்போது உங்கள் கவனம் முழுவதும் அங்கே திரும்பிவிட்டதுபோல் இருக்கிறது" என்றும் அவர் கூறினார். அவர் சொன்னது ஓரளவு உண்மையாக இருக்கலாம் என்றாலும் என் இதயம் எப்போதும் இஸ்ரோவின் பக்கம்தான் நிற்கிறது. இது அவருக்குத் தெரியாதா?

1981ஆம் ஆண்டின் குடியரசு தினம் எனக்கு மகிழ்ச்சி தரும் வியப்பைத் தந்தது. உள்துறை அமைச்சகம் எனக்குப் பத்ம பூஷண் விருது அளிக்க முடிவு செய்திருப்பதாகப் பேராசிரியர் யு.ஆர்.ராவின் செயலர் மாதவன் ஜனவரி 25 அன்று மாலையில் தொலைபேசியில் அழைத்துச் சொன்னார். அடுத்த அழைப்பு பேராசிரியர் தவனிடமிருந்து வந்தது. அவர் வாழ்த்துத் தெரிவித்தார். என்னுடைய குருநாதரிடமிருந்து வந்த பாராட்டு பரவசத்தில் ஆழ்த்தியது. அவர் பத்ம விபூஷண் பட்டம் பெற்றது குறித்த என்னுடைய மகிழ்ச்சியைத் தெரிவித்துக் கொண்டேன். பிறகு டாக்டர் பிரம்ம பிரகாஷை அழைத்து நன்றி சொன்னேன். இந்தச் சம்பிரதாயமெல்லாம் நமக்குள்

எதற்கு என்று அவர் கடிந்துகொண்டார். "என்னுடைய மகனுக்கு விருது கிடைத்ததுபோல உணர்கிறேன்" என்றார். அவருடைய பாசம் என்னை நெகிழச்செய்தது. என்னால் உணர்ச்சிகளைக் கட்டுப்படுத்திக்கொள்ள முடியவில்லை.

பிஸ்மில்லா கானின் ஷெனாய் இசையை ஓடவிட்டேன். அந்த இசை என்னை வேறொரு காலத்திற்கு, வேறொரு இடத்திற்குக் கொண்டுசென்றது.ராமேஸ்வரத்துக்குப் போனேன். என் அம்மாவை ஆரத் தழுவிக்கொண்டேன்.என் அப்பா மிகுந்த பரிவுடன் என் தலையைக் கோதிவிடுகிறார். என் வழிகாட்டி யான ஜலாலுதீன் மசூதித் தெருவில் கூடியிருக்கும் கூட்டத்தினரிடம் செய்தியைச் சொல்கிறார். என் தமக்கை ஜோஹ்ரா எனக்காக இனிப்புகள் செய்து தருகிறார். பட்சி லட்சுமண சாஸ்திரி என் நெற்றியில் திலகமிட்டு ஆசி வழங்குகிறார். அருட்தந்தை சாலமன் கையில் சிலுவையுடன் என்னை ஆசீர்வதிக்கிறார். 20 ஆண்டுகளுக்கு முன்பு தான் நட்ட செடி இன்று மரமாக வளர்ந்து அதன் கனிகளை இந்திய மக்கள் பாராட்டுவது கண்டு பேராசிரியர் சாராபாய் சாதனை புரிந்துவிட்ட நிறைவுடன் புன்னகைக்கிறார்.

விக்ரம் சாராபாய் விண்வெளி மையத்தில் கலவையான எதிர்வினைகள் எழுந்தன. சிலர் என் மகிழ்ச்சியைப் பகிர்ந்து கொண்டார்கள். சிலர் தேவையின்றி எனக்கு மட்டும் தனி முக்கியத்துவம் அளிக்கப்படுவதாக நினைத்தார்கள். எனது நெருங்கிய சகாக்களில் சிலர் பொறாமை கொண்டார்கள். திருகலான சிந்தனை காரணமாகச் சிலர் வாழ்வின் உன்னதமான விழுமியங்களைக் காணத் தவறுகிறார்கள்.மகிழ்ச்சி, மனநிறைவு, வெற்றி ஆகியவை நாம் மேற்கொள்ளும் சரியான, வெற்றி தரத்தக்க தேர்வுகளைப் பொறுத்தே அமைகின்றன. வாழ்க்கை யில் உங்களுக்கு ஆதரவாகவும் எதிராகவும் வேலை செய்யும் சக்திகள் இருக்கின்றன. நன்மை தரும் சக்திகளையும் தீங்கு விளைவிக்கும் சக்திகளையும் பிரித்தறிய வேண்டும்.

என்னைப் புதுப்பித்துக்கொள்ள வேண்டிய தேவையை நெடுநாட்களாகவே உணர்ந்துவந்தாலும் அதை அலட்சியப் படுத்திவந்தேன். இப்போது அதற்கான நேரம் வந்துவிட்டது என்று எனக்குள்ளிருந்து ஒரு குரல் கேட்டது. என்னுடைய பலகையில் இருப்பவற்றை அழித்துவிட்டுப் புதிதாக எழுத வேண்டும். பழைய கணக்குகளையெல்லாம் ஒழுங்காகப் போட்டிருக்கிறேனா என்று பார்க்க வேண்டும்.ஒருவர் வாழ்வில் தான் அடைந்த முன்னேற்றத்தை மதிப்பிட்டுக்கொள்வது எளிதல்ல. இதில் இங்கே மாணவர் தனது கேள்வித்தாளைத் தானே தீர்மானித்துக்கொள்ள வேண்டும். அதற்கான

பதில்களைத் தேட வேண்டும். தனக்குத் திருப்தி ஏற்படும் வகையில் அந்தப் பதில்களுக்கு மதிப்பெண் போட வேண்டும். இந்த மதிப்பீட்டின் முடிவு ஒரு பக்கம் இருக்கட்டும். 18 ஆண்டுகள் பணிபுரிந்த இஸ்ரோவை விட்டுச் செல்வது கடுமையான வலியை ஏற்படுத்தும் விஷயம்.

புண்பட்ட என் நண்பர்களைப் பொறுத்தவரை லூயி கரோலின் இந்த வரிகள் பொருத்தமாக இருக்கும்:

நீங்கள் என்னைக் கொலைகாரன்
என்று குற்றம் சாட்டலாம்.
அல்லது அறிவில்லாதவன்
என்று சொல்லலாம்
(நாம் அனைவருமே சிலசமயம் பலவீனமாகிவிடுகிறோம்).
ஆனால் போலி நடிப்பு என்னும்
குற்றச்சாட்டை
என்மீது சுமத்த முடியாது.

III

அமைதி

[1981–1989]

சூழ்ச்சி, பேராசை, தீய எண்ணம்
முதிர்ந்த விவேகத்தில் கரையட்டும்
பலவீனம் பலமாய் மாறும்வரை
இருள் ஒளியாய் மாறும்வரை
தவறு சரியாய் மாறும்வரை

– லூயி கரோல்

10

என்னை இழக்க விரும்பாத இஸ்ரோவுக்கும் என்னை இணைத்துக்கொள்ள விரும்பிய DRDO வுக்கும் இடையே சிறிய இழுபறி நடந்தது. பல மாதங்கள் கடந்தன. இரண்டு அமைப்புகளும் ஒன்றுக்கொன்று பல கடிதங்களை அனுப்பின. இரு தரப்பிற்கும் ஏற்ற செயல்திட்டத்தை உருவாக்கப் பாதுகாப்பு ஆய்வு மற்றும் மேம்பாடு, விண்வெளித் துறை ஆகியவற்றின் செயலர்களிடையே ஆலோசனைக் கூட்டங்கள் நடந்தன. இதற்கிடையே பேராசிரியர் ராமண்ணா பாதுகாப்புத் துறை அமைச்சரின் அறிவியல் ஆலோசகர் பதவியிலிருந்து ஓய்வுபெற்றார். ஹைதராபாதில் பாதுகாப்புக்கான விண்வெளி ஆய்வுக்கூடத்தின் (DMRL) இயக்குநராக இருந்த பேராசிரியர் டாக்டர் அருணாசலம் அந்தப் பதவிக்கு வந்தார். டாக்டர் அருணாசலம் தன்னம்பிக்கைக்குப் பேர்போனவர். அறிவியல் தொடர்பான அதிகார வர்க்கத்தின் நுணுக்கங்கள் பற்றியெல்லாம் கவலைப்படாதவர். அப்போது பாதுகாப்புத் துறை அமைச்சராக இருந்த ஆர். வெங்கட்ராமன், நான் ஏவுகணை ஆய்வுக் கூடத்தின் பொறுப்பை ஏற்பது குறித்துப் பேராசிரியர் தவனிடம் விவாதித்ததாக அறிந்தேன். பாதுகாப்பு அமைச்சகத்தின் உயர் மட்டம் திட்டவட்டமான முடிவை எடுப்பதற்காகப் பேராசிரியர் தவனும் காத்திருந்தார். ஓராண்டுக் காலமாகத் தாமதம் ஏற்படக் காரணமாக இருந்த ஐயங்களைத் தாண்டி, DRDL அமைப்பின் தலைவராக என்னை நியமிக்கும் முடிவை 1982 பிப்ரவரியில் எடுத்தார்கள்.

பேராசிரியர் தவன் இஸ்ரோவின் தலைமையகத்தில் என்னுடைய அறைக்கு அவ்வப்போது வந்து விண்வெளி ஏவுகலத்

திட்டங்கள் குறித்து மணிக்கணக்கில் ஆலோசனை நடத்துவது வழக்கம். இஸ்ரோவை விட்டு வெளியேறுமுன் 2000ஆவது ஆண்டில் இந்தியாவின் விண்வெளித் திட்டம் எப்படி இருக்கும் என்பது பற்றி ஓர் உரை நிகழ்த்துமாறு அவர் என்னைக் கேட்டுக்கொண்டார். இஸ்ரோ நிர்வாகத்தில் உள்ளவர்கள், இதர பணியாளர்கள் என அனைவரும் அந்த உரை நிகழ்வில் கலந்து கொண்டார்கள். அதுவே என் விடைபெறும் விழாவாகவும் அமைந்தது.

எஸ்.எல்.வி. திட்டத்தில் Inertial Guidance System (ஏவுகலத்தின் நிலை, வேகம், முடுக்கம், ஆகியவற்றைத் தொடர்ந்து கண்காணிக்கும் மின்னணு அமைப்பு) என்னும் அமைப்புக்குத் தேவையான அலுமினிய உலோகக் கலவையிலான வார்ப்பு தொடர்பாக 1976இல் DRDL சென்றிருந்தபோது டாக்டர் அருணாசலத்தைச் சந்தித்திருந்தேன். அத்தகைய வார்ப்பை இந்தியாவிலேயே முதல்முறையாக அவர் உருவாக்கியிருந்தார். அதுவும் இரண்டே மாதங்களில். அவருடைய இளமைத் துடிப்பும் உற்சாகமும் எப்போதும் என்னை வியப்பில் ஆழ்த்தின. இளம் உலோகவியல் வல்லுநரான அவர் உலோக உற்பத்தி அறிவியலை மிகக் குறுகிய காலத்திற்குள் உலோகத் தயாரிப்புத் தொழில்நுட்பமாக மாற்றிக் காட்டினார். நல்ல உயரம். கம்பீரமான தோற்றம். பார்க்க மின்னேற்றம் செலுத்தப்பட்ட டைனமோபோல இருப்பார். வித்தியாசமான தோழமை உணர்வை வெளிப்படுத்திய அவர் இணைந்து செயலாற்று வதற்குச் சிறந்த கூட்டாளியாக எனக்குத் தோன்றினார்.

பணிபுரியவிருக்கும் இடத்தைப் பழக்கப்படுத்திக் கொள்வதற்காக 1982 ஏப்ரலில் DRDL மையத்திற்குச் சென்றேன். அப்போது அதன் இயக்குநராக இருந்த எஸ்.எல். பன்சால் அந்த இடத்தைச் சுற்றிக் காட்டினார். முதுநிலை அறிவியலாளர்களை அறிமுகப்படுத்தினார். மனித ஆற்றல் தொடர்பான ஐந்து திட்டங்களிலும் பணியாளர்களின் தகுதியை மேம்படுத்துவதற்கான பதினாறு திட்டங்களிலும் DRDL அப்போது ஈடுபட்டுவந்தது. எதிர்காலத்தில் இந்தியாவிலேயே ஏவுகணைகளைத் தயாரிக்கும் சூழ்நிலையை உருவாக்கு வதற்கான தொழில்நுட்ப நடவடிக்கைகளிலும் DRDL ஈடுபட்டிருந்தது. 30 டன் எடை கொண்ட திரவ எரிபொருளால் இயங்கும் இரட்டை ராக்கெட் இஞ்சினைத் தயாரிப்பதில் அவர்கள் மேற்கொண்டிருந்த முயற்சி என்னை மிகவும் கவர்ந்தது.

அந்தச் சமயத்தில் சென்னை அண்ணா பல்கலைக்கழகம் எனக்கு அறிவியலில் கௌரவ டாக்டர் பட்டம் அளித்தது.

விமானப் பொறியியலில் பட்டம் பெற்று 20 ஆண்டுகள் ஆகியிருந்தன. ராக்கெட் துறையில் என்னுடைய முயற்சிகளை அண்ணா பல்கலைக்கழகம் அங்கீகரித்ததில் எனக்கு மகிழ்ச்சி. அதிலும் கல்வியாளர்களின் வட்டாரத்திலிருந்து வந்த அறிந்தேற்பு என்பதால் மேலும் மகிழ்ச்சி ஏற்பட்டது. பட்டமளிப்பு விழாவுக்குப் பேராசிரியர் ராஜா ராமண்ணா தலைமையேற்றதில் பரவசம் அடைந்தேன்.

1982 ஜூன் முதல் நாளில் DRDLஇல் பணியில் சேர்ந்தேன். டெவில் ஏவுகணைத் திட்டம் நிறுத்தப்பட்டதால் ஏற்பட்ட வருத்தம் அந்த மையத்தை அப்போதும் பீடித்துவருவதை உணர்ந்துகொண்டேன். அந்த ஏமாற்றத்திலிருந்து பல தலைசிறந்த வல்லுநர்கள் இன்னமும் மீளவில்லை. தான் உருவாக்கிவரும் படைப்பின் தொப்புள்கொடி தன்னுடைய புரிதலுக்கும் ஆர்வங்களுக்கும் அப்பாற்பட்ட காரணங்களுக்காகத் திடீரென்று அறுந்துவிட்டால் அறிவியலாளருக்கு எப்படி இருக்கும் என்பதை அறிவியல் உலகத்திற்கு வெளியே இருப்பவர்களால் புரிந்துகொள்ள முடியாது. DRDLஇல் நிலவிய பொதுவான சூழ்நிலையும் வேலை செய்யும் வேகமும் எனக்கு சாமுவேல் டெய்லர் காலரிட்ஜின் *The Rime of the Ancient Mariner* என்ற கவிதையை நினைவுபடுத்தியது:

ஒவ்வொரு நாளும் ஒவ்வொரு நாளும்
நாங்கள் முடங்கியிருந்தோம்
மூச்சில்லை, அசைவில்லை
கடல் ஓவியத்தில் இருக்கும்
கப்பலைப் போல

அங்கே பணிபுரியும் என்னுடைய மூத்த சகாக்களில் கிட்டத்தட்ட எல்லோருமே நம்பிக்கைகள் சிதைந்ததால் ஏற்பட்ட வலியுடன் வாழ்ந்துகொண்டிருந்தார்கள். பாதுகாப்புத் துறையின் அதிகாரிகள் இந்த ஆய்வுக்கூடத்தின் அறிவியலாளர்களை ஏமாற்றிவிட்டார்கள் என்ற எண்ணமே அங்கு பரவலாகக் காணப்பட்டது. நம்பிக்கையையும் லட்சியப் பார்வையையும் புதுப்பிக்க வேண்டுமென்றால் 'டெவில்' குறித்த நினைவுகளுக்குச் சமாதி கட்டியாக வேண்டும் என்பது எனக்குத் தெளிவாகத் தெரிந்தது.

சுமார் ஒரு மாதத்திற்குப் பிறகு கடற்படையின் தளபதி அட்மிரல் ஓ.எஸ். டாவ்சன் DRDLக்கு வருகை புரிந்தார். அணியினரிடம் ஒரு விஷயத்தை எடுத்துச் சொல்ல அதை ஒரு வாய்ப்பாகப் பயன்படுத்திக்கொண்டேன். தந்திரோபாய ஏவுகணைத் திட்டம் (*The Tactical Core Vehicle – TCV*) சிறிது

காலமாகத் தாமதமாகிக்கொண்டிருந்தது. தரையிலிருந்து வானுக்குப் பாயும் ஏவுகணைகளும் வானிலிருந்து தரைக்குப் பாயும் ஏவுகணைகளும் பாதுகாப்புப் படைகளுக்குத் தேவைப் பட்டன. இந்தத் தேவைகளை நிறைவேற்றுவதற்காகச் சில பொதுவான துணைச்சாதனங்களைக் கொண்ட ஒரே ஏவுகணையாக TCV திட்டமிடப்பட்டிருந்தது. ரடாரின் கண்களுக்குப் படாமல் செயலாற்றக்கூடிய அதன் திறனுக்கு அழுத்தம் கொடுத்து அட்மிரல் டாவ்சனிடம் பேசினேன். அதன் தொழில்நுட்ப விவரங்களில் கவனம் செலுத்தாமல் போர்க்களத்தில் அதன் திறன்களுக்கு முக்கியத்துவம் அளித்தேன். உற்பத்திக்கான திட்டங்களை விளக்கினேன். இதன் மூலம் என் சகாக்களுக்கு ஒரு விஷயத்தைத் தெளிவுபடுத்தினேன். பின்னாளில் பயன்படுத்த முடியாத எதையும் உருவாக்காதீர்கள்; ஒரே ஒரு விஷயத்தின் மீது மட்டும் உங்கள் நேரத்தைச் செலவிடாதீர்கள் என்றும் அவர்களுக்கு உணர்த்தினேன். ஏவுகணை உற்பத்தி என்பது பன்முகப் பரிமாணம் கொண்டது. ஒரு பரிமாணத்தில் மட்டும் நெடுங்காலம் செலவிட்டால் முடங்கிவிடுவீர்கள் என்பதையும் உணர்த்தினேன்.

DRDLஇல் என்னுடைய முதல் மாதங்கள் பெருமளவில் உரையாடலிலேயே கழிந்தது. பார்ப்பவரின் பார்வையைப் பொறுத்து எலக்டிரான் அசையாத ஒரு துகளாகவோ அல்லது அசையும் பொருளாகவோ தோற்றமளிக்கலாம் என்று புனித ஜோசப் கல்லூரியில் படித்திருந்தேன். அதைத் துகளாக அணுகினால் அது துகளாகவே எதிர்வினை புரியும். அலைபாயும் பொருளாக அணுகினால் அவ்விதத்திலேயே எதிர்வினை ஆற்றும். எங்களுடைய குறிக்கோள்களை விளக்கமாகச் சொன்னதோடு நான் நிற்கவில்லை. வேலைக்கும் வேலை செய்பவர்களுக்கும் இடையிலான தொடர்பாகவும் அவற்றை முன்னிறுத்தினேன். சகாக்களுடனான ஆலோசனைக் கூட்டமொன்றில் ரொனால்ட் ஃபிஷரின் சொற்களை மேற்கோள் காட்டினேன்: "சர்க்கரையில் நாம் சுவைக்கும் இனிப்பு சர்க்கரையின் தன்மையோ நம்முடைய தன்மையோ அல்ல. சர்க்கரையோடு உறவாடும் செயல்முறையில் இனிப்பு என்ற அனுபவத்தை நாம் உருவாக்குகிறோம்".

செங்குத்தாக மேலெழும்பக்கூடிய, தரையிலிருந்து தரையை நோக்கிப் பாயும் ஏவுகணைத் திட்டத்தில் கணிசமான முன்னேற்றம் அப்போது நிகழ்ந்திருந்தது. தங்களுடைய முந்தைய திட்டம் பாதியிலேயே முறிந்துவிட்டாலும் தொடர்ந்து முன்னேறிச் செல்வதற்கான மனஉறுதியை DRDL பணியாளர் களிடம் கண்டு வியந்தேன். துல்லியமாகத் தகவல்களைப்

பெறுவதற்காகப் பல்வேறு துணைச்சாதனங்களை ஆய்வு செய்ய ஏற்பாடு செய்தேன். இந்திய அறிவியல் நிலையம், இந்தியத் தொழில்நுட்ப நிறுவனங்கள், அறிவியல் மற்றும் தொழில்துறை ஆய்வுக்குழு, டாட்டா அடிப்படை ஆய்வு நிலையம் உள்ளிட்ட பல்வேறு கல்வி நிலையங்களிலிருந்து முக்கியமான கல்வியாளர்களை DRDL மையத்திற்கு அழைத்துப் பேசச்செய்தேன். இது DRDOவின் முன்னாள் அதிகாரிகள் பலரைக் கோபப்படுத்தியது. DRDLஇன் பணிச்சூழல் மூச்சு முட்டும் வகையில் இருந்தது. வெளியிலிருந்து புதுக்காற்று அதற்குள் வீச வேண்டும் என்று நினைத்தேன். கதவுகளைத் திறந்ததும் அறிவியல் திறனின் ஒளிக்கதிர்கள் உள்ளே பாயத் தொடங்கின. கால்ட்ரிட்ஜின் *Ancient Mariner* கவிதை வரிகள் மீண்டும் நினைவுக்கு வந்தன:

விரைகிறது விரைகிறது கப்பல் அதிவேகமாக
எதிர்த்து வரும் அலையைக் கடக்கிறது வெகு நேர்த்தியாக

1983ஆம் ஆண்டின் தொடக்கத்தில் பேராசிரியர் தவன் DRDL ஆய்வகத்திற்கு ஒருமுறை வருகைபுரிந்தார். பத்தாண்டுகளுக்கு முன்பு அவர் எனக்குச் சொன்ன அறிவுரையை அவரிடம் நினைவுகூர்ந்தேன். "உங்கள் கனவுகள் நனவாக வேண்டுமென்றால் முதலில் கனவு காண வேண்டும். சிலர் வாழ்க்கையில் தாங்கள் விரும்பியதை அடைவதற்காகப் போராடி முன்னேறுகிறார்கள். மற்றவர்கள் கிளம்பிய இடத்திலேயே நிற்கிறார்கள். தங்களுக்கு என்ன வேண்டும் என்று அவர்களுக்குத் தெரியாது. அதை எப்படிக் கண்டுபிடிப்பது என்பதும் தெரியாது" என்று அவர் கூறியிருந்தார். பேராசிரியர் சாராபாய், பேராசிரியர் தவன் ஆகியோரைத் தலைமைப் பொறுப்பில் பெற்றது இஸ்ரோவின் நற்பேறு. தங்களுக்கான லட்சியங்களை வகுத்துக்கொண்ட தலைவர்கள் அவர்கள். தங்கள் வாழ்வைக் காட்டிலும் தங்கள் பணிகளைப் பெரிதாகக் கருதியவர்கள். அதனால்தான் அவர்களால் அனைத்துப் பணியாளர்களுக்கும் உத்வேகமூட்ட முடிந்தது. DRDL ஆய்வகத்திற்கு அத்தகைய நல்வாய்ப்பு கிடைக்கவில்லை. அதன் பணிகள் பாதியில் நிற்கின்றன. இங்கே இருக்கும் அற்புதமான திறமை அதன் பங்களிப்பில் பிரதிபலிக்கவில்லை. அரசாங்கத்தின் எதிர்பார்ப்பையும் இந்த ஆய்வகத்தால் நிறைவேற்ற முடியவில்லை. அபாரமான திறமையும் குழப்பமும் கொண்டிருந்த என்னுடைய அணியைப் பற்றிப் பேராசிரியர் தவனிடம் கூறினேன். தனக்கே உரிய புன்னகையை அவர் பதிலாகத் தந்தார். அதை எப்படி வேண்டுமானாலும் நாம் எடுத்துக்கொள்ளலாம்.

இரட்டை இஞ்சின் கொண்ட சுதேசி ஹோவர்கிராஃப்ட் விமானத்தின் மாதிரி வடிவமான நந்தி. ADEயில் உருவானது. அதை உருவாக்கிய நான் ஓட்டுநர் இருக்கையில் அமர்ந்திருக்கும் காட்சி.

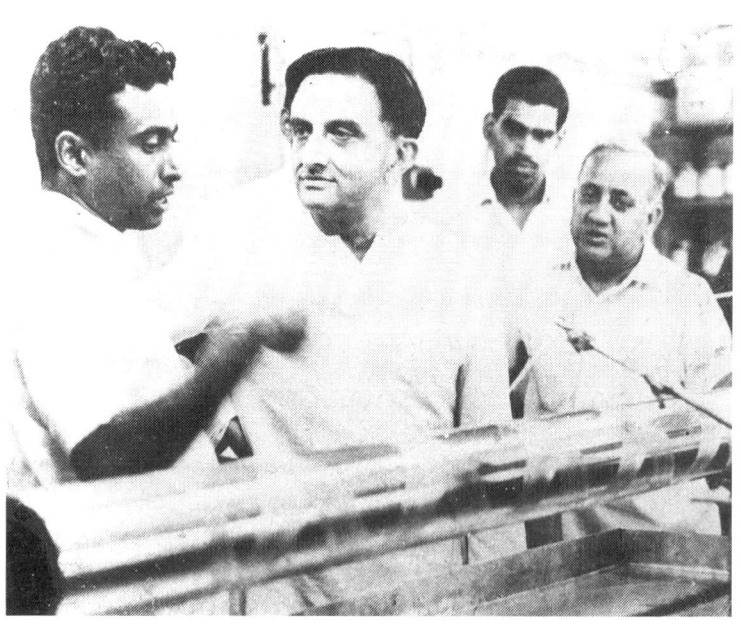

மகத்தான லட்சிய நோக்குக் கொண்ட பேராசிரியர் விக்ரம் சாராபாயுடன். தும்பாவில் இந்தியாவின் ஏவுகணை உற்பத்தித் திட்டத்தை உருவாக்கியவர் இவர்.

தும்பாவில் இருந்த கிறிஸ்தவர்கள் விண்வெளி ஆய்வு மையம் அமைப்பதற்காகத் தங்கள் அழகிய தேவாலயத்தைப் பெருந்தன்மையோடு விட்டுக்கொடுத்தார்கள்.

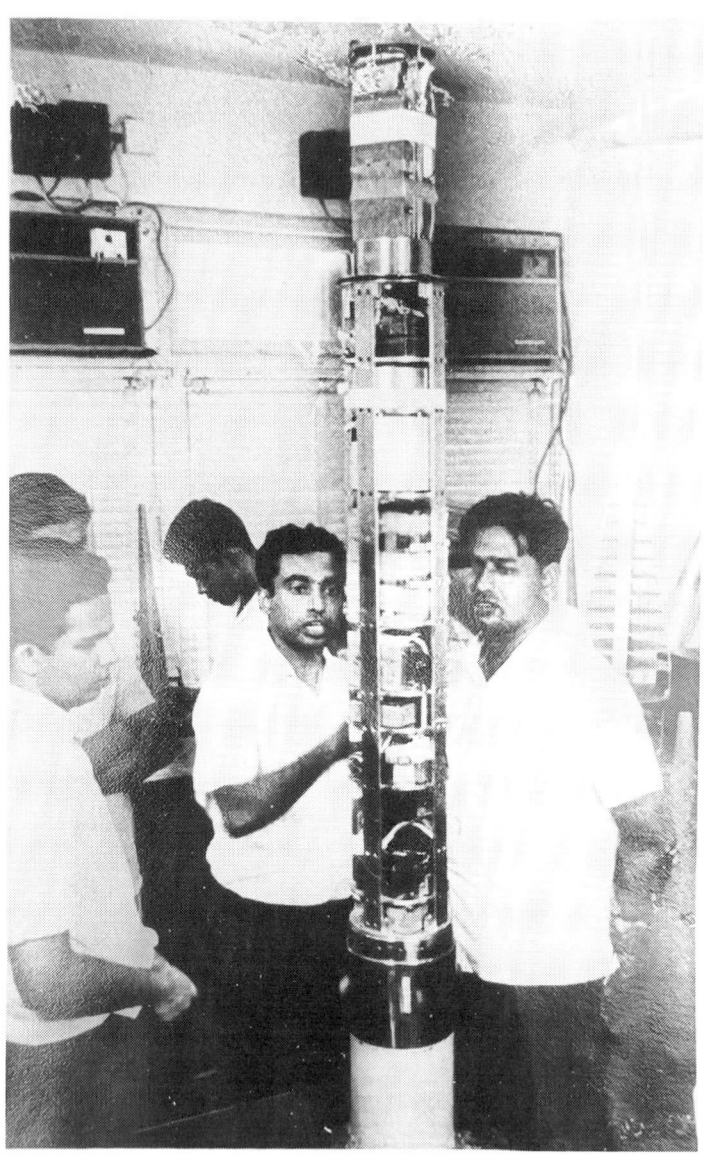

நைக்-அபாச்சி (Nike-Apache) ஒலிக்கும் ராக்கெட்டுடன். ராக்கெட் ஒருங்கிணைப்புக்கும் பாதுகாப்புக்கும் கலாம் பொறுப்பு வகித்தார். (பட உதவி: ஹாரி ஷெரிடன், கலாமின் தனிச் செயலாளர்) – இந்தப் பதிப்பில் சேர்க்கப்பட்ட புதிய படம்.

ஆர். அராவமுதன் (உள்ளாடை அணிந்திருப்பவர்) உடன், ஒலிக்கும் ராக்கெட் பேலோடில் (payload) வேலை செய்யும்போது. (பட உதவி: ஏ.பி.ஜே.எம்.ஜே. ஷேக் சலீம்) (புகைப்படத்தின் தரம் குறைவாக இருந்தபோதிலும் ஆவண மதிப்புக்காகச் சேர்க்கப்பட்டுள்ளது– இந்தப் பதிப்பில் சேர்க்கப்பட்ட புதிய படம்).

TERLSஇல் சோதனை நிலைப்பாட்டில் இருக்கும் RATO மோட்டார். (இடமிருந்து) ஜே.வி. நாயர், எம்.ஆர். குரூப், தாமஸ், எம்.கே. அப்துல் மஜீத், கலாம், குரூப் கேப்டன். நாராயணன். (பட உதவி: எவர் அப்வார்ட்ஸ்: இஸ்ரோ இன் இமேஜஸ், யுனிவர்சிட்டிஸ் பிரஸ், 2019) (புகைப்படத்தின் தரம் குறைவாக இருந்தபோதிலும் ஆவண மதிப்புக்காகச் சேர்க்கப்பட்டுள்ளது
– இந்தப் பதிப்பில் சேர்க்கப்பட்ட புதிய படம்).

எஸ்.எல்.வி.–3 ஆய்வுக் கூட்டத்தில் பேராசிரியர் சதீஷ் தவன், டாக்டர் பிரம்ம பிரகாஷ். இந்திய விண்வெளி ஆய்வின் குருநாதர்களான இவர்கள் இளம் அறிவியலாளர்களை வழிநடத்தியவர்கள்.

VSSCயின் பழைய பகுதியில் சதீஷ் தவன், யஷ்பாலுடன். (பட உதவி: ஏ.பி.ஜே.எம்.ஜே. ஷேக் சலீம்) (புகைப்படத்தின் தரம் குறைவாக இருந்தபோதிலும் ஆவண மதிப்புக்காகச் சேர்க்கப்பட்டுள்ளது – இந்தப் பதிப்பில் சேர்க்கப்பட்ட புதிய படம்).

SHAR அலுவலகத்தில் விண்வெளி ஆணைய உறுப்பினர்களுக்கு விளக்கம் அளிக்கிறார் (8 ஆகஸ்ட் 1978). இடமிருந்து: கர்னல் என். பந்த், சதீஷ் தவன், கலாம், மன்மோகன் சிங், எம்.ஜி.கே. மேனன், கே. நாராயணா ஆர். ஜெயாமணி. (பட உதவி: எவர் அப்வர்ட்ஸ்: இஸ்ரோ இன் இமேஜஸ், யுனிவர்சிட்டிஸ் பிரஸ், 2019) – இந்தப் பதிப்பில் சேர்க்கப்பட்ட புதிய படம்.

சதீஷ் தவனுடன் சகஜமான உரையாடல்.
(பட உதவி: ஏ.பி.ஜே.எம்.ஜே. ஷேக் சலீம்) – இந்தப் பதிப்பில் சேர்க்கப்பட்ட புதிய படம்.

SLV-3 காலத்தில் VSSCயில் எடுக்கப்பட்ட குழுப் புகைப்படம். அமர்ந்திருப்பவர்கள் (இடமிருந்து): ஏ.இ. முத்தநாயகம், எஸ்.சி. குப்தா, வி.ஆர். கோவாரிகர், கலாம், சதீஷ் தவன், பிரம்ம பிரகாஷ், எம்.ஆர். குரூப், டி. ஈஸ்வரதாஸ், ஆர். ஆராவமுதன். நடு வரிசை (இடமிருந்து): டி.எஸ். ராம், அனந்தராம், என். வேதாசலம், வி. சுதாகர், பி.கே. சர்க்கார், கே. சுதாகர ராவ், எம்.கே. அப்துல் மஜீத், இ.வி.எஸ். நம்பூதிரி, ஜி. மாதவன் நாயர், வி.பி. குல்கர்னி, டி.எஸ். ராணே, எஸ். ராமநாத். கடைசி வரிசை (இடமிருந்து): பி.சி. பிள்ளை, டி. பிள்ளை, சி.ஆர். சத்யா, ஏ. சிவதாணு பிள்ளை, ஸ்ரீதரன் தாஸ், யூ.எஸ். சிங், எம்.எஸ்.ஆர். தேவ், வி.பி. சாண்ட்லாஸ், டி. சசிகுமார், எஸ். ஸ்ரீனிவாசன், சுந்தரராஜன், எம்.சி. மாத்தூர், ஆர். இராஜாராம் நாகப்பா, ஆர்.எஸ். பூடே, சுப்ரமணியன். (பட உதவி: எவர் அப்வர்ட்ஸ்: இஸ்ரோ இன் இமேஜஸ், யுனிவர்சிட்டிஸ் பிரஸ், 2019) – இந்தப் பதிப்பில் சேர்க்கப்பட்ட புதிய படம்.

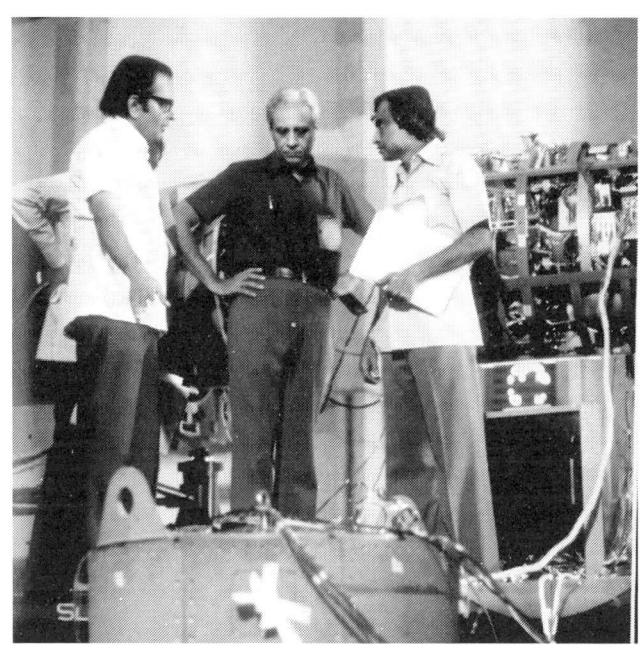

ஸ்ரீஹரிகோட்டாவில் எஸ்.எல்.வி.-3 ஒருங்கிணைப்பின்போது. சதீஷ் தவன், எஸ். ஸ்ரீனிவாசன் (இடதுபுறம்) உடன் இருக்கிறார். (பட உதவி: எவர் அப்வார்ட்ஸ்: இஸ்ரோ இன் இமேஜஸ், யுனிவர்சிட்டிஸ் பிரஸ், 2019) – இந்தப் பதிப்பில் சேர்க்கப்பட்ட புதிய படம்.

பிரதமர் இந்திரா காந்தியிடம் எஸ்.எல்.வி.–3 விளைவுகள் குறித்துப் பேராசிரியர் சதீஷ் தவனும் நானும் விளக்குகிறோம்.

அணுசக்தி ஆணையத்தின் தலைவரான டாக்டர். ராஜா ராமண்ணாவுடன். (பட உதவி: ஏ.பி.ஜே.எம்.ஜே. ஷேக் சலீம்) – இந்தப் பதிப்பில் சேர்க்கப்பட்ட புதிய படம்.

குடியரசுத் தலைவர் நீலம் சஞ்சீவ ரெட்டி பத்ம பூஷண் விருது வழங்குகிறார்.

பிரதமர் ராஜீவ் காந்தியுடன். (பட உதவி: ஏ.பி.ஜே.எம்.ஜே. ஷேக் சலீம்) – இந்தப் பதிப்பில் சேர்க்கப்பட்ட புதிய படம்.

1990இல் குடியரசுத் தலைவர் ஆர். வெங்கட்ராமனிடமிருந்து பத்ம விபூஷன் விருதைப் பெறுகிறார்.
(பட உதவி: ஏ.பி.ஜே.எம்.ஜே. ஷேக் சலீம்) – இந்தப் பதிப்பில் சேர்க்கப்பட்ட புதிய படம்.

பிரதமர் பி.வி. நரசிம்ம ராவ், ஆர்.என். அகர்வால், ஏ. சிவதாணுப் பிள்ளை ஆகியோருடன். (பட உதவி: ஏ.பி.ஜே.எம்.ஜே. ஷேக் சலீம்) – இந்தப் பதிப்பில் சேர்க்கப்பட்ட புதிய படம்.

அக்னிச் சிறகுகள் ('Wings of Fire') புத்தகத்தின் பிரெயில் பதிப்பு ஹைதராபாத் ராஜ் பவனில் 7 ஜூன் 2003 அன்று நூல் வெளியானது. பார்வைக் குறைபாடுள்ள குழந்தைகளான கோவிந்துக்குப் பிரதிகளை வழங்கும் காட்சி. உடன் இருப்பவர்கள் ஆந்திரப் பிரதேச முதல்வர் என். சந்திரபாபு நாயுடு, ஆளுநர் சுர்ஜித் சிங் பர்னாலா. – இந்தப் பதிப்பில் சேர்க்கப்பட்ட புதிய படம்.

அஸ்ஸாமில் பள்ளி மாணவர்களுடன் கலந்துரையாடலின்போது.
இடது: லெப்டினனட் ஜெனரல் எஸ்.கே. சின்ஹா, பி.வி.எஸ்.எம்,
ஏ.டி.சி (ஓய்வு), அஸ்ஸாம் ஆளுநர்; நடுவில்: ஹாரி ஷெரிடன்,
குடியரசுத் தலைவர் கலாமின் தனிச் செயலாளர்; வலது:
அஸ்ஸாம் முதலமைச்சர் தருண் கோகோய்.
(பட உதவி: ஹாரி ஷெரிடன், கலாமின் தனிச் செயலாளர்)
– இந்தப் பதிப்பில் சேர்க்கப்பட்ட புதிய படம்.

2003ஆம் ஆண்டில் பல்கேரியாவுக்கான அரசுப் பயணத்தின்போது,
ரிலா மடாலயத்தின் தலைவர் பிஷப் ஜோன், ஹாரி ஷெரிடன்
ஆகியோருடன். (பட உதவி: ஹாரி ஷெரிடன், கலாமின் தனிச்
செயலாளர்) – இந்தப் பதிப்பில் சேர்க்கப்பட்ட புதிய படம்.

முன்னாள் இஸ்ரோ சகாக்களுடன். இடமிருந்து: ஜி.கே. குருவிலா, வி. ஞானகாந்தி, எம்.ஓய்.எஸ். பிரசாத் (ஓரளவு தெரிகிறார்), ஜி. மாதவன் நாயர், ஜி. ரவீந்திரநாத், வி. ஆதிமூர்த்தி, பாலகிருஷ்ணன், என். நாராயண மூர்த்தி, சேஷகிரி ராவ், ஜி. விஸ்வநாதன். (பட உதவி: எவர் அப்வர்ட்ஸ்: இஸ்ரோ இன் இமேஜஸ், யுனிவர்சிட்டிஸ் பிரஸ், 2019) – இந்தப் பதிப்பில் சேர்க்கப்பட்ட புதிய படம்.

தென்னாப்பிரிக்காவில் நெல்சன் மண்டேலாவுடன்.
(பட உதவி: பத்திரிகைத் தகவல் பணியகம்)
– இந்தப் பதிப்பில் சேர்க்கப்பட்ட புதிய படம்.

பாகிஸ்தான் அதிபர் பர்வேஸ் முஷாரஃபுடன். (பட உதவி: புகைப்படப் பிரிவு, குடியரசுத் தலைவர் செயலகம், ராஷ்டிரபதி பவன்) – இந்தப் பதிப்பில் சேர்க்கப்பட்ட புதிய படம்.

விசாகப்பட்டினத்தில் ஐ.என்.எஸ். சிந்துரக்ஷக் நீர்மூழ்கிக் கப்பலில் ஏறுவது. (பட உதவி: புகைப்படப் பிரிவு, குடியரசுத் தலைவர் செயலகம், ராஷ்டிரபதி பவன்)
– இந்தப் பதிப்பில் சேர்க்கப்பட்ட புதிய படம்.

அமெரிக்க அதிபர் ஜார்ஜ் டபிள்யூ. புஷ்ஷின் கௌரவ விருந்தில். (பட உதவி: புகைப்படப் பிரிவு, குடியரசுத் தலைவர் செயலகம், ராஷ்டிரபதி பவன்) – இந்தப் பதிப்பில் சேர்க்கப்பட்ட புதிய படம்.

புனேவில் உள்ள லோஹேகாவ் விமானப் படைத் தளத்தில் சுகோய் விமானப் பயணத்தில். (பட உதவி: புகைப்படப் பிரிவு, குடியரசுத் தலைவர் செயலகம், ராஷ்டிரபதி பவன்) – இந்தப் பதிப்பில் சேர்க்கப்பட்ட புதிய படம்.

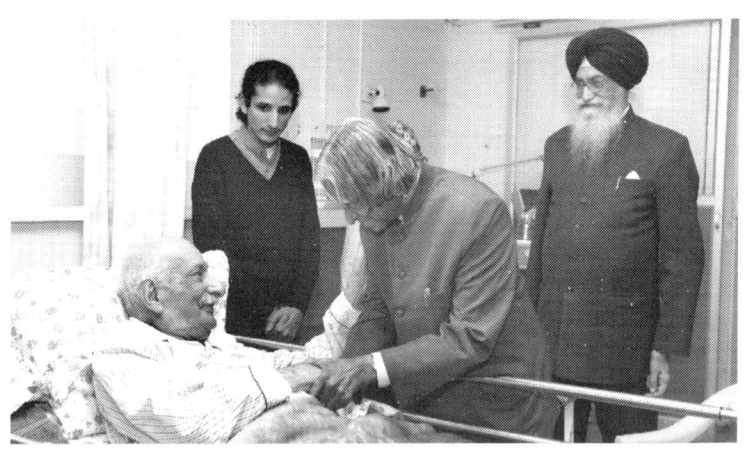

ஊட்டி, வெலிங்டன் இராணுவ மருத்துவமனையில் ஃபீல்ட் மார்ஷல் சாம் மானெக் ஷாவைச் சந்திக்கும் காட்சி. (பட உதவி: புகைப்படப் பிரிவு, குடியரசுத் தலைவர் செயலகம், ராஷ்டிரபதி பவன்) – இந்தப் பதிப்பில் சேர்க்கப்பட்ட புதிய படம்.

(மேலே) ஐரோப்பிய நாடாளுமன்றத்தில் உரையாற்றுகிறார் (கீழே) பார்வையாளர்கள். (பட உதவி: புகைப்படப் பிரிவு, குடியரசுத் தலைவர் செயலகம், ராஷ்டிரபதி பவன்) – இந்தப் பதிப்பில் சேர்க்கப்பட்ட புதிய படம்.

தனது அபிமானிகளிடமிருந்து புத்தாண்டு வாழ்த்துகளைப் பெறுகிறார். (பட உதவி: புகைப்படப் பிரிவு, குடியரசுத் தலைவர் செயலகம், ராஷ்டிரபதி பவன்)
– இந்தப் பதிப்பில் சேர்க்கப்பட்ட புதிய படம்.

2007 ஜூலை 25 அன்று நடந்த பிரியாவிடை விழாவில் முற்றத்தில் விருந்தினர்களுடன் சந்திப்பு. சோனியா காந்தி, பிரதமர் மன்மோகன் சிங், அவரது மனைவி ஆகியோர் காணப்படுகிறார்கள். (பட உதவி: புகைப்படப் பிரிவு, குடியரசுத் தலைவர் செயலகம், ராஷ்டிரபதி பவன்) – இந்தப் பதிப்பில் சேர்க்கப்பட்ட புதிய படம்.

பெங்களூரு, பீன்யாவில் உள்ள மிஷன் ஆப்ரேஷன் காம்ப்ளக்ஸில். நிலவின் மேற்பரப்பில் நிலவு தாக்க ஆய்வு இறங்கியதைக் கொண்டாடுவது. உடன் இருப்போர்: எஸ். ராமகிருஷ்ணன், யு.ஆர். ராவ், ஜி. மாதவன் நாயர், எஸ்.கே. சிவகுமார், டி.கே. அலெக்ஸ், கே. ராதாகிருஷ்ணன், கிஷோர் நாத். (பட உதவி: எவர் அப்வார்ட்ஸ்: இஸ்ரோ இன் இமேஜஸ், யுனிவர்சிட்டிஸ் பிரஸ், 2019)
– இந்தப் பதிப்பில் சேர்க்கப்பட்ட புதியம்.

பிரியாவிடையாக ராணுவ மரியாதை பெறுவது. (பட உதவி: புகைப்படப் பிரிவு, குடியரசுத் தலைவர் செயலகம், ராஷ்டிரபதி பவன்) – இந்தப் பதிப்பில் சேர்க்கப்பட்ட புதிய படம்.

DRDL இன் ஆய்வு–மேம்பாட்டுப் பணிகளை முடுக்கிவிட வேண்டுமென்றால் முக்கியமான அறிவியல், தொழில்நுட்பப் பிரச்சினைகள் பற்றிய முடிவுகளை விரைவாக எடுக்க வேண்டும். என்னுடைய பணிக்காலம் முழுவதிலும் அறிவியல் விவகாரங்களில் வெளிப்படைத்தன்மையை மிகுந்த விருப்பத்துடன் கடைப்பிடித்துவந்திருந்தேன். எனக்கு மிகவும் நெருக்கமான சில வட்டாரங்களில் ரகசிய ஆலோசனைகளும் திரைமறைவுச் சூழ்ச்சிகளும் நடப்பதைப் பார்த்திருக்கிறேன். இவற்றால் சிதைவும் பிளவுகளும் ஏற்படுகின்றன. அத்தகைய நடவடிக்கைகளை வெறுக்கிறேன். எனவே முக்கியமான விஷயங்களைக் கூட்டாக ஆலோசிக்கவும் விவாதிக்கவும் முதுநிலை அறிவியலாளர்கள் அடங்கிய குழு ஒன்றை அமைக்க வேண்டும் என்னும் முக்கியமான முடிவை எடுத்தோம். ஏவுகணைத் தொழில்நுட்பக் குழு என்னும் உயர்மட்ட அமைப்பை *DRDL* ஆய்வகத்திற்குள் உருவாக்கினோம். ‘பங்கேற்பின் மூலம் நிர்வாகம்’ என்னும் கோட்பாடு அமலுக்கு வந்தது. இடைநிலை அறிவியலாளர்களையும் பொறியாளர்களையும் ஆய்வகத்தின் நிர்வாகச் செயல்பாடுகளில் ஈடுபடுத்துவதற்கான முயற்சிகளை மேற்கொண்டோம்.

பல நாட்கள் விவாதித்து, பல வாரங்கள் சிந்தித்து, நீண்ட கால நோக்கிலான வழிகாட்டப்பட்ட ஏவுகணைத் திட்டத்தை *(Guided Missile Development Programme)* உருவாக்கினோம். எங்கேயோ படித்தது நினைவுக்கு வந்தது: “எங்கே போகிறீர்கள் என்பதைத் தெரிந்துகொள்ளுங்கள். நாம் எங்கே நிற்கிறோம் என்பதை அறிந்துகொள்வது ஒன்றும் அவ்வளவு பெரிய விஷயமல்ல. எந்தத் திசையில் செல்கிறோம் என்பதுதான் முக்கியம்.” மேற்கத்திய நாடுகளில் இருக்கும் தொழில்நுட்ப வலிமை நம்மிடம் இல்லாவிட்டால்தான் என்ன? அதைப் பெற வேண்டும் என்று எங்களுக்குத் தெரிந்திருந்தது. இந்த உறுதிதான் எங்களைச் செயல்படத் தூண்டியது. சுதேசி ஏவுகணைகளை உற்பத்தி செய்வதற்கான நன்கு வரையறுக்கப்பட்ட, தெளிவான ஏவுகணைத் திட்டத்தை உருவாக்குவதற்காக என் தலைமையில் ஒரு குழுவை அமைத்தோம். ஹைதராபாதிலிருந்த பாரத் டைனமிக்ஸ் லிமிடடின் தலைவரான இஸட்.பி. மார்ஷல், என்.ஆர். அய்யர், ஏ.கே. கபூர், கே.எஸ். வெங்கடராமன் ஆகியோர் அந்தக் குழுவில் இருந்தார்கள். அரசியல் விவகாரங்களுக்கான அமைச்சரவைக் குழுவின் பரிசீலனைக்காக நாங்கள் ஓர் அறிக்கையைத் தயாரித்தோம். முப்படைகளின் பிரதிநிதிகளுடன் ஆலோசித்து அந்த அறிக்கைக்கு இறுதி வடிவம் அளித்தோம்.

12 ஆண்டுகள் நடைபெறக்கூடிய இந்தத் திட்டத்திற்கு ரூ. 390 கோடி செலவாகும் என்று மதிப்பிட்டிருந்தோம்.

வளர்ச்சித் திட்டங்கள் பல சமயங்களில் உற்பத்திக் கட்டத்தை எட்டும்போது முடங்கிவிடுகின்றன. நிதிப் பற்றாக்குறையே இதற்கு முக்கியக் காரணம். இரண்டு விதமான ஏவுகணைகளை வடிவமைத்து உற்பத்தி செய்வதற்கு எங்களுக்கு நிதி தேவைப்பட்டது. ஒன்று விரைவாக எதிர்வினையாற்றும், குறுகிய தொலைவு சென்று தாக்கும் தந்திரோபாய ஏவுகணை. இன்னொன்று தரையிலிருந்து தரைக்கு இடைப்பட்ட தொலைவு சென்று தாக்கும் ஏவுகணை. இதன் இரண்டாவது கட்டத்தில் ஒரே சமயத்தில் பல ஏவுகணைகளைச் செலுத்தத் தேவையான வசதியை உருவாக்கத் திட்டமிட்டிருந்தோம். பீரங்கித் தகர்ப்பு ஏவுகணைத் துறையில் DRDL முன்னோடியாகச் செயல்பட்டிருந்தது. தானாக இலக்கைத் தேடிச் சென்று தாக்கும் மூன்றாம் தலைமுறை பீரங்கி எதிர்ப்பு ஏவுகணையை உருவாக்கத் திட்டமிட்டிருந்தோம். இந்தத் திட்டத்தால் என் சகாக்கள் மகிழ்ச்சி அடைந்தார்கள். நீண்ட காலத்திற்கு முன்பு தொடங்கப்பட்ட நடவடிக்கைகளைப் புதுப்பிப்பதற்கான வாய்ப்பாக இதை அவர்கள் கருதினார்கள். எனக்கு அதில் அவ்வளவாகத் திருப்தி இல்லை. புதைந்து கிடக்கும் என் கனவான மறு நுழைவுச் சோதனை ஏவுகலத் (Re-entry Experiment Launch Vehicle - REX) திட்டத்தை உயிர்ப்பிக்க வேண்டும் என்று ஏங்கினேன். வெப்பத் தடுப்புச் சாதனங்களின் வடிவமைப்பில் பயன்படக்கூடிய புள்ளிவிவரங்களைத் திரட்டுமாறு என் சகாக்களிடம் கூறினேன். நீண்ட தொலைவு செல்லக்கூடிய ஏவுகணைகளை வருங்காலத்தில் தயாரிப்பதற்கு இந்த வெப்பத் தடுப்பான்கள் தேவை.

நாடாளுமன்றத்தில் பிரதமர் இல்லம் அமைந்துள்ள சவுத் பிளாக்கில் நடைபெற்ற கூட்டத்தில் இந்தத் திட்டத்தை விளக்கி உரையாற்றினேன். அந்தக் கூட்டத்திற்குப் பாதுகாப்புத் துறை அமைச்சர் ஆர். வெங்கட்ராமன் தலைமை வகித்தார். முப்படைத் தளபதிகளான ஜெனரல் கிருஷ்ணா ராவ், ஏர் மார்ஷல் தில்பாக் சிங், அட்மிரல் டாவ்சன் ஆகியோரும் அதில் கலந்துகொண்டார்கள். அமைச்சரவைச் செயலர் கிருஷ்ணா ராவ் சாஹிப், பாதுகாப்புத் துறைச் செயலர் எஸ்.எம். கோஷ், செலவினங்கள் துறைச் செயலர் ஆர். கணபதி ஆகியோரும் கலந்துகொண்டார்கள். அவர்கள் எல்லோருக்குமே பல ஐயங்கள் இருந்தன. எங்களால் இது முடியுமா, இதற்கான தொழில்நுட்பக் கட்டமைப்பு நம்மிடம் உள்ளதா, அதைப் பெற

முடியுமா, இந்தத் திட்டம் நடைமுறை சாத்தியமானதுதானா, அதற்கான கால அளவு என்ன, செலவு எவ்வளவு ஆகும் எனப் பல ஐயங்கள் அவர்களுக்கு எழுந்தன. கேள்வி–பதில் அமர்வில் டாக்டர் அருணாசலம் மிக உறுதியுடன் எனக்குப் பக்கபலமாக இருந்தார். மற்றவர்கள் ஐயத்துடனே இதை அணுகினார்கள். அறிவியலாளர்கள் எப்போதுமே ஆகாசக் கோட்டை கட்டுவார்கள் என்று அவர்கள் கருதினார்கள். பேரார்வத்துடன் நாங்கள் உருவாக்கிய திட்டம் பற்றிச் சிலர் கேள்வி எழுப்பினாலும், சந்தேகப் பேர்வழிகள் உட்பட அனைவருமே இந்தியா தன்னுடைய சொந்த ஏவுகணை களைத் தயாரிப்பது என்ற யோசனையால் பெரிதும் உவகை அடைந்தார்கள். கடைசியில், சுமார் மூன்று மணிநேரத்திற்குப் பிறகு, மாலையில் பாதுகாப்பு அமைச்சரைச் சந்திக்கும்படி கூறினார்கள்.

அந்த இடைவெளியில் நாங்கள் பலவிதமான கணக்கு களைப் போட்டுப்பார்த்தோம். வெறும் 100 கோடி ரூபாய் மட்டும் ஒதுக்கினால் அதை எப்படிச் செலவிடுவது, 200 கோடி ஒதுக்கினால் என்ன செய்வது என்றெல்லாம் ஆலோசித்தோம். மாலையில் அமைச்சரைச் சந்தித்தபோது எப்படியும் ஏதாவது ஒரு தொகை கிடைக்கும் என்ற உள்ளுணர்வு எனக்கு இருந்தது. ஆனால் பல்வேறு கட்டங்களில் ஏவுகணைகளைத் தயாரிப் பதற்குப் பதிலாக இலக்கைத் துரத்திச் சென்று தாக்கும் ஒருங்கிணைந்த வழிகாட்டு ஏவுகணைகளை *(Integrated Guided Missile)* உருவாக்கும் திட்டத்தைத் தொடங்கலாம் என்று அவர் சொன்னபோது எங்களால் நம்ப முடியவில்லை.

நாங்கள் வாயடைத்துப்போனோம். சிறிது நேர மவுனத்திற்குப் பிறகு டாக்டர் அருணாசலம், “சார்... இதை யோசித்துப் பதில் சொல்ல எங்களுக்குக் கொஞ்சம் அவகாசம் வேண்டும்” என்றார். “நாளை காலை வாருங்கள்” என்றார் அமைச்சர். பேராசிரியர் சாராபாயின் துடிப்பையும் லட்சிய நோக்கையும் அமைச்சரின் சொற்கள் நினைவுபடுத்தின. அன்றிரவு டாக்டர் அருணாசலமும் நானும் எங்கள் திட்டத்திற்கு மறுவடிவம் கொடுப்பதற்காகத் தீவிரமான ஆலோசனையில் ஈடுபட்டோம்.

எங்கள் திட்டத்தில் சில முக்கியமான அம்சங்களை விரிவுபடுத்திச் செம்மைப்படுத்தினோம். வடிவமைப்பு, ஃபேப்ரிகேஷன், அமைப்புகளை ஒருங்கிணைத்தல், தரநிர்ணயம், சோதனை விமானங்கள், மதிப்பீடு, புதிய அம்சங்களை

உடனுக்குடன் இணைத்துக்கொள்வது, பரிசோதனைகள், உற்பத்தி சாத்தியங்கள், நம்பகத்தன்மை, நிதி வசதி என எல்லாக் கூறுகளையும் கணக்கில் கொண்டு திட்டத்தை மாற்றியமைத்தோம். இந்திய ஆயுதப் படைகளின் தேவைகளை உள்நாட்டிலேயே உற்பத்தி செய்யும் வகையில் இந்தக் கூறுகளையெல்லாம் ஒருங்கிணைத்துப் பதில் சொல்லும் பொறுப்புடன் கூடிய ஒற்றைச் செயல்திட்டமாக உருவாக்கினோம். வடிவமைப்பு, உருவாக்கம், உற்பத்தி ஆகியவற்றுக்கான கோட்பாடுகளை உருவாக்கினோம். திட்டத்தின் பயனர்களும் இதை ஆய்வு செய்யும் அமைப்புகளும் தொடக்கக் கட்டமான வரைபலகைக் கட்டத்திலிருந்தே இந்தத் திட்டத்தில் பங்கேற்க வேண்டும் என்ற யோசனையையும் முன்வைத்தோம். திட்டச் செயல்பாடுகளின்போது அதிநவீனத் தொழில்நுட்பங்களைப் பெறுவதற்கான வழிமுறையையும் பரிந்துரைத்தோம். நமது ஆயுதப் படைகளுக்குக் காலாவதியான ஆயுதங்களையும் தளவாடங்களையும் அல்லாமல் சமகாலத்தன்மை கொண்ட ஏவுகணைகளை வழங்க விரும்பினோம். எங்களுக்கு விடுக்கப்பட்ட பரவசமூட்டும் சவாலாக அது இருந்தது.

திட்டத்தை இறுதி செய்யும்போது பொழுது விடிந்து விட்டது. காலை உணவுக்காக அமர்ந்தபோதுதான் அன்று மாலை ராமேஸ்வரத்தில் நடக்கும் என் மருமகள் ஜமீலாவின் திருமணத்திற்குச் செல்ல வேண்டும் என்பது நினைவுக்கு வந்தது. மதியத்திற்கு மேல் சென்னைக்கு விமானத்தில் போய்விடலாம் என்றாலும் அங்கிருந்து ராமேஸ்வரத்திற்கு எப்படிப் போவது? மதுரையிலிருந்து ரயில் பிடித்து ராமேஸ்வரம் போகலாம். ஆனால் சென்னையிலிருந்து மதுரை போக விமானம் இல்லை. குற்ற உணர்ச்சி என் உற்சாகத்தை மட்டுப்படுத்தியது. குடும்பக் கடமைகளை மறப்பது நியாயம்தானா என்று என்னை நானே கேட்டுக்கொண்டேன். ஜமீலா எனக்கு மகள்போல. தில்லியில் பணி சார்ந்த கடமைகள் இருப்பதால் திருமணத்திற்குச் செல்ல முடியாது என்பது எனக்கு மிகுந்த மனச்சோர்வை அளித்தது. சிற்றுண்டியை முடித்துவிட்டுக் கூட்டத்திற்குப் புறப்பட்டேன்.

பாதுகாப்புத் துறை அமைச்சர் வெங்கட்ராமனிடம் எங்கள் திட்டத்தை முன்வைத்தபோது அவரது மகிழ்ச்சி வெளிப்படையாகத் தெரிந்தது. ஏவுகணை உற்பத்தித் திட்டம் ஒரே இரவில் விரிவான பலன்களைத் தரும் ஒருங்கிணைந்த திட்டமாக மாறிவிட்டது. தொழில்நுட்ப அளவில் இதன் பலன்கள் மிக விரிவான அளவில் இருக்கும். முந்தைய நாள்

மாலை அமைச்சரின் மனதில் இதுதான் இருந்தது. அவர்மீது எனக்குப் பெரிய மரியாதை இருந்தாலும் இந்தத் திட்டத்தை முழுமையாக ஏற்றுக்கொள்வாரா என்ற ஐயமும் இருந்தது. ஆனால் அவர் ஏற்றுக்கொண்டார். நான் பரவசத்தில் மூழ்கினேன்.

சந்திப்பு முடிந்தது என்பதற்கான அடையாளமாக அமைச்சர் எழுந்து நின்றார். என்னைப் பார்த்துத் திரும்பிய அவர், "உங்களை இங்கே வரவழைத்தபோதே இதுபோன்ற ஒன்று உங்களிடமிருந்து வரும் என்று எதிர்பார்த்துக் கொண்டிருந்தேன். உங்கள் திட்டம் எனக்கு மகிழ்ச்சி தருகிறது" என்றார். 1982இல் DRDL இயக்குநராக என்னை நியமிப்பதற் கான அனுமதி எப்படிக் கிடைத்தது என்பது குறித்த மர்மம் சட்டென்று உடைந்தது. பாதுகாப்புத் துறை அமைச்சர் வெங்கட்ராமன்தான் என்னை இங்கே வரவழைத்திருக்கிறார். அவருக்கு நன்றி கூறி வணங்கி விட்டுக் கதவை நோக்கி நடக்கையில் டாக்டர் அருணாசலம் ஜமீலாவின் திருமணம் பற்றி அமைச்சரிடம் சொல்வது என் காதில் விழுந்தது. இதையெல் லாம் அமைச்சரிடம் கொண்டுபோக வேண்டுமா என்று நினைத்தேன். சகல அதிகாரமும் கொண்ட சவுத் பிளாக்கில் உயர் பதவியில் இருக்கும் ஒருவர் நாட்டின் தென்கோடியில் இருக்கும் மசூதித் தெருவின் சிறிய வீட்டில் நடைபெறும் திருமணத்தைப் பற்றிக் கவலைப்பட வேண்டிய அவசியம் என்ன?

டாக்டர் அருணாசலத்தின் மீது எனக்கு எப்போதுமே பெரிய மரியாதை உண்டு. அசாத்தியமான மொழிவன்மை கொண்டவர். இந்தச் சந்திப்பில் அது பளிச்சென்று வெளிப் பட்டது. சந்தர்ப்பத்திற்கேற்பச் செயல்படும் மதிநுட்பம் கொண்டவர். இன்னும் ஒரு மணிநேரத்தில் சென்னைக்குப் போகும் விமானத்தில் ஏறிச் சென்னைக்குச் சென்றதும் அங்கிருந்து விமானப் படை ஹெலிகாப்டர் மூலம் என்னை மதுரைக்குக் கொண்டுசெல்ல அமைச்சர் செய்த ஏற்பாடு என்னை நெகிழச்செய்தது.

"கடந்த ஆறு மாதங்களில் நீங்கள் பாடுபட்டதற்கான பரிசு இது" என்றார் டாக்டர் அருணாசலம்.

சென்னைப் பயணத்தின்போது என் விமான நுழைவு அனுமதிச்சீட்டின் பின்பக்கம் இப்படிக் கிறுக்கினேன்:

ராமேஸ்வரம் கடற்கரையின்
சிவந்த மணல் வெளிகளில்

அலைந்து திரிந்த இந்தக் கால்கள்
என்றும் சென்றிராத
இந்தப் பாதையில் பயணிக்குமோ

சென்னையில் தரையிறங்கிய விமானம் விமானப் படையின் ஹெலிகாப்டர் அருகே நின்றது. அடுத்த சில நிமிடங்களில் நான் மதுரைக்குப் பயணமானேன். மதுரையில் இருந்த ஏர் கமாண்டர் என்னை அன்போடு ரயில் நிலையம் அழைத்துச் சென்றார். ராமேஸ்வரத்திற்குச் செல்லும் ரயில் கிளம்பத் தயாராக இருந்தது. சரியான நேரத்தில் திருமணத்திற்குப் போய்ச் சேர்ந்துவிட்டேன். தந்தையின் பாசத்துடன் ஜமீலாவை வாழ்த்தினேன்.

பாதுகாப்பு அமைச்சர் எங்கள் திட்டத்திற்கு மத்திய அமைச்சரவையின் ஒப்புதலைப் பெற்றுவிட்டார். திட்டத்தின் மீதான அவருடைய பரிந்துரையை ஏற்றுக்கொண்ட அமைச்சரவை அதுவரை இல்லாத அளவில் ரூ. 388 கோடியைத் திட்டத்திற்கு ஒதுக்கியது. இப்படியாக இந்தியாவின் பெருமைக்குரிய ஒருங்கிணைந்த வழிகாட்டப்பட்ட ஏவுகணைத் திட்டம் உதயமாயிற்று. பிறகு இது சுருக்கமாக IGMDP (Integrated Guided Missile Development Programme) என அழைக்கப்பட்டது.

அரசின் அனுமதிக் கடிதத்தை DRDL ஏவுகணைத் தொழில் நுட்பக் குழுவிடம் காட்டியதும் அங்கே உற்சாக நெருப்புப் பற்றிக்கொண்டது. உத்தேசத் திட்டங்களுக்கு இந்தியாவின் சுயசார்பு உணர்வை அடியொற்றிப் பெயரிட்டோம். தரையிலிருந்து தரைக்குச் செல்லும் ஏவுகணையின் பெயர் 'பிருத்வி' (பூமி). தந்திரோபாய ஏவுகணைக்குத் 'திரிசூலம்' என்று பெயர். தரையிலிருந்து வானில் தாக்கும் ஏவுகணை 'ஆகாஷ்' (ஆகாயம்). பீரங்கித் தகர்ப்பு ஏவுகணையின் பெயர் 'நாக்' (நாகப்பாம்பு). என்னுடைய நீண்டகாலக் கனவான REX ஏவுகணைக்கு 'அக்னி' என்று பெயர் சூட்டினோம்.

1983 ஜூலை 27 அன்று DRDL இல் IGMDP திட்டத்தின் தொடக்க விழா. டாக்டர் அருணாசலம் அந்த நிகழ்வுக்கு வந்திருந்தார். DRDLஇன் அனைத்துப் பணியாளர்களும் அதில் பங்கேற்றார்கள். இந்திய விண்வெளி ஆய்வில் ஈடுபட்டுவந்த முக்கியமான அனைவரையும் அழைத்திருந்தோம். இதர ஆய்வகங்கள், அமைப்புகள், கல்வி நிறுவனங்களைச் சேர்ந்த பேராசிரியர்கள், ஆயுதப் படைகளின் பிரதிநிதிகள், உற்பத்தி மையங்களின் பிரதிநிதிகள், ஆய்வு செய்யும் அதிகாரிகள் ஆகிய அனைவரும் வந்திருந்தார்கள். வந்திருந்த அனைவரும் அமர

இடம் இல்லை. எனினும் அனைவரும் நிகழ்ச்சியைக் காணும் வகையில் உள்ளரங்கத் தொலைக்காட்சி ஒன்றை ஏற்பாடு செய்தோம்.

என் வாழ்வின் மிக முக்கியமான இரண்டாவது நாள் இது. முதலாவது 1980 ஜூன் 18. எஸ்.எல்.வி.–3 ரோஹிணி ராக்கெட்டை விண்ணில் செலுத்திய நாள்.

11

இந்திய அறிவியல் வானில் தோன்றிய பிரகாசமான மின்னலாக *IGMPD* திட்டத்தின் தொடக்கம் அமைந்தது. ஏவுகணைத் தொழில் நுட்பம் ஒரு சில நாடுகளின் ராஜ்யமாகவே அதுவரை இருந்துவந்தது. அப்போது இந்தியாவிடம் இருந்தவற்றை வைத்துப் பார்க்கும்போது இந்தியா இதையெல்லாம் எப்படிச் சாதிக்கப்போகிறது என்பதை அறிய மக்கள் ஆவலோடு இருந்தார்கள். *IGMPD* திட்டம் இந்தியா அதுவரை கண்டிராத அளவுக்கு மிகவும் பெரியது. அப்போது இந்தியாவில் இருந்த ஆய்வு–மேம்பாட்டிற்கான *(R&D)* அமைப்பு களின் செயல்முறைகளையும் தரத்தையும் வைத்துப் பார்க்கும்போது இந்தத் திட்டத்திற்கான கால வரையறை நடைமுறைக்குப் பொருந்தாததாகவே தெரிந்தது. திட்டத்திற்கான அனுமதியைப் பெற்றது வேலையில் வெறும் பத்து விழுக்காடு மட்டும்தான் என்பதை அறிந்திருந்தேன். அதை முன்னெடுத்துச் செல்வது மிகவும் கடினமான பணியாகவே இருக்கும். எந்த அளவுக்கு வள ஆதாரங்கள் இருக்கின்றனவோ அந்த அளவுக்கு அவற்றைப் பராமரிப்பதும் சவால்தான். தேவையான பணமும் சுதந்திரமும் கிடைத்துவிட்ட நிலையில் என் அணியை முன்னோக்கி அழைத்துச்சென்று நான் தந்த வாக்குறுதிகளை எல்லாம் நிறைவேற்றியாக வேண்டும்.

வடிவமைப்புமுதல் உருவாக்கம்வரை இந்த ஏவுகணைத் திட்டத்திற்கு என்னவெல்லாம் தேவை? எங்களிடம் அற்புதமான பணியாளர்கள் இருந்தார்கள். பணம் கிடைத்துவிட்டது. ஓரளவு உள்கட்டமைப்பு வசதிகளும் இருந்தன. முக்கிய மான இந்த உள்ளீடுகளைத் தாண்டி வேறு என்ன வேண்டும்? எஸ்.எல்.வி.–3 அனுபவத்தின் அடிப்படையில் இந்தக் கேள்விக்கான விடை

எனக்குத் தெரியும் என்று நினைத்தேன். ஏவுகணைத் தொழில் நுட்பத்தில் நமது தேர்ச்சிதான் மையமான விஷயமாக இருக்கப்போகிறது. வெளிநாடுகளிலிருந்து எதையும் எதிர்பார்க்க வில்லை. தொழில்நுட்பம் என்பது குழுச் செயல்பாடு. தங்களுடைய மனதையும் ஆன்மாவையும் செலுத்தி வேலை செய்வதோடு நூற்றுக்கணக்கான இதர பொறியாளர்களுடனும் அறிவியலாளர்களுடனும் இணைந்து செயல்படக்கூடிய தலைவர்கள் தேவை. இந்தப் பணியில் பங்குபெறும் ஆய்வகங்களில் நிலவிய அபத்தமான சம்பிரதாயங்களையும் எண்ணற்ற முரண்பாடுகளையும் எதிர்கொள்ளத் தயாராக இருக்க வேண்டும் என்பது எங்களுக்குத் தெரியும். தங்களுடைய செயல்பாடுகள் ஒருபோதும் சோதனைக்கு உள்ளாகப்போவதில்லை என்று கருதிவந்த நமது பொதுத்துறை நிறுவனங்களின் போக்குகளையும் எதிர்த்துப் போராட வேண்டியிருக்கும். ஒட்டுமொத்த அமைப்பும் அதன் பணியாளர்கள், நடைமுறைகள், உள்கட்டமைப்பு ஆகியவற்றுடன் தனது எல்லைகளை விரிவுபடுத்திக்கொள்ளக் கற்றுக்கொள்ள வேண்டியிருக்கும். தேசத்தின் ஒட்டுமொத்தத் திறனுக்கும் அப்பாற்பட்ட ஒன்றைச் சாதிக்க நாங்கள் முடிவு செய்திருந்தோம். நிகழ்தகவு அல்லது சாத்தியக்கூறுகளின் அடிப்படையில் வேலை செய்தாலன்றி எங்களால் எதையுமே சாதிக்க முடியாது என்பதில் தெளிவாக இருந்தேன்.

DRDL ஆய்வகத்தில் பெரிய எண்ணிக்கையில் அபாரமான திறமைசாலிகள் இருந்தது குறிப்பிடத்தக்கது. ஆனால் கெடுவாய்ப்பாக, அவர்களிடையே தான் என்ற உணர்வும் கலகத்தன்மையும் நிரம்பியிருந்தன. தங்களுடைய முடிவுகள் பற்றி நம்பிக்கை கொள்வதற்குத் தேவையான அனுபவமும் அவர்களிடம் இல்லை. மிகவும் உற்சாகமாக விவாதத்தில் பங்கேற்பார்கள். ஆனால் கடைசியில் ஒரு சிலர் சொல்வதை ஒப்புக்கொண்டுவிடுவார்கள். வெளியிலிருந்து வரும் வல்லுநர்களைக் கேள்வி கேட்காமல் முழுமையாக நம்புவார்கள்.

DRDLஇல் ஏ.வி. ரங்கா ராவ் என்ற சுவாரஸ்யமான மனிதரைச் சந்தித்தேன். விரும்பத்தக்க ஆளுமையும் பேச்சுத் திறமையும் கொண்டவர். கட்டம் போட்ட கோட், சிவப்பு நிறக் கழுத்துப் பட்டி, தொளதொளவென்ற கால்சட்டை. இதுதான் அவருடைய வழக்கமான உடை. ஹைதராபாதின் வெயிலில் அவர் இந்த உடையை அணிவார். வெண்ணிற தாடி. பற்களுக்கிடையில் இருக்கும் பைப் என்று காண்போரைக் கவரும் விதத்தில் அவர் தோற்றம் இருக்கும். அபாரமான திறமைசாலி. ஆனால் தன்முனைப்புக் கொண்டவர்.

ஆய்வகத்தில் உள்ள மனித வளத்தின் அதிகபட்சப் பலனைப் பெறும் வகையில் நிர்வாக அமைப்பை மாற்றி யமைப்பது பற்றி அவருடன் ஆலோசித்தேன். சுதேசி ஏவுகணை களைத் தயாரிப்பதில் எங்களுக்கு இருந்த பார்வையையும் IGMDPயின் பல்வேறு கூறுகளையும் அறிவியலாளர்களுக்கு விளக்குவதற்காக எண்ணற்ற கூட்டங்களைத் தொடர்ச்சியாக நடத்தினார் ரங்கா ராவ். நீண்ட ஆலோசனைகளுக்குப் பிறகு ஆய்வுக்கூடத்தைத் தொழில்நுட்பத்தை மையமாகக் கொண்ட கட்டமைப்பாக மாற்ற முடிவெடுத்தோம். திட்டத்திற்குத் தேவையான பல்வேறு நடவடிக்கைகளை மேற்கொள்ளப் பன்முகத் தன்மைகளைக் கொண்ட மேட்ரிக்ஸ் வகையிலான கட்டமைப்பைக் கைக்கொள்ள வேண்டியிருந்தது. நான்கு மாதங்களுக்குள் 400 அறிவியலாளர்கள் ஏவுகணைத் திட்டத்தில் வேலை செய்யத் தொடங்கிவிட்டார்கள்.

இந்தக் கட்டத்தில் தனித்தனி ஏவுகணைத் திட்டங்களுக் கான திட்ட இயக்குநர்களைத் தேர்ந்தெடுப்பது என்னுடைய மிக முக்கியமான பணியாக இருந்தது. எங்களிடம் எண்ணற்ற திறமையாளர்கள் இருந்தார்கள். அவர்களில் யாரைத் தேர்ந்தெடுப்பது என்பதுதான் கேள்வி. நினைத்ததை எப்படி யாவது முடிப்பவர், திட்டமிடுபவர், மாற்றி யோசிப்பவர், சர்வாதிகாரி, அணி உணர்வு கொண்டவர் ஆகிய வகையினரில் யாரைத் தேர்வு செய்வது? குறிக்கோளைத் தெளிவாகப் பார்க்கவும் தத்தமது தனிப்பட்ட இலக்குகளை அடைவதற்காக வெவ்வேறு மையங்களில் பணிபுரியும் தன் அணியினரின் செயலாற்றலைச் சரியான விதத்தில் பயன்படுத்திக்கொள்ளவும் திறமை கொண்ட சரியான தலைவரையே தேர்ந்தெடுக்க வேண்டியிருந்தது.

அது கடினமான விளையாட்டு. அதன் விதிமுறைகளை இஸ்ரோவில் 20 ஆண்டுகள் அதிமுன்னுரிமை பெற்ற திட்டங்களில் பணிபுரிந்தபோது கற்றுக்கொண்டிருந்தேன். தவறான தேர்வு திட்டத்தின் எதிர்காலத்தையே ஆபத்துக் குள்ளாக்கிவிடும். பல அறிவியலாளர்களிடமும் பொறியாளர் களிடமும் விரிவாக விவாதித்தேன். திட்ட இயக்குநர்கள் ஐவர் எனக்குத் தேவைப்பட்டார்கள். இவர்கள் வருங்காலத்திற்கான 25 திட்ட இயக்குநர்களையும் அணித் தலைவர்களையும் பயிற்றுவிக்க வேண்டும்.

என்னுடைய மூத்த சகாக்கள் பலர் இந்தக் காலகட்டத்தில் என்னுடன் நெருங்கிப் பழக முயன்றார்கள். இது என் கற்பனையாகக்கூட இருக்கலாம் என்பதால் அவர்கள் பெயர்களைச் சொல்வது நியாயமல்ல. தனியாக இருக்கும்

என்மீது அவர்களுக்கு இருந்த அக்கறையை மதித்தேன். ஆனால் நெருக்கமான தொடர்புகளைத் தவிர்த்தேன். நண்பனிடம் உள்ள விசுவாசம் காரணமாக ஒருவர் அமைப்புக்கு நன்மை பயக்காத எதையேனும் செய்யத் தலைப்படலாம்.

உறவுகளின் வேண்டுகோளிலிருந்து தப்பிப்பதுதான் நான் ஒதுங்கித் தனித்திருந்ததற்கான முக்கியமான நோக்கமாக இருக்கலாம். இவற்றிலிருந்து தப்பிப்பது ராக்கெட்டைத் தயாரிப்பதைக் காட்டிலும் கடினமானது. என்னுடைய வாழ்க்கை முறைக்கு நான் உண்மையாக இருக்க வேண்டும், என்னுடைய நாட்டில் ராக்கெட் அறிவியலை உயரத்திற்குக் கொண்டுசெல்ல வேண்டும், மனசாட்சியில் எந்த உறுத்தலும் இல்லாமல் ஓய்வுபெற வேண்டும். இவைதான் என்னுடைய விருப்பங்கள். ஐந்து திட்டங்களுக்கான தலைவர்களை முடிவு செய்ய அதிக நேரம் எடுத்துக்கொண்டு கடுமையாக யோசித்தேன். பல அறிவியலாளர்களின் வேலைசெய்யும் முறையை ஆராய்ந்தேன். என்னுடைய அவதானிப்புகள் சில உங்களுக்கு ஆர்வமூட்டலாம்.

தன்னுடைய பணியை எப்படித் திட்டமிட்டு ஒருங்கிணைக் கிறார் என்பதுதான் ஒருவர் வேலை செய்யும் முறையின் அடிப்படையான அம்சம். மிகவும் எச்சரிக்கையோடு திட்டமிடுபவர் ஒரு ரகம். ஒவ்வொரு செயலையும் மிகவும் கவனமாக ஆராய்ந்து பார்த்த பிறகே இவர் செயல்படத் தொடங்குவார். தவறு எங்கே நிகழக்கூடும் என்பதைக் கூர்மை யாகக் கண்டுபிடித்துவிடும் இவர் எல்லா ஓட்டைகளை யும் அடைக்க முயல்வார். இதற்கு நேரெதிரான விதத்தில் இன்னொருவர் மிக வேகமாகச் செயல்படுவார். எந்தத் திட்டமும் இல்லாமல் பரபரப்பாக இயங்கிக்கொண்டிருப்பார். புதிய யோசனையால் ஈர்க்கப்படும் இவர் எப்போதும் செயல் புரியத் தயாராக இருப்பார்.

இன்னொரு விதமான வேலைமுறை கட்டுப்பாட்டைச் சார்ந்தது. ஒருவரின் செயலாற்றலும் கவனமும் செயல்கள் குறிப்பிட்ட விதமாகத்தான் நடக்க வேண்டும் என்பதற்கே செலவாகும். கறாராக அனைத்தையும் கட்டுப்படுத்துபவர் ஒரு முனையில் இருக்கிறார். இவர் கண்டிப்பான நிர்வாகி. செயல்முறைகளில் பல சோதனைகளை ஏற்படுத்தியிருப்பார். விதிகளையும் கொள்கைகளையும் தீவிரமான மதப் பற்றாளரைப் போலக் கடைப்பிடிப்பார். இதற்கு மறுமுனையில் சுதந்திரமும் நெகிழ்வும் கொண்ட வேலைமுறை உள்ளது. அதிகாரவர்க்கத்தினரை இவர்களால் பொறுத்துக்கொள்ளவே முடியாது. இவர்கள் மிக எளிதாகப் பொறுப்புகளைப்

பகிர்ந்தளிப்பார்கள். தங்களுக்குக் கீழே பணிபுரிபவர்களுக்கு அதிகமான சுதந்திரம் கொடுப்பார்கள். இப்படிப்பட்ட இரு முனைகளையும் சாராமல் நடுவாந்தரமான பாதையில் பயணிப்பவர்களையே விரும்பினேன். அதிருப்தியை ஏற்படுத்தி விடாமல், இறுக்கமாக இல்லாமல் வேலைகளைத் தன் கட்டுக்குள் வைத்திருப்பவர்களே தேவை.

சாத்தியக்கூறுகளுடன் சேர்ந்து வளரக்கூடிய திறமை கொண்டவர்களை விரும்பினேன். சாத்தியமான எல்லா மாற்று ஏற்பாடுகளையும் ஆராய்ந்து பார்க்கும் பொறுமை, பழைய கோட்பாடுகளைப் புதிய சூழல்களுக்குப் பொருத்தும் ஞானம், ஒவ்வொரு கட்டத்தையும் திறமையாகக் கையாண்டு முன்னேறும் தன்மை ஆகியவற்றைக் கொண்டவர்களைத் தேடினேன். அனைவரையும் இணைத்துக்கொள்ளும் இயல்பு, அதிகாரத்தைப் பிறருடன் பகிர்ந்துகொள்ளும் விருப்பம், அணியாக வேலை செய்வது, சிறப்பான பணிகளைப் பிறருக்கு அளிப்பது, புதிய கருத்துகளை உள்வாங்குதல், அறிவுக்கூர்மை உள்ளோரை மதிப்பது, விவேகமான அறிவுரைகளைக் காது கொடுத்துக் கேட்பது ஆகிய பண்புகளைக் கொண்டவர்களாக இருக்க வேண்டும் என்று விரும்பினேன். பிரச்சினைகளைச் சுமுகமாகத் தீர்க்க வேண்டும், தவறுகளுக்குப் பொறுப்பேற்க வேண்டும். எல்லாவற்றுக்கும் மேலாகத் தோல்விகளை ஏற்றுக் கொள்ளும் பக்குவமும் வெற்றி, தோல்வி இரண்டையும் பிறருடன் பகிர்ந்துகொள்ளும் பழக்கமும் கொண்டிருக்க வேண்டும்.

பிருத்வி திட்டத்தின் தலைவராக கர்னல் வி.ஜே. சுந்தரத்தைத் தேர்வுசெய்தேன். அவர் இந்திய ராணுவத்தின் *EME* கார்ப்ஸ் பிரிவைச் சேர்ந்தவர். வான்வெளிப் பொறியியலில் முதுகலைப் பட்டம் பெற்ற அவர் இயந்திரத்தின் வகைமைகளில் வல்லுநர். *DRDL*இல் கட்டமைப்புக் குழுவின் தலைவராக இருந்தார். முரண்படும் கண்ணோட்டங்களை தீர்க்கப் புதிய வழிகளைப் பரிசோதித்துப் பார்க்க இவர் தயாராக இருந்ததைக் கண்டேன். அணியாகச் செய்யும் பணிகளில் பரிசோதனைகளையும் புதுமைகளையும் புகுத்துபவர். செயல்பாடுகளில் மாற்று வழிகளை மதிப்பிடுவதில் அசாதாரணமான திறமை கொண்டவர். இதற்கு முன்பு மனதில் தோன்றியிராத ஒரு தீர்வைக் காண வித்திடக்கூடிய புதிய பாதைகளில் பயணம் செய்ய அவர் பரிந்துரைப்பார். திட்டத் தலைவருக்குக் குறிப்பிட்டதொரு இலக்கு தெளிவாக இருக்கலாம். அதை எட்டுவதற்கான வழிகாட்டுதல்களை வழங்கும் திறமையும் அவருக்கு இருக்கலாம். அந்த இலக்கை

அவருடைய அணியினரால் ஏற்றுக்கொள்ள முடியவில்லை என்றால் அணியில் எதிர்ப்பு எழக்கூடும். பலனுள்ள வழிகாட்டுதல்களைத் தரும் தலைவரின் முக்கியத்துவம் இங்குதான் உள்ளது. பிருத்வி திட்டத்தின் தலைவர்தான் உற்பத்தி மையங்கள், ஆயுதப் படைகள் ஆகியோருடன் இணைந்து முதலில் முடிவெடுப்பார். சுந்தரம் வலுவான முடிவுகளை எடுக்க ஏற்ற நபராக இருப்பார் என்று கருதினேன்.

திரிசூல் திட்டத்திற்கு மின்னணு, ஏவுகணைப் போர்முறை ஆகியவை பற்றிய ஆழ்ந்த அறிவு கொண்டவர் வேண்டும். அது மட்டுமல்ல; சிக்கலான விஷயங்களைத் தன் அணியினருக்குத் தெளிவாக விளக்கி அதன் மூலம் அவர்கள் புரிதலை மேம்படுத்தி அவர்களுடைய ஆதரவைப் பெறக்கூடியவராக இருக்க வேண்டும். இந்தியக் கடற்படையிலிருந்து பாதுகாப்புத் துறையின் ஆய்வு–மேம்பாட்டுப் பிரிவுக்கு வந்திருந்த கமாண்டர் எஸ்.ஆர். மோகன் இதற்குப் பொருத்தமாக இருப்பார் என்று முடிவு செய்தேன். நுணுக்கமான விவரங்களில் கவனம் செலுத்துவதில் திறமை வாய்ந்த இவர் பிறரை வேலை செய்ய வைப்பதில் நம்ப முடியாத திறனைப் பெற்றவர்.

என்னுடைய கனவுத் திட்டமான அக்னிக்கு அவ்வப்போது என் தலையீடுகளைப் பொறுத்துக்கொள்ளக் கூடியவரைத் தேடினேன். ஆர்.என். அகர்வால் அதற்குப் பொருத்தமாக இருப்பார் என்று தோன்றியது. அவர் எம்.ஐ.டி.யில் படித்தவர். சிறந்த கல்விமான். கூர்மையான தொழில்முறைத் திறன் களுடன் DRDLஇல் ஏரோநாட்டிகல் சோதனை வசதிகளை நிர்வகித்துவந்தார்.

தொழில்நுட்பச் சிக்கல்கள் காரணமாக ஆகாஷ், நாக் ஆகியவை எதிர்காலத்திற்கான ஏவுகணைகளாகக் கருதப் பட்டன. ஐந்து ஆண்டுகள் கழித்து அவற்றின் செயல்பாடுகள் தொடங்கும் என எதிர்பார்க்கப்பட்டது. எனவே ஓரளவு இளம் வயதினரான பிரகல்லாதாவை ஆகாஷ் திட்டத்திற்கும் என்.ஆர். அய்யரை நாக் திட்டத்திற்கும் தேர்ந்தெடுத்தேன். வி.கே. சரஸ்வத், ஏ.கே. கபூர் ஆகிய இளைஞர்களை முறையே சுந்தரத்திற்கும் மோகனுக்கும் துணையாக நியமித்தேன்.

பொதுவான முக்கியத்துவம் கொண்ட பிரச்சினைகளை வெளிப்படையாக விவாதிக்கவும் முடிவுகளைப் பற்றி வாதிடவும் DRDLஇல் எந்த அமைப்பும் அந்தக் காலத்தில் இல்லை. அறிவியலாளர்கள் அடிப்படையில் உணர்ச்சிகரமானவர்கள் என்பதை நினைவில் கொள்ள வேண்டும். தடுமாறும்போது சமாளித்துக்கொள்ள அவர்களால் முடியாது. பின்னடைவுகளும்

ஏமாற்றங்களும் எல்லாத் தொழில்களிலும் எப்போதும் தவிர்க்க முடியாதவை. அறிவியலும் இதற்கு விலக்கல்ல. என்னுடைய அறிவியலாளர்கள் யாரும் தனிமையில் ஏமாற்றத்தை எதிர்கொள்வதை நான் விரும்பவில்லை. அவர்கள் மனம் நொந்த நிலையில் இருக்கும்போது தங்களுக்கான இலக்குகளைத் தீர்மானிக்கக் கூடாது என்றும் கருதினேன். இத்தகைய சிக்கல்களைத் தவிர்ப்பதற்காக அறிவியல் குழு ஒன்றை உருவாக்கினோம். இது பஞ்சாயத்துபோல. மூன்று மாதங்களுக்கு ஒருமுறை இளநிலை, முதுநிலை அறிவியலாளர்கள், அனுபவம் மிகுந்தவர்கள், புதியவர்கள் என அனைவரும் அமர்ந்து பேசித் தங்கள் உணர்வுகளை வெளிப்படுத்தலாம்.

முதல் கூட்டமே அட்டகாசமாக இருந்தது. தயக்கமான கேள்விகள், ஐயங்களின் வெளிப்பாடுகள் என்று போய்க் கொண்டிருந்த கூட்டத்தில் முதுநிலை அறிவியலாளர் எம்.என். ராவ் நேரடியாக ஒரு கேள்வியை எழுப்பினார்: "எந்த அடிப்படையில் இந்தப் பஞ்சபாண்டவர்களைத் (திட்ட இயக்குநர்கள்) தேர்ந்தெடுத்தீர்கள்?" இந்தக் கேள்வியை எதிர்பார்த்துக்கொண்டிருந்தேன். இந்தப் பாண்டவர்கள் ஐவரும் நேர்நிலைச் சிந்தனை என்னும் திரௌபதியை மணந்து கொண்டிருப்பதால் தேர்ந்தெடுத்தேன் என்று சொல்ல விரும்பினேன். ஆனால் பொறுத்திருந்து பாருங்கள் என்று மட்டும் சொன்னேன். நான் அவர்களை நீண்ட காலத் திட்டங் களுக்காகத் தேர்ந்தெடுத்தேன். அந்தப் பணியில் ஒவ்வொரு நாளும் புயல் வீச வாய்ப்புள்ளது.

உற்சாகம் நிரம்பிய இந்த ஐவரும் தங்கள் இலக்குகள் பற்றிய புதிய கண்ணோட்டத்தையும் தங்கள் கடமைகள் மீதான உறுதியான பிடிப்பையும் பெறுவதற்கான வாய்ப்பு ஒவ்வொரு நாளும் உருவாகும் என்று ராவிடம் சொன்னேன்.

உற்பத்தின் திறன் கொண்ட தலைவர் எப்படி உருவாகிறார்? பணியாளர் நியமன விஷயத்தில் அவர் திறமை வாய்ந்தவராக இருக்க வேண்டும் என்பது என் கருத்து. தொடர்ந்து அவர் அமைப்பிற்குள் புதிய ரத்தம் பாய்ச்ச வேண்டும். பிரச்சினை களைச் சமாளிக்கவும் புதிய கோட்பாடுகளை அறிமுகப் படுத்தவும் அவரால் முடிய வேண்டும். ஆய்வு-மேம்பாட்டு அமைப்பில் அறிந்ததும் அறியாததுமான பல விதமான அளவீடுகள் தொடர்பான பிரச்சினைகள் ஏற்படும். சிக்கலான இந்த அம்சங்களைக் கையாளும் திறன் இருந்தால்தான் அதிகமான உற்பத்தித் திறனைச் சாதிக்க முடியும். ஒரு தலைவர் தன் அணியினருக்கு உற்சாகமூட்டக்கூடியவராக இருக்க

வேண்டும். ஒவ்வொருவருக்கும் உரிய பெருமையைக் கொடுக்க வேண்டும். பொது இடத்தில் பாராட்ட வேண்டும். தனிப்பட்ட முறையில் விமர்சிக்க வேண்டும்.

“டெவில் திட்டத்திற்கு ஏற்பட்ட கதி இந்தத் திட்டத்திற்கு நேராமல் எப்படித் தடுக்கப்போகிறீர்கள்?” என்ற கடினமான கேள்வியை இளம் அறிவியலாளர் ஒருவர் கேட்டார். IGMDPக்குப் பின்னால் இருக்கும் சித்தாந்தத்தை அவருக்கு விளக்கினேன். வடிவமைப்பில் தொடங்கிக் களத்தில் ஏவுகணைகளைக் கொண்டு செல்வதில் முடிகிறது என்றேன். வடிவமைப்புக் கட்டத்திலிருந்து இந்தத் திட்டத்தில் பங்கு பெறும் அனைத்து உற்பத்தி மையங்களுக்கும் பயனர் அமைப்புகளுக்கும் ஏவுகணைகள் போர்க்களத்தைச் சென்று அடைவதுவரை பின்வாங்குவது என்ற பேச்சுக்கே இடமில்லை என்ற உத்தரவாதத்தை அளித்திருந்தோம். அணிகளை உருவாக்குவது, ஒருங்கிணைப்பது ஆகிய செயல்முறைகள் நடந்துகொண்டிருந்தபோது ஒரு விஷயம் எனக்குப் புரிந்தது. IGMDP திட்டத்திற்கான கூடுதல் தேவைகளைச் சமாளிக்கும் அளவிற்கு DRDLஇல் இடவசதி இல்லை என்பதை உணர்ந்தேன். சில செயல்பாடுகளை அருகில் இருந்த இடத்திற்கு மாற்றியாக வேண்டும். டெவில் திட்டத்தின்போது ஏவுகணை ஒருங்கிணைப்பிற்கும் பரிசோதனைக்கும் எனக் கட்டப்பட்ட இடம் 120 சதுர மீட்டர் அறை மட்டுமே கொண்டிருந்தது. இப்போது அங்கே எண்ணற்ற புறாக்கள் வசித்துவந்தன. மிக விரைவில் இங்கே வரவிருக்கும் ஐந்து ஏவுகணைகளை ஒருங்கிணைப்பதற்கான இடம் எங்கே? சுற்றுச்சூழல் சோதனை அமைப்புக்கான இடமும் ஏவியானிக்ஸ் ஆய்வுக்கூடமும் இட நெருக்கடி மிகுந்தும் போதிய வசதிகள் இல்லாமலும் இருந்தன.

அருகில் இருந்த இமாரத் காஞ்சா பகுதிக்குச் சென்றேன். சில பதிற்றாண்டுகளுக்கு முன்பு DRDL உருவாக்கிய பீரங்கித் தகர்ப்பு ஏவுகணைகளைச் சோதித்துப் பார்க்கும் இடமாக அது இருந்தது. அந்த இடம் பொட்டல் வெளியாக இருந்தது. ஒரு மரம்கூடக் கிடையாது. தக்காணப் பீடபூமியில் பொதுவாகக் காணப்படுவதைப் போலப் பெரிய அளவிலான கற்பாறைகள் ஆங்காங்கே இருந்தன. ஏவுகணைகள் ஒருங்கிணைப்புக்கும் சோதனைகளுக்குமான மையத்தை இங்கே அமைக்க முடிவெடுத்தேன். அடுத்த மூன்று ஆண்டுகள் இது என் வேலை யாக மாறியது.

ஏவுகணையின் பாய்ச்சலின் தன்மை அறியும் சோதனை மையம் (Inertial Instrumentation Laboratory), முழு அளவிலான சுற்றுச்சூழல் மற்றும் மின்னணுப் போர் (EMI/EMC) சோதனை

வசதிகள், கூட்டுத் தயாரிப்பு மையம், உயர்நிலையிலான உறைவெப்ப (*enthalpy*) வசதி, அதிநவீன ஏவுகணையை ஒருங்கிணைத்துச் சோதனைசெய்யும் மையம் போன்ற மிகவும் மேம்பட்ட தொழில்நுட்ப வசதிகளுடன் கூடிய மாதிரி உயர் தொழில்நுட்ப ஆராய்ச்சி மையத்தை நிறுவுவதற்கான திட்டத்தை நாங்கள் உருவாக்கினோம். எப்படிப் பார்த்தாலும் இது மாபெரும் பணி. இதை நிறைவேற்ற முற்றிலும் மாறுபட்ட நிபுணத்துவமும் மனஉறுதியும் வேண்டும். இலக்குகளும் குறிக்கோள்களும் ஏற்கெனவே முடிவாகிவிட்டன. பல்வேறு அமைப்புகளைச் சேர்ந்த பலருக்கும் இந்தக் குறிக்கோள்களை யும் இலக்குகளையும் உணர்த்த வேண்டும். பிரச்சினைகளைத் தீர்ப்பதற்கான செயல்முறைகள், தகவல் தொடர்பு வழிமுறைகள் ஆகியவற்றை உருவாக்கி நிலைநிறுத்துவதன் மூலம் அணித் தலைவர் இதைச் செய்ய வேண்டும். இதைச் செய்வதற்குப் பொருத்தமான நபர் யார்?

எம்.வி. சூர்யகாந்த ராவிடம் இதற்குத் தேவையான தலைமைப் பண்புகள் இருப்பதைக் கண்டேன். இமாரத் ஆய்வு மையத்தை (*Research Centre of Imart - RCI*) உருவாக்குவதில் பெருமளவிலான அமைப்புகள் ஈடுபட வேண்டியிருக்கும் என்பதால் அதிகார அடுக்குகளின் நுட்பமான தேவைகளைப் புரிந்துகொண்டு செயலாற்றுபவர் தேவை. அறுபது வயதை நெருங்கிக்கொண்டிருந்த சூர்யகாந்த ராவுக்குத் துணையாக முப்பதுகளின் நடுப்பகுதியில் இருந்த இளைஞர் கிருஷ்ண மோகனைத் தேர்ந்தெடுத்தேன். கிருஷ்ண மேனன் பணியாளர்களிடம் கீழ்ப்படிதலுக்குப் பதிலாகப் பங்கேற்பை ஊக்குவிக்கக்கூடியவர். வேலை நடக்கும் இடங்களில் பணியாளர்களை நேரடியாகக் கண்காணிப்பார்.

இமாரத் ஆய்வு மையத்தைக் கட்டமைப்பதற்காக அதிகாரப்பூர்வமான நடைமுறைகளின்படி ராணுவப் பொறியியல் சேவை மையத்தைத் தொடர்புகொண்டோம். அதை முடிக்க ஐந்து ஆண்டுகள் ஆகும் என அவர்கள் சொன்னார்கள். பாதுகாப்பு அமைச்சகத்தின் உயர் மட்டத்தில் இதுபற்றி ஆழமான விவாதம் நடந்தது. பாதுகாப்புத் துறைக்கான கட்டுமானங்களை உருவாக்கும் பணியைத் தனியாருக்குக் கொடுக்கலாம் என்ற மிக முக்கியமான முடிவு எடுக்கப்பட்டது.

அந்த இடத்தின் வரைபடங்களை ஆய்வு செய்யவும் இமாரத் காஞ்சாவின் புகைப்படங்களை வானிலிருந்து எடுக்கவும் சர்வே ஆஃப் இந்தியா அமைப்பையும் தேசியத் தொலையுணர்வு முகமையையும் தொடர்புகொண்டோம்.

கட்டுமானத்தை அடைவதற்கான சாலைகளுக்கான வடிவமைப்பை உருவாக்கவும் தேவையான வசதிகளை அமைப்பதற்கான இடங்களைத் தேர்வுசெய்யவும் இவை தேவைப்பட்டன. நிலத்தடியிலிருந்து நீர் எடுக்கக்கூடிய 20 இடங்களை அந்தப் பாறைகளுக்கு நடுவே மத்திய நிலத்தடி நீர் வாரியம் அடையாளம் கண்டது. தினமும் 40 மெகாவாட் மின்சாரமும் 50 லட்சம் லிட்டர் தண்ணீரும் தேவை எனத் திட்டமிட்டோம்.

அளவற்ற செயலாற்றல் கொண்ட கர்னல் எஸ்.கே. சால்வன் என்னும் இயந்திரப் பொறியாளர் இச்சமயத்தில் எங்களோடு இணைந்துகொண்டார். கட்டுமானத்தின் கடைசிக் கட்டத்தில் பாறைகளுக்கு நடுவில் புராதனமான வழிபாட்டுத் தலம் ஒன்று இருந்ததை அவர் கண்டுபிடித்தார். நாங்கள் ஆசீர்வதிக்கப்பட்டதாக எனக்குத் தோன்றியது.

ஏவுகணை அமைப்புகளை வடிவமைக்கும் வேலைகளைத் தொடங்கிவிட்டோம். அவற்றை உருவாக்கி, ஒருங்கிணைத்துப் பரிசோதிப்பதற்கான பணிகளும் தொடங்கிவிட்டன. ஏவுகணைகளைப் பறக்கவிட்டுச் சோதிப்பதற்கான இடத்தைத் தேர்ந்தெடுப்பது அடுத்த கட்டப் பணி. ஷார் மையமும் ஆந்திரப் பிரதேசத்திலேயே இருந்ததால் கிழக்குக் கடற்கரையை ஒட்டி விரிந்து பரந்த ஓர் இடத்தைத் தேடினோம். கடைசியில் ஒடிஷாவில் பாலேஸ்வர் என்ற இடத்தைத் தேர்ந்தெடுத்தோம். தேசிய சோதனைக் களம் (National Test Range) அமைக்க வடகிழக்குக் கடற்கரைப் பகுதியை அடையாளம் கண்டோம். அங்கிருந்து மக்களை அப்புறப்படுத்துவது தொடர்பாக எழுந்த அரசியல் நெருக்கடிகளால் மொத்தத் திட்டமும் நெருக்கடிக்கு உள்ளானது. எனவே ஒடிஷாவின் பாலேஸ்வர் மாவட்டத்தில் சந்திபூரில் இருந்த இறுதிக் கட்டப் பரிசோதனை மையத்திற்கு (Proof Experimental Establishment - PXE) அருகில் இடைக்கால ஏற்பாடாக ஒரு கட்டுமானத்தை அமைக்க முடிவு செய்தோம். இடைக்காலச் சோதனை மையத்திற்கான கட்டுமானத்தை உருவாக்க 30 கோடி ரூபாய் ஒதுக்கினோம்.

டாக்டர் ஹெச்.எஸ். ராமா ராவும் அவரது அணியினரும் அபாரமாகச் செயலாற்றினார்கள். எலக்ட்ரோ–ஆப்டிகல் கண்காணிப்புக் கருவிகள், கண்காணிப்பதற்கான தொலை நோக்கி அமைப்பு, கண்காணிப்பதற்கான ரடார் ஆகியவற்றுக் கான ஏற்பாடுகளைப் புதுமையான முறைகளில் குறைந்த செலவில் அவர்கள் அமைத்தார்கள். ஏவுதளத்தையும் ஏவுவதந் கான உள்கட்டமைப்பையும் உருவாக்கும் பொறுப்பை லெப்டினன்ட் ஜெனரல் ஆர்.எஸ். தேஸ்வாலும் மேஜர்

ஜெனரல் கே.என். சிங்கும் ஏற்றார்கள். சாந்திப்பூரில் மிக அழகான பறவைகள் சரணாலயம் இருந்தது. அதைத் தொந்தரவு செய்யாமல் சோதனையை வடிவமைக்குமாறு பொறியாளர்களிடம் கூறினேன்.

இமாரத் ஆய்வு மையத்தை உருவாக்கியது என் வாழ்நாளில் எனக்கு மிகவும் திருப்தியளித்த பணி. அலுப்பூட்டும் ஒரு நாளில் மிகச்சிறந்த ஏவுகணைத் தொழில்நுட்பத்திற்கான இந்த மையத்தை உருவாக்குவது ஒரு கைவினைஞர் அழகழகான பொருட்களைச் செய்யும் அனுபவத்திற்கு ஒப்பானது.

1983 செப்டம்பர் மாதம் பாதுகாப்பு அமைச்சர் ஆர். வெங்கட்ராமன் DRDL ஆய்வகத்திற்கு வருகைபுரிந்தார். இலக்கை எட்டுவதற்குத் தேவையான அனைத்தையும் ஒன்று விடாமல் பட்டியலிடுமாறு எங்களுக்கு அறிவுரை கூறினார். அந்தப் பட்டியலில் திட்டம் குறித்து எங்களுக்கு இருக்கும் கற்பனைகளையும் நம்பிக்கையையும் குறிப்பிடும்படி கூறினார். "நீங்கள் எதைக் கற்பனை செய்கிறீர்களோ அதுவே செயலாக மாறும். எதை நம்புகிறீர்களோ அதைச் சாதிப்பீர்கள்" என்றார்.

IGMDP திட்டத்தின் முன் முடிவற்ற சாத்தியக்கூறுகள் இருப்பதை டாக்டர் அருணாசலமும் நானும் உணர்ந்தோம். எங்கள் உற்சாகம் மற்றவர்களையும் தொற்றிக்கொண்டது. நாட்டின் ஆகச் சிறந்த நிபுணர்கள் IGMDP திட்டத்தின்பால் கவரப்படுவதைக் கண்டு பரவசமும் ஊக்கமும் அடைந்தோம். வெற்றி பெறுபவரோடு இணைந்திருக்கத்தானே எல்லோரும் விரும்புவார்கள்? IGMDP திட்டம் பிறக்கும்போதே அது வெற்றி பெறும் என்று உலகம் தெளிவாகப் புரிந்துகொண்டுவிட்டது.

12

நாங்கள் 1984ஆம் ஆண்டுக்கான இலக்கு களைப் பற்றிய ஆலோசனைக் கூட்டத்தில் இருந்தபோது டாக்டர் பிரம்ம பிரகாஷ் மரண மடைந்த செய்தி கிடைத்தது. அன்று ஜனவரி 3. அவருடைய மரணம் எனக்கு உணர்வுப்பூர்வ மான இழப்பாக இருந்தது. என் தொழில் வாழ்வில் மிகக் கடினமான காலகட்டத்தில் அவருக்குக் கீழே பணிபுரியும் வாய்ப்பு எனக்குக் கிடைத்தது. அவருடைய கருணையும் பணிவும் முன்னுதாரணமானவை. எஸ்.எல்.வி.–E1 ஏவுகலம் தோல்வியடைந்த நாளில் அவர் என்னை ஆறுதல்படுத்திய விதம் நினைவுக்கு வந்து என் சோகத்தை ஆழமாக்கியது.

விக்ரம் சாராபாய் விண்வெளி மையத்தை உருவாக்கியவர் பேராசிரியர் சாராபாய். அதைச் செயல்பட வைத்தவர் டாக்டர் பிரம்ம பிரகாஷ். அதற்கு ஊட்டச்சத்து மிகவும் தேவைப்பட்ட காலத்தில் அவர் அதை ஊட்டி வளர்த்தார். அவருடனான தொடர்பு என் வாழ்வின் திருப்பு முனையாக அமைந்தது. அவருடைய அடக்கம் என்னை மட்டுப்படுத்தி என்னுடைய ஆவேசமான அணுகுமுறையைக் கைவிடச் செய்தது. அவருடைய அடக்கம் என்பது தன்னுடைய திறமைகள், பண்புகள் தொடர்பான பணிவில் மட்டுமல்ல. தனக்குக் கீழே பணிபுரிபவர்களுடைய கண்ணியத் திற்கு அவர் அளித்த மரியாதையிலும் இருந்தது. தலைவர் உட்பட யாருமே தவறிழைக்காதவர்கள் அல்ல என்பதை உணர்ந்தவர் அவர். மெலிந்த உருவம் கொண்ட அவர் மாபெரும் அறிவு ஜீவி. குழந்தையைப் போலக் கள்ளம் கபடம் அற்றவர். அறிவியலாளர்களிடையே ஒரு துறவியாகத்தான் அவரைக் கருதியிருந்தேன்.

DRDL ஆய்வுக்கூடம் மறுமலர்ச்சி பெற்ற அந்தக் கால கட்டத்தில் பி. பானர்ஜி, கே.வி. ரமண சாய் ஆகியோரும் அவர்களுடைய அணியினரும் இணைந்து உருவாக்கிய உயரக் கட்டுப்பாடு சாதனமும் ஏவுகணையில் பொருத்துவதற்கான கணினியும் கிட்டத்தட்டத் தயாராகிவிட்டன. இந்த வெற்றி உள்நாட்டிலேயே ஏவுகணை தயாரிக்கும் திட்டத்திற்கு மிகவும் முக்கியமானது. முக்கியமான இந்தச் சாதனத்தைப் பரிசோதித்துப் பார்க்க ஒரு ஏவுகணை தேவை.

பலமுறை உட்கார்ந்து பேசித் தீவிரமாக விவாதித்த பிறகு, டெவில் எவுகணையை மேம்படுத்தி அதை வைத்தே பரிசோதிக்க முடிவுசெய்தோம். டெவில் ஏவுகணை ஒன்றைப் பிரித்துப்போட்டு, பல மாறுதல்களைச் செய்து, துணைச் சாதனங்களைச் சோதித்துப் பார்த்து மீண்டும் ஒன்றிணைத்தோம். அதை விண்ணில் ஏவுவதற்காகத் தற்காலிக ஏவுகலம் ஒன்றையும் உருவாக்கினோம். மேம்படுத்திப் பயணத் தொலைவு அதிகரிக்கப்பட்ட டெவில் ஏவுகணையை 1984 ஜூன் 26 அன்று விண்ணில் செலுத்தி வெடிக்கச்செய்தோம். இந்தியாவில் தயாரான முதலாவது விசைத்தூண்டல் ஏவுகணைத் திட்டம் (*Strap-down Inertial Guidance Programme*) இது. இந்தச் சோதனை எல்லா வகைகளிலும் வெற்றி பெற்றது. இந்திய ஏவுகணைத் திட்ட வரலாற்றில் இது மிகவும் முக்கியத்துவம் வாய்ந்த முதல் நடவடிக்கை. அதுவரை வெளியிலிருந்து தருவித்த சாதனங்களை ஆராய்ந்து அவை எப்படி உருவாக்கப்பட்டன என்பதைக் கண்டுபிடிக்கும் பின்னோக்குப் பொறியியலுடன் (*Reverse Engineering*) இந்திய ஏவுகணைத் திட்டம் முடங்கி யிருந்தது. நெடுங்காலமாக மறுக்கப்பட்டு வந்த வாய்ப்பை *DRDL* அறிவியலாளர்கள் பயன்படுத்திக்கொண்டார்கள். நம்மால் முடியும் என்ற செய்தியைத் தெளிவாகவும் உரத்த குரலிலும் இந்த வெற்றி பறைசாற்றியது.

இந்தச் செய்தி தில்லியை உடனடியாக எட்டியது. *IGMDP*யின் முன்னேற்றத்தை நேரில் காண வேண்டும் என்று பிரதமர் இந்திரா காந்தி விரும்பினார். *DRDL* முழுவதும் உற்சாக அலை பொங்கியது. 1984 ஜூலை 19 அன்று பிரதமர் *DRDL* ஆய்வகத்திற்கு வருகைபுரிந்தார்.

பிரதமர் இந்திரா காந்தி தன்னுடைய சுயம், தன்னுடைய பணி, தன்னுடைய நாடு ஆகியவை குறித்துப் பெருமித உணர்வு கொண்டவர். தன்னடக்கம் கொண்ட எனக்குள்ளும் பெருமித உணர்வை ஊட்டிய அவரை எங்கள் ஆய்வகத்தில் வரவேற்பதைப் பெருமையாகக் கருதினேன். 80 கோடி மக்களின் தலைவர் என்னும் பிரக்ஞை அவருக்குத் தீவிரமாக

இருந்தது. அவருடைய ஒவ்வொரு அடியும் உடல்மொழியும் கைகளின் அசைவும் அளந்து வைத்ததைப்போல இருந்தன. வழிகாட்டப்படும் ஏவுகணைத் திட்டத்தில் நாங்கள் செய்திருந்த வேலையின் மீது அவர் வைத்திருந்த மதிப்பு எங்கள் மனவுறுதியைப் பெரிதும் வலுப்படுத்தியது.

DRDL ஆய்வுக்கூடத்தில் செலவிட்ட ஒரு மணிநேரத்தில் அவர் ஏவுகணைத் திட்டங்கள், பன்முக மேம்பாட்டு ஆய்வுக் கூடங்கள் எனப் பல்வேறு அம்சங்களில் கவனம் செலுத்தினார். பிறகு 2000 பேர் அடங்கிய DRDL பணியாளர் குழுவினரின் முன் உரையாற்றினார். ஏவுகணை உற்பத்திக்கான கால அட்டவணை பற்றிக் கேட்டார். "பிருத்வியை எப்போது விண்ணில் செலுத்திச் சோதனை செய்யப்போகிறீர்கள்?" என்று கேட்டார். "ஜூன் 1987" என்றேன். "வேலையை வேகமாகச் செய்ய என்னென்ன தேவை என்று சொல்லுங்கள்" என்று உடனடியாகச் சொன்னார். அறிவியல் தொழில்நுட்பத்தின் பலன்களை விரைவில் எட்ட வேண்டும் என்று அவர் விரும்பினார். "உங்களுடைய வேகமான செயல்பாடுதான் ஒட்டுமொத்த தேசத்தின் நம்பிக்கை" என்றார்.

IGMDP விஷயத்தில் குறித்த காலத்திற்குள் பணியை முடிப்பதில் மட்டுமல்ல; அபாரமான திறமையை எட்டுவதிலும் கவனம் செலுத்த வேண்டும் என்றார் திருமதி இந்திரா காந்தி. "நீங்கள் எதைச் சாதிக்கிறீர்கள் என்பது முக்கியமல்ல; எதிலும் உங்களுக்கு முழுமையான திருப்தி வந்துவிடக் கூடாது. உங்களை நிரூபிப்பதற்கான வழிகளைத் தேடிக்கொண்டே இருக்க வேண்டும்" என்றும் கூறினார். புதிதாக நியமிக்கப்பட்ட பாதுகாப்பு அமைச்சர் எஸ்.பி. சவானை ஒரு மாதத்திற்குள் எங்கள் திட்டங்களை மதிப்பீடு செய்வதற்காக அனுப்பி வைத்ததன் மூலம் தன் ஆர்வத்தையும் ஆதரவையும் காட்டினார். திருமதி இந்திரா காந்தி தனது வருகையின் தொடர்ச்சியாக மேற்கொண்ட அணுகுமுறை எங்களை மிகவும் கவர்ந்ததோடு பயனளிப்பதாகவும் இருந்தது. IGMDP என்றால் சிறந்த செயல்திறன் என்பது இன்று நம் நாட்டில் விண்வெளி ஆராய்ச்சியில் ஈடுபட்டுள்ள அனைவருக்கும் தெரியும்.

திறன்மிகு நிர்வாக உத்திகளை நாங்களே உருவாக்கிக் கொண்டோம். திட்டச் செயல்பாடுகளில் தொடர் நடவடிக்கை களில் ஈடுபடுவது அவற்றில் ஒன்று. ஒரு தீர்வு தொழில்நுட்ப ரீதியாகவும் நடைமுறைச் செயல்பாடுகள் சார்ந்தும் பொருத்த மாக இருக்குமா என்று அலசுவது; சகாக்களுடன் விவாதித்து அனைவரின் ஒப்புதலுடன் தீர்வை அமல்படுத்துவது இத்தகைய தொடர் நடவடிக்கையின் பங்கு. திட்டத்தில் பங்குபெறும் பணி மையங்களில் அடிமட்டத்திலிருந்து எண்ணற்ற யோசனைகள்

வந்தன. வெற்றிகரமான இந்தத் திட்டத்தின் மிக முக்கியமான நிர்வாக உத்தி எது என்று கேட்டால் செயலூக்கம் கொண்ட தொடர் நடவடிக்கைகளைத்தான் குறிப்பிடுவேன். பல்வேறு ஆய்வகங்களில் நடைபெற்ற வடிவமைப்பு, திட்டமிடல், துணைபுரியும் சேவைகள், கண்காணிப்பு அமைப்புகள், கல்வி நிறுவனங்கள் ஆகியவற்றின் பணிகள் எந்த நிலையில் உள்ளன என்பதைத் தொடர்ந்து கவனித்துவருவதன் மூலம் மிக விரைவான முன்னேற்றத்தை மிக இணக்கமான முறையில் அடைய முடிந்தது. ஏவுகணைத் திட்டத்தின் அலுவலகத்தில் நடைமுறையில் இருந்த பணி விதிமுறை இதுதான். பணி மையம் ஒன்றுக்குக் கடிதம் எழுத விரும்பினால் தொலை நகல் அனுப்புங்கள். டெலக்ஸ் அனுப்ப வேண்டியிருந்தால் தொலைபேசியில் தொடர்புகொள்ளுங்கள். தொலைபேசியில் விவாதிக்க வேண்டிய தேவை இருந்தால் நேரில் செல்லுங்கள்.

IGMDP திட்டம் எந்த நிலையில் உள்ளது என்பதை மதிப்பிட டாக்டர் அருணாசலம் 1984 செப்டம்பரில் நடத்திய விரிவான ஆய்வு இந்த அணுகுமுறையின் ஆற்றலை உணர்த்தியது. *DRDO* ஆய்வுக் கூடங்கள், இஸ்ரோ, பல கல்வி நிறுவனங்கள் ஆகியவற்றைச் சேர்ந்த வல்லுநர்கள் கொண்ட குழு இந்தத் திட்ட அமலாக்கத்தில் முதல் ஆண்டில் நடந்த முன்னேற்றங்கள், எதிர்கொண்ட பிரச்சினைகள் ஆகியவற்றைக் கறாராக மதிப்பிட வந்தது. இமாரத் காஞ்சாவில் ஒரு மையத்தை அமைத்தது, சோதனைக்கான அமைப்பை நிறுவியது போன்ற முக்கியமான முடிவுகளைத் தீவிரமாக அலசினார்கள். இமாரத் காஞ்சாவில் அதன் பிறகு உருவான உள்கட்டமைப்பிற்கு அந்த ஊரின் அடையாளத்தை இழக்காமல் இமாரத் ஆய்வு மையம் என்றே பெயரிடப்பட்டது.

ஆய்வுக் குழுவில் டி.என். சேஷன் போன்ற பழைய நண்பர்களைப் பார்த்தது மகிழ்ச்சி அளித்தது. எஸ்.எல்.வி.–3 இலிருந்து இன்றுவரை எங்களுக்குள் நல்ல நட்பு உருவாகி யிருந்தது. பாதுகாப்புத் துணைச் செயலராக அப்போது பொறுப்பில் இருந்த சேஷன் திட்டத்தின் கால அட்டவணை பற்றியும் நிதி தொடர்பாகவும் மிகவும் குறிப்பான கேள்விகளை எழுப்பினார். தனது நாவன்மையினால் எதிராளியைப் பணிய வைப்பதில் அலாதியான ஆனந்தம் காண்பவர் சேஷன். தனது கூர்மையான அங்கதத்தினால் தன் எதிராளிகளைக் கேலிப்பொருள்களாக மாற்றிவிடுவார். உரையாடலின்போது குரலை எழுப்பி, சில சமயம் கடுமையான வாதங்களிலும் இறங்கிவிடும் பழக்கம் கொண்ட சேஷன், நடைமுறைப்படுத்தக் கூடிய தீர்வை எட்டுவதற்கான அனைத்து ஆதாரங்களை யும் கூடியவரையில் பயன்படுத்திக்கொள்வதையும்

உறுதிசெய்வார். தனிப்பட்ட முறையில் மிகவும் அன்பும் அக்கறையும் கொண்டவர். IGMDP திட்ட அமலாக்கத்தில் மேம்பட்ட தொழில்நுட்பத்தைப் பயன்படுத்துவதுபற்றி அவர் எழுப்பிய கேள்விகளுக்கு என் குழுவினர் மகிழ்ச்சியோடு பதிலளித்தார்கள். நாங்களே உருவாக்கிய கரிமப்பொருள் கலவை பற்றி அறிந்துகொள்வதில் அவர் காட்டிய அதீதமான ஆர்வம் எனக்கு இன்னும் நினைவிருக்கிறது. உங்களுக்கு ஒரு சிறிய ரகசியத்தைச் சொல்கிறேன். சேஷன் மட்டும்தான் ஆவுல் பக்கீர் ஜெயினுலாப்தீன் அப்துல் கலாம் என்று ஐந்து சொற்கள் கொண்ட என்னுடைய முழுப்பெயரையும் சொல்லி அழைப்பார்.

ஏவுகணைத் திட்டம் தொடர்ச்சியாக முன்னேறிக் கொண்டிருந்தது. வடிவமைப்பு, மேம்பாடு, தயாரிப்பு ஆகிய பணிகளில் 12 கல்வி நிறுவனங்கள், DRDOவின் 30 ஆய்வுக் கூடங்கள், அறிவியல்–தொழில்துறை ஆய்வுக் குழு, இஸ்ரோ, தொழில்துறை ஆகியவை ஈடுபட்டு வந்தன. 50 பேராசிரியர் களும் 100 ஆய்வறிஞர்களும் ஏவுகணை தொடர்பான பிரச்சினை களைத் தீர்க்க அவரவர் நிறுவனங்களின் ஆய்வகங்களில் பணிபுரிந்துகொண்டிருந்தார்கள். இந்த விரிவான குழுவின் கூட்டு முயற்சியால் ஓராண்டில் நடந்திருந்த வேலையின் தரம் எனக்குப் பெரிய நம்பிக்கையை அளித்தது. திட்டமிட்ட பணிகளைத் திட்டமிட்ட நேரத்தில் செய்துவந்தால் எவ்வளவு பெரிய திட்டத்தையும் நமது நாட்டிலேயே செயல்படுத்த முடியும் என்ற நம்பிக்கை ஏற்பட்டது. இந்த ஆய்வு நடப்பதற்கு நான்கு மாதங்களுக்கு முன்பு, 1984 ஏப்ரல்–ஜூன் மாதங்களில் என்று நினைக்கிறேன், ஏவுகணைத் திட்டத்தைச் சேர்ந்த ஆறு பேர் கல்வி வளாகங்களுக்குச் சென்று பிரகாசமான இளம் பட்டதாரிகளின் பட்டியலை எடுத்தோம். கிட்டத்தட்ட 350 பேராசிரியர்களிடமும் ஆர்வம் கொண்ட மாணவர்களிடமும் எங்கள் திட்டத்தை எடுத்துக் கூறி அவர்களையும் இதில் பங்கேற்குமாறு அழைத்தோம். 300 இளம் பொறியாளர்கள் எங்கள் ஆய்வுக் கூடங்களில் இணைவார்கள் என்று எதிர்பார்ப்பதாக ஆய்வுக் குழுவினரிடம் தெரிவித்தேன்.

தேசிய விமான வடிவமைப்பு ஆய்வகத்தின் (National Aeronautical Laboratory) இயக்குநராக இருந்த ரோத்தம் நரசிம்மாவும் அந்த ஆய்வுக் குழுவில் இடம்பெற்றிருந்தார். தொழில்நுட்பத் துறையில் இருக்க வேண்டிய முனைப்புப் பற்றி அவர் வலியுறுத்தினார். பசுமைப் புரட்சியை எடுத்துக் காட்டிப் பேசினார். இலக்குகள் தெளிவாக இருந்தால் எவ்வளவு பெரிய தொழில்நுட்பச் சவால்களையும் சமாளிப்பதற்கான

திறமை நம் நாட்டில் இருக்கிறது என்பதை ஐயத்திற்கு இடமின்றிப் பசுமைப் புரட்சி காட்டிவிட்டது என்றார்.

அமைதி நோக்கங்களுக்காக இந்தியா தன்னுடைய முதல் அணு ஆயுதச் சோதனையை நிகழ்த்தியபோது அவ்வாறு செய்த ஆறாவது நாடாக அது விளங்கியது. எஸ்.எல்.வி.–3 ஏவுகலத்தை விண்ணில் செலுத்தியபோது செயற்கைக் கோளை ஏவும் திறன் கொண்ட ஐந்தாவது நாடாகப் பெருமை பெற்றது. தொழில்நுட்பச் சாதனையை எட்டுவதில் முதலாவது அல்லது இரண்டாவது இடத்தை இந்தியா எப்போது பெறும்?

ஆய்வுக் குழு உறுப்பினர்கள் தங்கள் கேள்விகளையும் ஐயங்களையும் முன்வைத்தபோது கவனமாகக் கேட்டுக் கொண்டேன். அவர்கள் அத்தனைப் பேரின் அறிவுத் திறன்களி லிருந்தும் கற்றுக்கொண்டேன். அது எனக்குப் பெரும் படிப்பினையாக இருந்தது. பள்ளிக்கூடங்களில் படிக்கவும் எழுதவும் பேசவும் கற்றுக்கொடுக்கிறார்கள். கவனிக்கக் கற்றுக்கொடுப்பதில்லை. அந்த நிலை இன்றும் மாறவில்லை. இந்திய அறிவியலாளர்கள் மிகச் சிறந்த பேச்சாளர்களாக இருந்திருக்கிறார்கள். ஆனால் கவனிப்புத் திறன் அவர்களுக்குப் போதிய அளவில் இல்லை. கவனமாகக் கேட்க வேண்டும் என்ற தீர்மானத்தை நாங்கள் மேற்கொண்டோம். நடைமுறைப் பயன்பாடு என்ற அடித்தளத்தில் பொறியியல் கட்டுமானங்கள் எழவில்லையா? தொழில்நுட்பக் கூறுகள் அவற்றின் செங்கற் களாக அமையவில்லையா? ஆக்கப்பூர்வமான விமர்சனம் என்ற கலவை அந்தச் செங்கற்களை இணைக்கவில்லையா? அடித்தளத்தை அமைத்துவிட்டோம். செங்கற்களைச் சூளையில் சுட்டு எடுத்துவிட்டோம். அவற்றைக் கலவை பூசி இணைக்கும் வேலை நடந்துகொண்டிருக்கிறது.

கடந்த மாதம் நடைபெற்ற ஆய்வுக் குழுக் கூட்டத்தில் முடிவுசெய்யப்பட்டிருந்த செயல் திட்டத்தின்படி நாங்கள் பணியாற்றிக்கொண்டிருந்தபோதுதான் பிரதமர் இந்திரா காந்தி படுகொலை செய்யப்பட்ட செய்தி கிடைத்தது. இதையடுத்து வன்முறையும் கலவரமும் பரவிய செய்திகள் வந்தன. ஹைதராபாத் நகரில் ஊரடங்கு உத்தரவு பிறப்பிக்கப்பட்டது. திட்ட மதிப்பீட்டுத் தொழில்நுட்ப வரைபடங்களைப் (PERT) பத்திரமாகச் சுருட்டி வைத்துவிட்டுப் பணியாளர்களைப் பாதுகாப்பாக அவரவர் வீடுகளுக்குக் கொண்டுசேர்ப்பதற்கான வாகன ஏற்பாடுகளைச் செய்வதற்காக நகர வரைபடத்தை ஆராய்ந்தோம். ஒரு மணிநேரத்தில் அந்த ஆய்வுக்கூடம் வெறிச்சோடிப்போனது. நான் மட்டும் என் அலுவலகத்தில் தனியாக அமர்ந்திருந்தேன்.

திருமதி இந்திரா காந்தி கொல்லப்பட்ட சூழல் மிகவும் மோசமானது. மூன்று மாதங்களுக்கு முன்பு அவர் இங்கே வருகை புரிந்தது குறித்த நினைவுகள் என் வலியை அதிகரிக்கச் செய்தன. மகத்தான மனிதர்களுக்கு ஏன் இவ்வளவு பயங்கர மான முடிவு ஏற்படுகிறது? இதேபோன்ற சந்தர்ப்பத்தில் என் தந்தை யாரிடமோ சொன்னது நினைவுக்கு வந்தது: "கறுப்பு, வெள்ளை நூல்களைச் சேர்த்துத் துணி நெய்வதுபோல இந்த உலகில் நல்லவர்களும் கெட்டவர்களும் சேர்ந்தே இருப்பார்கள். இரண்டில் எந்த நூல் அறுபட்டாலும் நெசவாளி அந்தத் துணி முழுவதையும் கவனித்துப் பார்ப்பார். தறியையும் பரிசோதிப்பார்."

ஆய்வுக்கூடத்தை விட்டு நான் வெளியே வந்தபோது சாலையில் யாருமே இல்லை. நூலறுந்துபோன தறியை நினைத்துக்கொண்டேன்.

திருமதி இந்திரா காந்தியின் மரணம் அறிவியல் சமூகத்திற்கு மிகப்பெரிய இழப்பு. அவர் இந்தியாவின் அறிவியல் ஆராய்ச்சிக்கு உத்வேகம் அளித்தார். ஆயிரக்கணக்கான உயிர்களும் பெருமளவில் சொத்துக்களும் பறிபோனாலும் நெருக்கடியிலிருந்து மீண்டெழும் திறன் கொண்ட இந்தியா இந்திரா காந்தியின் படுகொலையின் அதிர்ச்சியிலிருந்து படிப்படி யாக மீண்டது. அவரது மகன் ராஜீவ் காந்தி இந்தியாவின் புதிய பிரதமராகப் பதவியேற்றார். அவர் தேர்தல் நடத்தி, திருமதி இந்திரா காந்தியின் கொள்கைகளை முன்னெடுத்துச் செல்வதற்கான மக்களின் கட்டளையைப் பெற்றார். ஒருங்கிணைந்த வழிகாட்டப்பட்ட ஏவுகணை மேம்பாட்டுத் திட்டம் அந்தக் கொள்கைகளின் ஒரு பகுதி.

1985 கோடையில், இமாரத் காஞ்சாவில் ஏவுகணைத் தொழில்நுட்ப ஆராய்ச்சி மையத்தைக் கட்டுவதற்கான அனைத்து அடிப்படை வேலைகளும் முடிந்துவிட்டன. பிரதமர் ராஜீவ் காந்தி 1985 ஆகஸ்ட் 3 அன்று இமாரத் ஆராய்ச்சி மையத்துக்கு அடிக்கல் நாட்டினார். ஏவுகணைத் திட்டத்தில் நாங்கள் அடைந்திருந்த முன்னேற்றம் கண்டு மிகவும் மகிழ்ச்சி யடைந்தார். ஒரு குழந்தைக்குரிய ஆர்வம் அவருக்குள் இருந்தது. ஓராண்டுக்கு முன்பு அவருடைய அன்னை இங்கே வருகை புரிந்தபோது அவரிடம் காணப்பட்ட மனஉறுதியும் தீவிரமும் இவரிடமும் இருந்தது, சிறிய வித்தியாசத்துடன். இந்திரா காந்தி வேலை வாங்குவதில் கறாரானவர். ராஜீவ் காந்தியோ தனக்கு வேண்டியதைப் பெறத் தன் வசீகரத்தைப் பயன்படுத்தினார். இந்திய அறிவியலாளர்கள் எதிர்கொள்ளும் கஷ்டங்களைத்

தான் உணர்ந்திருப்பதாக DRDL குடும்பத்தினரிடம் அவர் சொன்னார். பெருமளவில் பலன் தரும் தொழில் வாய்ப்புகளை நாடி வெளிநாடுகளுக்குச் செல்வதைவிடத் தாய்நாட்டில் தங்கிப் பணிபுரிய விரும்பி இங்கே வேலைசெய்யும் அனைவருக்கும் தனது நன்றியைத் தெரிவித்தார். அன்றாட வாழ்வின் அற்ப விஷயங்களிலிருந்து விடுபடாதவரை இதுபோன்ற வேலைகளில் யாரும் கவனம் செலுத்த முடியாது என்று கூறிய அவர், அறிவியலாளர்களின் வாழ்க்கைத் தரத்தை மேம்படுத்தத் தேவையான அனைத்தையும் செய்துதருவதாக உறுதியளித்தார்.

அவர் வருகைபுரிந்த ஒரு வாரத்தில் அமெரிக்க விமானப் படையின் அழைப்பின் பேரில் டாக்டர் அருணாசலத்துடன் அமெரிக்காவுக்குப் புறப்பட்டேன். தேசிய விமான வடிவமைப்பு ஆய்வகத்தைச் சேர்ந்த ரோத்தம் நரசிம்மா, ஹெச்.ஏ.எல்.ஐச் சேர்ந்த கே.கே. கணபதி ஆகியோரும் எங்களுடன் வந்தார்கள். வாஷிங்டனில் உள்ள பென்டகனில் எங்கள் வேலையை முடித்து விட்டு, நார்த்ரோப் கார்ப்பரேஷனைப் பார்வையிடுவதற்காக லாஸ் ஏஞ்சலீஸ் செல்லும் வழியில் சான் பிரான்சிஸ்கோவில் இறங்கினோம். எனக்குப் பிடித்த எழுத்தாளர் ராபர்ட் ஷுல்லர் கட்டிய ஸ்படிகத்தால் ஆன தேவாலயத்திற்குச் செல்வதற்கு இந்த வாய்ப்பைப் பயன்படுத்திக்கொண்டேன். முழுக்க முழுக்கக் கண்ணாடியால் ஆன கட்டிடம் அது. நான்கு முனைகள் கொண்ட நட்சத்திர வடிவத்திலான அந்தக் கட்டிடத்தின் அழகு என்னை அசரவைத்தது. நட்சத்திரத்தின் ஒவ்வொரு முனைக்கிடையிலும் 400 அடிக்கு மேல் இடைவெளி இருக்கும். கால்பந்து மைதானத்தைவிட 100 அடி பெரிதாக இருந்த கண்ணாடிக் கூரை விண்வெளியில் மிதப்பதுபோல் இருந்தது.

ஷுல்லர் ஏற்பாடு செய்த நன்கொடைகள் மூலம் பல மில்லியன் டாலர்கள் செலவில் இந்தக் கதீட்ரலைக் கட்டி யிருக்கிறார்கள். “ஒரு காரியத்தின் பெருமை யாருக்குப் போய்ச் சேருகிறது என்பதைப் பற்றிக் கவலைப்படாத நபர் மூலம் கடவுளால் மிகப்பெரிய விஷயங்களைச் செய்ய முடியும். தன் முனைப்பு அங்கே இருக்கக் கூடாது” என்று ஷுல்லர் எழுதுகிறார். “கடவுள் உங்களுக்கு வெற்றி தருவதற்கு முன், பெரியதொரு பரிசைக் கையாளும் அளவுக்கு நீங்கள் பணிவுடன் இருக்க வேண்டும்” என்றும் அவர் கூறுகிறார். இமாரத் கஞ்சாவில் ஆராய்ச்சி மையத்தை உருவாக்க எனக்கு உதவுமாறு ஷுல்லரின் தேவாலயத்தில் இறைவனிடம் பிரார்த்தனை செய்தேன். அது என்னுடைய ஸ்படிக தேவாலயமாக இருக்கும்.

13

இளம் பொறியாளர்கள், சரியாகச் சொன்னால் 280 இளம் பொறியாளர்கள் DRDL செயல்படும் தன்மையையே மாற்றிவிட்டார்கள். எங்கள் எல்லோருக்குமே அது விலைமதிப்பற்ற அனுபவம். இந்த இளம் அணியின் மூலமாக மறுநுழைவுத் (Re-Entry) தொழில்நுட்பம், கட்டுமானம், மிக நுண்ணிய ரடார் கதிர்களை அடையாளம் காணும் தொழில்நுட்பம், ராக்கெட் அமைப்புகள் உள்ளிட்ட இயந்திரச் சாதனங்களை உருவாக்கக்கூடிய நிலையில் இருந்தோம். இளம் அறிவியலாளர்களுக்கு இந்தப் பணிகளை அளித்த போது அவர்களால் தங்கள் வேலையின் முக்கியத்துவத்தை உள்வாங்கிக்கொள்ள முடிய வில்லை. வேலையைப் புரிந்துகொண்ட பிறகு, தங்கள்மீது வைக்கப்பட்டிருக்கும் நம்பிக்கையின் சுமை அவர்களை அவஸ்தைக்குள்ளாக்கியது. "எங்கள் அணியில் பெரிய ஆள் யாரும் இல்லை. எப்படி எங்களால் இதைச் செய்ய முடியும்?" என்று இளைஞர் ஒருவர் கேட்டது இன்னமும் எனக்கு நினைவில் இருக்கிறது. "தொடர்ந்து முயற்சிசெய். நீயே பெரிய ஆளாகிவிடுவாய்" என்று சொன்னேன். இளைஞர்கள் நிறைந்த அறிவியல் சூழலில் எதிர்மறையான அணுகுமுறைகள் மாறி நம்பிக்கை பிறந்ததையும் முன்பு நடைமுறை சாத்தியமற்றவை எனக் கருதப்பட்டவை இப்போது நடப்பதையும் பார்க்கப் பிரமிப்பாக இருந்தது. இளைஞர்களோடு இணைந்து பணிபுரிந்ததால் சற்று வயது முதிர்ந்த அறிவியலாளர்கள் புத்துணர்வு பெற்றார்கள்.

ஒரு பணியை முடிப்பதைக் காட்டிலும் அதன் செயல்முறையில்தான் ஒரு பணியின் உண்மையான சுவையும் மகிழ்ச்சியளிக்கும் அம்சமும் பரவச மூட்டும் அனுபவமும் இருக்கின்றன என்பது

என் தனிப்பட்ட அனுபவம். வெற்றிகரமான முடிவுகளை எட்டுவதற்கு நான்கு அடிப்படைக் காரணிகள் தேவை என்பது என் கருத்து. இலக்கு நிர்ணயித்தல், நேர்நிலைச் சிந்தனை, முயற்சிகளின் விளைவுகளை மனக்கண்ணில் காணுதல், நம்பிக்கை ஆகியவையே அவை.

இந்தக் கட்டத்திற்குள் நாங்கள் இலக்கை நிர்ணயிப்பதற் கான விரிவான செயல்முறையைக் கடந்துவிட்டிருந்தோம். இந்த இலக்குகள் மூலம் இளம் அறிவியலாளர்களை உற்சாக மூட்டினோம். பரிசீலனைக் கூட்டங்களில் இளைஞர்கள்தான் தங்கள் அணியின் வேலையைப் பற்றிச் சொல்ல வேண்டும் என்று வலியுறுத்துவேன். இது ஒட்டுமொத்த அமைப்பைப் பற்றி அவர்களுக்கு ஒரு கற்பனையைக் கொடுக்கும். சூழலில் மெல்ல மெல்ல நம்பிக்கை உருவானது. இளம் அறிவியலாளர்கள் மூத்த சகாக்களை வலுவான தொழில்நுட்பப் பிரச்சினைகளில் கேள்வி எழுப்பத் தொடங்கினார்கள். அவர்களுக்கு அச்சம் என்பதே இல்லை. இடையில் எழும் ஐயங்களை மீறி அவர்கள் வளர்ந்தார்கள். விரைவிலேயே அதிகாரம் கொண்டவர்களானார்கள். நம்பிக்கை கொண்ட ஒருவர் யார் முன்பும் தலை வணங்குவதில்லை. இதெல்லாம் கொஞ்சம் அதிகம் என்றோ, தனக்கு வேண்டிய ஆதரவு கிடைக்கவில்லை என்றோ தன்னை நியாயமாக நடத்த வில்லை என்றோ புலம்புவதில்லை. பிரச்சினைகளை நேருக்கு நேர் எதிர்கொள்வார். "கடவுளின் குழந்தையாகிய நான் எனக்கு வரக்கூடிய எந்தப் பிரச்சினையைக் காட்டிலும் பெரியவன்" என்று சொல்வார். இளம் அறிவியலாளர்களின் திறமை மூத்த அறிவியலாளர்களின் அனுபவம் ஆகியவற்றைச் சரி விகிதத்தில் கலந்து பணிச்சூழலை உயிர்ப்போடு வைத்திருக்க முயன்றேன். இளைஞர்களும் அனுபவமுள்ளவர்களும் ஒருவரையொருவர் சார்ந்திருந்தது சிறந்த உற்பத்தித்திறன் மிகுந்த பணிச்சூழலை உருவாக்கியது.

1985, செப்டம்பரில் ஏவுகணைத் திட்டத்தின் முதல் ஏவுகணை விண்ணில் பறந்தது. ஸ்ரீஹரிகோட்டாவில் உள்ள 'ஷார்' மையத்திலிருந்து திரிசூல் விண்ணில் கிளம்பியது. அது திட எரிபொருள் கொண்ட ராக்கெட் மோட்டார் வானில் எப்படிச் செயல்படுகிறது என்பதைச் சோதிப்பதற்கான பாலிஸ்டிக் ஏவுகணை. ஏவுகணையைத் தரையிலிருந்து கண்காணிக்க இரண்டு சி-பாண்ட் ரடார்களையும் காலிடியோ தியோடோலைட் (Kalidieo-theodolite) சாதனத்தையும் பயன்படுத்தினோம். சோதனை வெற்றிகரமாக நடந்தது. ஏவுகலம், ராக்கெட் மோட்டார், ஏவுகணையின் பாதையைக்

கண்காணிக்கும் டெலிமெட்ரி அமைப்புகள் ஆகியவை திட்டமிட்டபடி செயல்பட்டன. காற்று இயக்கவியலின் பின்னோக்கி இழுக்கும் சக்தி மட்டும் நாங்கள் கணித்திருந்ததைக் காட்டிலும் அதிகமாக இருந்தது. தொழில்நுட்பச் சாதனை என்ற அளவில் இந்தச் சோதனையால் எந்தப் பலனும் இல்லை. ஆனால் வெளியிலிருந்து ஒரு ஏவுகணையைப் பெற்று அது உருவாக்கப்பட்டிருக்கும் விதத்தைக் கண்டறியும் பின்னோக்குப் பொறியியல் என்னும் கொடுமைக்கு ஆளாகாமல் நம்மாலேயே ஏவுகணைகளை உருவாக்கி அனுப்ப முடியும் என்ற நம்பிக்கையை என்னுடைய DRDL நண்பர்களுக்குக் கொடுத்ததுதான் இந்தச் சோதனையின் நிஜமான சாதனை. DRDL அறிவியலாளர்களின் மனநிலை பன்முகப் பரிமாணங்கள் கொண்டு விரிவடைந்தது.

இதையடுத்து, விமானி இல்லாத விமானத்தை வெற்றிகரமாகச் சோதித்தோம். இந்த விமானத்தை பெங்களூரில் இருக்கும் விமான வடிவமைப்பு மேம்பாட்டு அமைப்பு (Aeronatical Development Establishment - ADE) உருவாக்கியது. எங்கள் பொறியாளர்கள் அதற்கான ராக்கெட் மோட்டாரை உருவாக்கினார்கள். அந்த மோட்டாருக்கான ஒப்புதலை DTD&P(Air) அமைப்பு வழங்கியது. செயல்படக்கூடியதும் பயன்படுத்தும் அமைப்புகளினால் ஏற்றுக்கொள்ளப்படுவதுமான ஏவுகணைச் சாதனத்தை உருவாக்குவதில் இது சிறிய ஆனால் முக்கியமான அடி. DRDL இடமிருந்து தொழில்நுட்ப உள்ளீடுகளைப் பெற்று நம்பகமான, பறக்கக்கூடிய, குறைந்த எடையில் அதிக உந்தாற்றலைத் தரும் ராக்கெட் மோட்டரைத் தயாரிக்கும் பணியில் தனியார் நிறுவனம் ஒன்று ஈடுபட்டிருந்தது. ஒற்றை ஆய்வகத்தில் மேற்கொள்ளும் திட்டங்களிலிருந்து பல்வேறு ஆய்வகங்களில் மேற்கொள்ளும் திட்டங்களுக்கு முன்னேறி, ஆய்வகங்கள்-தொழில்துறை கூட்டு முயற்சி களுக்கு மெதுவாக முன்னேறிக்கொண்டிருந்தோம். ஆளில்லாத விமானத்தை உருவாக்கியது நான்கு வெவ்வேறு அமைப்புகளுக்கிடையிலான மகத்தான கூட்டு முயற்சியின் விளைவு. நாற்சந்தியில் நின்றுகொண்டு ADE, DTD&P (Air), இஸ்ரோ ஆகியவற்றிலிருந்து வரும் சாலைகளைப் பார்த்துக் கொண்டிருப்பதைப் போல உணர்ந்தேன். நான்காவது சாலை DRDL. இது ஏவுகணைத் தொழில்நுட்பத்தில் சுயசார்புக்கான தேசிய நெடுஞ்சாலை.

கல்வி நிறுவனங்களுடனான கூட்டணியை மேலும் ஒரு அடி முன்னெடுத்துச் சென்றோம். இந்திய அறிவியல் கழகம், ஜாதவ்பூர் பல்கலைக்கழகம் ஆகியவற்றில் மேம்படுத்தப்பட்ட

கூட்டுத் தொழில்நுட்பத் திட்டங்களைத் தொடங்கினோம். கல்வி நிலையங்கள்மீதும் சிறப்பான கல்வியாளர்கள்மீதும் எனக்கு எப்போதுமே மதிப்பு இருந்தது. மேம்பாட்டுப் பணிகளில் கல்வியாளர்கள் தரும் கருத்துகளுக்கு நான் மிகவும் மதிப்பளிப்பேன். இந்தக் கல்வி நிலையங்களுக்கு முறையான கோரிக்கைகளை அனுப்பினோம். அந்த நிறுவனங்களில் உள்ள வல்லுநர்கள் *DRDL* திட்டங்களிலும் பணிபுரிய ஏற்பாடு செய்தோம்.

பல்வேறு ஏவுகணைத் திட்டங்களில் கல்வி நிலையங்களின் பங்களிப்புகளைப் பார்ப்போம். பிருத்வி ஏவுகணையை விசைத்தூண்டல் ஏவுகணையாக *(Inertially Guided Missile)* வடிவமைத்தோம். இது தன் இலக்கைத் துல்லியமாக எட்ட வேண்டுமென்றால் அதன் பயணம் குறித்த தகவல்கள் அனைத்தையும் அதன் மூளைக்குள் ஏற்ற வேண்டும். அதாவது, அதில் ஒரு கணினியைப் பொருத்த வேண்டும். அதன் மூளைக்குள் – அதில் இருக்கும் கணினிக்குள் – அதன் பயணம் குறித்த தகவல்கள் அனைத்தையும் ஏற்ற வேண்டும். இதற்குத் தேவையான கணக்கீடுகளைப் *(Algorithm)* பேராசிரியர் கோஷலின் வழிகாட்டுதலின் கீழ் ஜாதவ்பூர் பல்கலைக்கழகத்தின் இளம் பொறியியல் பட்டதாரிகளின் குழு உருவாக்கியது. ஆகாஷ் ஏவுகணைக்குத் தேவையான வான்வெளிப் பாதுகாப்பு மென்பொருளைப் பேராசிரியர் ஐ.ஜி. ஷர்மா தலைமையில் *IISC*யின் முதுகலைப் பட்ட மாணவர்கள் உருவாக்கினார்கள். அக்னி ஏவுகணைக்குத் தேவைப்பட்ட மறுநுழைவு அமைப்பைச் சென்னை ஐஐடியின் இளம் அணியினரும் *DRDO* அறிவியலாளர்களும் உருவாக்கினார்கள். நாக் ஏவுகணைக்கான அதிநவீன சமிக்ஞைக்கான அல்காரிதத்தை உஸ்மானியா பல்கலைக்கழகத்தின் நேவிகேஷனல் எல்க்ட்ரானிக்ஸ் ரிசர்ச் அண்ட் டிரெய்னிங் பிரிவு உருவாக்கித்தந்தது. கல்வி நிறுவனங்களுடன் இணைந்து மேற்கொண்ட பல்வேறு பணிகளில் சிலவற்றை மட்டுமே இங்கு குறிப்பிட்டிருக்கிறேன். இந்த நிறுவனங்களின் துணை இருந்திராவிட்டால் மேம்பட்ட தொழில்நுட்ப இலக்குகளை எட்டுவது மிகவும் கடினமானதாக இருந்திருக்கும்.

எடுத்துக்காட்டாக, அக்னி ஏவுகணை சுமந்து செல்லக் கூடிய குண்டுகள் தொடர்பாக ஏற்பட்ட திருப்புமுனையைப் பார்ப்போம். அக்னி ஏவுகணை இரண்டு கட்டங்கள் கொண்ட ராக்கெட் அமைப்பு. நாட்டிலேயே முதல் முறையாக மறுநுழைவுத் தொழில்நுட்பத்தைப் பயன்படுத்தும் ஏவுகணை

இதுதான். எஸ்.எல்.வி.–3இலிருந்து பெறப்பட்ட திட எரிபொருள் ராக்கெட் மோட்டாரின் மூலம் இதன் முதல் கட்டத்திற்குத் தேவையான உந்தாற்றல் கிடைக்கிறது. இரண்டாம் கட்டத்தில் பிருத்வியின் திரவ எரிபொருள் ராக்கெட் இஞ்சின்களால் இது மேலும் வேகம் பெறுகிறது. அக்னி சுமந்து செல்வதற்கான பேலோடு ஹைப்பர்சானிக் வேகத்தில் சேர்க்கப்படுகிறது. இதற்கு மறுநுழைவுக் கட்டுமானம் தேவை. வழிகாட்டும் மின்னணு அமைப்பைக் கொண்ட பேலோடு மறுநுழைவுக் கட்டுமானத்தில் பொருத்தப்படுகிறது. இது அந்தச் சாதனத்தின் வெளிப் பகுதியில் 2500 டிகிரி செல்ஷியஸ் வெப்பம் இருக்கும் போது அதன் உட்புறத்தில் வெப்பம் 40 டிகிரி செல்ஷியஸைத் தாண்டாமல் பார்த்துக்கொள்கிறது. ஏவுகணையில் இருக்கும் கணினியோடு கூடிய விசைத்தூண்டல் வழிகாட்டு அமைப்பு குண்டு தன் இலக்கை அடைய வழிகாட்டுகிறது. மறுநுழைவு ஏவுகணையின் கரிமப் பொருளால் ஆன மூக்குப் பகுதியை உருவாக்குவதற்கு முப்பரிமாண அமைப்பு தேவை. இதன் மூலம்தான் மிக உயர்ந்த வெப்ப நிலைகளிலும் மூக்குப் பகுதி வலுவாக இருக்கும். DRDOவில் உள்ள நான்கு ஆய்வகங்களும் சி.எஸ்.ஐ.ஆர். அமைப்பும் இணைந்து வெறும் 18 மாதங்களில் இதை உருவாக்கிவிட்டன. பத்து ஆண்டுகளுக்கும் மேல் ஆய்வு–மேம்பாட்டுப் பணிகளை மேற்கொண்ட பிறகுதான் சில நாடுகளால் இதைச் செய்ய முடிந்தது.

அக்னியில் குண்டுகளைப் பொருத்துவதற்கான வடிவமைப்பில் இன்னொரு சவாலும் இருந்தது. வளிமண்டலத்தில் அது அபாரமான வேகத்துடன் மறு நுழைவை நிகழ்த்த வேண்டும். ஒலி வேகத்தைப் போல 12 மடங்கு வேகம் இது (அறிவியல் மொழியில் 12 Mach). இந்த வேகத்தில் ஏவுகலத்தைக் கட்டுப்பாட்டில் வைத்துக்கொள்வதில் எங்களுக்கு அனுபவம் இல்லை. சோதனை செய்துபார்ப்பதற்கு, இவ்வளவு வேகத்தை உருவாக்கக்கூடிய காற்றுச் சுரங்கம் எங்களிடம் இல்லை. அமெரிக்காவிடம் உதவி கேட்டால் அவர்கள் தங்களுடைய பிரத்யேகமான வலிமையைப் பெற நாமும் விழைவதாகக் கருதுவார்கள். ஒத்துழைக்க ஒப்புக்கொண்டாலும் அவர்கள் சொல்லும் விலை எங்கள் திட்டத்தின் மொத்தச் செலவைக் காட்டிலும் அதிகமாக இருக்கும். இதை எப்படிச் செய்வது என்ற கேள்வி எழுந்தது. IISCயைச் சேர்ந்த பேராசிரியர் தேஷ் பாண்டே திரவ இயக்க அறிவியல் (Fluid Dynamics) துறையில் பணிபுரிந்துகொண்டிருக்கும் நான்கு இளம் அறிவியலாளர்களைக் கண்டறிந்தார். அவர்கள் ஆறே மாதங்களில் ஹைப்பர்சானிக் வேகத்திற்குத் தேவையான திரவ இயக்கக்

கணக்கீடுகளுக்கான மென்பொருளை உருவாக்கிவிட்டார்கள். உலகிலேயே தனித்துவமான சாதனை இது.

ஏவுகணைப் பாதையின் மாதிரி வடிவத்தை உருவாக்கும் மென்பொருளான அனுகல்பனாவை உருவாக்கியது இன்னொரு சாதனை. IISCயைச் சேர்ந்த ஐ.ஜி. ஷர்மா இதை உருவாக்கினார். பன்முக இலக்குகளை நோக்கி ஏவுகணைகளைச் செலுத்தக்கூடிய ஆகாஷ் வகையிலான ஏவுகணையின் திறனை மதிப்பிட இது உதவும். இதுபோன்ற மென்பொருளை எந்த நாடும் நமக்குத் தந்திருக்காது. நாமே இதை உருவாக்கிவிட்டோம்.

அறிவியல் ஆற்றலின் கூட்டுச் செயல்பாட்டிற்கான இன்னொரு எடுத்துக்காட்டையும் பார்க்கலாம். தில்லி ஐ.ஐ.டி.யைச் சேர்ந்த பேராசிரியர் பாரதி பட், திட இயற்பியல் ஆய்வுக்கூடம் (Solid Physics Laboratory), மத்திய மின்னணு நிறுவனம் (Central Electronics Limited) ஆகியவற்றுடன் இணைந்து ஃபெர்ரைட் பேஸ் ஷிஃப்டர்களை (Ferrite Phase Shifters) உருவாக்கினார். இதில் மேற்கத்திய நாடுகள் பெற்றிருந்த ஏகபோக உரிமை இதன் மூலம் தகர்ந்தது. இந்த பேஸ் ஷிஃப்டர்கள் பன்முகச் செயல்பாடுகளைக் கொண்ட முப்பரிமாண ராணுவ ரடார்களில் பயன்படுபவை. இந்த ரடார் ஆகாஷ் ஏவுகணைக்கான கண்காணிப்பு, அதன் இடம் அறிதல், வழிகாட்டுதல் ஆகியவற்றுக்குப் பயன்படுகிறது. காரக்பூர் ஐ.ஐ.டி. பேராசிரியர் சரஃப், இமாரத் ஆய்வு மையத்தில் என்னுடன் பணிபுரிந்த பி.கே. முகோபாத்யாயவுடன் இணைந்து நாக் ஏவுகணையின் நுனிப் பகுதியில் பொருத்தப்படும் மில்லிமெட்ரிக் அலைகளைக் (MMW) கொண்ட ஆன்டனாவை இரண்டு ஆண்டுகளில் உருவாக்கினார். சர்வதேச அளவுகோலின்படி இது ஒரு சாதனை. திட இயற்பியல் ஆய்வுக்கூடம், இமாரத் ஆய்வு மையம் ஆகியவற்றுடன் இணைத்து பிலானியில் உள்ள மத்திய மின் மற்றும் மின்னணு ஆராய்ச்சி நிலையம் (The Central Electrical and Electronic Research Institute) இம்பாட்டியோட் என்னும் சாதனத்தை உருவாக்கியது. இது MMW கருவியின் இதயம் போன்றது. இம்பாட் டியோட்டைத் தயாரிப்பதில் அன்னியத் தொழில்நுட்பத்தைச் சார்ந்திருக்க வேண்டிய அவசியத்தை இது போக்கிவிட்டது.

திட்டப்பணிகள் விரிவடைந்துகொண்டே போனதால் செயல்பாடுகளை ஆய்வுசெய்து மதிப்பிடுவது கடினமாகிக் கொண்டிருந்தது. DRDOவில் பணியாளர்களின் செயல்திறனை மதிப்பிடும் கொள்கை அமலில் இருக்கிறது. சுமார் 500 அறிவியலாளர்கள் கொண்ட அணியின் தலைவரான நான் அவர்களுடைய செயல்பாடுகள் பற்றிய மதிப்பீட்டை

ஆண்டுதோறும் ரகசிய அறிக்கைகளாகத் தயார் செய்ய வேண்டும். இந்த அறிக்கைகளை DRDOவுக்கு வெளியே இருக்கும் வல்லுநர்கள் கொண்ட மதிப்பீட்டு வாரியத்திற்கு அனுப்புவோம். அவர்கள் இந்த அறிக்கைகளின் மீது தங்கள் பரிந்துரைகளை முன்வைப்பார்கள். என்னுடைய இந்தப் பணியைப் பலரும் அதிருப்தியுடன் பார்த்தார்கள். ஒருவருக்குப் பதவி உயர்வு கிடைக்கவில்லை என்றால் அவரை எனக்குப் பிடிக்காது என்று எடுத்துக்கொண்டார்கள். பதவி உயர்வு பெற்ற தங்கள் சகாக்களுக்கு நான் சலுகை அளித்திருப்பதாகக் கருதினார்கள். செயல்பாட்டை மதிப்பிடும் பொறுப்பில் நான் நியாயமான நீதிபதியாக நடந்துகொள்ள வேண்டும்.

ஒரு நீதிபதியைச் சரியாகப் புரிந்துகொள்ள வேண்டும் என்றால் அளவுகோல்களின் புதிரைப் புரிந்துகொள்ள வேண்டும். தராசின் ஒரு தட்டில் நம்பிக்கை குவிந்திருக்கிறது. மறுபக்கம் சந்தேகம். ஒரு தட்டு தாழும்போது நம்பிக்கை நிராசையாக மாறுகிறது.

ஒருவர் தன்னைத் தானே ஆராய்ந்து பார்க்கும்போது அவர் கண்டறிவதைத் தவறாக மதிப்பிட வாய்ப்பிருக்கிறது. அவர் தன்னுடைய நோக்கத்தை மட்டுமே பார்க்கிறார். பெரும்பாலானவர்கள் நல்ல நோக்கம் கொண்டவர்கள். எனவே தாங்கள் செய்வதெல்லாம் நல்லதாகவே இருக்கும் என்ற முடிவுக்கு வந்துவிடுகிறார்கள். ஒரு தனிநபர் தனது நல்ல நோக்கங்களுக்கு முரணாக அமையக்கூடிய, பல சமயங்களில் முரணாக அமைந்துவிடுகிற, தன்னுடைய செயல்களை விருப்பு வெறுப்பின்றி மதிப்பிடுவது மிகவும் கடினம். பெரும்பாலானவர்கள் வேலையைச் செய்ய வேண்டும் என்ற நோக்கத்துடன்தான் வருகிறார்கள். அவர்களில் பலர் தங்களுக்கு வசதியான விதத்தில் வேலையைச் செய்துவிட்டு மாலையில் திருப்தியோடு வீடு திரும்புகிறார்கள். அவர்கள் தங்கள் நோக்கங்களைத்தான் மதிப்பிடுகிறார்களே தவிரச் செயல்களை அல்ல. குறித்த நேரத்தில் தன்னுடைய வேலையை முடிக்க வேண்டும் என்னும் நோக்கத்துடன் ஒருவர் வேலை செய்வதால் வேலையில் தாமதம் ஏற்பட்டால் அது தன்னுடைய கட்டுப்பாட்டை மீறிய காரணங்களால் தாமதமானது என்று நினைத்துக்கொள்கிறார். தாமதப்படுத்த வேண்டும் என்ற நோக்கம் அவருக்கு இல்லை. ஆனால் அவருடைய செயல் அல்லது செயலின்மையால் தாமதம் ஏற்பட்டால் அது வேண்டுமென்றே நடந்தது இல்லையா?

இளம் அறிவியலாளராக இருந்த என்னுடைய கடந்த காலத்தை நினைத்துப்பார்க்கும்போது ஒரு விஷயம் தெரிகிறது.

அப்போது என்னவாக இருந்தேனோ அதைக் காட்டிலும் மேலான நிலையை எட்ட வேண்டும் என்னும் ஆசை எப்போதும் இருந்தது. அதிகமாக உணரவும் அதிகமாகக் கற்கவும் அதிகமாக வெளிப்படுத்திக்கொள்ளவும் விரும்பினேன். வளரவும் மேம்படவும் தூய்மைப்படுத்திக்கொள்ளவும் விரிவுபடுத்திக்கொள்ளவும் விரும்பினேன். தொழில் வாழ்க்கையில் என்னை உயர்த்திக்கொள்வதற்கு வெளிப்புறச் செல்வாக்கு எதையும் நான் பயன்படுத்திக்கொண்டதே இல்லை. எனக்குள்ளேயே மேலும் மேலும் தேடிக்கொள்ளும் வேட்கை என்னுள் இருந்தது. நான் எத்தனை தூரம் வந்திருக்கிறேன் என்பதைக் காட்டிலும் இன்னும் எத்தனை தூரம் செல்ல வேண்டும் என்று பார்ப்பதுதான் எனக்கு ஊக்கமூட்டும் ஆற்றலாக இருந்தது. வாழ்க்கை என்பதுதான் என்ன? தீர்க்கப் படாத பிரச்சினைகள், குழப்பமான வெற்றிகள், தெளிவற்ற தோல்விகள் ஆகியவற்றின் கலவைதானே?

வாழ்க்கையைக் கையாள்வதற்குப் பதில் அதை அலசிக் கொண்டிருக்கிறோம். இதுதான் பிரச்சினை. மனிதர்கள் தோல்விகளின் காரணங்களையும் விளைவுகளையும் தீவிரமாக அலசுகிறார்கள். ஆனால் தோல்விகளை எதிர்கொண்டு, அவற்றை வெல்வதற்கான அனுபவத்தைப் பெற்று அதன் மூலம் தோல்விகளைத் தவிர்ப்பதில்லை. இறைவன் நாம் வளர்வதற்காகவே இன்னல்களையும் பிரச்சினைகளையும் தருகிறான் என்பது என் நம்பிக்கை. ஆகவே, உங்கள் நம்பிக்கை களும் கனவுகளும் இலக்குகளும் சிதைந்துபோனால் அந்தச் சிதிலங்களிடையே தேடிப்பாருங்கள். பொன்னான வாய்ப்பொன்று அங்கே ஒளிந்திருக்கும்.

செயல் திறனை வளர்த்துக்கொள்ளவும் மனச் சோர்வைச் சமாளிக்கவும் தன்னுடைய அணியினருக்கு உத்வேகம் அளிப்பது ஒரு தலைவருக்கு எப்போதுமே சவாலான வேலைதான். அமைப்புகளில் மாற்றத்தை ஊக்குவிக்கும் சக்திகளுக்கும் மாற்றத்தை எதிர்க்கும் சக்திகளுக்கும் இடையே சமநிலை இருக்க வேண்டும். மாற்றத்தை ஒரு சுருள் கம்பியாகக் கற்பனை செய்து கொள்வோம். ஒரு பக்கம் மாற்றத்தை ஆதரிக்கும் சக்திகள், மறுபக்கம் அதை எதிர்க்கும் சக்திகள். வேலைகளை மேற்பார்வை செய்வதால் வரும் அழுத்தம், தொழிலில் வளர்வதற்கான வாய்ப்புகள், அதிக வருமானம் ஆகிய மாற்றத்தைத் தூண்டும் சக்திகளை அதிகரிப்பது; அல்லது குழு விதிமுறைகள், சமூகப் பலன்கள், வேலையைத் தவிர்ப்பது போன்ற மாற்றத்திற்கு எதிரான சக்திகளைப் பலவீனப்படுத்துவது – இதன் மூலம் தேவையான பலனை எட்டும் வகையில் சூழலை மாற்ற

முடியும். ஆனால் குறுகிய காலத்திற்கு, குறுகிய எல்லைவரை மட்டுமே இது சாத்தியம். மாற்றத்தைத் தடுக்கும் சக்திகளை வலுவாக அழுத்தினால் சிறிது நேரத்தில் அது மேலும் அதிக வலுவுடன் திருப்பி அடிக்கும். எனவே தடுப்பு சக்திகளைக் குறைக்க வேண்டுமென்றால் அதே அளவுக்கு ஆதரவு சக்திகளைப் பெருக்கக் கூடாது. இப்படிச் செய்தால் குறைவான ஆற்றலைச் செலவிட்டு மாற்றத்தைக் கொண்டுவந்து அதைத் தக்கவைத்துக்கொள்ள முடியும்.

மேலே நான் குறிப்பிட்டுள்ள சக்திகளின் விளைவாக ஒரு குறிக்கோள் உருவாகிறது. அதுதான் ஒரு தனி நபரின் அகமாகவும் பணிச்சூழலில் அவரது நடத்தைக்கான அடிப்படையாகவும் உள்ளது. பெரும்பாலான மனிதர்களிடம் வளர்ச்சி, திறமை, சுயத்தை அறிந்துகொள்ளுதல் ஆகியவற்றுக்கான வலுவான வேட்கை இருப்பதை என் அனுபவத்தில் பார்த்திருக்கிறேன். இந்த வேட்கையைத் தூண்டி அது முழுவதுமாக வெளிப்படக் கூடிய பணிச்சூழல் இல்லாததுதான் பிரச்சினை.

நிறுவனத்தில் முறையான கட்டமைப்பு, வேலைத் திட்டம் ஆகியவற்றை ஏற்படுத்துவதுடன் கடின உழைப்புக்கு அங்கீகாரமளித்துப் பாராட்டுவதன் மூலம் தலைவர்களால் உற்பத்தித்திறனைப் பெருக்க முடியும்.

IGMDP திட்டத்தை 1983இல் தொடங்கியபோது அத்தகைய ஆதரவான சூழலை உருவாக்க முதல்முறையாக முயன்றேன். அப்போது திட்டப்பணிகள் வடிவமைப்புக் கட்டத்தில் இருந்தன. அமைப்பை மறு சீரமைப்பு செய்ததன் விளைவாகச் செயல்பாடுகள் 40முதல் 50 விழுக்காடுவரை அதிகரித்தன. இப்போது பல்வேறு திட்டங்களும் உருவாக்கம், ராக்கெட் சோதனை ஆகிய கட்டங்களை எட்டிவிட்ட நிலையில் பெரியதும் சிறியதுமான சாதனைகளை எட்டியிருந்தோம். திட்டத்தைப் பற்றிப் பரவலாகத் தெரிந்திருந்தது. பணியாளர்கள் தொடர்ந்து பற்றுறுதியுடன் பணியாற்றினார்கள். இளம் அறிவியலாளர்களை இணைத்துக்கொண்ட பிறகு பணியாளர்களின் சராசரி வயது 42இலிருந்து 33ஆகக் குறைந்தது. இரண்டாவது முறையாக மறுசீரமைப்பு செய்ய வேண்டிய நேரம் வந்துவிட்டது என்று நினைத்தேன். ஆனால் எப்படிச் செய்வது? ஊக்கமூட்டக்கூடிய அம்சங்கள் என்னவெல்லாம் இருக்கின்றன என்பதைக் கணக்கிட்டேன்.

ஊக்கமூட்டும் அம்சங்கள் என்று எதைக் குறிப்பிடுகிறேன் என்பதை விளக்குகிறேன். ஒரு தலைவரிடம் இருக்கக்கூடிய ஊக்கமூட்டும் அம்சங்கள் மூன்று விதமான புரிதல்களால்

ஆனது: பணியாளர்கள் தங்கள் வேலைகளில் திருப்தி அடைவதற்கு அவர்களுக்கு என்ன தேவை என்று புரிந்து கொள்ளுதல், ஊக்குவிப்பதன் மீது வேலையின் வடிவமைப்பு ஏற்படுத்தும் தாக்கத்தைப் புரிந்துகொள்ளுதல், பணியாளர்களின் நடத்தையின் மீது செல்வாக்கு செலுத்துவதில் நேர்நிலையிலான அணுகுமுறைக்கு இருக்கும் ஆற்றலைப் புரிந்துகொள்ளுதல்.

1983ஆம் ஆண்டின் மறுசீரமைப்பு புதுப்பித்தலை நோக்கமாகக் கொண்டது. சிக்கலான இந்த வேலையை ஏ.வி. ரங்கா ராவும் கர்னல் ஆர். சுவாமிநாதனும் லாவகமாகக் கையாண்டார்கள். அனுபவமுள்ள ஒரு அறிவியலாளரையும் புதிதாகச் சேர்ந்த இளம் அறிவியலாளர்களையும் கொண்ட அணியை உருவாக்கினோம். ஸ்டிராப் எரிபொருள் அமைப்பில் கணினியுடன் கூடிய ராம் ராக்கெட்டையும் (Ram Rocket) வழிகாட்டும் அமைப்பையும் உருவாக்கும் சவாலை அந்த அணிக்குக் கொடுத்தோம். இந்த முயற்சிகள் எல்லாமே அப்போதுதான் முதல்முறையாக இந்தியாவில் நடந்தன. இதில் பயன்படுத்திய தொழில்நுட்பம் உலகத் தரத்துக்கு இணையானது. வழிகாட்டும் தொழில்நுட்பம் ராக்கெட்டின் திசை, வேகம் ஆகியவற்றை மையமாகக் கொண்டது. இதில் உள்ள மின்னணு அமைப்பு தொலையுணர்வுக் கருவிகள் தரும் தகவல்களை அலசுவதற்குப் பயன்படும். ஏவுகணையில் உள்ள கணினி இந்தத் திட்டப்பணியின் கணக்கீடுகளையும் ஏவுகணை பறக்கும்போது நிகழும் மாற்றங்களைக் குறித்த தகவல்களையும் கொண்டிருக்கும். ராம் ராக்கெட் அமைப்பு பூஸ்டர் ராக்கெட்டுடன் பொருத்தப்பட்ட பிறகு அதன் அதிவேகத்தைத் தொடர்ந்து தக்கவைப்பதற்கான ஆற்றலைத் தருகிறது.

இளம் அணிகள் இந்த அமைப்புகளை வடிவமைத்ததோடு, நடைமுறைப் பயன்பாட்டிற்கு ஏற்ற வகையில் அவற்றை உருவாக்கித்தந்தன. பிருத்வியிலும் அக்னியிலும் இந்த வழிகாட்டு அமைப்புகளைப் பயன்படுத்தினோம். அவை சிறப்பாகச் செயல்பட்டன. இந்த இளம் அணிகள் பாதுகாக்கப்பட்ட தொழில்நுட்பத் துறையில் இந்தியாவைச் சுயசார்பு கொண்ட நாடாக ஆக்கின. ‘புதுப்பிக்கும் செயல்முறை’யின் சிறப்பான வெளிப்பாடு இது. ஆர்வம் கொண்ட இளம் மனங்களுடன் இணைந்து நமது அறிவுசார் திறனைப் புதுப்பித்தோம். இவை அபாரமான பலன்களைத் தந்தன.

மனித வளத்தைப் புதுப்பிப்பதைத் தவிர, திட்டப்பணிக் குழுக்களின் வலிமையை அதிகரிப்பதற்கும் முக்கியத்துவம் அளிக்க வேண்டியிருந்தது. வேலை செய்யும் இடத்தில்

தங்களுடைய தனிப்பட்ட முனைப்புகளையும் சமூகத் தேவைகளையும் நிறைவேற்றிக்கொள்ளும் விழைவு சிலருக்கு இருக்கும். பணிச் சூழலில் இரண்டு விதமான தன்மைகளை ஒரு நல்ல தலைவர் அடையாளம்காண வேண்டும். ஒன்று, பணியாளரின் தேவைகளை நிறைவுசெய்வது. இன்னொன்று தன்னுடைய வேலையில் அவருக்குத் திருப்தி ஏற்படுத்துவது. பணியாளர்கள் தங்களுடைய வாழ்விற்குப் பொருள் கொடுக்கக் கூடியவை எனத் தாங்கள் கருதும் விழுமியங்களுக்கும் இலக்குகளுக்கும் தொடர்புடைய தன்மைகள் தங்கள் வேலையில் இருக்க வேண்டும் என்று எதிர்பார்க்கிறார்கள் என்பதை முன்பே கவனித்தோம். சாதனை, அறிந்தேற்பு, பொறுப்பு, வளர்ச்சி, முன்னேற்றம் ஆகியவற்றைத் தரக்கூடிய வேலை அமைந்தால் பணியாளர்கள் இலக்குகளை அடையக் கடுமையாக உழைப்பார்கள். வேலையில் மனநிறைவு கிடைத்ததும் வேலை செய்யும் இடத்தின் சூழலை ஒருவர் கவனிக்கிறார். நிர்வாகத்தின் கொள்கைகள், தலைவரின் தகுதிகள், பாதுகாப்பு, அந்தஸ்து, வேலை செய்வதற்கான சூழல் ஆகியவற்றில் கவனம் செலுத்துகிறார். அதன் பிறகு, சக பணியாளர்களுடனான தன்னுடைய உறவில் இந்தக் கூறுகளைப் பொருத்திப்பார்க்கிறார். இவற்றின் அடிப்படையில் தன்னுடைய தனிப்பட்ட வாழ்வையும் ஆராய்கிறார். இவை அனைத்தும் சேர்ந்துதான் ஒருவருடைய முயற்சிகள், செயல்திறன் ஆகியவற்றின் அளவையும் தரத்தையும் தீர்மானிக்கின்றன.

பல மட்டங்களிலான தலைமைகளைக் கொண்ட நிர்வாக அமைப்பு (Matrix Organization) 1983இல் உருவானது. இது மேலே குறிப்பிட்டுள்ள கூறுகள் அனைத்தையும் சிறப்பான முறையில் நிறைவேற்றியது. எனவே, ஆய்வகத்தின் இந்தக் கட்டமைப்பைத் தக்கவைத்தபடியே இலக்கைத் தீர்மானிக்கும் செயல்முறையை மேற்கொண்டோம். தொழில்நுட்ப இயக்குநரகங்களில் பணியாற்றும் அறிவியலாளர்களைப் பிரத்யேகமாக ஒரு திட்டத்தில் மட்டும் கவனம் செலுத்தும் அமைப்பு முறை நிர்வாகிகளாக ஆக்கினோம். சாதனங்களை ஒருங்கிணைக்கும் ஃபேப்ரிகேஷன் தொழில்நுட்பத்தில் நீண்டகால அனுபவம் கொண்ட வல்லுநர் வி.கே. பிஸ்வாஸின் தலைமையில் அதற்கான பிரிவொன்றை ஆய்வகத்திற்கு வெளியே அமைத்தோம். ஏவுகணைச் சாதனத்தை உருவாக்கும் பணியில் ஈடுபட்டிருந்த பொதுத்துறை நிறுவனங்களும் தனியார் நிறுவனங்களும் மேற்கொள்ளும் பணிகளை ஒருங்கிணைப்பது இந்தப் பிரிவின் பொறுப்பு. இதனால் ஆய்வுக்கூடத்திற்குள் ஃபேப்ரிகேஷன் பணிகளை மேற்கொள்வதற்கான அழுத்தம்

குறைந்தது. வெளியில் செய்ய முடியாத பணிகளில் அவர்களால் கவனம் செலுத்த முடிந்தது. இந்தப் பணிகள் ஒரு நாளின் மூன்று பணிநேரங்களிலும் நடைபெற்றுவந்தன.

1988ஆம் ஆண்டின் தொடக்கத்தில் பிருத்வி ஏவுகணையின் பணிகள் நிறைவுக் கட்டத்தை நெருங்கிவிட்டன. முதல்முறையாக இந்தியாவிலேயே தயாராக திரவ எரிபொருளைக் கொண்ட ராக்கெட் இஞ்சின்களைப் பயன்படுத்தவிருந்தோம். ஏவுகணைகள் ஏந்திச் செல்லும் குண்டுகளின் எடையை மாற்றிக்கொள்ளகூடிய விதத்தில் அதை வடிவமைத்தோம். சுந்தரமும் நானும் பிருத்வி திட்ட அணியினருக்கு அந்தத் திட்டத்திற்கான கொள்கை முடிவுகளின் நோக்கங்களையும் தன்மைகளையும் விளக்கியிருந்தோம். படைப்பூக்கம் கொண்ட யோசனைகள் நடைமுறை சாத்தியமான தயாரிப்புகளாக மாறுவதில்தான் திட்டத்தின் வெற்றி இருக்கிறது. அணியினரின் பங்களிப்பின் தரமும் துல்லியமும் வெற்றிக்குத் தேவை. இவ்விஷயத்தில் ஒய். ஞானேஸ்வர், பி. வேணுகோபால் ஆகியோருடன் இணைந்து அபாரமான வேலையை சரஸ்வத் செய்திருந்தார். அணியினரிடத்தில் பெருமித உணர்வையும் சாதனை புரிவதற்கான வேட்கையையும் அவர்கள் உருவாக்கினார்கள்.

இந்த ராக்கெட் இஞ்சின்களின் முக்கியத்துவம் பிருத்வி திட்டத்தோடு முடிந்துவிடவில்லை. அது தேசிய சாதனை. இவர்களுடைய கூட்டுத் தலைமையின்கீழ் பெருமளவிலான பொறியாளர்களும் தொழில்நுட்ப வல்லுநர்களும் அணியின் இலக்குகளைப் புரிந்துகொண்டு அவற்றை எட்டுவதற்கான பணியில் தங்களை முழுமையாக ஈடுபடுத்திக்கொண்டார்கள். அணி இலக்குகளை மட்டுமின்றி தனிப்பட்ட இலக்குகளையும் நிறைவேற்றுவதில் ஒவ்வொருவரும் கடமையுணர்வோடு செயல்பட்டார்கள். ஒட்டுமொத்த அணியும் தெளிவான சுய வழிகாட்டுதலின் கீழ் பணிபுரிந்தது. கிர்க்கீயில் உள்ள ஆயுதத் தளவாடத் தொழிற்சாலையுடன் இணைந்து இஞ்சின் எரிபொருள் தயாரிப்பில் அணியினர் ஈடுபட்டார்கள். இறக்குமதிச் சரக்கை முற்றிலுமாகத் தவிர்த்துவிட்டு இந்த இஞ்சின்களுக்கான எரிபொருளைத் தயாரித்தார்கள்.

சுந்தரம், சரஸ்வத் ஆகியோரின் நம்பகமான கரங்களில் கலத்தைத் தயாரிக்கும் வேலையை ஒப்படைத்துவிட்டு, திட்டத்தின் பலவீனமான பகுதிகளில் கவனம் செலுத்தத் தொடங்கினேன். ஏவுகணை இலகுவாக மேலெழுவதற்கு உதவும் இயந்திர நுட்பத்தை *(Launch Release Machanism - LRM)*

உருவாக்குவதற்கான திட்டங்கள் தீவிரமாக நடைபெற்றன. ஏவுவதற்கு முன்பு இந்த இயந்திர அமைப்பை நிறுத்தி வைப்பதற்காக வெடிக்கக்கூடிய மரையாணிகளை DRDL ஆய்வகமும் வெடிபொருள் ஆராய்ச்சி மற்றும் மேம்பாட்டுச் சோதனைக்கூடமும் இணைந்து உருவாக்கின. வெவ்வேறு பணி மையங்கள் ஒருங்கிணைந்து செயலாற்றியதற்கான சிறந்த எடுத்துக்காட்டு இது.

வானில் பறக்கும்போது ஆழ்ந்த சிந்தனையில் மூழ்குவதும் கீழே உள்ள நிலப்பரப்பைப் பார்ப்பதும் எனக்கு மிகவும் பிடிக்கும். தொலைவிலிருந்து பார்க்கும்போது இந்தப் பூமி மிக அழகாக, இணக்கமாக, அமைதியாகக் காட்சியளிக்கிறது. மாவட்டம், மாநிலம், நாடு ஆகியவற்றுக்கிடையே நாம் போட்டுவைத்திருக்கும் எல்லைக்கோடுகள் எல்லாம் எங்கே போய்விட்டன என்ற வியப்பு ஏற்படும். வாழ்க்கையின் எல்லா நடவடிக்கைகளையும் அணுகுவதற்கும் இதுபோன்ற விலகல் தேவைப்படலாம்.

பாலேஸ்வரில் இடைக்காலச் சோதனைத்தளம் அமைக்கும் பணி நிறைவடைய இன்னும் ஓராண்டு இருந்தது. எனவே ஷார் மையத்தில் பிருத்வியை ஏவுவதற்கான சிறப்பு ஏற்பாடுகளைச் செய்தோம். ஏவுதளம், பிளாக் ஹவுஸ், கட்டுப்பாட்டுப் பணியகங்கள், ஏவுகணையின் பாதையைக் கண்காணித்துப் பதிவு செய்யும் நடமாடும் டெலிமெட்ரி நிலையங்கள் ஆகியவை இந்த ஏற்பாடுகளில் அடங்கும். ஷார் மையத்தின் அப்போதைய இயக்குநரான என் பழைய நண்பர் எம்.ஆர். குரூப்புடன் மீண்டும் இணைந்து பணியாற்றியதில் மகிழ்ச்சியடைந்தேன். பிருத்வியை ஏவும் பணியை அவருடன் இணைந்து மேற்கொண்டதில் மிகுந்த மனநிறைவு ஏற்பட்டது. DRDO, இஸ்ரோ, DRDL, ஷார் ஆகிய அமைப்புகளுக்கிடையிலான எல்லைக் கோடுகளை எல்லாம் பொருட்படுத்தாமல் பிருத்வி அணியின் உறுப்பினராக குரூப் செயல்பட்டார். ஏவுதள மேடையில் எங்களுடன் நீண்டநேரம் செலவிடுவார். ஏவுகணைச் சோதனையின் பாதுகாப்பு போன்ற பல்வேறு அம்சங்களில் அவர் உதவினார். எரிபொருள் நிரப்பும் பணியில் மிகுந்த உற்சாகத்துடன் ஈடுபட்டார். பிருத்வி ஏவுகணையை விண்ணில் ஏவும் கன்னி முயற்சியை அவர் மறக்க முடியாத அனுபவமாக ஆக்கினார்.

1988, பிப்ரவரி 25ஆம் தேதி காலை 11.23 மணிக்கு பிருத்வி விண்ணில் பறந்தது. இந்திய ராக்கெட் தொழில்நுட்ப வரலாற்றில் புதுயுகம் பிறந்த தருணம் அது. பிருத்வி ஏவுகணை

ஆயிரம் கிலோ எடை கொண்ட வழக்கமான குண்டுகளை 150 கிலோமீட்டர் தொலைவுக்கு எடுத்துச்சென்று 50 மீட்டர் சுற்றளவுக்குள் துல்லியமாகச் செலுத்தித் தரையிலிருந்து தரையில் இருக்கும் இலக்கைத் தாக்கும் ஏவுகணை மட்டுமல்ல. எதிர்காலத்தில் இந்தியாவில் உருவான வழிகாட்டப்பட்ட ஏவுகணைத் திட்டங்களுக்கு அடிப்படையானது. தரையிலிருந்து வான் இலக்கைத் தாக்கக்கூடிய நீண்ட தொலைவு ஏவுகணை யாகவும் இதை மாற்றியமைக்கலாம். கப்பற்படையிலும் இதைப் பயன்படுத்தலாம்.

Circular Error Probable (CEP) என்னும் அலகைக் கொண்டு ஏவுகணையின் துல்லியத் தன்மையை அளவிடுவோம். ஏவுகணை தன் இலக்கைத் தாக்குவதில் ஏற்படக்கூடிய பிழையைக் குறிப்பிடும் அலகு இது. ஏவுகணையின் CEP ஒரு கிலோமீட்டர் என்று வைத்துக்கொண்டால் ஏவப்படும் ஏவுகணைகளில் பாதி ஒரு கிலோமீட்டருக்கும் குறைவான தொலைவில் விழுந்துவிடும். வளைகுடாப் போரில் பயன்படுத்தப்பட்ட ஸ்கட் ஏவுகணைகள் இந்த ரகத்தைச் சேர்ந்தவை. அதிக சக்தி வாய்ந்த வழக்கமான குண்டுகளைச் சுமந்து செல்லும் ஏவுகணைகளின் CEP ஒரு கிலோமீட்டர் என்று வைத்துக்கொண்டால் அவை குறிப்பிட்ட இலக்கை – ராணுவ மையம், விமானப் படைத்தளம், போர்க் கட்டுப்பாட்டு மையம் போன்றவை – துல்லியமாகத் தாக்கி அழிக்கும் என்று சொல்லிவிட முடியாது. ஆனால் ஒரு நகரத்தைத் தாக்குவதுபோன்ற துல்லியமாக வரையறுக்கப் படாத இலக்குகளை நோக்கி இவை செலுத்தப்படும்போது தேவையான விளைவுகள் ஏற்படும்.

1944 செப்டம்பர்முதல் 1945 மார்ச்வரை லண்டனை நோக்கிச் செலுத்தப்பட்ட V–2 ஏவுகணைகள் அதிக சக்தி கொண்ட வழக்கமான குண்டுகளையும் 17 கிலோ மீட்டர் CEP அலகையும் கொண்டிருந்தன. அதாவது, அதன் துல்லியம் மிகவும் குறைவு என்று பொருள். லண்டனைத் தாக்கிய 500 V–2 ஏவுகணைகள் இவ்வளவு அதிகமான CEPயைக் கொண்டிருந்தும் 21,000 உயிர்களைப் பறித்ததுடன் இரண்டு லட்சம் வீடுகளையும் அழித்தன. அதிகமான CEP (அதாவது குறைவான துல்லியம்) கொண்ட ஏவுகணைகள் குறிப்பான இலக்குகளைக் காட்டிலும் மக்கள் வாழும் பகுதிகளில் வீசப்படும்போது அதிக அழிவை ஏற்படுத்தும்.

மேற்கத்திய நாடுகள் அணு ஆயுதப் பரவல் ஒப்பந்தம் குறித்துப் பெரும் கூச்சலை எழுப்பிக்கொண்டிருந்தாலும் குறிப்பிட்ட இலக்கு நோக்கி வழிகாட்டியபடி சென்று தாக்கும்

தொழில்நுட்பத்தில் நாம் தொடர்ந்து கவனம் செலுத்திக் கொண்டிருந்தோம். 50 மீட்டருக்குள் CEPயை அமைக்கு மளவுக்குத் துல்லியமாக அவற்றைச் செயல்படவைப்பதில் கவனம் செலுத்தினோம். பிருத்வி ஏவுகணைச் சோதனை வெற்றிகரமாக நடந்த பிறகு இலக்கு நோக்கி அணுகுண்டுகள் இல்லாமலேயே நம்மால் ஏவுகணைகளைச் செலுத்தி மிகத் துல்லியமாகத் தாக்க முடியும் என்ற உறைக்கும் யதார்த்தம் உலகிற்குப் புரிந்தது. தொழில்நுட்பத்தில் இந்தியா மோசடி வேலை செய்கிறது என்றெல்லாம் முணுமுணுத்து வந்தவர்களின் வாயையும் இது அடைத்தது.

பிருத்வியின் வெற்றி நம்மோடு நட்புப் பாராட்டாத அண்டை நாடுகளில் அதிர்ச்சி அலைகளை எழுப்பியது. மேற்கத்திய நாடுகள் தொடக்கத்தில் அதிர்ச்சியையும் பிறகு கோபத்தையும் வெளிப்படுத்தின. ஏழு நாடுகள் இந்தியாவின் மீது தொழில்நுட்பத் தடை விதித்தன. வழிகாட்டப்பட்ட ஏவுகணைகளை உருவாக்குவதுடன் தொடர்புடைய எதையும் இந்தியாவால் வாங்க முடியாது. வழிகாட்டப்பட்ட ஏவுகணைத் துறையில் இந்தியா தன்னிறைவு பெற்ற நாடாக உருவானது உலகின் வளர்ந்த நாடுகள் அனைத்தையும் கலங்கச்செய்தது.

14

ராக்கெட் தொழில்நுட்பத்தில் இந்தியாவின் திறன் ஐயத்திற்கு இடமின்றி மீண்டும் ஒருமுறை நிலைநிறுத்தப்பட்டது. சிவில் பணிகளுக்கான விண்வெளித் தொழில் துறையின் வலிமையும் ஏவுகணைகளை அடிப்படையாகக் கொண்ட பாதுகாப்புத் துறையின் வல்லமையும் இந்தியாவை வல்லரசுகள் எனத் தங்களை அழைத்துக்கொள்ளும் நாடுகளின் அணியில் சேர்த்துவிட்டன. புத்தர், காந்தி ஆகியோரின் போதனைகளைப் பின்பற்றும் இந்தியா ஏன், எதற்காக ஏவுகணைத் திறன் கொண்ட நாடாக ஆக வேண்டும் என்ற கேள்விக்கு வருங்காலத் தலைமுறைக்காக விடையளித்தாக வேண்டும்.

இரண்டு நூற்றாண்டுகளாக அன்னிய ஆதிக்கத்தின் கீழ் இருந்தாலும் இந்திய மக்களின் படைப்பாற்றலோ திறமைகளோ அழிந்துவிடவில்லை. விடுதலை பெற்று இறையாண்மை கொண்ட தேசமாக உருப்பெற்ற பத்தே ஆண்டுகளில் அமைதி நோக்கங்களுக்காக இந்தியா விண்வெளி ஆய்வு, அணு ஆற்றல் ஆகிய திட்டங்களைத் தொடங்கியது. ஏவுகணைகளை உருவாக்குவதற்கான நிதி வசதியோ ஆயுதப் படைகளிடமிருந்து வரும் தேவைகளோ இந்தியாவில் இல்லை. 1962இல் ஏற்பட்ட கசப்பான அனுபவம் ஏவுகணைகளை உருவாக்குவதற்கான அடிப்படையான முதல் அடிகளை எடுத்து வைக்க நம்மை நிர்ப்பந்தித்தது.

பிருத்வி ஏவுகணை மட்டும் போதுமா? நான்கு அல்லது ஐந்து ஏவுகணை அமைப்புகளை இந்தியாவிலேயே உருவாக்கிவிட்டால் நாம் போதிய வலிமை பெற்ற நாடாகிவிடுவோமா? அல்லது அணு அயுதங்கள் நம்மை வலுவாக்குமா? ஏவுகணைகளும் அணு ஆயுதங்களும் மாபெரும் முழுமையின் பகுதிகள் மட்டுமே. பிருத்வியை உருவாக்கியதை

மேம்பட்ட தொழில்நுட்பத் துறையில் இந்தியாவின் சுய சார்பைப் பிரதிநிதித்துவப்படுத்தும் காரியமாகவே கருதுகிறேன். உயர் தொழில்நுட்பம் என்றாலே பெரும் தொகையும் மாபெரும் உள்கட்டமைப்பும் என்றுதான் பொருள். கெடுவாய்ப்பாக, இவை இரண்டுமே இந்தியாவில் போதிய அளவு இல்லை. அப்படியானால் நாம் செய்வது? இந்தியாவில் உள்ள எல்லா வள ஆதாரங்களையும் திரட்டி மேற்கொள்ளும் அக்னி ஏவுகணைத் திட்டம் தொழில்நுட்பத் திறனைப் பறைசாற்றக் கூடியது. இது நமது பிரச்சினைகளுக்கான தீர்வாக அமையுமா?

இந்திய அறிவியலாளர்களும் தொழில்நுட்ப வல்லுநர்களும் இணைந்து பணிபுரிந்தால் தொழில்நுட்பத் துறையில் திருப்புமுனையை ஏற்படுத்த முடியும் என்பதில் பத்து ஆண்டுகளுக்கு முன்பு இஸ்ரோவில் மறுநுழைவுத் திறன் கொண்ட ஏவுகணை (ரெக்ஸ்) பற்றி விவாதித்தபோதே உறுதியாக இருந்தேன். அறிவியல் ஆய்வுக்கூடங்களும் கல்வி நிறுவனங்களும் இணைந்து முயற்சி செய்தால் அதிநவீனத் தொழில்நுட்பத் திறன்களை நம்மால் எட்ட முடியும். பல இடங்களிலிருந்து பாகங்களை வாங்கிப் பொருத்தும் அமைப்பு என்ற பெயரை இந்தியத் தொழில்துறை உருவாக்கிக் கொண்டுவிட்டது. இந்த அவப்பெயரின் தளையிலிருந்து இந்தியத் தொழில் துறையை விடுவித்தால் சுதேசித் தொழில் நுட்பத்தைப் பயன்படுத்தி அபாரமான பலன்களைப் பெற முடியும். இதற்காகப் பல அமைப்புகளின் பங்கேற்பு, கூட்டு அணுகுமுறை, அதிகாரமளிக்கும் தொழில்நுட்பம் ஆகியவற்றைக் கொண்ட மூன்றடுக்கு வியூகத்தை வகுத்தோம். ‘அக்னி’யை மூட்டுவதற்காக நாங்கள் தேய்த்த சிக்கி முக்கிக் கற்கள் இவை.

அக்னி அணியில் 500க்கும் மேற்பட்ட அறிவியலாளர்கள் இருந்தார்கள். அக்னியை ஏவுதல் என்னும் மாபெரும் முயற்சியை மேற்கொள்ளப் பல அமைப்புகளைக் கொண்ட வலைப்பின்னலை உருவாக்கினோம். வேலை, வேலை செய்வோர் என இரண்டு அடிப்படையான முனைப்புகள் அக்னி திட்டத்தில் இருந்தன. அணியின் ஒவ்வொரு உறுப்பினரும் தன்னுடைய இலக்கை முடிக்க மற்றவர்களைச் சார்ந்திருக்க வேண்டும். இத்தகைய சூழ்நிலைகளில் முரண்பாடும் குழப்பமும் ஏற்படுவதற்கான வாய்ப்பு அதிகம். தலைமைப் பொறுப்பில் உள்ள சிலர் வேலையை முடிக்கும் செயல் முறையில் பணியாளர்கள்மீது தமக்கே உரிய தனிப்பட்ட வழிமுறைகளில் அக்கறை செலுத்துவார்கள். சிலர் பணியாளர்களைப் பற்றிக் கவலைப்படாமல் வேலையே முக்கியம் என்று இருப்பார்கள். இலக்குகளை எட்டுவதற்கான

கருவிகளாகவே பணியாளர்களைக் கருதுவார்கள். ஒரு சிலர் வேலைக்குக் குறைந்த அளவிலேயே முக்கியத்துவம் அளித்துவிட்டு, தன்னுடன் பணி புரிபவர்களின் நட்பையும் நல்லுணர்வையும் பெற முயல்வார்கள். ஆனால் அக்னி அணியோ மனித உறவுகள் சார்ந்தும் வேலையின் தரம் சார்ந்தும் சிறப்பாகச் செயல்பட்டது.

ஈடுபாடு, பங்கேற்பு, கடமை உணர்வு ஆகியவைதான் செயல்பாட்டின் முக்கியக் கூறுகள். அணி உறுப்பினர் ஒவ்வொருவரும் விரும்பி இந்த வேலையில் ஈடுபட்டார். அக்னியின் வெற்றி அறிவியலாளர்களுக்கு மட்டுமின்றி அவர்கள் குடும்பங்களுக்கும் முக்கியமானதாக இருந்தது. மின்சாதன ஒருங்கிணைப்புக் குழுவின் தலைவர் வி.ஆர். நாகராஜ் மிகவும் அர்ப்பணிப்பு உணர்வு கொண்ட தொழில்நுட்ப வல்லுநர். ஒருங்கிணைப்புப் பணியில் ஈடுபட்டிருக்கும்போது ஊண் உறக்கம் இன்றி உழைப்பார். இமாரத் சோதனை மையத்தில் நாகராஜ் பணியில் இருந்தபோது அவருடைய மைத்துனர் இறந்துவிட்டார். அக்னியை ஏவும் பணியில் ஈடுபட்டிருந்த அவரது வேலை தடைப்படக் கூடாது என்பதால் அவருடைய குடும்பம் இந்தச் செய்தியை அவரிடம் தெரிவிக்கவில்லை.

அக்னியை ஏவுவதற்கு 1989, ஏப்ரல் 20 என நாள் குறித்திருந்தோம். இதற்கு முன்பு இதுபோன்ற ஏவுகணையை நாம் விண்ணில் செலுத்தியதில்லை. ஏவுகணையை ஏவுதல் செயற்கைக்கோளை ஏவுவதைப் போன்றதல்ல. இதற்கு விரிவான பாதுகாப்பு ஏற்பாடுகள் தேவை. இரண்டு ரடார்கள், மூன்று டெலிமெட்ரி நிலையங்கள், ஒரு தொலைக்கட்டளை நிலையம், ஏவுகணையின் பயணத்தைத் தொடர்ந்து கவனிப்பதற்கான நான்கு எலக்ட்ரோ–ஆப்டிகல் கருவிகள் ஆகியவற்றை அமைத்திருந்தோம். கார் நிகோபார் என்னும் இடத்தில் இருந்த டெலிமெட்ரி நிலையத்தையும் ஷார் அமைப்பின் ரடார்களையும் ஏவுகணையின் பாதையைக் கண்காணிப்பதற்காகப் பயன்படுத்திக்கொண்டோம். ஏவுகணை பேட்டரிகளிலிருந்து பாயும் மின்சாரத்தையும் கட்டுப்படுத்தும் அமைப்புகளின் அழுத்தத்தையும் அறிவதற்கான கண்காணிப்பு ஏற்பாடுகளையும் செய்திருந்தோம். வோல்டேஜிலோ அழுத்தத்திலோ மாறுபாடு காணப்பட்டால் அதற்கென்றே வடிவமைக்கப்பட்ட தானியங்கிச் சோதனைக் கருவி அடுத்த கட்ட நடவடிக்கையை நிறுத்தும்படி சமிக்ஞை தரும். அந்தக் குறையைச் சரிசெய்தால்தான் மேற்கொண்டு நடவடிக்கைகள் தொடரும். ஏவுகணையை ஏவுவதற்கு 36 மணிநேரத்திற்கு முன்பு கவுன்ட் டவுன் தொடங்கியது. ஏவுகணை பறக்க ஏழரை

நிமிடங்கள் இருக்கும்போது கவுன்ட் டவுன் நடவடிக்கைகள் அனைத்தும் கணினிக்கு மாறிவிடும்.

ஏவுகணையைச் செலுத்துவதற்கான அனைத்து ஏற்பாடுகளும் திட்டமிட்டபடி நடைபெற்றன. ஏவும் நேரத்தில் பாதுகாப்புக் கருதி அக்கம்பக்கத்தில் உள்ள கிராமத்து மக்களை வேறு இடத்திற்கு அனுப்ப முடிவு செய்தோம். இது ஊடகங்களின் கவனத்தை ஈர்த்தது. ஊடகங்கள் இதைச் சர்ச்சையாக்கின. 1989 ஏப்ரல் 20 அன்று மொத்த தேசமும் எங்களைக் கவனித்துக்கொண்டிருந்தது. சோதனையைக் கைவிட ராஜதந்திர வழிகள் மூலமாகச் சர்வதேச அழுத்தம் வந்தது. ஆனால் இந்திய அரசு எங்கள் பக்கம் உறுதியாக நின்றது. வேலையிலிருந்து எங்கள் கவனத்தைத் திசைதிருப்பக்கூடிய முயற்சிகளை முறியடித்தது.

ஏவுகணையைச் செலுத்த 14 வினாடிகள் இருந்தபோது (T–14) கணினி 'நிறுத்து' (Hold) என்ற கட்டளையைக் கொடுத்தது. ஏதோ ஒரு கருவி சரியாக இயங்கவில்லை என்றது. உடனடியாக அதைச் சரிசெய்தோம். அப்போது இன்னொரு கட்டுப்பாட்டு நிலையத்திலிருந்து நிறுத்தச் சொல்லும் செய்தி வந்தது. அடுத்த சில நொடிகளில் மேலும் பலமுறை நிறுத்த வேண்டியிருந்தது. இதனால் இயந்திரத்தின் உட்புற மின் நுகர்வில் பிரச்சினை ஏற்பட்டது. ஏவும் திட்டத்தைக் கைவிட வேண்டியிருந்தது. ஏவுகணையைத் திறந்து அதனுள் இருக்கும் மின் வினியோக அமைப்புகளை மாற்ற வேண்டியிருந்தது.

நாகராஜுக்குத் தன் குடும்பத்தில் நிகழ்ந்த சோகம் அப்போது தெரிந்துவிட்டிருந்தது. அவர் அழுதுகொண்டிருந்தார். மூன்று நாட்களில் திரும்பிவிடுவதாக என்னிடம் சொல்லிவிட்டுக் கிளம்பினார். இப்படிப்பட்ட நெஞ்சுரம் கொண்டவர்களைப் பற்றி வரலாற்று ஏடுகளில் யாரும் எழுதுவதில்லை. முகம் தெரியாத இவர்களைப் போன்றவர்களின் கடின உழைப்பினால்தான் பல தலைமுறைகள் வாழ்கின்றன; தேசங்கள் முன்னேறுகின்றன.

நாகராஜை வழியனுப்பிவிட்டு என் சகாக்களைச் சந்தித்தேன். அவர்கள் அதிர்ச்சியிலும் துயரத்திலும் ஆழ்ந்திருந்தார்கள். என்னுடைய எஸ்.எல்.வி.–3 அனுபவத்தை அவர்களிடம் சொன்னேன். "என்னுடைய ஏவுகலம் கடலில் விழுந்தாலும் பிறகு எனக்கு வெற்றி கிடைத்தது. உங்களுடைய ஏவுகணை உங்கள் முன் உள்ளது. நீங்கள் எதையும் இழக்கவில்லை. இன்னும் சில வாரங்கள் கூடுதலாக வேலைசெய்ய வேண்டியிருக்கும். அவ்வளவுதான்" என்றேன்.

இந்தச் சொற்கள் அதிர்ச்சியிலிருந்து அவர்களை மீட்டன. அணியினர் அனைவரும் துணைச் சாதனங்களைச் சீரமைத்து அவற்றுக்குப் புத்துயிரூட்டும் பணியில் இறங்கினார்கள்.

பத்திரிகைகள் போர்க்கோலம் பூண்டன. ஏவுகணையைச் செலுத்தும் பணியைத் தள்ளிவைத்தற்குப் பல்வேறு காரணங்களை வாசகர்களின் ஆர்வத்திற்குத் தீனிபோடும் வகையில் கற்பித்தன. பிரபல கேலிச் சித்திரக் கலைஞர் சுதிர் தர் ஒரு கேலிச்சித்திரம் போட்டிருந்தார். கடைக்காரர் ஒருவர் விற்பனைப் பிரதிநிதியிடம் ஒரு பொருளைத் திருப்பிக் கொடுத்துவிட்டு, "இது அக்னி மாதிரி. வேலைக்கு ஆகாது" என்கிறார். அக்னி அணியைச் சேர்ந்த அறிவியலாளர் ஒருவர் ஏவுகலத்தை இயக்குவதற்கான பொத்தான் சரியாக வேலை செய்யவில்லை என்று சொல்வதாக இன்னொரு கேலிச்சித்திரம் கூறியது. அரசியல் தலைவர் ஒருவர் பத்திரிகையாளர்களிடம், "பயப்படுவதற்கு ஒன்றுமில்லை. இது முழுக்க முழுக்க அமைதியை விரும்பும் அகிம்சை ஏவுகணை" என்று சொல்வதாக *ஹிந்துஸ்தான் டைம்ஸ்* இதழ் சித்தரித்திருந்தது.

அடுத்த பத்து நாட்கள் இரவும் பகலுமாக மண்டையை உடைத்துக்கொண்டு அலசி ஆராய்ந்து அனைத்தையும் சரிசெய்தோம். 1989, மே முதல் தேதி ஏவுகணையை ஏவுவதற்கு எங்கள் அறிவியலாளர்கள் நாள் குறித்தார்கள். அன்றும் ஏவுவதற்குப் பத்து நொடிகள் இருக்கும்போது நிறுத்தும்படி கணினி கூறியது. என்ன நடந்தது என்று ஆராய்ந்ததில் கட்டுப்படுத்தும் கருவிகளில் ஒன்றான SI–TVC திட்டத்தின் தேவைகளுக்கேற்பச் செயல்படவில்லை எனத் தெரிந்தது. ஏவுகணையைச் செலுத்துவதை மீண்டும் தள்ளிப்போட வேண்டியதாயிற்று.

ராக்கெட் துறையில் இதெல்லாம் சகஜம். பல நாடுகளில் இப்படி நடந்திருக்கிறது. ஆனால் மிகுந்த எதிர்பார்ப்பைக் கொண்டிருந்த மக்கள் எங்கள் கஷ்டங்களைப் புரிந்துகொள்ளும் மனநிலையில் இல்லை. *தி இந்து* நாளிதழில் கேசவ் ஒரு கேலிச்சித்திரம் போட்டிருந்தார். கிராமவாசி ஒருவர் பணத்தை எண்ணிக்கொண்டே பக்கத்தில் இருப்பவரிடம் சொல்கிறார்: "ஆமாம்பா. இது அக்னி சோதனை நடக்கும் இடத்திலிருந்து வெளியே போவதற்கான நஷ்டஈடுதான். இன்னும் சிலமுறை இப்படித் தள்ளிவைத்தால் நான் சொந்தமாகவே வீடு கட்டிவிடுவேன்". இன்னொரு கேலிச் சித்திரக்காரர் 'விட்டு விட்டுத் தாமதித்துத் தாக்கும் ஏவுகணை' *(Intermittently Delayed Ballistic Missile)* என்று அக்னியை வர்ணித்தார். எங்களுடைய

வெண்ணெயை எரிபொருளாகப் போட்டுக்கொள்ளுங்கள் என்று 'அமுல்' விளம்பரம் கிண்டலடித்தது.

DRDL–RCI மையத்தில் இருப்பவர்களிடம் பேசுவதற்காக அங்கே கிளம்பிச் சென்றேன். 1989, மே 8ஆம் தேதியன்று DRDL–RCI மையத்தின் பணியாளர்கள் அனைவரும் பணிநேரம் முடிந்ததும் ஒன்று கூடினார்கள். 2000 பேருக்கு மேல் இருந்த அவர்களிடையே உரையாற்றினேன். "அக்னியைப் போன்ற திட்டத்தை உருவாக்கும் வாய்ப்பை நாட்டிலேயே முதல்முதலாகப் பெறும் வாய்ப்பு ஒரு ஆய்வுக்கூடத்திற்கோ ஆராய்ச்சி-மேம்பாட்டு மையத்திற்கோ கிடைப்பது மிக அரிதானது. அந்த மகத்தான வாய்ப்பு நமக்குக் கிடைத்திருக்கிறது. பெரிய வாய்ப்புகள் பெரிய சவால்களுடன்தான் வரும். நாம் விட்டுக்கொடுக்கக் கூடாது. பிரச்சினை நம்மைத் தோற்கடிக்க அனுமதிக்கக் கூடாது. வெற்றியை மட்டுமே நமது நாட்டிற்கு நாம் தர வேண்டும். வெற்றிபெறுவதுதான் நமது இலக்கு" என்று சொன்னேன். கிட்டத்தட்டப் பேசி முடித்துவிட்ட பிறகு இறுதியாக இந்த வார்த்தைகளைச் சொன்னேன்: "நான் உறுதியளிக்கிறேன். அக்னியை வெற்றிகரமாக ஏவிய பிறகு இந்த மாதக் கடைசியில் மீண்டும் இங்கே சந்திப்போம்".

இரண்டாவது முயற்சியில் அடைந்த தோல்வியைத் தீவிரமாக அலசினோம். கட்டுப்பாட்டு அமைப்பை முற்றிலு மாக மாற்றியமைக்க முடிவு செய்தோம். இந்தப் பணியை DRDO–இஸ்ரோ அணியிடம் அளித்தோம். இஸ்ரோவில் இருக்கும் திரவ எரிபொருள் சாதனத்திற்கான வளாகத்தில் (Liquid Propellent System Complex – LPSC) இருந்த முதல் கட்டக் கட்டுப்பாட்டு அமைப்பைச் சீரமைக்கும் வேலையில் இறங்கினார்கள். அசாத்தியமான கவனக் குவிப்பினாலும் மன உறுதியாலும் அவர்கள் இதைச் சாதனை நேரத்தில் செய்து முடித்தார்கள். நூற்றுக்கணக்கான அறிவியலாளர்களும் இதர பணியாளர்களும் தொடர்ந்து வேலைசெய்து பத்தே நாட்களில் கட்டுப்பாட்டு அமைப்பைச் சரிசெய்து சோதித்தும் பார்த்துவிட்டார்கள். அசாத்தியமான சாதனை இது. சீரமைக்கப்பட்ட கட்டுப்பாட்டுச் சாதனங்களைச் சுமந்து வந்த விமானம் திருவனந்தபுரத்திலிருந்து இமாரத் சோதனை மையத்திற்குப் பதினோராவது நாளில் வந்து சேர்ந்தது. இப்போது கால நிலை எங்களுக்கு எதிராக இருந்தது. புயல் அபாயம் தோன்றியது. பணி மையங்கள் அனைத்தும் செயற்கைக்கோள் தகவல் தொடர்பில் இணைந்திருந்தன. காலநிலை குறித்த தகவல் பத்து நிமிடங்களுக்கு ஒரு முறை வந்துகொண்டிருந்தது.

அக்னியை ஏவும் பணியை 1989, மே 22 அன்று மேற்கொள்ளலாம் என்று நாள் குறித்தோம். அதற்கு முந்தைய நாள் இரவில் டாக்டர் அருணாசலம், ஜெனரல் கே.என். சிங் ஆகியோருடன் நானும் இமாரத் ஆய்வு மையத்திற்கு வந்திருந்த பாதுகாப்புத் துறை அமைச்சர் கே.சி. பந்த்துடன் நடந்து கொண்டிருந்தோம். அது பவுர்ணமி இரவு. அலைகள் உயரமாக எழும்பிக்கொண்டிருந்தன. இறைவனின் பெருமையையும் ஆற்றலையும் போற்றிப் பாடும் வகையில் அலைகள் எழும்பித் தணிந்து ஆர்ப்பரித்துக்கொண்டிருந்தன. அக்னியை நாளை வெற்றிகரமாக ஏவிவிட முடியுமா? இந்தக் கேள்விதான் எங்கள் மனங்களில் முனைப்புக்கொண்டிருந்தது. ஆனால் நிலவொளியால் அழகு மிளிர்ந்த அந்த இரவின் சூழ்நிலையைக் கலைக்க யாரும் விரும்பவில்லை. நீண்ட நேரம் நிலவிய மவுனத்தைப் பாதுகாப்பு அமைச்சர் கலைத்தார். “கலாம், நாளைய வெற்றியை எப்படிக் கொண்டாட வேண்டும் என்று நினைக்கிறீர்கள்?” என்றார். மிகவும் எளிமையான கேள்விதான். ஆனால் உடனடியாக எந்தப் பதிலும் எனக்குத் தோன்றவில்லை. எனக்கு என்ன வேண்டும்? என்னிடம் எது இல்லை? எது என் மகிழ்ச்சியைக் கூட்டும்? “இமாரத் ஆய்வு மையத்தில் நடுவதற்கு ஒரு லட்சம் மரக்கன்றுகள் வேண்டும்” என்றேன். அமைச்சரின் முகம் பிரகாசித்தது. “அக்னிக்காகப் பூமித்தாயின் ஆசீர்வாதத்தைக் கோருகிறீர்கள்” என்றார். “நாளை நாம் வெற்றிபெறுவோம்” என்று அவர் கூறினார்.

அடுத்த நாள் காலை 7.10 மணிக்கு அக்னி விண்ணில் கிளம்பியது. பிசிரற்ற கச்சிதமான நிகழ்வாக அது அமைந்தது. திட்டமிட்ட பாதையில் பயணித்தது. ஏவுதல் தொடர்பான அனைத்துத் தேவைகளும் முழுமையாக நிறைவேறின. மோசமான தூக்கத்திலிருந்து எழுந்து அழகான விடியலை எதிர்கொள்வதைப் போல இருந்தது. பல்வேறு பணிக்களங்களில் ஐந்து ஆண்டுகள் அயராமல் பணிபுரிந்து இந்த ஏவுதளத்திற்கு வந்துசேர்ந்திருக்கிறோம். கடந்த ஐந்து வாரங்களில் அடுத்தடுத்துக் கடுமையான சோதனைகள் வந்தாலும் அவற்றையெல்லாம் தாண்டிவந்தோம். திட்டத்தை நிறுத்திவிடுவதற்காகச் சகல திசைகளிலிருந்தும் வந்த அழுத்தத்தை எதிர்த்து நின்றோம். இறுதியில் வென்றோம். என் வாழ்வின் மகத்தான தருணங்களில் ஒன்று அது. வெறும் 600 வினாடிகளில் நிகழ்ந்த அழகான அந்த விண்ணேற்றம் எங்கள் சோர்வையெல்லாம் துடைத்து எறிந்துவிட்டது. ஆண்டுக்கணக்கில் நாங்கள் மேற்கொண்ட உழைப்பு அற்புதமான பலனைத் தந்திருக்கிறது. அன்றிரவு என் நாட்குறிப்பில் இப்படி எழுதினேன்:

தீய சகுனங்களைத் தவிர்க்கவோ
உன் வலிமையைப் பறைசாற்றவோ
ஏவப்படும் கருவியாக
அக்னியைப் பார்க்காதே;
அது இந்தியனின் இதயத்தில்
எரியும் நெருப்பு.
அதை வெறும் ஏவுகணையாகக் கருதாதே,
அது இந்தத் தேசத்தின் பெருமிதம்;
அதனால்தான் அது
பிரகாசமாக ஒளிர்கிறது.

"சுயசார்பின் மூலம் நம் நாட்டின் சுதந்திரத்தையும் பாதுகாப்பையும் உறுதிசெய்துகொள்வதற்கான நமது தொடர்ச்சியான முயற்சிகளின் மகத்தான சாதனை இது. அக்னியின் மூலம் வெளிப்பட்ட தொழில்நுட்பச் சாதனை நாட்டின் பாதுகாப்புக்காக மேம்பட்ட தொழில்நுட்பத்தை உள்நாட்டிலேயே உருவாக்குவதில் நமக்கு இருக்கும் பற்றுறுதியின் பிரதிபலிப்பு" என்று பிரதமர் ராஜீவ் காந்தி கூறினார். "உங்கள் முயற்சிகளால் இந்த நாடே பெருமை கொள்கிறது" என்று பிரதமர் என்னிடம் கூறினார். அக்னி ஏவுகணையின் வெற்றியைத் தன்னுடைய கனவின் செயல் வடிவமாகக் கண்டார் குடியரசுத் தலைவர் ஆர். வெங்கட்ராமன். "உங்கள் அர்ப்பணிப்பு, கடின உழைப்பு, திறமை ஆகிய வற்றுக்கான பரிசு இது" என்று சிம்லாவிலிருந்து எனக்குத் தந்தி அனுப்பினார்.

சுயநல சக்திகள் இந்தத் தொழில்நுட்பச் சாதனை குறித்துப் பல்வேறு அவதூறுகளையும் தவறான தகவல்களையும் பரப்பின. அக்னி அணு ஆயுதத்திற்கான சாதனமாக மட்டும் ஒருபோதும் கருதப்பட்டதில்லை. அணு அல்லாத ஆயுதங் களைத் தொலை தூரங்களில் இருக்கும் இலக்குகள்மீது துல்லியமாக வீசுவதற்கான ஏவுகணையாகவே கருதப்பட்டது. அணு ஆயுதம் அல்லாத போர்முறை என்ற அளவில் அது சமகாலப் பாதுகாப்பு வியூகங்களுக்கு மிகவும் பொருத்தமான தாக அமைந்தது.

அக்னி சோதனையால் பல நாடுகள் கோபமடைந்தன. இந்தியாவிற்கான ஏவுகணை தொடர்பான தொழில் நுட்பங்களையும் இரட்டை நோக்கங்களுக்குப் பயன்படக் கூடிய தொழில்நுட்பங்களையும் வழங்குவதையும் சர்வதேச நிதி உதவிகளையும் நிறுத்தப்போவதாக அமெரிக்க நாடாளுமன்ற உறுப்பினர்கள் அச்சுறுத்தியதாகப் பிரபல அமெரிக்கப் பாதுகாப்பு இதழ் ஒன்று கூறியிருந்தது.

இந்தியா மேற்கு ஜெர்மனியின் உதவியோடு அக்னியைத் தயாரித்ததாக ஏவுகணைகள், போர் ஆயுதங்கள் தொழில் நுட்பத்தின் நிபுணராகக் கருதப்படும் கேரி மில்ஹோலின் *(Gary Milhollin)* தி வால்ஸ்ட்ரீட் ஜர்னல் இதழில் எழுதியிருந்தார். ஜெர்மனியின் விண்வெளி ஆய்வு நிறுவனம் அக்னியின் வழிகாட்டு அமைப்பு, முதல் கட்ட ராக்கெட், ஏவுகணையின் முனைப்பகுதியாகிய அக்னியின் காற்று இயக்க மாதிரி ஜெர்மன் மையத்தில் சோதிக்கப்பட்டது என்றும் எழுதியிருந்ததைப் படித்து வாய்விட்டுச் சிரித்தேன். ஜெர்மன் விண்வெளி ஆராய்ச்சி நிறுவனம் அதை உடனடியாக மறுத்தது. அக்னிக்கான வழிகாட்டு மின்னணு அமைப்பை பிரான்ஸ் தந்திருக்கும் என்னும் யூகத்தையும் அது வெளியிட்டது. 1962இல் நான் வாலப்ஸ் தீவில் நான்கு மாதங்கள் தங்கியிருந்தபோது அக்னிக்குத் தேவையானவற்றையெல்லாம் அங்கிருந்து பெற்றுக்கொண்டதாக அமெரிக்க செனட் உறுப்பினர் ஜெஃப் பிங்கமன் கூறியிருந்தார். 25 ஆண்டுகளுக்கு முன்பு நான் வாலப்ஸ் தீவுக்குப் போயிருந்தேன். அக்னியில் நாங்கள் பயன்படுத்திய தொழில்நுட்பம் அந்தக் காலகட்டத்தில் அமெரிக்காவிலேயே இல்லை.

இன்றைய உலகில் தொழில்நுட்பரீதியில் நாம் பின்தங்கி யிருந்தால் பிற நாடுகள் நம்மீது ஆதிக்கம் செலுத்தும். நமது சுதந்திரத்தைச் சமரசம் செய்துகொள்ள முடியுமா? இந்த அச்சுறுத்தலுக்குப் பணியாமல் நமது தேசத்தின் பாதுகாப்பையும் ஒற்றுமையையும் கட்டிக் காக்க வேண்டியது நமது தவிர்க்க முடியாத கடமை. ஏகாதிபத்தியத்திலிருந்து விடுதலை பெறுவதற்காகப் போராடிய நமது முன்னோர்கள் நமக்கு அளித்திருக்கும் பொறுப்பை நாம் நிறைவேற்ற வேண்டாமா? தொழில்நுட்பத்தில் சுயசார்பை அடைந்தால்தான் அவர்களுடைய கனவை நம்மால் நனவாக்க முடியும்.

தேசத்தைப் பாதுகாக்கவும் நம்மைச் சுற்றியுள்ள நாடுகளில் நடக்கும் கொந்தளிப்புகளிடமிருந்து நமது ஜனநாயகத்தைக் காப்பாற்றவும் நமது விவகாரங்களில் அன்னியத் தலையீடு களைத் தடுத்து நிறுத்தவும் இந்திய ராணுவம் தற்காப்பு அணுகுமுறையையே பின்பற்றிவந்தது. அக்னி சோதனை நடக்கும்வரை இந்த நிலைதான் இருந்தது. தன்மீது யாரும் போரைத் திணிக்காமல் தடுத்துக்கொள்ளும் திறனை அக்னி ஏவுகணையின் மூலம் இந்தியா பெற்றது.

அக்னி ஏவப்பட்டதுடன் IGMDP திட்டத்தின் ஐந்து ஆண்டுகள் நிறைவடைந்தன. விண்வெளியில் மறுநுழைவுத் தொழில்நுட்பம் என்னும் முக்கியமான களத்தில் தனது

தகுதியை இந்தியா நிரூபித்துவிட்டது. பிருத்வி, திரிசூல் போன்ற தந்திரோபாய ஏவுகணைகளைச் சோதித்துப்பார்த்துவிட்டது. நாக், ஆகாஷ் ஆகியவை சர்வதேச அளவில் போட்டியே இல்லாத களங்களில் இந்தியாவின் திறனை அதிகரிக்கச்செய்யும். இந்த இரண்டு ஏவுகணைகளிலும் பெரிய அளவிலான தொழில்நுட்பச் சாதனையை எட்டுவதற்கான கூறுகள் அடங்கியிருந்தன. இவற்றில் மேலும் தீவிரமாகக் கவனம் செலுத்த வேண்டிய தேவை இருந்தது.

*1989*இல் பம்பாயில் உள்ள மகாராஷ்டிர அறிவியல் கல்வி நிலையத்தில் ஜவஹர்லால் நேரு நினைவுச் சொற்பொழிவு ஆற்றுவதற்காக எனக்கு அழைப்பு விடுத்திருந்தார்கள். வானிலிருந்து வானில் உள்ள இலக்கைத் தாக்கும் 'அஸ்த்ரா' (அஸ்திரம்) ஏவுகணையை உள்நாட்டிலேயே தயாரிப்பதற்கான என் திட்டத்தை இளம் அறிவியலாளர்களிடம் பகிர்ந்து கொள்ள இந்த வாய்ப்பைப் பயன்படுத்திக்கொண்டேன். இலகு ரகப் போர் விமானத்தை இந்தியாவிலேயே உருவாக்கும் திட்டத்துடன் இதுவும் இணைந்துகொள்ளும் என்றேன். நாக் ஏவுகணைக்காக அகச் சிவப்புக் கதிர்களை அடையாளம் காணும் தொழில்நுட்பத்திலும் மிக நுட்பமான அலைகளைக் *(Millimetric Wave)* கொண்ட ரடார் தொழில்நுட்பத்திலும் நாம் பெற்றுள்ள முன்னேற்றம் ஏவுகணைத் தொழில்நுட்பத்தில் சர்வதேச ஆய்வு–மேம்பாட்டுக் களத்தில் நம்மை உயரத்தில் நிறுத்தியிருக்கிறது என்று அவர்களிடம் சொன்னேன். மறுநுழைவுத் தொழில்நுட்பத்தில் நிபுணத்துவம் பெறுவதில் கரிமப் பொருள்கள் உள்ளிட்ட கலவைப் பொருட்கள் வகித்த முக்கியமான பங்கையும் எடுத்துரைத்தேன். நம்மை முன்னேற விடாமல் முடக்கிவைத்திருந்த தொழில்நுட்பப் பின்னடைவி லிருந்து விடுபடவும் தொழில் வளர்ச்சி பெற்ற நாடுகளை அண்டிப் பிழைக்கும் நிலையிலிருந்து மீளவும் நாடு முடிவு செய்த நேரத்தில்தான் பிரதமர் இந்திரா காந்தி அக்னி திட்டத்தைத் தொடங்கிவைத்தார்.

1988 செப்டம்பரில் விண்ணில் கிளம்பிய இரண்டாவது பிருத்வி ஏவுகணையும் வெற்றிபெற்றது. இன்று தரையிலிருந்து தரைக்குச் செல்லும் ஏவுகணைகளில் உலகிலேயே சிறந்த ஏவுகணை பிருத்வி என்பது நிரூபணமாகியிருக்கிறது. அது *1000* கிலோ எடையுள்ள குண்டுகளை *250* கிலோமீட்டர் தொலைவுக்குச் சுமந்து சென்று திட்டமிட்ட இலக்கின் மீது *50* மீட்டர் சுற்றளவுக்குள் துல்லியமாகத் தாக்கும். கணினியின் மூலம் வெவ்வேறு எடை கொண்ட குண்டுகள், வெவ்வேறு தொலைவுகள் எனப் பலவிதமான கலவைகளில் இதைச்

செயல்படவைக்க முடியும். மிகக் குறுகிய காலத்தில் போர்க்களச் சூழலில் இதைச் செய்ய முடியும். வடிவமைப்பு, செயல்பாடுகள் என அனைத்திலும் இது முழுக்க முழுக்க இந்தியத் தயாரிப்பு. ஏவுகணை தயாராகிக்கொண்டிருக்கும்போதே இதைப் பெரும் எண்ணிக்கையில் உற்பத்தி செய்வதற்கான வசதிகளையும் உருவாக்கிவிட்டோம். அபாரமான இந்த முயற்சிகளின் பலன்களை உடனடியாக உணர்ந்துகொண்ட ராணுவம் பிருத்வி, திரிசூல் ஏவுகணைகளுக்கான ஆர்டர்களை வழங்கியது. இதற்கு முன் இப்படி நடந்ததில்லை.

IV

சிந்தனை
[1990- 1991]

நாம் படைக்கிறோம் அழிக்கிறோம்
மீண்டும் படைக்கிறோம்
யாரும் அறியாத வடிவங்களில்

– அல் வகுயா
திருக்குர்ஆன் 56 : 61

15

ஏவுகணைத் திட்டத்தின் வெற்றியை 1990, குடியரசு தினத்தன்று நாடு கொண்டாடியது. டாக்டர் அருணாசலத்திற்கும் எனக்கும் அரசு பத்ம விபூஷண் விருது வழங்கியது. என்னுடைய சகாக்களான ஜே.சி. பட்டாச்சார்யாவும் ஆர்.என். அகர்வாலும் பத்மஸ்ரீ விருது பெற்றார்கள். சுதந்திர இந்தியாவின் வரலாற்றில் ஒரே அமைப்பைச் சேர்ந்த பல அறிவியலாளர்கள் தேசிய விருதுப் பட்டியலில் இடம்பெற்றது இதுவே முதல் முறை. பத்தாண்டுகளுக்கு முன் பெற்ற பத்ம பூஷண் நினைவுகள் உயிர்பெற்றன. பத்தடி அகலமும் பன்னிரண்டடி நீளமும் கொண்ட ஒரு அறையில், புத்தகங்கள், காகிதங்கள், வாடகைக்கு எடுத்த சில அறைக்கலன்கள் ஆகியவை கொண்ட அறையில்தான் இப்போதும் வாழ்ந்துவந்தேன். ஒரே ஒரு வித்தியாசம், முன்பு என் அறை திருவனந்தபுரத்தில் இருந்தது, இப்போது ஹைதராபாதில். உணவகத்திலிருந்து காலை உணவான இட்லியும் மோரும் கொண்டுவந்தவர் புன்னகையின் மூலம் விருதுக்கு மௌனமாக வாழ்த்துத் தெரிவித்தார். என் நாட்டு மக்கள் அளித்த அறிந்தேற்பு என்னை நெகிழச்செய்தது. பெரும் எண்ணிக்கையிலான அறிவியலாளர்களும் பொறியாளர்களும் வெளிநாட்டில் அதிகப் பணம் ஈட்ட இந்தியாவை விட்டு வெளியேறுகிறார்கள். அவர்கள் நிச்சயமாக அதிக வருமானம் பெறுவார்கள் என்பது உண்மைதான். ஆனால் சொந்த நாட்டு மக்களிடமிருந்து கிடைக்கும் இந்த அன்பையும் மரியாதையையும் பணத்தால் ஈடுகட்ட முடியுமா?

சிறிது நேரம் தனியாக அமர்ந்தபடி மௌனமாகச் சிந்தித்துக்கொண்டிருந்தேன். ராமேஸ்வரத்தின் மணல், கிளிஞ்சல்கள்,

ராமநாதபுரத்தின் அய்யாதுரை சாலமன் காட்டிய அக்கறை, திருச்சியில் மறைத்திரு செக்குரிரா, சென்னையில் பேராசிரியர் பண்டாலை ஆகியோரின் வழிகாட்டுதல், பெங்களூரில் டாக்டர் மெதிராட்டாவின் ஊக்கம், பேராசிரியர் மேனனுடன் ஹோவர்கிராஃப்ட் சவாரி, பேராசிரியர் சாராபாயுடன் தில்பட் மலைத்தொடருக்கு விடியலுக்கு முன்பு சென்ற பயணம், SLV–3 தோல்வியுற்ற நாளில் டாக்டர் பிரம்ம பிரகாஷின் பரிவான தொடுகை, SLV–3 வெற்றியால் தேசிய அளவில் உருவான மகிழ்ச்சி, திருமதி இந்திரா காந்தியின் பாராட்டுப் புன்னகை, SLV வெற்றிக்குப் பிறகு DRDO, IGMDPக்கு அழைத்ததில் டாக்டர் ராமண்ணா என்மீது வைத்த நம்பிக்கை, இமாரத் சோதனை மையம் (RCI), பிருத்வி, அக்னி ஆகியவை பிறந்தது என நினைவுகளின் வெள்ளம் பொங்கியது. இந்த மனிதர்கள் எல்லாம் இப்போது எங்கே? என் தந்தை, பேராசிரியர் சாராபாய், டாக்டர் பிரம்ம பிரகாஷ்? அவர்களைச் சந்தித்து என் மகிழ்ச்சியைப் பகிர்ந்துகொள்ள விரும்பினேன். நீண்ட காலம் கழித்துத் தன் குழந்தையைப் பார்க்கும் பெற்றோர் அந்தக் குழந்தையைக் கட்டித் தழுவிக்கொள்வதைப் போலச் சொர்க்கத்தின் தந்தைவழி சக்திகளும் இயற்கையின் தாய்வழி சக்திகளும் பிரபஞ்ச சக்திகளும் என்னை அரவணைத்துக் கொள்வதை உணர்ந்தேன். என் நாட்குறிப்பில் இப்படி எழுதினேன்:

என் பிரியத்துக்குரிய எண்ணங்களே விலகி இருங்கள்
இனியும் என் ஆன்மாவைத் துன்புறுத்த வேண்டாம்!
என் இரவுகளையும் பகல்களையும் வேலை விழுங்கிக்கொண்டது
எனினும் அவை ராமேஸ்வரத்தின் கடற்கரையை
நினைவுபடுத்துகின்றன
கனவுகள் சுமந்த என் பார்வையை அவை வேட்டையாடுகின்றன

பதினைந்து நாட்களுக்குப் பிறகு, அய்யரும் அவரது குழுவினரும் நாக் ஏவுகணைத் திட்டத்தை வெற்றிகரமாகச் செயல்படுத்தினார்கள். அடுத்த நாளே அவர்கள் மீண்டும் அந்தச் சாதனையை நிகழ்த்தினார்கள். இதன் மூலம் முதல் முதலாக முழுக்க முழுக்க இந்தியாவிலேயே தயாரான பல்வேறு சாதனங்களை உள்ளடக்கிய விமானத்தையும் எரிபொருள் அமைப்பையும் இரண்டு முறை வெற்றிகரமாகச் சோதித்து விட்டார்கள். இந்தச் சோதனைகள் இந்தியாவிலேயே தயாரான வெப்ப பேட்டரிகளின் மதிப்பையும் நிரூபித்தன.

உலகின் எந்தவொரு அதிநவீன தொழில்நுட்பத்திற்கும் இணையாக வெளிப்புறத் தலையீடு இல்லாமலேயே தாக்கும் திறன் (fire-and-forget) கொண்ட மூன்றாம் தலைமுறை பீரங்கித்

தகர்ப்பு ஏவுகணை அமைப்பைக் கொண்ட நாடு என்னும் நிலையை இந்தியா எட்டியது. பல்வேறு தொழில்நுட்பங்களை ஒன்றிணைக்கும் செயல்முறையை உள்நாட்டிலேயே மேற்கொள்ளும் முயற்சி முக்கியமான மைல்கல்லை எட்டியது. நாக் ஏவுகணையின் வெற்றி, அக்னியின் வெற்றிகரமான வளர்ச்சிக்கு வழிவகுத்த கூட்டமைப்பு அணுகுமுறையின் செயல்திறனையும் உறுதிப்படுத்தியது.

இரண்டு முக்கியத் தொழில்நுட்பங்களை நாக் பயன்படுத்து கிறது. ஒன்று இமேஜிங் இன்ஃப்ரா ரெட் (IIR) அமைப்பு. இன்னொன்று மில்லிமெட்ரிக் அலை (MMW) தேடும் ரடாரைத் தன் வழிகாட்டும் கண்ணாகக் கொண்டிருத்தல். நாட்டிலுள்ள எந்த ஒரு ஆய்வகமும் இந்த அதிநவீன அமைப்புகளை உருவாக்கும் திறனைக் கொண்டிருக்கவில்லை. ஆனால் வெற்றி பெறுவதற்கான உந்துதல் இருந்தது. அது மிகவும் பயனுள்ள கூட்டு முயற்சியாகக் கனிந்தது. சண்டிகரில் உள்ள குறைக்கடத்தி (Semi Conductor) வளாகம் இணைந்த, மின்தேக்கிகளின் வரிசையைக் கொண்ட ஒருங்கிணைந்த சுற்று (Charge Coupled Devices - CCD) வரிசையை உருவாக்கியது. இது டிஜிட்டல் இமேஜிங்கில் பயன்படும் முக்கியமான தொழில்நுட்பம். தில்லியில் உள்ள திட இயற்பியல் ஆய்வகம் அகச்சிவப்புக் கதிர்களைக் கண்டறியும் ரசாயனக் கலவை யான மெர்குரி காட்மியம் டெல்லூரைடு டிடெக்டர்களை உருவாக்கியது. தில்லியிலுள்ள பாதுகாப்புத் துறை அறிவியல் மையம் (Defence Science Centre) ஜூல்ஸ் தாம்சன் விளைவின் அடிப்படையில் குளிரூட்டும் முறையை முழுக்க முழுக்க உள்நாட்டுத் தயாரிப்பாக உருவாக்கியது. டேராடூனில் உள்ள பாதுகாப்புத் துறை மின்னணு பயன்பாட்டு ஆய்வகம் (Defence Electronics Application Laboratory) டிரான்ஸ்மீட்டர் ரிசீவரின் முன்பகுதியை வடிவமைத்தது.

சிறப்பு கேலியம் ஆர்சனைடு துப்பாக்கி, ஷாட்கி பேரியர் மிக்சர் டையோட்கள், நுட்பமான திறன் கொண்ட ஆன்டெனா அமைப்பு ஆகிய உயர் தொழில்நுட்பச் சாதனங்களை இந்தியா வாங்குவதற்குத் தடைவிதிக்கப்பட்டிருந்தது. ஆனால் சர்வதேசக் கட்டுப்பாடுகளால் புதுமைகளை அடக்க முடியாது.

அதே மாதத்தில் மதுரை காமராசர் பல்கலைக்கழகத்தில் பட்டமளிப்பு நிகழ்ச்சியில் உரையாற்றச் சென்றேன். நான் மதுரையை அடைந்ததும், எனது உயர்நிலைப் பள்ளி ஆசிரிய ரான அய்யாதுரை சாலமனைப் பற்றி விசாரித்தேன். எண்பது வயதைக் கடந்துவிட்ட அவர் இப்போது ரெவரெண்ட்

ஆகிவிட்டிருந்தார். அவர் மதுரையின் புறநகர்ப் பகுதியில் வசிப்பதாகச் சொன்னார்கள். வாடகைக் கார் பிடித்து அவர் வீட்டைத் தேடினேன். அன்றைய தினம் நான் பட்டமளிப்பு உரையை வழங்கவிருப்பது அருட்தந்தை சாலமனுக்குத் தெரியும். ஆனால் அவரால் அங்கு வர இயலாது. ஆசிரியருக்கும் மாணவருக்கும் இடையே நடந்த சந்திப்பு மனதை நெகிழச்செய்தது. பட்டமளிப்பு விழாவிற்கு அவரை அழைத்துச்சென்றேன். விழாவுக்குத் தலைமை வகித்த தமிழக ஆளுநர் டாக்டர் பி.சி. அலெக்சாண்டர், தனது மாணவனை மறக்காமல் இருந்த அந்த ஆசிரியரைக் கண்டு மிகவும் மனம் நெகிழ்ந்து, அவரை மேடைக்கு வருமாறு கேட்டுக்கொண்டார்.

“ஒவ்வொரு பல்கலைக்கழகத்தின் ஒவ்வொரு பட்டமளிப்பு நாளும் புதிய ஆற்றலின் கதவுகளைத் திறந்துவிடுவது போன்றது. இந்த ஆற்றலை நிறுவனங்கள், அமைப்புகள், தொழில்துறை ஆகியவை பயன்படுத்திகொள்ளும்போது அது தேசத்தைக் கட்டியெழுப்ப உதவுகிறது” என்று நான் இளம் பட்டதாரிகளிடம் கூறினேன். சுமார் அரை நூற்றாண்டுக்கு முன்பு அருட்தந்தை சாலமன் கூறிய சொற்களை எதிரொலிப்ப தாக உணர்ந்தேன். சொற்பொழிவுக்குப் பிறகு என் ஆசிரியரின் முன் தலைவணங்கி, “பெரிதாகக் கனவு காண்பவர்களின் பெரிய கனவுகள் எப்பொழுதும் நிறைவேறும்” என்று சொன்னேன். “நான் காட்டிய இலக்குகளை அடைவதோடு நீ நிற்கவில்லை, கலாம்! அதையெல்லாம் தாண்டிச் சென்றுவிட்டாய்” என்று சொல்லும்போது உணர்ச்சிப் பெருக்கால் அவர் தொண்டை அடைத்துக்கொண்டது.

அடுத்த மாதம் திருச்சியில் இருந்தேன். அந்த வாய்ப்பைப் பயன்படுத்திக்கொண்டு புனித ஜோசப் கல்லூரிக்குச் சென்றேன். அருட்தந்தை சிக்குரியா திருத்தந்தை எர்ஹார்ட், பேராசிரியர் சுப்ரமணியம், பேராசிரியர் அய்யம்பெருமாள் கோனார், பேராசிரியர் தோத்தாத்ரி ஐயங்கார் ஆகியோரை அங்கே காண முடியவில்லை, ஆனால் புனித ஜோசப் கட்டிடத்தின் கற்கள் அந்தப் பெரிய மனிதர்களின் ஞானத்தின் அடையாளங்களை இன்னமும் தாங்கியிருப்பதாகத் தோன்றியது. செயின்ட் ஜோசப் பற்றிய எனது நினைவுகளை இளம் மாணவர்களுடன் பகிர்ந்துகொண்டேன். என்னைச் செதுக்கிய ஆசிரியர்களுக்கு அஞ்சலி செலுத்தினேன்.

நாட்டின் நாற்பத்தி நான்காவது சுதந்திர தினத்தை ஆகாஷ் ஏவுகளைச் சோதனையின் மூலம் கொண்டாடினோம். பிரஹலாதாவும் அவரது குழுவும் கூட்டு மாற்றியமைக்கப்பட்ட இரட்டை அடிப்படை உந்துசக்தியை அடிப்படையாகக்

கொண்ட புதிய திட எரிபொருள் அமைப்பை மதிப்பீடு செய்தனர். அதற்கு முன்பு இருந்திராத அளவு உயர் ஆற்றலைக் கொண்ட இந்த எரிபொருள், தரையிலிருந்து வானுக்கு நீண்ட தூரம் செல்லக்கூடிய ஏவுகணைகளை உருவாக்குவதற்கு முக்கியமானது. பாதிக்கப்படக்கூடிய பகுதிகளில் தரையிலிருந்த படியே நமது வானவெளியைப் பாதுகாப்பதில் முக்கியமான நடவடிக்கையாக இது அமைந்தது.

1990ஆம் ஆண்டின் இறுதியில், ஜாதவ்பூர் பல்கலைக்கழகம் சிறப்புப் பட்டமளிப்பு விழாவில் டாக்டர் ஆஃப் சயின்ஸ் விருதை எனக்கு வழங்கியது. அதே விழாவில் புகழ்பெற்ற நெல்சன் மண்டேலாவும் கௌரவிக்கப்பட்டார். அவருடைய பெயருடன் எனது பெயரும் குறிப்பிடப்பட்டதைக் கண்டு நான் சற்று வெட்கமடைந்தேன். மண்டேலா போன்ற ஒரு மகத்தான நாயகனுடன் எனக்குப் பொதுவான அம்சம் என்ன இருக்க முடியும்? ஒருவேளை அது எங்கள் பணிகளில் நாங்கள் காட்டிய விடாமுயற்சியாக இருக்கலாம். என் நாட்டில் ராக்கெட் தொழில்நுட்பத்தை முன்னேற்றுவதற்கான எனது நோக்கம், மனித குலத்தின் பெரும் திரள் கண்ணியமான வாழ்வைப் பெறுவதற்கான மண்டேலாவின் பணியுடன் ஒப்பிடும்போது ஒன்றுமில்லை. ஆனால் எங்கள் உணர்வுகளின் தீவிரத்தில் எந்த வித்தியாசமும் இல்லை. "விரைவான ஆனால் செயற்கையான மகிழ்ச்சியின் பின்னால் ஓடுவதைவிடவும் திடமான சாதனைகளை செய்வதில் அதிக அர்ப்பணிப்புடன் இருங்கள்" என்று அங்கு கூடியிருந்த இளைஞர்களிடம் கூறினேன்.

1991ஆம் ஆண்டை DRDL, இமாரத் ஆய்வு மையம் ஆகிய அமைப்புகளின் முனைப்புக்கான ஆண்டாக ஏவுகணை கவுன்சில் அறிவித்தது. IGMDP திட்டப்பணியில் ஒருங்கிணைந்த பொறியியலைப் பின்பற்ற முடிவுசெய்தோம். அது மிகவும் கடினமான பாதை. ப்ரித்வி, திரிசூல் சோதனைகள் முடிவடைந்த தால் இப்போது ஒருங்கிணைந்த பொறியியல் சோதனையில் உள்ளது. இந்த வருடத்திற்குள் பயனர் சோதனைகளைத் தொடங்குமாறு சக ஊழியர்களுக்கு நான் அறிவுறுத்தினேன். இது கடினமான பணியாக இருக்கும் என்று எனக்குத் தெரியும், ஆனால் நாங்கள் பின்வாங்க மாட்டோம்.

ரியர் அட்மிரல் மோகன் ஓய்வுபெற்றார். அவருக்கு அடுத்த நிலையில் இருந்த கபூர், திரிசூல் ஏவுகணைக்குப் பொறுப்பேற்றார். ஏவுகணைக்கான வழிகாட்டுக் கட்டளை குறித்த மோகனின் புரிதலை நான் எப்போதும் வியப்பதுண்டு. மாலுமியாகவும் ஆசிரியராகவும் அறிவியலாளராகவும்

விளங்கிய இவரால் இந்தத் துறையில் நாட்டில் உள்ள வேறு எந்த வல்லுநரையும் விஞ்சிவிட முடியும். திரிசூல் ஏவுகணை தொடர்பான கூட்டங்களின்போது ஏவுகணைக்கும் அது தாக்க வேண்டிய இலக்கிற்குமான தொடர்புக்கு (Command Line of Sight - CLOS) வழிகாட்டும் அமைப்பின் பல்வேறு அம்சங்களைப் பற்றி அவர் பேசியதை நான் எப்போதும் நினைவில் கொள்கிறேன். ஒருமுறை, IGMDP திட்ட இயக்குநரின் அவலங்களை எடுத்துக்காட்டத் தான் இயற்றிய ஒரு கவிதையை என்னிடம் காட்டினார். உணர்ச்சிகளுக்கு வடிகால் தேட இது நல்லதொரு வழி:

கழுத்தை நெருக்கும் காலக்கெடு,
குவிந்து கிடக்கும் வேலைகள்...
எனக்குப் பைத்தியம் பிடிக்கிறது
விளக்கக் காட்சிகளைத் தயாரிக்கும் வேலை
துயரத்தைக் கூட்டுகிறது
இவற்றால் தீர்வு கிடைக்குமா?
கடவுளுக்குத்தான் வெளிச்சம்
விடுமுறை நாட்களிலும் இரவு நேரங்களிலும்
நடக்கும் கூட்டங்களால்
என் குடும்பம் நொந்துபோனது
என்னோடு சண்டைபோடக் காத்திருக்கிறது

முடியைப் பிய்த்துக்கொள்ளக்
கை பரபரக்கிறது
அடக் கஷ்டமே!
அங்கே முடியே இல்லை

நான் அவரிடம், “என்னுடைய பிரச்சனைகள் எல்லா வற்றையும் DRDL, இமாரத் ஆய்வு மையம் உள்ளிட்ட பங்கேற்பு ஆய்வகங்களில் உள்ள எனது சிறந்த குழுக்களிடம் ஒப்படைத்து விட்டேன். எனவே என் தலையில் முடி நிறைய உள்ளது” என்றேன்.

1991ஆம் ஆண்டு மிகவும் மோசமாகத் தொடங்கியது. 1991 ஜனவரி 15 இரவு, ஈராக்கிற்கும் அமெரிக்கா தலைமையிலான நேச நாட்டுப் படைகளுக்கும் இடையே வளைகுடாப் போர் வெடித்தது. அந்த நேரத்தில் இந்திய வானத்தை ஆக்கிரமித்த செயற்கைக்கோள் தொலைக்காட்சிகள் ராக்கெட்டுகள், ஏவுகணைகள் குறித்து ஒட்டுமொத்த தேசத்தின் கற்பனையைத் தூண்டிவிட்டன. மக்கள் தேநீர்க் கடைகளிலும் உணவகங் களிலும் ஸ்கட்ஸ், பேட்ரியாட் போன்ற ஏவுகணைகள் பற்றி விவாதிக்கத் தொடங்கினார்கள். குழந்தைகள் அமெரிக்கத் தொலைக்காட்சிகளைப் பார்த்துவிட்டு ஏவுகணை வடிவி லான காகிதப் பட்டைகளைப் பறக்கவிட்டுப் போர்

விளையாட்டுகளை விளையாடினார்கள். வளைகுடாப் போர் நடந்துகொண்டிருந்தபோது பிருத்வி, திரிசூல் ஆகிய ஏவுகணைகளின் வெற்றிகரமான சோதனைகள் தேசத்தை ஆசுவாசப்படுத்தின. ப்ரித்வி, திரிசூல் ஏவுகணைகளின் திறன்கள்பற்றிச் செய்தித்தாள்களில் வந்த கட்டுரைகள் பரவலான விழிப்புணர்வை ஏற்படுத்தின. வளைகுடாப் போரில் செயல்பட்ட ஏவுகணைகளுக்கும் நமது ஏவுகணைகளுக்கும் இடையே உள்ள ஒற்றுமையை நாடு விரைவாக உணர்ந்து கொண்டது. ப்ரித்வி ஸ்கட்ஸைவிட மேலானதா, ஆகாஷால் பேட்ரியாட்டைவிடச் சிறப்பாகச் செயல்பட முடியுமா என்றெல்லாம் பலரும் என்னிடம் கேட்டார்கள். நிச்சயமாக என்று நான் சொன்னபோது அவர்களின் முகங்கள் பெருமிதத்துடனும் திருப்தியுடனும் பிரகாசிக்கும்.

எண்பதுகளிலும் தொண்ணூறுகளிலும் உருவான தொழில் நுட்பங்களைப் பயன்படுத்தி உருவாக்கப்பட்ட போர்ச் சாதனங்களை நேச நாட்டுப் படைகள் பயன்படுத்தியதால் குறிப்பிடத்தக்க அளவில் தொழில்நுட்பரீதியான சாதகம் அவற்றுக்கு இருந்தன. ஈராக்கோ அறுபதுகள், எழுபதுகளைச் சேர்ந்த பழைய ஆயுதங்களுடன் போராடிக்கொண்டிருந்தது.

தொழில்நுட்பத்தின் மூலம் விஞ்சியிருத்தல் – இதுதான் நவீன உலக அமைப்பின் அடிப்படை. சமகாலத் தொழில் நுட்பம் எதிரிக்குக் கிடக்காமல்செய்து, சமமற்ற மோதலில் தங்கள் ஆதிக்கத்தை நிலைநாட்டுவது. 2000 ஆண்டுகளுக்கு முன்பு சீனப் போர் தத்துவஞானி சன் சூ, எதிரி இராணுவத்தை உடல்ரீதியாக அழிப்பதல்ல, தோல்வியை ஒப்புக்கொள்ளும் வகையில் எதிரியின் மனஉறுதியைக் குலைப்பதே முக்கியம் என்று கூறியிருந்தார். இருபதாம் நூற்றாண்டின் போர் அரங்குகளில் காணப்படும் தொழில்நுட்பத்தின் ஆதிக்கத்தை அவர் முன்கூட்டியே உணர்ந்திருப்பாரோ என்று தோன்றுகிறது. வளைகுடாப் போரில் பயன்படுத்திய மின்னணுப் போருடன் இணைந்த ஏவுகணைப் படை இராணுவ மூலோபாயம் தொடர்பான வல்லுநர்களுக்கு ஆர்வமூட்டக்கூடியதாக இருந்தது. ஏவுகணைகள், மின்னணு, தகவல் போர் ஆகியவை வளைகுடாப் போரில் முக்கியப் பங்கு வகித்தன. இருபத்தி யோராம் நூற்றாண்டின் போர்க்களச் சூழலுக்கான முன்னோட்டமாக வளைகுடாப் போர் அமைந்தது.

இந்தியாவில் இன்றளவும் தொழில்நுட்பம் என்ற சொல் பெரும்பாலான மக்களுக்குப் புகை கக்கும் எஃகு ஆலைகள் அல்லது பெரும் இரைச்சலை எழுப்பும் இயந்திரங்களையே நினைவுபடுத்துகிறது. தொழில்நுட்பம் எதைக் குறிக்கிறது

என்பதை இவை போதிய அளவு உணர்த்துவதில்லை. வரலாற்றின் இடைக்காலத்தில் குதிரையின் கழுத்து வாரைக் (Horse collar) கண்டுபிடித்தது விவசாய முறைகளில் பெரிய மாற்றங்களுக்கு வழிவகுத்தது. பல நூற்றாண்டுகளுக்குப் பிறகு கண்டுபிடிக்கப்பட்ட பெஸ்ஸெமர் உலைபோலவே இதுவும் தொழில்நுட்ப முன்னேற்றம்தான். தொழில்நுட்பத்தில் உத்திகளும், அவற்றைப் பயன்படுத்துவதற்கான இயந்திரங்களும் அடங்கும் (இந்த இயந்திரங்களைப் பயன்படுத்தலாம் அல்லது பயன்படுத்தாமலும் இருக்கலாம்). இரசாயன எதிர்வினைகள் ஏற்படுவதற்கான வழிகள், மீன்களை இனப்பெருக்கம் செய்வதற்கான வழிகள், களைகளை ஒழித்தல், திரையரங்குகளில் ஒளி பாய்ச்சுதல், நோயாளிகளுக்குச் சிகிச்சையளிப்பது, வரலாற்றைக் கற்பித்தல், போர்களில் ஈடுபடுதல் அல்லது அவற்றைத் தடுத்தல் போன்றவையும் தொழில்நுட்பத்தில் அடங்கும்.

இன்று, மிகவும் மேம்பட்ட தொழில்நுட்பச் செயல் முறைகள் அசெம்ப்ளி மையங்களிலோ திறந்த வெளி உலைக் களங்களிலோ மேற்கொள்ளப்படுவதில்லை. சொல்லப் போனால், மின்னணு, விண்வெளித் தொழில்நுட்பம், பெரும்பாலான புதிய தொழில் துறைகள் ஆகியவற்றில் ஒப்பீட்டளவில் அமைதியும் தூய்மையும் நிலவுகின்றன என்பது மட்டுமல்ல; அவை மிகவும் தேவையாகவும் இருக்கின்றன. அசெம்பிளி மையங்களில் ஏகப்பட்ட பணியாளர்களைக் கொண்டு வழக்கமான, எளிய பணிகளைச் செய்வது இன்று வழக்கொழிந்துவிட்டது. தொழில்நுட்பத்தில் ஏற்படும் மாற்றங்களை நாம் உடனுக்குடன் உள்வாங்கிக்கொள்வதற்கு முன்பு தொழில்நுட்பம் குறித்த நமது அடையாளங்கள் மாற வேண்டும். தொழில்நுட்பம் தன்னைத் தானே வளர்த்துக் கொள்கிறது என்பதை நாம் மறந்துவிடக் கூடாது. தொழில்நுட்பம் மேலும் கூடுதலான தொழில்நுட்பத்தைச் சாத்தியமாக்குகிறது.

தொழில்நுட்பத்தில் புதுமை தன்னைத் தானே வலுவூட்டிக் கொள்ளும் சுழற்சியில் ஒன்றாக இணைக்கப்பட்ட மூன்று நிலைகளைக் கொண்டுள்ளது. முதலில், படைப்பாற்றல் கொண்ட நிலை. நடைமுறைப்படுத்தக்கூடிய யோசனையின் வரைபடம் இந்தக் கட்டத்தில் உருவாகிறது. அதன் நடைமுறைப் பயன்பாட்டினால் இது அமலுக்கு வருகிறது. சமூகத்தில் பரவுவது இதன் இறுதிக்கட்டம். இத்துடன் இந்தச் செயல்முறை முடிகிறது. புதிய யோசனையை உள்ளடக்கிய தொழில்நுட்பத்தின் பரவல் புதிய ஆக்கபூர்வமான யோசனைகளை உருவாக்க

உதவும்போது தொழில்நுட்ப உருவாக்கம் என்னும் சுழற்சி நிறைவுபெறுகிறது. இன்று வளர்ந்த நாடுகள் அனைத்தும் இந்தச் சுழற்சியில் உள்ள ஒவ்வொரு படிக்கும் இடையேயான கால இடைவெளியைக் குறைத்துவருகின்றன. இந்தியாவில் அந்தக் கட்டத்தை நோக்கி நாம் முன்னேறிக்கொண்டிருக்கிறோம்.

தொழில்நுட்பரீதியாக மேலான நிலையில் இருந்த நேச நாட்டுப் படைகளின் வெற்றியுடன் வளைகுடாப் போர் முடிவடைந்த பிறகு, DRDL, இமாரத் ஆய்வு மையம் ஆகிய அமைப்புகளின் 500க்கும் மேற்பட்ட அறிவியலாளர்கள் திட்டத்தில் எழுந்த சிக்கல்களைப் பற்றி விவாதிப்பதற்காகக் கூடினார்கள். அங்கே ஒரு கேள்வியை முன்வைத்தேன்: மற்ற நாடுகளுக்குச் சமமாகத் தொழில்நுட்பத்தையோ ஆயுதங் களையோ நம்மால் உருவாக்க முடியுமா? முடியும் என்றால் அதை நாம் செய்ய வேண்டுமா என்று கேட்டேன். பயனுள்ள மின்னணுப் போர்முறையை எவ்வாறு நிறுவுவது போன்ற பல தீவிரமான கேள்விகளுக்கு அந்த விவாதம் வழிவகுத்தது. ஏவுகணை உருவாக்கும் பணியை அதே அளவுக்குத் தேவையான இலகுரகப் போர் விமானம்போன்ற அமைப்புகளுடன் இணைத்து எவ்வாறு விரைவாக மேற்கொள்வது, பணியை முன்னோக்கி உந்தித் தள்ளுவதன் மூலம் முன்னேற்றம் காணக் கூடிய முக்கியமான பகுதிகள் யாவை என்னும் கேள்விகளும் எழுந்தன.

மூன்று மணிநேரம் நடந்த உயிர்ப்பான விவாதத்தின் முடிவில் ஒருமித்த கருத்து ஒன்று தோன்றியது. மற்ற நாடுகளின் ராணுவ வலிமை இணையான வலிமையை நாமும் பெறுவது இயலாத காரியம். ஆனால் நமக்கு எதிரியாக இருக்கக் கூடிய நாட்டில் குறிப்பிட்ட சில பிரிவுகளில் உள்ள வலிமையை நாமும் பெற்றாக வேண்டும் என்ற முடிவுக்கு வந்தோம். குறிப்பிட்ட இலக்கைத் துல்லியமாகத் தாக்குவதில் பிருத்வியில் இருக்கும் குறைபாட்டினைப் போக்குவது, திரிசூலில் கே பாண்ட் வழிகாட்டும் சாதனத்தை மேம்படுத்துவது, அந்த ஆண்டின் முடிவுக்குள் அக்னியைக் கட்டுப்படுத்தும் அமைப்புகளை உருவாக்குவது என்று அறிவியலாளர்கள் உறுதிபூண்டார்கள். அந்த உறுதியை நிறைவேற்றவும் செய்தார்கள். நாக் ஏவுகணையைக் குழாயிலிருந்து செலுத்தியதும் கடல் மட்டத்திற்கு மேல் ஏழு மீட்டர் உயரத்தில் ஒலியைப் போல மூன்று மடங்குக்கும் கூடுதலான வேகத்தில் திரிசூல் ஏவுகணையை ஏவியதும் அந்த ஆண்டிலேயே நடந்தன. கப்பலிலிருந்து ஏவுகணையைச் செலுத்துவதில் இது முக்கியமான திருப்புமுனை.

அதே ஆண்டில் பம்பாய் ஐ.ஐ.டி. எனக்கு அறிவியலில் கௌரவ டாக்டர் பட்டம் வழங்கியது. அதற்கான பாராட்டுப் பத்திரத்தை விழாவில் டாக்டர் நாக் வாசித்தார். "21ஆம் நூற்றாண்டின் சவால்களை எதிர்கொள்ளும் வகையில் இந்தியாவின் வருங்கால விண்வெளித் திட்டங்களைத் தொடங்குவதற்கான வலுவான தொழில்நுட்ப அடித்தளத்தை உருவாக்கும் பணியில் ஊக்கமளிக்கும் சக்தியாகத் திகழ்ந்தவர்" என்று அந்தப் பாராட்டுப் பத்திரம் என்னைப் பற்றிக் குறிப்பிட்டது. இந்தியாவின் நிலை பற்றி டாக்டர் நாக் சிறிது அடக்கமாகவே குறிப்பிட்டிருந்தார். அடுத்த நூற்றாண்டு தொடங்குவதற்குள் இந்தியா தனது சொந்த செயற்கைக் கோளைத் தனது சொந்த ஏவுகலத்தின் மூலம் செலுத்தி, எந்த நேரத்திலும் ஒரே இடத்தை நோக்கி இருக்கும்படியான சுற்றுப் பாதையில் பூமியிலிருந்து 36,000 கிலோ மீட்டர் தொலைவில் நிலைநிறுத்தும். ஏவுகணை ஆற்றல் கொண்ட நாடாக இந்தியா மாறும். அதன் முழு வலிமையையும் உலகம் உணரா விட்டாலும் இந்தியாவை யாராலும் அலட்சியப்படுத்திவிட முடியாது.

அக்டோபர் 15 அன்று நான் 60 வயதை நிறைவு செய்தேன். பணி ஓய்வை எதிர்நோக்கியிருந்தேன். பின்தங்கிய பிரிவுகளைச் சேர்ந்த குழந்தைகளுக்காக ஒரு பள்ளிக்கூடம் தொடங்கத் திட்டமிட்டிருந்தேன். இந்திய அரசின் அறிவியல் தொழில்நுட்பத் துறையின் தலைமைப் பொறுப்பில் இருந்த பேராசிரியர் பி. ராமா ராவும் இந்த முயற்சியில் இணைந்து கொள்ள விரும்பினார். இருவரும் சேர்ந்து நடத்தப்போகும் பள்ளிக்கு ராவ்-கலாம் பள்ளி என்று பெயரைக்கூட வைத்து விட்டார். குறிப்பிட்ட சில பணிகளை மேற்கொண்டு குறிப்பிட்ட சில இலக்குகளை எட்டுவதும் எவ்வளவுதான் முக்கியமானவை யாக இருந்தாலும், அதுவே வாழ்க்கை என்று ஆகிவிடாது என்பதில் எங்களுக்கு ஒருமித்த கருத்து இருந்தது. ஆனால் எங்கள் இருவரையும் இந்திய அரசு பணியிலிருந்து விடுவிக்க வில்லை. எனவே எங்கள் திட்டத்தைத் தள்ளிப்போட வேண்டியிருந்தது.

இந்தக் காலகட்டத்தில்தான் என் நினைவுகளையும் சில விஷயங்கள் பற்றிய சிந்தனைகளையும் கருத்துகளையும் எழுத வேண்டும் என்று முடிவு செய்தேன். தெளிவான பார்வை இல்லாததும் செல்ல வேண்டிய திசை புரியாததும்தான் இந்திய இளைஞர்களின் மிகப்பெரிய பிரச்சினை என்று கருதி னேன். அதனால்தான் நான் இந்த நிலையை அடைந்ததற்குக் காரணமாக இருந்த சூழல்களையும் மனிதர்களையும் பற்றி

எழுத வேண்டும் என்று முடிவுசெய்தேன். இது ஒரு சிலருக்குப் புகழாரம் சூட்டவோ என் வாழ்க்கையின் சில அம்சங்களுக்கு முக்கியத்துவம் அளிக்கவோ அல்ல. ஒருவர் ஏழையாக இருந்தாலும் பின்தங்கிய பிரிவைச்சேர்ந்தவராகவோ இருந்தாலும் வாழ்வைக் குறித்து மனம் தளர வேண்டியதில்லை என்று சொல்ல விரும்பினேன். பிரச்சினைகள் வாழ்வின் ஒரு பகுதி. துயரமே வெற்றியின் சாரம். யாரோ ஒருவர் சொல்லியிருப்பதைப் பாருங்கள்:

> வானம் என்றென்றும்
> நீலமாகவே இருக்கும் என்றோ
> நமது வாழ்க்கைப் பாதை
> மலர்களால் நிரம்பியிருக்கும் என்றோ
> இறைவன் வாக்களிக்கவில்லை.
> மழை இல்லாத வெயில்
> கவலை இல்லாத மகிழ்ச்சி
> வலி இல்லாத அமைதி
> உருவாகும் என்று
> இறைவன் வாக்களிக்கவில்லை.

என் வாழ்க்கை யாருக்கு வேண்டுமானாலும் முன்னுதாரணமாக இருக்கும் என்று நான் சொல்ல மாட்டேன். ஆனால் எங்கோ ஒரு மூலையில், வசதிகளற்ற சமூகப் பின்னணியில் வாழ்ந்துகொண்டிருக்கும் ஒரு குழந்தை என்னுடைய வாழ்க்கை எப்படி உருவானது என்பதைத் தெரிந்துகொண்டால் ஓரளவேனும் ஆறுதல் அடையக்கூடும். அத்தகைய குழந்தைகள் பின்தங்கிய நிலையிலிருந்தும் நிராசை நிலையிலிருந்தும் தங்களை விடுவித்துக்கொள்ள இது உதவக்கூடும். இப்போது அவர்கள் எப்படி இருந்தாலும் இறைவன் தங்களோடு இருக்கிறான் என்பதை நினைவில் கொள்ள வேண்டும். இறைவன் அவர்களுடன் இருக்கும்போது யார் அவர்களுக்கு எதிரியாக இருக்க முடியும்?

> ஆனால்
> ஒரு நாளுக்கான வலிமையை
> உழைப்புக்கான ஓய்வை
> பாதைக்கான வெளிச்சத்தை
> அளிப்பதாக இறைவன்
> வாக்களித்திருக்கிறான்.

உணர்ச்சிகளைக் கட்டுப்படுத்திக்கொள்ளத் தெரியாமல் பெரும்பாலான இந்தியர்கள் வாழ்நாள் முழுவதும் தேவையற்ற துன்பங்களை அனுபவிக்கிறார்கள். ஏதோ ஒரு விதமான உளவியல் பிரச்சினையால் செயலற்று முடங்கியிருக்கிறார்கள். 'இதற்கடுத்த சிறந்த மாற்றுவழி', 'சாத்தியமான ஒரே தீர்வு

அல்லது வழி', 'நிலைமை சீராவதுவரை. . .' இப்படிப்பட்ட தொடர்களெல்லாம் வர்த்தகப் பேச்சுவார்த்தைகளில் சகஜம். இத்தகைய இயல்புகள் ஆழமாக வேரோடி, தோல்வி மனப்பான்மையாகவும் எதிர்மறையான நடத்தையாகவும் வெளிப்படுகின்றன. இவற்றைப் பற்றி ஏன் எழுதக் கூடாது என்று தோன்றியது. பலவிதமான மனிதர்களுடனும் அமைப்பு களுடனும் பணிபுரிந்திருக்கிறேன். என்னை அச்சுறுத்துவதன் மூலமாகவே தங்களை நிரூபித்துக்கொள்ள வேண்டிய அளவிற்குப் போதாமைகள் நிறைந்த மனிதர்களை எதிர் கொண்டிருக்கிறேன். யாரையேனும் பலிகடாவாக்கும் போக்கு இந்திய அறிவியல்–தொழில்நுட்பத் துறையின் சோகக்கதையின் அடையாளமாகிவிட்டது. அதைப் பற்றி எழுத விரும்பினேன். அமைப்புகள் வெற்றி பெறுவதற்கான வழிமுறைகள் பற்றி எழுத நினைத்தேன். அதன் விளைவுதான் இந்த நூல்.

ஒவ்வொரு இந்தியருக்குள்ளும் உறைந்திருக்கும் கனல் மூண்டு எழும்பட்டும். மகத்தான இந்த நாட்டின் பெருமை விண்வெளியை ஒளிரச் செய்யட்டும்.

ஒவ்வொரு இந்தியருக்குள்ளும் மறைந்திருக்கும் அக்னி சிறகு முளைத்து மேலெழும்பட்டும். மகத்தான இந்த நாட்டின் பெருமை விண்வெளியை ஒளிரச் செய்யட்டும்.

16

தொழில்நுட்பம் அறிவியலைப் போன்ற தல்ல; அது குழுச் செயல்பாடு. தனிநபரின் அறிவுக் கூர்மையை அடிப்படையாகக் கொண்டதல்ல. பலரது கூட்டு முயற்சியால் உருவாவது. IGMDP திட்டத்தின் கீழ் சாதனை அளவிலான மிகக் குறுகிய காலத்தில் ஐந்து அதிநவீன ஏவுகணை அமைப்புகளை உருவாக்கும் திறனை இந்தியா பெற்றது. ஆனால் இந்தத் திட்டத்தின் ஆகப் பெரிய வெற்றியாக இதை நான் கருதவில்லை. இந்தத் திட்டத்தின் மூலம் அறிவியலாளர்களும் பொறியாளர்களும் கொண்ட அற்புதமான அணிகளை உருவாக்கியதுதான் அதன் மகத்தான வெற்றி. இந்திய ராக்கெட் துறையில் என்னுடைய தனிப்பட்ட சாதனை என்னவென்று கேட்டால் இளைஞர்கள் பணியாற்றுவதற்கான சவாலான பணிச்சூழலை உருவாக்கியதைத்தான் குறிப்பிடுவேன்.

அணிகள் உருவான தொடக்கக் கட்டத்தில் அவை குழந்தைகளைப் போலவே இருக்கும். உத்வேகம், அபாரமான உயிர்த்துடிப்பு, உற்சாகம், அனைத்தையும் அறிந்துகொள்ளும் ஆர்வம், திருப்திப்படுத்துவதிலும் செயல் திறனைப் பெறுவதிலும் ஆர்வம் ஆகிய தன்மைகள் அவர்களிடம் இருக்கும். சரியான புரிதல் அற்ற பெற்றோர்களால் இந்த நல்ல பண்புகள் எல்லாம் நாசமாகிவிடக்கூடும். அணிகள் வெற்றிபெற வேண்டுமென்றால் பணிச் சூழலில் புதுமைக்கு இடம் இருக்க வேண்டும். DTD&P (Air), இஸ்ரோ, DRDO உள்ளிட்ட அமைப்புகளில் வேலைசெய்த போது இத்தகைய பல சவால்களை நான் எதிர்கொண்டேன். ஆனால் புதுமைகளைப்

புகுத்தவும் புதிய முயற்சிகளில் துணிந்து ஈடுபடவும் உதவக்கூடிய சூழலை என்னுடைய அணிகளுக்கு ஏற்படுத்தித்தர நான் தவறியதே இல்லை.

எஸ்.எல்.வி.–3 திட்டத்திலும் பிறகு IGMDP திட்டத்திலும் திட்டப்பணிக்கான அணிகளை உருவாக்கத் தொடங்கியபோது அந்த அணிகளில் இடம் பெற்றவர்கள் தங்கள் அமைப்புகளின் லட்சியங்களை நிறைவேற்றுவதில் தாங்கள் முன்னணியில் நின்று பணியாற்றுவதாக உணர்ந்தார்கள். இந்த அணியினரின் மனவலிமையைக் கூட்டும் முயற்சிகளை மேற்கொண்டதால் அவர்களுடைய செயல்பாடுகள் பளிச்சென்று வெளியில் தெரிந்தன. அதேசமயம் அவர்கள் எளிதில் பாதிப்புக்கு உள்ளாகக்கூடியவர்களாகவும் இருந்தார்கள். அணியின் கூட்டுச் சாதனைக்குப் பங்களிப்பதற்காகத் தனிப்பட்ட முறையில் அவர்கள் செயல்பாடுகள் குறித்த எதிர்பார்ப்பு அதிகமாக இருந்தது.

அமைப்பிடமிருந்து உரிய ஆதரவு கிடைக்காவிட்டால் அணியின் வியூகங்கள் வெற்றிபெறாது என்பதை உணர்ந்திருந்தேன். இந்நிலையில் அணிகள் சராசரியான குழுக்களாக மாறிவிடும். தங்கள் மீதான அதீதமான எதிர்பார்ப்புகளை நிறைவேற்ற முடியாமல் தோல்வி அடையவும் கூடும். பல தருணங்களில் அமைப்பு பதற்றமடைந்து பல கட்டுப்பாடுகளை விதிக்கத் தலைப்படும். நிச்சயமற்ற தன்மையும் சிக்கல்களும் அணியின் செயல்பாடுகளில் கலந்துவிட்டால் அதுவே அவர்களைச் சிக்கவைக்கும் பொறியாக மாறிவிடும்.

எஸ்.எல்.வி.–3 திட்டப்பணியின் தொடக்க ஆண்டுகளில் உயர்மட்டத்தில் இருப்பவர்கள் பதற்றத்திற்கு ஆளானதைக் கண்டிருக்கிறேன். காரணம், பணியில் கண்ணுக்குத் தெரியும் வகையில் எந்த முன்னேற்றமும் இல்லை. உடனடியாக முன்னேற்றம் ஏற்படுவதற்கான அறிகுறிகளும் காணப்படவில்லை. எஸ்.எல்.வி.–3 திட்டத்தின் மீதான கட்டுப்பாட்டை அமைப்பு இழந்துவிட்டது; அணியினரைத் தட்டிக்கேட்க யாருமில்லை என்பதால் அங்கே குழப்பம் நிலவுகிறது என்று பலரும் நினைத்தார்கள். ஆனால் இத்தகைய எல்லாத் தருணங்களிலும் இந்த அச்சங்கள் கற்பனையானவை என்பது நிரூபணமாயிற்று. விக்ரம் சாராபாய் விண்வெளி மையம் போன்ற அமைப்புகளில் அதிகாரம் மிகுந்த பொறுப்புகளில் இருந்த பலர் அமைப்பின் குறிக்கோள்களில் எங்களுக்கு இருந்த பொறுப்புணர்வையும் பற்றுறுதியையும் குறைவாக எடைபோட்டார்கள். அவர்களைச் சமாளிப்பதே அந்தத்

திட்டத்தின் முக்கியமான வேலையாக இருந்தது. டாக்டர் பிரம்ம பிரகாஷ் இவற்றையெல்லாம் திறமையாகச் சமாளித்தார்.

ஒரு திட்டத்திற்கான அணியாகச் செயல்படும்போது வெற்றிக்கான அளவுகோல் குறித்துப் பல்வேறு அம்சங்களைக் கொண்ட பார்வையை வளர்த்துக்கொள்ள வேண்டும். அணியின் செயல்பாடுகள் குறித்துப் பலவிதமான, சிலசமயம் முரண்பாடான எதிர்பார்ப்புகள் நிலவும். திட்டத்திற்கான அணிகள் அமைப்புக்கு வெளியே இருக்கும் ஒப்பந்ததாரர்கள், அமைப்பிற்குள்ளேயே இருக்கும் விசேஷப் பிரிவுகள் ஆகியவற்றின் தேவைகளையும் நெருக்கடிகளையும் கணக்கில் எடுத்துக்கொள்ள வேண்டியிருக்கும். இதனால் ஏற்படும் விளைவுகள் இந்த அணிகளைக் கலகலத்துப்போக வைத்துவிடும். சிறந்த திட்ட அணிகள் அவை தொடர்புகொள்ள வேண்டிய முக்கிய நபரை அல்லது நபர்களை விரைவாக அடையாளம் காணும். தங்கள் தேவைகளுக்காக இந்த முக்கிய நபர்களிடம் பேசுவதும் மாறிவரும் சூழல்களைக் கையாள ஏதுவாகத் தொடர்ந்து அவர்களுடன் உரையாடிக்கொண்டிருப்பதும் அணித்தலைவரின் முக்கியமான வேலை. விரும்பத்தகாத திடீர் திருப்பங்களை வெளி அமைப்புகள் விரும்புவதில்லை. நல்ல அணிகள் இவற்றை முற்றிலுமாகத் தவிர்க்க வேண்டும்.

தனக்கான வெற்றி அளவுகோலை எஸ்.எல்.வி.–3 அணி அமைத்துக்கொண்டது. எங்களுடைய தர அளவுகோல்கள், எதிர்பார்ப்புகள், குறிக்கோள்களை நாங்கள் தெளிவாக வரையறுத்துக்கொண்டோம். வெற்றிபெறுவதற்கு என்ன செய்ய வேண்டும், வெற்றியை எப்படி அளக்க வேண்டும் என்பவற்றைத் தெளிவுபடுத்திக்கொண்டோம். எடுத்துக்காட்டாக, எங்கள் பணிகளை எவ்வாறு நிறைவேற்றப்போகிறோம், யார் எதைச் செய்யப்போகிறார், எந்தத் தர அளவுகோலின் அடிப்படையில் செயல்படுவது, ஒவ்வொரு பணிக்கான கால வரம்பு என்ன? அமைப்பில் உள்ள மற்றவர்களை அனுசரித்து எப்படிச் செயல்படுவது போன்றவற்றை வரையறுத்துக்கொண்டோம்.

ஒரு அணிக்குள் வெற்றிக்கான அளவுகோலை அடையாளம் காண்பது மிகவும் நுட்பமான, திறமையைக் கோருகின்ற செயல்முறை. ஏனென்றால் வெளியே தெரியாத பல விஷயங்கள் உள்ளுக்குள் ஓடிக்கொண்டிருக்கும். மேற்பரப்பில் பார்க்கும்போது திட்டத்தின் இலக்குகளை அடைவதற்காக அணி வேலை செய்துகொண்டிருப்பதாகத் தோன்றும். ஆனால் பலரும் தங்களுக்கு என்ன தேவை என்பதைச் சொல்லத் தெரியாமல் இருப்பதைப் பல சந்தர்ப்பங்களில்

பார்த்திருக்கிறேன். ஒரு பணி மையத்தில் தங்களுக்குத் தேவையில்லாத வேலை நடந்துகொண்டிருப்பதைப் பார்க்கும் போதுதான் அவர்களுக்கு நிலைமை புரியும். திட்ட அணியின் உறுப்பினர் துப்பறியும் நிபுணர்போலச் செயல்பட வேண்டும். திட்டப்பணி எப்படி நடக்கிறது என்பதற்கான தடயங்களை அவர் துருவிக் கண்டுபிடிக்க வேண்டும். கிடைக்கும் பல்வேறு உதிரியான தகவல்களை ஒன்றிணைத்துத் திட்டத்தின் தேவைகள் குறித்துத் தெளிவான, விரிவான, ஆழமான புரிதலுக்கு வர வேண்டும்.

இன்னொரு மட்டத்தில், திட்ட அணிகளுக்கும் பணி மையங்களுக்கும் இடையே உறவை ஏற்படுத்தி வளர்க்க வேண்டிய பொறுப்பு திட்டத்தின் தலைவருக்கு இருக்கிறது. தாங்கள் ஒருவரையொருவர் சார்ந்திருப்பதையும் திட்டத்தில் இருவருக்குமே பொறுப்பு இருக்கிறது என்பதையும் இரு தரப்பினரும் தெளிவாக மனதில் கொள்ள வேண்டும். இன்னொரு மட்டத்தில், ஒவ்வொரு தரப்பும் மறுதரப்பின் திறமைகளை மதிப்பிட்டு அவர்களது பலம், பலவீனம் ஆகிய வற்றை அடையாளம்காண வேண்டும். அப்போதுதான் எதைச் செய்ய வேண்டும், அதை எப்படிச் செய்ய வேண்டும் என்று திட்டமிட முடியும். சொல்லப்போனால் இந்த ஒட்டுமொத்த ஆட்டமும் ஒப்பந்த நடவடிக்கை போன்றது. ஒவ்வொரு தரப்பும் பிறவற்றிடம் எதிர்பார்ப்பது என்ன என்பதற்கான ஒப்பந்தத்தை எட்டுவது; பிறவற்றின் செயல்களுக்குத் தடையாக இருப்பவற்றைப் புரிந்துகொள்ளுதல்; தங்களுக்கான வெற்றி அளவுகோலைப் பிறருக்கு விளக்குதல்; தங்களுக்கிடையே உறவு எப்படி அமைய வேண்டும் என்பதற்கான எளிய விதிகளை வகுத்துக்கொள்ளுதல். எல்லாவற்றுக்கும் மேலாகத் தொழில் நுட்ப அளவிலும் தனிப்பட்ட அளவிலும் தங்களுக்கிடையே இருக்கும் உறவு பற்றிய தெளிவைப் பெறுதல் முக்கியமானது. பிற்காலத்தில் விரும்பத்தகாத அதிர்ச்சிகளைத் தவிர்க்க இது உதவும்.

இவ்விஷயத்தில் IGMDP திட்டப்பணியில் தாங்களாகவே உருவாக்கிய உத்தியின் மூலம் சிவதாணுப் பிள்ளையும் அவரது அணியினரும் குறிப்பிடத்தக்க வேலையைச் செய்தார்கள். PACE என்ற பெயர் கொண்ட அந்த உத்தி, திட்டம் (Planning), அலசல் (Analysis), கட்டுப்பாடு (Control), மதிப்பீடு (Evaluation) ஆகிய கூறுகளைக் கொண்டது. ஒவ்வொரு நாளும் மதியம் 12 மணி முதல் 1 மணிவரை அவர்கள் திட்ட அணியையும் குறிப்பிட்ட பணி மையம் ஒன்றையும் ஈடுபடுத்தி ஆலோசனைக் கூட்டம் நடத்துவார்கள். எந்த அளவிற்குத் தங்கள் வேலையில் வெற்றி

பெற்றிருக்கிறோம் என்பதை மதிப்பிடுவார்கள். வெற்றிக்கான வழிகளைத் திட்டமிடுவதில் கிடைக்கும் உத்வேகம், எதிர்கால வெற்றியைக் குறித்த லட்சிய நோக்கு தரும் அபாரமான ஊக்கம் ஆகியவை எடுத்த காரியத்தை முடிக்க உதவுவதைக் கண்டிருக்கிறேன்.

தொழில்நுட்ப மேலாண்மை என்னும் கோட்பாட்டின் வேர் வளர்ச்சிக்கான நிர்வாக வழிமுறைகளில் உள்ளது. இந்த வழிமுறைகள் இணக்கத்தை நாடுவதற்கும் பலன்களுக்கு முக்கியத்துவம் அளிக்கும் நிர்வாகக் கட்டமைப்பிற்கும் இடையே அறுபதுகளின் தொடக்கத்தில் ஏற்பட்ட மோதல்களிலிருந்து பிறந்தன. நிர்வாகவியல் முனைப்புகளில் இரண்டு விதங்கள் உள்ளன. ஒன்று பணியாளரை முதன்மைப்படுத்துவது. இன்னொன்று அமைப்பை முதன்மைப்படுத்துவது. என்னுடைய நிர்வாகக் கோட்பாடு தொழில்நுட்பம் சார்ந்த பணியாளரை மையமாகக் கொண்டது. முதல் வழிமுறை பணியாளர்களின் சுதந்திரத்திற்கு முக்கியத்துவம் அளிக்கிறது. இரண்டாவது வழிமுறை பணியாளர்கள் அமைப்பைச் சார்ந்திருத்தலுக்கு முக்கியத்துவம் கொடுக்கிறது. நான் இரு தரப்பினரும் ஒருவரை ஒருவர் சார்ந்திருப்பதை வலியுறுத்துகிறேன். கூட்டுச் செயல்பாடுகள், பலவித ஆற்றல்களையும் ஒன்றுதிரட்டுதல், மனிதர்கள், வள ஆதாரங்கள், கால அட்டவணைகள், செலவினங்கள் ஆகியவற்றுக்கிடையிலான தொடர்பு வலைப்பின்னலை உருவாக்குதல் ஆகியவற்றை நான் முன்னிறுத்துகிறேன்.

கோட்பாட்டு அளவில் சுய அறிதல் என்னும் புதிய தத்துவத்தை முதலில் முன்வைத்தவர் ஆபிரஹாம் மாஸ்லோ. தனிப்பட்ட நபரின் கற்றலுக்கும் அமைப்பைப் புதுப்பிப்பதற்கு மான வழிமுறையாக இந்தக் கோட்பாட்டை ஐரோப்பாவில் ருடால்ஃப் ஸ்டெய்னரும் ரெக் ரெவன்ஸும் உருவாக்கி னார்கள். ஆங்கில–ஜெர்மானிய நிர்வாகத் தத்துவவியலாளர் ஃப்ரிட்ஸ் ஷூமேக்கர் பௌத்தப் பொருளாதாரத்தை அறிமுகப்படுத்தி, "சிறியதே அழகு" என்ற கோட்பாட்டை முன்வைத்தார். இந்தியாவில் மகாத்மா காந்தி உள்ளூர் அளவிலான தொழில்நுட்பத்திற்கு முக்கியத்துவம் அளித்த துடன், வர்த்தக நடவடிக்கைகள் வாடிக்கையாளரை மையப்படுத்தியவையாக இருக்க வேண்டும் என்றார். முன்னேற்றத்திற்கு வித்திடும் உள்கட்டமைப்பை ஜே.ஆர்.டி. டாடா உருவாக்கினார். டாக்டர் ஹோமி ஜஹாங்கீர் பாபாவும் பேராசிரியர் விக்ரம் சாராபாயும் இயற்கை விதிகளான முழுமை, தடையற்ற ஓட்டம் ஆகியவற்றுக்கு முக்கியத்துவம்

அளித்து உயர் தொழில்நுட்பத்தின் அடிப்படையிலான அணு ஆற்றல் திட்டங்களையும் விண்வெளித் திட்டங்களையும் தொடங்கினார்கள்.

வளர்ச்சி குறித்த இவர்களுடைய தத்துவத்தை முன்னெடுத்துச் சென்ற டாக்டர் சுவாமிநாதன் மற்றொரு இயற்கைக் கோட்பாடான ஒருங்கிணைப்பின் அடிப்படையில் பசுமைப் புரட்சியை முன்னெடுத்தார். பால் பண்ணைத் தொழில் துறையில் ஏற்படுத்திய புரட்சியின் மூலம் வலிமையான கூட்டுறவு இயக்கத்தை டாக்டர் வர்கீஸ் குரியன் உருவாக்கி னார். பேராசிரியர் சதீஷ் தவன் பணித்திட்ட மேலாண்மைக் *(Mission Management)* கோட்பாடுகளை விண்வெளி ஆராய்ச்சி யில் வளர்த்தெடுத்தார். தங்களுடைய கோட்பாடுகளைத் தெளிவாக முன்வைத்ததோடு அவற்றை அமல்படுத்தியும் காட்டியவர்கள் இவர்கள். இதன் மூலம் ஆய்வுத் துறை, வர்த்தக நிறுவனங்கள் ஆகியவற்றின் அடையாளங்களை நிரந்தரமாக மாற்றியமைத்தார்கள்.

விண்வெளி ஆராய்ச்சியில் டாக்டர் பிரம்ம பிரகாஷ் உருவாக்கியிருந்த உயர் தொழில்நுட்ப அமைப்பைத் தழுவி, பேராசிரியர் சாராபாயின் லட்சிய நோக்கையும் பேராசிரியர் தவனின் செயல் திட்டத்தையும் *IGMDP* திட்டப்பணியில் ஒருங்கிணைக்க முயன்றேன். தொழில்நுட்ப மேலாண்மையில் ஒருங்கிணைந்த வழிகாட்டப்பட்ட ஏவுகணைத் திட்டத்தை உருவாக்குவதில் முழுக்கச் சுதேசி உத்திகளைக் கைக்கொள் வதற்காக இடைவெளி சார்ந்த விதி *(Law of latency)** என்னும் இயற்கை விதியைப் பயன்படுத்திக்கொள்ள முயன்றேன். இதை விளக்குவதற்கு ஒரு உருவகத்தைப் பயன்படுத்த விரும்புகிறேன்.

தேவைகள், புதுப்பித்தல், ஒருவரை ஒருவர் சார்ந்திருத்தல், இயல்பான ஓட்டம் ஆகியவற்றை உணர்ந்துகொண்டால்தான் தொழில்நுட்ப மேலாண்மை என்ற மரம் வேர்விட்டு வளரும். மரம் வளரும் விதம் அதன் பரிணாம வளர்ச்சியின் தன்மையைக் குறிக்கிறது. அதாவது, ஒரு கட்டத்தில் மெதுவாகவும் இன்னொரு கட்டத்தில் வேகமாகவும் மாற்றம் நிகழும். ஒவ்வொரு மாற்றமும் புதிய, சிக்கலான நிலையை நோக்கிய பாய்ச்சலாகவோ அல்லது முந்தைய நிலைக்குத் திரும்பும் பின்னடைவாகவோ இருக்கலாம். பெரும்பாலான மரங்கள் நெருக்கடிக்கு உள்ளாகும்போது வெற்றியின் சிகரத்தை எட்டுகின்றன. மாறுதலின் விகிதம் அதிகரிக்கிறது.

---

* ஒரு செயலுக்கான தூண்டுதலின் தொடக்கத்திற்கும் அதன் எதிர்வினைக்கான தொடக்கத்திற்கும் இடையில் உள்ள காலத்தைக் குறிக்கிறது. தூண்டுதல் வலுவாக இருந்தால் இந்த இடைவெளி குறையும் – மொ-ர்.

தொழில்நுட்ப மரத்தின் அடிப்பாகம் மூலக்கூறு (மாலிக்யூலர்) கட்டமைப்பைக் கொண்டது. இங்கே எல்லாச் செயல்பாடுகளும் தொடக்க நிலையில் இருக்கும். எல்லா முடிவுகளும் ஒருங்கிணைக்கப்பட்டவையாக இருக்கும். வள ஆதாரங்கள், சொத்துக்கள், செயல்பாடுகள், உற்பத்திகள் ஆகியவை இந்த மரத்தின் கிளைகள். செயல்பாடு குறித்த தொடர்ச்சியான ஆய்வு, தவறுகளைத் திருத்திக்கொள்ளுதல் ஆகியவற்றின் மூலம் தொழில்நுட்ப மரத்தின் அடிப்பாகம் இந்தக் கிளைகளுக்கு ஊட்டம் அளிக்கிறது.

இந்தத் தொழில்நுட்ப மேலாண்மை மரத்தைக் கவனமாகப் பராமரித்துவந்தால் தேவைக்கேற்ப மாறக்கூடிய கட்டமைப்பு வசதி என்னும் பலன்களை அது தரும். நிறுவனங்கள் தொழில் நுட்ப ஆற்றலைப் பெறும், மக்களிடையே தொழில்நுட்பத் திறன்கள் பெருகும், தேசம் சுய சார்பு அடையும், குடிமக்களின் வாழ்க்கைத் தரம் உயரும்.

1983இல் IGMDP திட்டப்பணிக்கு ஒப்புதல் கிடைத்தபோது நம்மிடம் போதிய தொழில்நுட்ப அடித்தளம் இல்லை. குறிப்பிட்ட சில அம்சங்களில் மட்டுமே நிபுணத்துவம் இருந்தது. ஆனால் அதைப் பயன்படுத்திக்கொள்ளும் மனவுறுதி நம்மிடம் இல்லை. ஒரே சமயத்தில் ஐந்து மேம்படுத்தப்பட்ட ஏவுகணை அமைப்புகளை உருவாக்கும் பன்முகத் திட்டச் சூழல் பெரும் சவாலை முன்வைத்தது. வள ஆதாரங்களை அவசியத்துக்கு ஏற்பப் பகிர்ந்தளித்தல், முன்னுரிமைகளை முடிவுசெய்தல், மனித ஆற்றலைத் தொடர்ந்து உள்ளே கொண்டுவருதல் ஆகியவை இதற்குத் தேவைப்பட்டன. IGMDP திட்டப்பணியில் 78 கூட்டாளிகள் இருந்தார்கள். 36 தொழில்நுட்ப மையங்கள், 41 உற்பத்தி மையங்கள், பொதுத்துறை நிறுவனங்கள், ஆயுதத் தளவாடத் தொழிற்சாலைகள், தனியார் தொழிலகங்கள், தொழில் முறை வல்லுநர்கள் ஆகியவை இந்தக் கூட்டுறவில் இடம் பெற்றிருந்தன. அரசின் அதிகாரவர்க்கக் கட்டமைப்பும் இவற்றுடன் இணைந்து பணிபுரிந்தது. திட்டத்தை நிர்வகிப்பதில் தொழில்நுட்ப உள்ளீடுகளைப் போலவே எங்களுடைய குறிப்பான தேவைகளுக்கும் திறன்களுக்கும் ஏற்பப் பொருத்தமான, தேவைக்கேற்ப உருவாக்கப்பட்ட மாதிரிகளை உருவாக்கிக்கொள்ள முயன்றோம். பல இடங்களிலிருந்தும் யோசனைகளை எடுத்துக்கொண்டோம். ஆனால் அவற்றை எங்கள் அறிவுக்கும் வலிமைகளுக்கும் எங்களுக்கு இருந்த முட்டுக்கட்டைகளுக்கும் ஏற்பத் தகவமைத்துக்கொண்டோம். பொருத்தமான மேலாண்மையும் கூட்டுறவு முயற்சிகளும் நமது ஆய்வுக்கூடங்கள், அரசு நிறுவனங்கள், தனியார் நிறுவனங்கள்

ஆகியவற்றில் பயன்படுத்தப்படாமல் கிடந்த திறமைகளைத் தோண்டியெடுத்துப் பயன்படுத்திக்கொள்ள உதவின.

IGMDPயின் தொழில்நுட்ப மேலாண்மைக் கோட்பாடுகள் ஏவுகணை உருவாக்கத்திற்கு மட்டுமானது அல்ல. அது வெற்றி பெறுவதற்கான தேசத்தின் வேட்கையையும் இனியும் உடல் வலிமையாலோ பண பலத்தாலோ உலகை வழிநடத்த முடியாது என்ற விழிப்புணர்வையும் பிரதிபலிக்கிறது. உடல் வலிமையும் பணபலமும் தொழில்நுட்பத் திறனையே சார்ந்திருக்கும். தொழில்நுட்பம் தொழில்நுட்பத்தைத்தான் மதிக்கும். தொடக்கத்திலேயே நான் சொன்னதுபோல தொழில்நுட்பம் அறிவியலைப் போன்றதல்ல. அது கூட்டு நடவடிக்கை. அது தனிப்பட்ட நபரின் அறிவினால் மட்டுமே வளர்வதில்லை. பல்வேறு அறிவாளிகளிடையேயான தொடர்பையும் அவர்கள் ஒருவர்மீது ஒருவர் செலுத்திக்கொள்ளும் செல்வாக்கையும் கொண்டுதான் வளர்கிறது. இதன் அடிப்படையில்தான் IGMDPயை உருவாக்க முயன்றேன். 78 அமைப்புகள் ஒன்றிணைந்த இந்தியக் குடும்பத்தை உருவாக்கினேன். அந்தக் குடும்பத்தினர் ஏவுகணைகளையும் உருவாக்குவார்கள்.

நமது அறிவியலாளர்களின் வாழ்க்கை பற்றியும் அவர்களுடைய காலம் பற்றியும் பல ஊகங்களும் சித்தாந்த விளக்கங்களும் நிறையவே உள்ளன. ஆனால் தாங்கள் அடைய வேண்டிய இடத்தை அவர்கள் எப்படித் தீர்மானித்தார்கள், அதை எப்படி அடைந்தார்கள் என்பது பற்றிப் போதிய ஆராய்ச்சிகள் இல்லை. வாழ்வில் ஒரு நிலையை எட்டுவதற்கு நான் மேற்கொண்ட போராட்டத்தை உங்களுடன் பகிர்ந்து கொள்வதன் மூலம் இந்தப் பயணம் குறித்த பார்வைகளை உங்கள்முன் வைத்திருக்கிறேன். இந்த அனுபவங்கள் நமது சமூகத்தில் நிலவும் ஆதிக்கப் போக்கை எதிர்த்து நிற்கும் துணிவைச் சில இளைஞர்களுக்காவது தரும் என்று நம்புகிறேன். வசதி வாய்ப்புகள், கௌரவம், அந்தஸ்து, பதவி உயர்வு, தன்னுடைய வாழ்க்கை முறைக்குப் பிறர் தரும் அங்கீகாரம், கௌரவப் பட்டங்கள், அந்தஸ்தின் அனைத்துவிதமான அடையாளங்கள் ஆகிய புற வடிவிலான பலன்களின் மீது போதை ஏற்படுத்தும் கொடிய தன்மை இந்தச் சமூக ஆதிக்கத்திற்கு உள்ளது.

இந்த இலக்குகளை எட்டுவதற்காக எண்ணற்ற நடத்தை விதிகள், பழக்கவழக்கங்கள், மரபுகள், சம்பிரதாயங்கள் ஆகிய வற்றைப் பின்பற்ற வேண்டியிருக்கிறது. தன்னைத் தானே தோற்கடித்துக்கொள்ளவைக்கும் இந்த வாழ்க்கைமுறையை விலக்குவதற்கு இளைஞர்கள் கற்றுக்கொள்ள வேண்டும்.

பொருள் சார்ந்த பலன்களுக்காகவும் பரிசுகளுக்காகவும் வேலைசெய்யும் பழக்கத்தைத் துறக்க வேண்டும். வசதி படைத்தவர்களும் அதிகாரம் மிக்கவர்களும் படித்தவர்களும் அமைதியின்றி அல்லல்படுவதைக் காண்கிறேன். அகமது ஜலாலுதீன், அய்யாதுரை சாலமன் ஆகியோரையும் நினைத்துக் கொள்கிறேன். சொத்துபத்து ஏதுமில்லாமல் இவர்கள் எவ்வளவு மகிழ்ச்சியாக வாழ்ந்தார்கள்!

>சோழ மண்டலக் கடற்கரையில்
>மணல் வெளியில் மறைந்திருக்கும்
>கிளிஞ்சல்களைப் போல
>மகத்தான மனிதர்கள் சிலர்
>வாழ்ந்திருக்கிறார்கள்.
>பருத்தித் துணியால் ஆன லுங்கி
>பாதி எரிந்த மெழுகுவர்த்தி
>கைப்பிடி இல்லாத பழைய குவளை
>இவைதாம் இந்த மண்ணில் வாழ்ந்த
>அந்த அரசர்களின் உடைமைகள்.

சார்ந்திருப்பதற்கு எதுவும் இல்லாதபோதும் அவர்கள் எப்படி அவ்வளவு பாதுகாப்பாக உணர்ந்தார்கள்? அவர்கள் தங்கள் அகத்திலிருந்து அதற்கான வலிமையைப் பெற்றார்கள். மேலே நான் குறிப்பிட்டுள்ள புறத்திலுள்ள வசதிகளைக் காட்டிலும் தங்கள் அகத்தில் தோன்றும் அறிகுறிகளைத்தான் அவர்கள் அதிகம் நம்பினார்கள். உங்களுக்குள் தோன்றும் அறிகுறிகளை நீங்கள் உணர்கிறீர்களா, அவற்றை நம்பு கிறீர்களா, உங்கள் வாழ்க்கை உங்கள் கட்டுப்பாட்டில் இருக்கிறதா? உங்களைப் பலவிதமாக உருமாற்ற முயலும் பிற நிர்ப்பந்தங்களைத் தவிர்த்துவிட்டு உங்களால் எந்த அளவுக்கு முடிவுகளை எடுக்க முடிகிறதோ அந்த அளவிற்கு உங்கள் வாழ்க்கை மேம்படும், உங்கள் சமுதாயம் சிறக்கும் என்று நான் உங்களுக்குச் சொல்கிறேன். இத்தகைய உள்முகமான பார்வை கொண்ட வலுவான தலைவர்கள் அமைவதால் ஒட்டுமொத்த நாடும் பயன்பெறும். தங்களது நன்மைக்காகச் சிந்திக்கும் குடிமக்களும் தங்கள்மீது நம்பிக்கை வைத்திருக்கும் மக்களைக் கொண்ட நாடும் நேர்மையற்ற அதிகாரம் அல்லது சுயநல சக்திகளின் சூழ்ச்சிகளால் பாதிக்கப்படாமல் இருப்பார்கள்.

உங்கள் வாழ்க்கையை மேம்படுத்திக்கொள்ள உங்களுக்குள் உறைந்திருக்கும் ஆற்றல்களை, குறிப்பாக உங்கள் கற்பனை வளத்தைப் பயன்படுத்திக்கொள்ளும் விருப்பம் உங்களுக்கு இருந்தால் வெற்றி கிடைக்கும். உங்களுக்கே உரிய அலாதியான கண்ணோட்டத்துடன் ஒரு பணியைச் செய்யும்போது நீங்கள் முழுமையான மனிதராக மாறுகிறீர்கள்.

ஒளிவீசும் அக்னிச் சிறகுகள் (1931–2015)

இந்தப் பூமியில் உள்ள அனைவருமே இறைவனால் அனுப்பப்பட்டவர்கள். நமக்குள் இருக்கும் படைப்பாற்றலை வளர்த்துக்கொண்டு நமக்கான வாய்ப்புகளைக் கொண்டு அமைதியாக வாழ்வதற்காகவே இறைவன் நம்மைப் படைத்திருக்கிறான். நமக்கான வாய்ப்புகளை உருவாக்கிக் கொள்வதிலும் நமது விதியை உருவாக்கிக்கொள்வதிலும் நாம் மாறுபடுகிறோம். வாழ்க்கை கடினமானதொரு விளையாட்டு. மனிதராக இருப்பதற்கான பிறப்புரிமையைத் தக்கவைத்துக் கொள்வதன் மூலம்தான் நீங்கள் வெல்ல முடியும். இந்த உரிமையைத் தக்கவைத்துக்கொள்ள வேண்டுமென்றால் நீங்கள் எப்படிச் செயல்பட வேண்டும் என்று சொல்லிப் பிறர் உங்கள்மீது செலுத்தும் நிர்ப்பந்தங்களைப் புறக்கணிக்கும் துணிச்சல் உங்களுக்கு இருக்க வேண்டும். தன் வீட்டிற்கு என்னைச் சாப்பிட அழைத்த சிவசுப்ரமணிய அய்யரைப் பற்றி என்ன சொல்வீர்கள்? என்னைப் பொறியியல் கல்லூரி யில் சேர்ப்பதற்காகத் தன் நகைகளை அடகுவைத்த என் தமக்கை ஜோஹராவை என்னவென்று சொல்வீர்கள்? புகைப்படம் எடுக்கும்போது என்னை முன்வரிசையில் உட்காரவைத்த பேராசிரியர் ஸ்பான்டரைப் பற்றி என்ன சொல்வீர்கள்? மோட்டர் வேலை செய்யும் பட்டறையில் ஹோவர் கிராஃப்ட் விமானத்தை நான் உருவாக்கியதை எப்படிப் பார்க்கிறீர்கள்? சுதாகரின் துணிச்சல், டாக்டர் பிரம்ம பிரகாஷ் தந்த ஆதரவு, நாராயணனின் மேலாண்மைத் திறன், வெங்கட்ராமனின் தொலைநோக்கு, அருணாசலத்தின் செயல்வேகம் இவையெல்லாம் என்னவென்று நினைக்கிறீர்கள்? எல்லாமே வலுவான உள்முக ஆற்றலாலும் தீவிர முனைப்பி னாலும் நடந்தவை. 25 நூற்றாண்டுகளுக்கு முன்பு பிதாகரஸ் சொன்னதைப் போல, “உங்களை நீங்களே மதிப்பது எல்லா வற்றைக் காட்டிலும் முக்கியமானது”.

நான் தத்துவவாதி அல்ல. தொழில்நுட்பக்காரன். ராக்கெட் தொழில்நுட்பத்தைக் கற்றுக்கொள்வதில் வாழ்நாள் முழுவதை யும் செலவிட்டிருக்கிறேன். பல தரப்பட்ட மனிதர்களுடன் பலவிதமான அமைப்புகளில் பணிபுரிந்திருப்பதால் தொழில் வாழ்க்கையின் குழப்பமான சிக்கல்களைப் புரிந்துகொள்ள வாய்ப்புக் கிடைத்தது. இதுவரை கூறியவற்றைத் திரும்பிப் பார்க்கும்போது என்னுடைய பார்வைகளும் முடிவுகளும் தீர்மானமான வெளிப்பாடுகளாகத் தெரிகின்றன. என் சகாக்கள், என்னோடு பணிபுரிந்தவர்கள், தலைவர்கள், ராக்கெட் என்னும் சிக்கலான அறிவியல், தொழில்நுட்ப மேலாண்மை யின் முக்கியப் பிரச்சினைகள் ஆகியவற்றையெல்லாம் உணர்ச்சி கலவாத முறையில் பதிவு செய்திருப்பதாகத்

தோன்றுகிறது. மகிழ்ச்சி–நிராசை, சாதனைகள்–தோல்விகள் ஆகியவை காலத்தாலும் இடத்தாலும் மாறுபடுகின்றன. இவை அனைத்தையும் ஒன்றாகத் திரட்டித் தந்திருக்கிறேன்.

விமானத்திலிருந்து கீழே பார்க்கும்போது மனிதர்கள், வீடுகள், பாறைகள், வயல்கள், மரங்கள் ஆகிய அனைத்தும் ஒன்றுபோலத் தெரியும். ஒன்றுடன் மற்றொன்றை வேறுபடுத்திப் பார்க்க முடியாது. இந்த நூலில் நீங்கள் படித்தவை எல்லாம் இதுபோன்ற பருந்துப் பார்வையில் தெரியும் என் வாழ்வின் காட்சிகள்.

> என் ஐயமெல்லாம் என் தகுதியைப் பற்றித்தான்
> அதன் பெருமை குறித்து அஞ்சுகிறேன்
> என் தரத்தோடு அது
> முரண்பட்டதாகத் தோன்றும்

முதலாவது அக்னிச் சோதனையுடன் இந்தக் கதை முடிகிறது. வாழ்க்கை தொடர்கிறது. 90 கோடி* மக்களைக் கொண்ட ஒன்றுபட்ட தேசமாக நம்மை நாம் கருதிக் கொண்டால் எல்லாத் துறைகளிலும் இந்த மகத்தான நாடு எண்ணற்ற சாதனைகளைப் படைக்கும். ராமேஸ்வரம் மசூதித் தெருவில் நூறு ஆண்டுகளுக்கும் மேலாக வாழ்ந்து அங்கேயே மறைந்த ஜெயிலுலாபுதீன் என்பவரின் மகனுடைய கதை இது. தன்னுடைய அண்ணனுக்கு உதவுவதற்காகச் செய்தித்தாள் களை விற்ற சிறுவனின் கதை. சிவசுப்ரமணிய அய்யரும் அய்யாதுரை சாலமனும் பண்படுத்திய மாணவனின் கதை. பண்டாலை போன்றவர்களிடம் பாடம் கற்ற மாணவனின் கதை. எம்.ஜி.கே. மேனன் அடையாளம் கண்ட, பேராசிரியர் சாராபாய் உருவேற்றிய ஒரு பொறியாளனின் கதை. சோதனைகளையும் தோல்விகளையும் சந்தித்த அறிவியலாளனின் கதை. அபாரமான திறமையும் அர்ப்பணிப்பும் கொண்ட மாபெரும் அணியின் துணையைப் பெற்ற ஒரு தலைவனின் கதை. இந்தக் கதை என்னோடு முடிந்துவிடும். உலக வழக்கப்படி எனக்கென்று சொந்தமாக எதுவும் இல்லை. நான் எதையும் சேர்த்து வைக்கவில்லை. எதையும் கட்டிக்கொள்ளவில்லை. எனக்குச் சொந்தமாக எதுவும் இல்லை. குடும்பம், குழந்தைகள் என யாரும் இல்லை.

> இந்த மகத்தான நாட்டில்
> நான் ஒரு கிணற்றைப் போல
> இதன் கோடிக்கணக்கான
> சிறுவர்களையும் சிறுமிகளையும் பார்க்கிறேன்
> எனக்குள்ளிருந்து அவர்கள்

---

* எழுதப்பட்ட காலத்தில் இந்தியாவில் இருந்த மக்கள் தொகை – மொ-ர்.

வற்றாத தெய்வீகத்தை எடுத்துக்கொண்டு
இறைவனின் அருளை எங்கும் பரப்ப வேண்டும்.
கிணற்றிலிருந்து நீர் இறைப்பதுபோல.

மற்றவர்களுக்கான உதாரணமாக என்னை முன்வைத்துக் கொள்ள நான் விரும்பவில்லை. எனினும் இதைப் படிக்கும் ஒரு சிலர் இதிலிருந்து ஊக்கம் பெறக்கூடும் என்று நம்புகிறேன். நமக்குள்ளிருக்கும் இறைமையை உணர்வதன் மூலம்தான் முழுமையான நிறைவைப் பெற முடியும் என்னும் அனுபவத்தை அவர்கள் பெறுவார்கள் என்றும் நம்புகிறேன். இறையருளே நமது பரம்பரைச் சொத்து. என்னுடைய கொள்ளுத் தாத்தா ஆவுல், தாத்தா பக்கீர், அப்பா ஜெயினுலாப்தீன் ஆகியோரின் வம்சம் என்னோடு முடிவுக்கு வந்துவிடும். ஆனால் இறைவனின் கருணைக்கு முடிவில்லை. அது நிரந்தரமானது.

V
விகாசம்
[1991-2002]

பேராசிரியர் அருண் திவாரி, டாக்டர் கலாமுடன் நிகழ்த்திய உரையாடல்களின் அடிப்படையில் ஐந்தாம் பகுதியையும், ஆறாம் பகுதியையும் எழுதியிருக்கிறார். இவை டாக்டர் கலாமைப் பற்றிய அருண் திவாரியின் பார்வையையும் தனிப்பட்ட அனுபவங்களையும் நினைவுகளையும் கொண்டவை.

17

நன்றிக்கடன்

ஹைதராபாத்தில் உள்ள பாதுகாப்பு ஆராய்ச்சி மற்றும் மேம்பாட்டு அமைப்பின் (DRDO) விருந்தினர் இல்லம்தான் பத்து ஆண்டுகளுக்கு டாக்டர் கலாமின் வசிப்பிடமாக இருந்தது. 1991ஆம் ஆண்டில் பேராசிரியர் பி. ராமராவ், DRDOவிலிருந்து நடந்து செல்லும் தூரத்தில் இருந்த பவுடர் மெட்டலர்ஜி ஆலைக்கு வருகை புரிந்தார்.

பேராசிரியர் ராமராவ், டாக்டர் கலாமை விருந்தினர் இல்லத்தில் சந்தித்துத் தேநீர் அருந்தினார். அப்போது டாக்டர் கலாம், ராவ்–கலாம் பள்ளியைக் குறித்து அவருக்கு நினைவுபடுத்தியதுடன், விரைவில் அப்பள்ளியை அமைக்க வேண்டும் என்றும் சொன்னார். அதற்குப் பேராசிரியர் ராமராவ் சற்றுத் தத்துவார்த்தமாகப் பதிலளித்தார். வாழ்க்கையில் நடப்பதெல்லாம் நமது கட்டுப்பாட்டில் இருந்தால் நன்றாகத்தான் இருக்கும் என்றார். DRDLஇன் கிழக்குப் பக்கத்தில் 95 ஏக்கர் நிலத்தைத் தான் கையகப்படுத்தியிருப்பதாகவும், அங்குதான் அறிவியல் மற்றும் தொழில்நுட்பத் துறை சார்பாகப் பவுடர் மெட்டலர்ஜி மையமும் புதிய பொருட்களுக்கான சர்வதேச மேம்பட்ட ஆராய்ச்சி மையமும் (ARCI) நிறுவப்பட உள்ளதாகவும் டாக்டர் கலாமிடம் தெரிவித்தார்.

அதை ஏன் ‘சர்வதேச மையம்’ என்று அழைக்க வேண்டும் என்று டாக்டர் கலாம் கேட்டார். அதற்குப் பேராசிரியர் ராமராவ் அறிவியல், தொழில்நுட்பம் என்பவை உலகளாவிய கூட்டு முயற்சிகள்;

எனவே, இந்தியா சுயசார்புடன் இருக்க வேண்டுமானால், மேம்பட்ட நாடுகளுடன் இணைந்து செயல்பட வேண்டும், அவர்கள் ஏற்கெனவே கண்டுபிடித்ததை நாமும் மீண்டும் கண்டுபிடிக்க முயற்சிக்கக் கூடாது என்று பதிலளித்தார். சிறிது இடைவெளிக்குப் பிறகு, மின்னணுச் சாதனங்களின் விஷயத்தில் நடந்ததுபோல, இப்போதும் இந்தியா இந்த வாய்ப்பைத் தவறவிட்டால், நானோ பொருட்கள், எரிபொருள் செல்கள், சூரிய ஆற்றல், வாகன எரிசக்திப் பொருட்கள் ஆகியவற்றில் பயன்படுத்தப்படும் தொழில்நுட்பங்களுக்கான தயாரிப்புகளை நாம் எப்போதும் வெளிநாடுகளிடமிருந்து வாங்கிக்கொண்டிருக்க வேண்டியிருக்கும் என்று கூறினார்.

டாக்டர் கலாமின் பணி ஏவுகணைத் திட்டத்துடன் முடிவடையக் கூடாது என்றும், அவர் தில்லிக்கு வர வேண்டும் என்றும் அவர் பரிந்துரைத்தார்.

அது பேராசிரியர் ராமராவின் தனிப்பட்ட விருப்பம் மட்டுமல்ல என்பதை டாக்டர் கலாம் விரைவில் உணர்ந்தார். வேறு சிலரும் அவர் தில்லியில் இருக்க வேண்டும் என்று விரும்பினார்கள். 1991 ஆகஸ்ட் 29 அன்று, டாக்டர் வி.எஸ். அருணாசலம் அவருக்கு அழைப்பு விடுத்தார். அது ஓணம் பண்டிகை என்பதால், விஷ்ணு வாமனராக வந்து மகாபலி சக்கரவர்த்தியைச் சந்தித்தது குறித்துச் சில வார்த்தைகளைப் பரிமாறிக்கொண்ட பிறகு, தான் அடுத்த ஆண்டு ஓய்வு பெறவிருப்பதாக அருணாசலம் தெரிவித்தார். DRDOவை வழிநடத்தும் பொறுப்பை டாக்டர் கலாம் ஏற்க வேண்டும் என்று கேட்டுக்கொண்டார். அதற்கு டாக்டர் கலாம், தான் கல்விப்புலம் சார்ந்த விஞ்ஞானி அல்ல என்றும், ஏதோ சில அறிவியல் சாதனைகளை நிறைவேற்றிய பொறியாளர் மட்டுமே என்றும், DRDOவின் தலைமைப் பொறுப்பு என்பது தன்னிடம் அதிகமாக எதிர்பார்ப்பதாக இருக்கும் என்றும் பதிலளித்தார். டாக்டர் அருணாசலம் சிரித்தவாறே, DRDLஇன் இயக்குநராக ஆனபோதும் அவர் தயங்கியதை நினைவுபடுத்தினார். உரையாடலை முடிக்கும்போது, இந்த முறையும் தானே முடிவெடுக்க டாக்டர் கலாம் அனுமதிக்க வேண்டும் என்று டாக்டர் அருணாசலம் கூறினார்.

1991ஆம் ஆண்டு குளிர்காலத்தில், டாக்டர் அருணாசலம், டாக்டர் கலாமை அப்போதைய இந்தியப் பாதுகாப்புத் துறை அமைச்சரான சரத் பவாரிடம் அழைத்துச் சென்றார். அமைச்சர் திடமான ஆளுமை கொண்டவராகவும் அன்பாகப் பழகுபவராகவும் இருந்தார். அவர் டாக்டர் கலாமின் கையைப் பிடித்தபடி, கரும்புக் கழிவிலிருந்து ராக்கெட்டுக்கான

எரிபொருளைத் தயாரிக்க முடியுமா என்று கேட்டார். ஏவுகணைகளைப் பற்றிப் பேசத் தயாராக இருந்த டாக்டர் கலாமுக்கு இது எதிர்பாராத கேள்வியாக இருந்தது. கரும்புக் கழிவுகளிலிருந்து எத்தனால் தயாரிக்க முடியும், அதை ராக்கெட் எரிபொருளாகப் பயன்படுத்தலாம் என்று பதிலளித்தார். அதோடு அந்தச் சந்திப்பு முடிந்தது.

அதன் பிறகு டாக்டர் அருணாசலம், டாக்டர் கலாமை உயர்மட்டக் குழுக்களில் ஈடுபடுத்தத் தொடங்கினார். முக்கியமான தொழில்நுட்பங்களில் இந்தியா சுயசார்பு அடைவதற்கான பொறுப்பை அவரிடம் ஒப்படைத்தார். இந்தக் குழுக்களில் பெரும்பாலானவற்றில் பேராசிரியர் ராமராவ் உறுப்பினராக இருந்தார். டாக்டர் கலாம் தொடர்ந்து தில்லிக்கு வந்துகொண்டிருந்தார்.

விரைவில் தாம் பிரதமரின் அலுவலகத்தில் பணியாற்ற விருப்பதாகவும், தனக்குப் பிறகு பாதுகாப்புத் துறை அமைச்சரின் அறிவியல் ஆலோசகராகவும் DRDOவின் டைரக்டர் ஜெனரலாகவும் டாக்டர் கலாம் பதவியேற்க வேண்டும் என்றும் டாக்டர் அருணாசலம் தெரிவித்தார்.

1992, ஜூலை 10 அன்று, டாக்டர் கலாம் DRDLஐப் பார்த்துக்கொள்ளும் பொறுப்பை லெப்டினன்ட் ஜெனரல் டாக்டர் வி.ஜே. சுந்தரத்திடம் ஒப்படைத்தார். இருவரும் இரண்டு வாரங்கள் விவாதித்தார்கள். விரைவில் DRDL பிருத்வி, அக்னி ஏவுகணைகளின் குறைந்த எண்ணிக்கையிலான உற்பத்தியைத் தொடங்கியது. களத்தில் பயன்படுத்தும்போதும் செயல்படுத்தும் தன்மையிலும் இந்த ஏவுகணைகள் ஆயுதப் படைகளின் தேவைகளைப் பூர்த்தி செய்தபோது இந்த இரண்டு ஏவுகணைகளின் மீது படைகளின் நம்பிக்கை மேலும் வலுப்பட்டது. லெப்டினன்ட் ஜெனரல் சுந்தரம் முப்படைகளுக்கான DRDLஇன் முகமாக இருந்தார். படையினரிடத்தில் அதிக மரியாதையையும் பெற்றிருந்தார். DRDL, குறுகிய, நீண்ட தூர அமைப்புகளில், கடற்படைக்கான பிரித்வி, அக்னி ஆகிய ஏவுகணைகளின் தயாரிப்புப் பணிகளையும் முடித்திருந்தது.

டாக்டர் கலாமுக்கு புதுதில்லியின் புகழ்பெற்ற சவுத் பிளாக்கில் ஒரு அலுவலகம் அமைந்தது. அவர் தெற்கு தில்லியில் உள்ள சப்தர்ஜங் அருகே சிரி கோட்டைப் பகுதியில் இருக்கும் ஆசிய கிராமத்தில் உள்ள DRDO விருந்தினர் இல்லத்தின் ஒரு பகுதியில் வசிக்கத் தொடங்கினார். அவரது வீட்டின் சாளரத்திலிருந்து பார்த்தால் ஆசிய விளையாட்டுப் போட்டி

களுக்கான கோபுரம் தெரியும். வளாகத்தில் உள்ள மற்றொரு பூங்காவைச் சுற்றி நேர்த்தியாக அமைக்கப்பட்ட நடைபாதை இருந்தது. அதில் அதிகாலையில் நடக்கும் பழக்கத்தை அவர் ஏற்படுத்திக்கொண்டார்.

முப்படைகள், இராணுவத் தளவாட உற்பத்தி அமைப்புகள் ஆகியவற்றின் உறுப்பினர்களைக் கொண்ட ஒரு குழுவை இந்திய அரசு அமைத்திருந்தது; இந்தச் சுயசார்புக் குழு பெரும்பாலும் ரகசிய வேலைகளைக் கையாண்டது. பிரதமர் பி.வி. நரசிம்ம ராவ் திறந்த சந்தையும் புதிய தொழில்நுட்பமும் நாட்டிற்கு அதிகப் பொருளாதார பலத்தைத் தரும் என்று நம்பினார். டாக்டர் கலாம் சுயசார்புக் குழுவின் தலைவராக நியமிக்கப்பட்டார். முக்கியமான தொழில்நுட்பங்களை இந்தியாவிலேயே உருவாக்குவதற்கான செயல்திட்டத்தை உருவாக்கும் பணியும் அவரிடம் ஒப்படைக்கப்பட்டது. என்னை ஏன் தேர்ந்தெடுத்தார்கள் என்று டாக்டர் கலாம் தன்னைத்தானே கேட்டுக் கொண்டார். ஆனால் ஒவ்வொருவரையும் ஒவ்வொரு பணிக்காகத் தேர்ந்தெடுக்கும் கண்ணுக்குத் தெரியாத ஒரு சக்தி இருப்பதாக அவர் நம்பினார். இந்தத் தருணத்திற்கு ஏற்பச் செயலாற்றத் தான் தயாராக இருக்க வேண்டும் என்று உணர்ந்தார்.

அறிவியல் மற்றும் தொழில்நுட்பத் துறையின் கீழ் 1988ஆம் ஆண்டு நிறுவப்பட்ட தன்னாட்சி அமைப்பான தொழில்நுட்பத் தகவல், முன்னறிவிப்பு மற்றும் மதிப்பீட்டுக் கவுன்சிலுக்குத் (TIFAC) தலைமை தாங்கும்படியும் டாக்டர் கலாமைப் பேராசிரியர் ராமராவ் கேட்டுக்கொண்டார். TIFACஇன் நிர்வாக இயக்குநரான ஒய்.எஸ். ராஜன், இஸ்ரோ தலைமையகத்தில் பேராசிரியர் சதீஷ் தவனின் அறிவியல் செயலாளராகப் பணியாற்றியவர்; டாக்டர் கலாமுக்குத் தெரிந்தவர். TIFAC, டாக்டர் கலாமுக்குப் பரந்த பார்வையை வழங்கியது. நாட்டின் தொழில்நுட்பங்களின் பாதையை எப்படி மதிப்பிடுவது, நாடு எதைப் பெற வேண்டும், எதில் கூட்டாண்மை வேண்டும், எதைத் தனியாகச் செய்ய முடியும் என்பதையெல்லாம் கற்றுக்கொள்ள உதவியது.

1994ஆம் ஆண்டில், ஜெய்ப்பூரில் நடந்த இந்திய அறிவியல் மாநாட்டில் உரையாற்ற டாக்டர் கலாமுக்கு அழைப்பு வந்தது. அதை ஏற்றுக்கொள்வதற்கு முன் அவர் சில நாட்கள் யோசித்தார். அறிவியல் அமைப்புகள், கல்வி நிறுவனங்கள், தனியார் துறை, சமூக அமைப்புகள் ஆகியவை ஒன்றிணைந்து இந்திய மக்களுக்குப் பயனுள்ளவற்றை வழங்க வேண்டிய நேரம் இது என்று அவர் தனக்குள்ளே சொல்லிக்கொண்டார்.

இந்திய அறிவியல் மனிதாபிமான முகத்தைக் கொண்டிருக்க வேண்டும்; தொழில்நுட்பம் மக்களுக்குச் சேவை செய்ய வேண்டும்; அவர்களின் வாழ்க்கையை மேம்படுத்த வேண்டும், வாழ்வாதாரத்தை வளப்படுத்த வேண்டும்; தொழில்நுட்பத்தின் துணை விளைவுகளை மேம்படுத்த அழைப்பு விடுப்பதற்காக இந்த மேடையைப் பயன்படுத்த அவர் முடிவு செய்தார். அவர் தனது உரையில், "என் அறிவு உங்கள் வலியை நீக்கட்டும்" (Let my brain remove your pain) என்று கூறியதும் கைத்தட்டலில் அரங்கம் அதிர்ந்தது. அடுத்த நாள் சில செய்தித்தாள்களில் இதுவே தலைப்புச் செய்தியாக இருந்தது.

அவர் சுயசார்புக் குழுவைப் பயன்படுத்தி நிறுவனங்கள் ஒரு வகையான ஆத்ம போதம் (தன்னைப் பற்றிய அறிவு) அடைய உதவினார். பாதுகாப்புத்துறை சார்ந்த ஒன்பது பொதுத் துறை நிறுவனங்கள் (DPSUS) இந்தியத் தொழில்நுட்பத்தின் முதுகெலும்பாக உள்ளன. அவை விமானப் போக்குவரத்து, மின்னணுவியல், போர்க் கப்பல்கள் போன்ற உயர் தொழில்நுட்பத் துறைகளை உள்ளடக்கியிருந்தன. இவற்றில் இந்துஸ்தான் ஏரோநாட்டிக்ஸ் லிமிடெட் (HAL) மிகப்பெரிய நிறுவனமாகும். இதன் மதிப்பு அந்த ஒன்பது நிறுவனங்களின் கூட்டு மதிப்பில் கிட்டத்தட்டப் பாதியாக இருந்தது. பாரத் எலெக்ட்ரானிக்ஸ் லிமிடெட் (BEL) ஏழு மாநிலங்களில் ஒன்பது உற்பத்தி மையங்களையும் முப்பத்தியோரு உற்பத்திப் பிரிவுகளையும் கொண்டிருந்தது. பாரத் எர்த் மூவர்ஸ் லிமிடெட் (BEML) பாதுகாப்புப் படைகளின் அடிப்படைத் தேவைகளான புல்டோசர்கள், கிரேன்கள், கனரக லாரிகள், ரயில்வே வேகன்கள் ஆகியவற்றை உற்பத்திசெய்தது. பாரத் டைனமிக்ஸ் லிமிடெட் (BDL) தந்திரோபாய ஏவுகணைகளை உருவாக்கியது. மிதானி (MIDHANI) உற்பத்திசெய்த சிறப்பு எஃகுகள், சூப்பர் உலோகக் கலவைகள், டைட்டானியம் உலோகக் கலவைகள் அணுசக்தித் திட்டங்கள், விண்வெளி மற்றும் பாதுகாப்பு உற்பத்திக்குத் தேவையான முக்கியத் தேவைகளைப் பூர்த்திசெய்தன. மும்பையில் இருந்த மசகான் டாக் ஷிப் பில்டர்ஸ் லிமிடெட் (MDL), கார்டன் ரீச் ஷிப் பில்டர்ஸ் அண்ட் இன்ஜினியர்ஸ் (GRSE) (கல்கத்தா), கோவா ஷிப்யார்ட் லிமிடெட் (GSL) (கோவா), இந்துஸ்தான் ஷிப்யார்ட் லிமிடெட் (HSL) (விசாகப்பட்டினம்), ஆகியவை கப்பல் கட்டும் பணியிலும் பிற கடற்படைப் பொறியியல் சேவைகளிலும் ஈடுபட்டன.

பத்து ஆண்டுகளில், 30 சதவீதம் உள்நாட்டு உற்பத்தி, 70 சதவீதம் இறக்குமதி என்ற நிலையை மாற்றி, 70 சதவீதம் உள்நாட்டு உற்பத்தி, 30 சதவீதம் இறக்குமதி என்ற இலக்கை

அடையவதற்கான திட்டத்தை டாக்டர் கலாம் வகுத்தார். காலியம் ஆர்சனைடு சாதனங்கள், ஃபைபர் ஆப்டிக்ஸ், ஆக்கப்பூர்வமான ஆயுதங்களின் துணை அமைப்புகள், கனத்துகள் கற்றைகள் *(heavy particle beams)*, ஃபோகல் பிளேன் வரிசை, மீயொலி உந்துவிசை *(hypersonic propulsion)* ஆகியவை அவர்கள் முடிவுசெய்த முக்கியமான தொழில்நுட்பங்கள். அதிநவீனப் பாதுகாப்பு அமைப்புகளை உருவாக்க 'மையம்' *(Core)* 'தாய்' *(Mother)* ஆகிய தொழில்நுட்பங்கள் தேவைப்பட்டன; இதற்காக ரூ. 100 கோடி கொண்ட பாதுகாப்புத் தொழில்நுட்ப நிதியம் உருவாக்கப்பட்டது. இது இலகுரகப் போர் விமானத்தை *(LCA)* உருவாக்க உதவும். அதற்குக் கார்பன் ஃபைபர்கள், பல்வகை ரேடார்கள், மறைந்திருக்கும் திறன் ஆகியவை தேவைப்படும். இந்துஸ்தான் ஏரோநாட்டிகல் லிமிடெடின் நாசிக் பிரிவின் தலைமை வடிவமைப்பாளரான டாக்டர் கோட்டா ஹரினாராயணா ஏற்கெனவே *LCA* குழுவின் தலைவராக இருந்தார்.

1993 மார்ச் மாதம் சரத் பவார் மகாராஷ்டிர முதல்வராகப் பொறுப்பேற்றபோது, பிரதமர் ராவ் பாதுகாப்பு அமைச்சகத்தின் கூடுதல் பொறுப்பை ஏற்றுக்கொண்டார். இப்போது டாக்டர் கலாமுக்குப் பிரதமரை நேரடியாக அணுகும் வாய்ப்புக் கிடைத்தது. இந்தக் காலகட்டத்தில்தான் அணு ஆயுதம் தயாரிப்பதுபற்றி முடிவெடுக்கப்பட்டது. சர்வதேச உதவியுடன் இயங்கும் அணுமின் நிலையங்களுக்குப் பாதிப்பு ஏற்படுத்தாமல் அணு ஆயுதத்தை உருவாக்கும் பணியை மேற்பார்வையிடும் பொறுப்பு டாக்டர் கலாமிடம் ஒப்படைக்கப்பட்டது.

1991ஆம் ஆண்டில் சோவியத் யூனியன் கலைக்கப்பட்ட பிறகு, இந்தியாவுக்கு 'வல்லரசு' நாடு எதுவும் நட்பாக இல்லை. விரோதம் பாராட்டும் அண்டை நாடுகள் இருபுறமும் இருந்த நிலையில், அணு ஆயுதம் கொண்ட நாடாக மாறுவதைத் தவிர இந்தியாவுக்கு வேறு வழியில்லை. பார்க் *(BARC)* நிறுவனத்தின் இயக்குநரான டாக்டர் ஆர். சிதம்பரமும் டாக்டர் கலாமும் நெருங்கிய நண்பர்களானார்கள். டாக்டர் கலாமுக்கு அணுசக்தித் துறையுடன் பணிபுரிந்த அனுபவம் இல்லை; அவர் முதன்மையாக விண்வெளி, பாதுகாப்புத் துறைகளில் பணிபுரிந்தவர். இவர்கள் இருவரிடையேயான இந்த இணக்கம் அணுசக்தித் திட்டத்தின் வளர்ச்சிக்குப் பெரிய வரமாக அமைந்தது.

1996ஆம் ஆண்டில் கடற்படைக்குக் கடலில் உள்ள அதன் போர்க் கப்பல்களைக் கப்பல் எதிர்ப்பு ஏவுகணைகள், விமானங்களிலிருந்து பாதுகாக்க விரைவாக எதிர்வினையாற்றும் வான் பாதுகாப்பு அமைப்பு அவசரமாகத் தேவைப்பட்டது.

பாகிஸ்தான் கடற்படை அமெரிக்காவிலிருந்து ஹார்பூன் ஏவுகணைகளையும் பிரான்சிலிருந்து எக்ஸோசெட் (Exocet) கடல்-சறுக்கு ஏவுகணைகளையும் (Sea-skimming missiles) பெற்றதையடுத்து இது தேவைப்பட்டது; இந்த ஏவுகணைகள் இந்தியக் கப்பல்களைக் கிட்டத்தட்ட ஒலி வேகத்தில் அணுகி, மாறுபட்ட வானிலைகளையும் பகல் வெளிச்சத்தையும் மீறி, பேரழிவு தரும் சேதத்தை ஏற்படுத்தக்கூடியவை. இதைத் தடுக்கும் நோக்கத்திற்காக உருவாக்கப்பட்ட ஏவுகணையான திரிசூலத்தை மேம்படுத்தும் பணி தாமதமானது.

இதற்கு என்ன செய்வது என்று பிரதமர் விசாரித்தபோது, ஆயுதப் படைககளுக்கு வேண்டியதைச் செய்துகொடுத்தாக வேண்டும் என்று டாக்டர் கலாம் பதிலளித்தார். கடல்-சறுக்கல் ஏவுகணையை உருவாக்குவதில் தாமதம் ஏற்பட்டதை ஒப்புக்கொண்டார். இது மற்றொரு ஏவுகணையை வாங்க வழிசெய்தது.

இஸ்ரேலிய பாராக் (Barak) ஏவுகணையே சிறந்ததாகக் கருதப்பட்டது. ஆனால் அதை எப்படிப் பெறுவது? இந்திய நிறுவனங்களில் இருந்த பலரும் இஸ்ரேலைச் சந்தேகத்துடன் பார்த்தார்கள்; இஸ்ரேலும் அதே உணர்வை வெளிப்படுத்தியது. 1992வரை இந்திய பாஸ்போர்ட் வைத்திருப்பவர்கள் இஸ்ரேலுக்குள் நுழையத் தடை விதிக்கப்பட்டிருந்தது. 1992ஆம் ஆண்டில் புது தில்லியில் இஸ்ரேல் தூதரகத்தை நிறுவ உதவியவர் பி.வி. நரசிம்மராவ்தான்; அவர் 1980முதல் 1984வரையிலும் பின்னர் 1988முதல் 1989வரையிலும் வெளியுறவுத் துறை அமைச்சராக இருந்த காலத்தில் இஸ்ரேலுடன் உறவை வளர்த்தார். இது பாராக் ஏவுகணையை வாங்குவதை எளிதாக்கியது. பின்னர், இது இஸ்ரேலிய இராணுவத் தொழில்நுட்பத் துறைக்கும் DRDOவிற்கும் இடையேயான 350 மில்லியன் டாலர் கூட்டு முயற்சியாக வளர்ந்தது.

1991 வளைகுடாப் போரில், அமெரிக்காவின் டோமாஹாக் (Tomahawk) குரூஸ் ஏவுகணைகள் ஈராக்கின் கட்டளை, தகவல் தொடர்பு மையங்களை அழித்தன. ஈராக்கிய இராணுவப் படைகளைத் தடையற்ற வான் தாக்குதல்களுக்கு இலக்காக்கித் தமது பயன்பாட்டை நிரூபித்தன. சில நூறு குரூஸ் ஏவுகணைகள் சில மணிநேரங்களில் 1.2 மில்லியன் வலிமை கொண்ட ஈராக்கிய இராணுவத்தைத் தனிமைப்படுத்த முடியும் என்பது நம்ப முடியாததாகத் தோன்றியது. இந்தியாவுக்கு குரூஸ் ஏவுகணை அமைப்பு வேண்டும் என்று டாக்டர் கலாம் தெளிவாகக் கூறினார்.

அதற்கு நிதி இல்லை என்று பிரதமர் தெரிவித்தார். ரஷ்ய விஞ்ஞானிகளிடையே டாக்டர் கலாமுக்கு இருந்த நல்லுறவைப் பயன்படுத்துமாறு கேட்டுக்கொண்டார். ஒரு தொழில்நுட்ப வல்லுநருக்கு இது புதிய சவால். டாக்டர் கலாம் இப்போது ராஜதந்திரியாகவும் சர்வதேசப் பேச்சுவார்த்தையாளராகவும் செயல்பட வேண்டியிருந்தது.

தங்கள் வளங்களைப் பயன்படுத்தி இந்தியாவும் ரஷ்யாவும் ஒரு 'ஏவுகணை அமைப்பை' உருவாக்க வேண்டிய நேரம் இது என்று டாக்டர் கலாம் தனது ரஷ்ய நண்பர்களுக்கு விளக்கினார். சோவியத் யூனியன் கலைக்கப்பட்ட பிறகு இந்த யோசனை வலுப்பெற்றது. மாஸ்கோவுக்கு அருகிலுள்ள ரஷ்ய நிறுவனமான *NPO* மாஷினோஸ்ட்ரோயேனியா *(Mashinostroyeniya)* இரண்டாம் உலகப் போரின் காலத்திலிருந்து ரஷ்ய இராணுவத்திற்காக ஏவுகணை அமைப்புகளை உருவாக்கிவந்தது. மீயொலி குரூஸ் ஏவுகணையை உருவாக்கும் முயற்சியில் மேம்பட்ட நிலையில் இருந்தது. இந்தியா ஏவுகணைகளை 'வாங்க'ப் பணம் செலுத்தாது, ஆனால் ஏவுகணை அமைப்பை 'சோதிக்க'வும் 'செம்மைப்படுத்த'வும் ரஷ்யாவுடன் 'இணைந்து வேலை செய்யும்' என்று ஏற்பாடாயிற்று.

பொதுத்துறை அமைப்புக்குள் நுழைவது குறித்து ரஷ்யர்கள் எச்சரிக்கையாக இருந்தார்கள். தனியார் துறை நிறுவனத்துடன் கூட்டு சேர அழுத்தம் கொடுத்தார்கள். இந்திய–ரஷ்யக் கூட்டுத் தயாரிப்பைப் பொதுத்துறை நிறுவனமாக மாற்றுவதைத் தவிர்க்கும் அதேவேளையில் அது அரசு நிறுவனமாகவும் இருப்பதை டாக்டர் கலாம் உறுதிசெய்தார். 50.5–49.5 சதவிகிதம் என்பதாக இரு தரப்புப் பங்குகளைப் பேச்சுவார்த்தை மூலம் நிர்ணயித்தார். இஸ்ரோவில் பணிபுரிந்த அவரது நீண்ட கால நண்பரும் நம்பகமான சகாவுமான சிவதாணுப் பிள்ளை புதிய நிறுவனத்தின் தலைமைச் செயல் அதிகாரியானார். இந்நிறுவனத்தின் தலைமையகம். தில்லி கண்டோன்மென்ட் பகுதியில் புதிதாகக் கட்டப்பட்ட வளாகத்தில் இருந்தது. பிரம்மபுத்திரா, மாஸ்கோ நதிகளை நினைவுபடுத்தும் விதத்தில் 'பிரம்மோஸ்' என்று அந்த நிறுவனத்திற்குப் பெயரிடப்பட்டது. 'வலிமை வலிமையை மதிக்கும்' என்ற கருத்தை டாக்டர் கலாம் மீண்டும் ஒருமுறை நிரூபித்தார்.

ஐஜிஎம்டிபி *(IGMDP)* என்பது டாக்டர் கலாம் *DRDO*வில் வளர உதவிய ஒரு மரம் என்றால், பிரம்மோஸ் அவரது சிந்தனையில் பிறந்த தயாரிப்பு. அவர் அதை எதிர்கால ஆயுதமாக உருவகித்திருந்தார். எதிரிகளால் கண்டறியப்படாமல் இருக்கும் வகையில் துல்லியமான, வேகமான ஏவுகணையாக

அதை மேம்படுத்த ஆர்வம் கொண்டிருந்தார். எதிர்காலத்தில் போர்கள் எவ்வாறு நடத்தப்படும், தாக்குதல்கள் எவ்வாறு தொடுக்கப்படும், எவ்வாறு தடுக்கப்படும் என்பதையெல்லாம் முன்கூட்டியே ஊகிக்கக்கூடிய தொலைநோக்கு அவருக்கு இருந்தது. தாக்குதல் வேகம் அதிகரித்தால் அது எதிரியின் எதிர்வினைக்கான நேரத்தைக் குறைக்கும். "பிரம்மோஸ், அந்தக் காலத்தின் சிறந்த நீண்ட தூர அமெரிக்க குரூஸ் ஏவுகணையான டோமாஹாக்கைவிட வேகமாக இருக்க வேண்டும்; இதுதான் அதுபற்றி நான் தந்த குறிப்பு" என்று டாக்டர் கலாம் கூறியிருந்தார். ஒலியின் வேகத்தைப் போலக் கிட்டத்தட்ட மூன்று மடங்கு வேகத்தில் பறக்கும் மீயொலி ஏவுகணையாக பிரம்மோஸ் உருவாக்கப்பட்டதில் வியப்பொன்றுமில்லை.

1996ஆம் ஆண்டின் பொதுத் தேர்தல் அரசாங்கத்தில் பல மாற்றங்களைக் கொண்டுவந்தன. அடல் பிஹாரி வாஜ்பாயி பதினைந்து நாள் பிரதமராக இருந்த பிறகு ஹெச்.டி. தேவே கௌடா பிரதமராகப் பொறுப்பேற்றார். உத்தரப் பிரதேசத்தின் முன்னாள் முதல்வரான முலாயம் சிங் யாதவ் பாதுகாப்பு அமைச்சராக நியமிக்கப்பட்டார். அவருக்கு டாக்டர் கலாமை மிகவும் பிடித்திருந்தது, பொது மன்றங்களில் அவரைப் பாராட்டிப் பேசினார்.

1997 ஏப்ரல் மாதம் ஐ.கே. குஜ்ரால் பிரதமரானார். அவர் பிரதமர் தேவே கௌடாவின் அமைச்சரவையில் இருந்த எல்லா அமைச்சர்களையும் மீண்டும் அமைச்சர்களாக்கினார். பிரதமர் குஜ்ரால் டாக்டர் கலாமைச் சந்தித்தபோது, "டாக்டர் சாஹிப், உங்களை நான் இந்தியாவின் அறிவியல் வலிமையின் சின்னமாகப் பார்க்கிறேன்" என்று கூறினார்.

நாட்டின் பிரதமரும் பாதுகாப்பு அமைச்சரும் தன் ரசிகர்களாக இருப்பது எந்தவொரு மனிதருக்கும் நம்ப முடியாத கனவுபோல இருக்கும். தான் இதற்குத் தகுதியானவன்தானா என்று டாக்டர் கலாம் யோசித்தார். ஆனால் இந்தத் தலைவர்களுக்கு அப்படிப்பட்ட சந்தேகங்கள் எதுவும் இல்லை. 1997 நவம்பரில் அவருக்கு 'பாரத ரத்னா விருது' வழங்குவதற்கு மத்திய அமைச்சரவை ஒப்புதல் அளித்தது. சர் சி.வி. ராமனுக்குப் பிறகு இவ்விருதைப் பெறும் இரண்டாவது அறிவியலாளர் இவர்தான். தேசம் தனது மிக உயர்ந்த குடிமகனுக்கு வழங்கும் அதிகபட்ச கௌரவத்தை டாக்டர் கலாமுக்கு வழங்கியது.

18

புதிய விடியல்

1998ஆம் ஆண்டு பொதுத் தேர்தலுக்குப் பிறகு, அடல் பிகாரி வாஜ்பாய் இந்தியாவின் பிரதமராகப் பொறுப்பேற்றார்; ஜார்ஜ் பெர்னாண்டஸ் பாதுகாப்பு அமைச்சராக நியமிக்கப்பட்டார். பிரதமரின் முதன்மைச் செயலாளர் பிரஜேஷ் மிஸ்ரா, ஹோலி பண்டிகைக்கு மறுநாள் டாக்டர் கலாம், டாக்டர் சிதம்பரம் ஆகியோரைப் பிரதமரின் இல்லத்திற்கு அழைத்தார். அவர்கள் தேநீர் அருந்திய பிறகு பிரதமரிடம் அழைத்துச் செல்லப்பட்டனர். பிரதமர் புன்னகையுடன், "வேளை வந்துவிட்டது" என்றார்.

1996ஆம் ஆண்டில், பதவியேற்றிருந்த குறுகிய காலமான 13 நாட்களின்போதே பிரதமர் வாஜ்பாய் அணு ஆயுதச் சோதனைகளை நடத்துவது குறித்த தனது முடிவைப் பற்றி டாக்டர் கலாமிடமும் டாக்டர் சிதம்பரத்திடமும் பேசியிருந்தார். சோதனை நடத்துவதற்கான நேரத்தைத் தேர்ந்தெடுக்கும் சுதந்திரம் இப்போது அவர்களுக்கு இருந்தது.

சிதம்பரம் கலாமைவிட ஐந்து வயது இளையவர் என்றாலும் இருவருக்கும் இடையே நல்ல இணக்கம் இருந்தது. அவர் 1962இல் இந்திய அறிவியல் கழகத்தில் இயற்பியலில் முனைவர் பட்டம் பெற்ற பிறகு டாக்டர் ஹோமி பாபா தலைமையிலான டிராம்பேயில் உள்ள அணுசக்தி நிறுவனத்தில் இணைந்தார். (டாக்டர் பாபா 1966இல் இறந்த பிறகு, அந்த மையத்திற்கு பாபா

அணு ஆராய்ச்சி மையம் என்று மறுபெயரிடப்பட்டது.) பிரதமர் இந்திரா காந்தியின் ஆட்சியின் கீழ், 1974ஆம் ஆண்டு மே 18ஆம் தேதி ராஜஸ்தானில் உள்ள போக்ரான் சோதனைத் தளத்தில் நடந்த முதல் அணு ஆயுதச் சோதனையில் டாக்டர் சிதம்பரம் பங்கு பெற்றிருந்தார்.

பிரதமருடனான சந்திப்புக்குப் பிறகு, அந்த ஆண்டு ஏப்ரல் 27ஆம் தேதி தனது மகளின் திருமணம் நடக்கவிருப்பதாக சிதம்பரம் டாக்டர் கலாமிடம் தெரிவித்தார். இதைக் கருத்தில் கொண்டு, மே 11 அன்று வந்த புத்த பூர்ணிமாவை அணு ஆயுதச் சோதனைக்கான நாளாக டாக்டர் கலாம் பரிந்துரைத்தார். அவர்கள் தங்கள் நெருங்கிய சகாக்களின் கருத்தைக் கேட்டார்கள். அது நல்ல யோசனை என்று அனைவரும் மனதார ஒப்புக்கொண்டார்கள்.

மே 2ஆம் தேதி, BARCயின் இயக்குநர் அனில் ககோட்கரின் தந்தை காலமானார்; இறுதிச் சடங்குகளைச் செய்யப் புறப்பட்ட அவர், துக்கம் அனுசரிக்கக்கூட நேரமின்றி உடனடியாகத் திரும்பினார்.

இந்திய இராணுவத்தின் பொறியாளர் பிரிவுக்குச் சொந்தமான 58 இஞ்சினியர் ரெஜிமென்டின் கட்டுப்பாட்டில் போக்ரான் சோதனைத் தளம் இருந்தது. அவர்கள் உளவு செயற்கைக்கோள்களின் கண்களில் படாமல் தப்பிப்பதற்காகப் பல மாதங்களாக இரவு நேரங்களில் மட்டும் வேலைசெய்து செங்குத்தான மூன்று சுரங்கங்களை வெட்டியிருந்தார்கள். அருகிலிருந்த வறண்ட, கைவிடப்பட்ட பல கிணறுகளில் சிலவற்றைத் தேர்ந்தெடுத்து அவற்றை 50 மீட்டர் ஆழமான குழிகளாக விரிவாக்கினார்கள். அணு ஆயுதச் சோதனையை வெறும் பத்து நாட்களில் நடத்தக்கூடிய அளவிற்கு அந்தத் தளம் தயார் நிலையில் இருந்தது. ஓராண்டுக்கும் மேல் இந்த இடம் எப்போதும் தயாராக இருக்கும் நிலையில் பராமரிக்கப்பட்டது.

கடுமையான ரகசிய நெறிமுறைகளைப் பின்பற்றி, BARC, DRDOவைச் சேர்ந்த நூற்றுக்கும் மேற்பட்ட விஞ்ஞானிகளுக்கும் தொழில்நுட்ப வல்லுநர்களுக்கும் இராணுவ உடைகள் வழங்கப்பட்டு, போலி இராணுவ அடையாளங்கள் அளிக்கப்பட்டன. டாக்டர் கலாமுக்கு 'பிருத்வி' ஏவுகணையின் நினைவாக 'பிருத்விராஜ்' என்று பெயரிடப்பட்டது. அவர் 'மேஜர் ஜெனரல்' என்று அழைக்கப்பட்டார். டாக்டர் சிதம்பரத்திற்கு சிவபெருமானின் பெயரான "நடராஜ்" என்று பெயரிடப்பட்டது.

அணுப்பிளவு, அணுக்கருயிணைப்பு போன்ற செயல்முறைகள்தான் அணு ஆயுதத்திற்கு அழிக்கும் சக்தியை

வழங்குகின்றன. அணுப்பிளவு, அணுக்கருயிணைப்பு ஆகிய இரண்டு செயல்முறைகளுமே மிகக் குறைந்த அளவு பொருளிலிருந்து அபரிமிதமான ஆற்றலை உருவாக்குகின்றன. ஆறு சாதனங்களை வெடிக்கச் செய்யும் வகையில் சோதனைகள் திட்டமிடப்பட்டிருந்தன. 'வெள்ளை மாளிகை' என்று பெயரிடப்பட்ட 200 மீட்டர் ஆழமான சுரங்கத்திற்குள் வெப்ப அணுசக்தி ஆயுதம் ஒன்று பொருத்தப்பட்டு சீல் வைக்கப்பட்டது. 'தாஜ் மஹல்' என்று பெயரிடப்பட்ட 150 மீட்டர் ஆழமான சுரங்கத்தின் அடியில், பிளவு சாதனம் ஒன்று பொருத்தப்பட்டு சீல் வைக்கப்பட்டது. கும்பகர்ணன் என்று பெயரிடப்பட்டிருந்த குழியில் ஒரு உப–கிலோடன் சாதனம் வைக்கப்பட்டிருந்தது. இரண்டாவது சோதனைத் தொடருக்கான மற்ற மூன்று 50 மீட்டர் குழிகள், NT 1, 2, 3 (NT என்பது நவ தலா அல்லது புதிய கிணறுகள் என்பதன் சுருக்கம்) என்று அழைக்கப்பட்டன.

கலாம், சிதம்பரம், ககோட்கர் ஆகிய மூவரும் 1998ஆம் ஆண்டு மே 10–11 அன்று இரவு சோதனைத் தளத்திற்கு அருகில் நின்றார்கள். காற்றின் ஓசையைத் தவிர வேறு எந்த அரவமும் இன்றி முழுமையான அமைதி நிலவியது. ஏறக்குறைய ஒரே நேரத்தில் அவர்கள் ஒவ்வொருவரும் டாக்டர் பாபாவின் பெயரை உச்சரித்தார்கள். டாக்டர் பாபா இல்லையென்றால், அன்று தாங்கள் அங்கு இருந்திருக்க முடியாது என்று டாக்டர் கலாம் கூறினார். ஏதோ ஒரு தெய்வீக சக்தி மனித மனதிற்குப் பார்வையை வழங்கியதுபோலவும், மறைந்திருந்த கை ஒன்று சிலரை ஒரு குறிப்பிட்ட பணிக்காக வழிநடத்தியதுபோலவும் அவர்களுக்குத் தோன்றியது. மாபெரும் இலக்குகள் பலவும் பல தலைமுறைகளாகத் தொடர்கின்றன. ஒவ்வொரு தலைமுறையும் தன்னுடைய பங்களிப்பைச் செய்கிறது. அதற்குப் பின் வருபவர்கள் அதை முன்னெடுத்துச் செல்கிறார்கள்.

விடியற்காலையில் பலத்த காற்று பாலைவன மணலை விசிறி அடித்தது. அதே காற்றுதான் அணுகுண்டு வெடிப்பின் தூசியைப் போக்ரான் நகரை நோக்கி எடுத்துச் செல்லப்போகிறது. காத்திருக்க வேண்டியதற்குக் காத்திருந்துதான் ஆக வேண்டும் என்று தனது இளமைக் காலத்தில் எங்கோ படித்த ஒரு சொற்றொடரை டாக்டர் கலாம் நினைவுகூர்ந்தார். பிற்பகல் 3:00 மணியளவில் காற்று தணிந்தவுடன் சோதனைகளை நடத்தலாம்.

பிரதமர் சோதனைத் தளத்திலிருந்து பாதுகாக்கப்பட்ட ஹாட்லைன் மூலம் தொடர்பில் இருந்தார். டாக்டர் கலாம் அவரிடம் பேசி ஒப்புதல் பெற்றார். முதல் மூன்று சாதனங்களும் சரியாக 1998, மே 11, இந்திய நேரப்படி பிற்பகல் 3:43:44 மணிக்கு

வெடித்தன. அவற்றின் ஒருங்கிணைந்த சக்தி, கிட்டத்தட்ட ஒரு கிரிக்கெட் மைதானத்தின் அளவிலான பகுதியைப் பூமியிலிருந்து பல மீட்டர்கள் மேலே எழுப்பியது. பெரும் தூசியும் மணலும் நிரம்பிய மேகங்களை உருவாக்கியது. சிறிது நேரம் கழித்து, அனைத்துப் பதற்றங்களும் தணிந்த பின் டாக்டர் கலாம், ஃபில்டர் காப்பி கிடைக்குமா என்று கேட்டார். உடனடியாக அனைவரும் ஃபில்டர் காப்பி வேண்டும் என்றார்கள். வெற்றிகரமான அந்தச் சோதனையை ஃபில்டர் காப்பி குடித்துக் கொண்டாடினார்கள்.

முடிவுகள் அறிவிக்கப்பட்டபோது, இந்திய மக்களிடையே மகிழ்ச்சியும் பெருமிதமும் ஏற்பட்டன. எனினும், சர்வதேச ஊடகங்கள் சந்தேகம் எழுப்பின. செயற்கைக்கோள் கண்காணிப்பு தோல்வியடைந்ததைப் பற்றி அதிகம் பேசின. இரண்டு நாட்களுக்குப் பிறகு, NT 1, 2இல் வைக்கப்பட்டிருந்த இரண்டு உப-கிலோடன் சாதனங்கள் வெடிக்கப்பட்டன. NT 3இல் இருந்த சாதனத்தை வெளியே எடுக்குமாறு டாக்டர் சிதம்பரம் உத்தரவிட்டார். விஞ்ஞானிகளுக்குத் தேவையான அனைத்துத் தரவுகளும் கிடைத்துவிட்டதாகவும், ஒரு சாதனத்தை வீணாக்கத் தேவையில்லை என்றும் அவர் கருதினார்.

பிரதமரும் பாதுகாப்பு அமைச்சரும் மே 20 அன்று போக்ரானுக்கு வந்தார்கள். போக்ரானுக்கு மேல் சுழன்ற உளவு செயற்கைக்கோள்கள் நல்லவேளையாக டாக்டர் கலாமின் பளபளக்கும் முடியைப் படம் பிடிக்கவில்லை என்று பாதுகாப்பு அமைச்சர் ஜார்ஜ் பெர்னாண்டஸ் நகைச்சுவையாகக் கூறினார்.

இதற்கிடையில், அக்னி-II ஏவுகணையும் தயாராக இருந்தது. அக்னி-II அணு ஆயுதத்தைச் சுமந்து செல்லும் திறன் கொண்டது. அக்னி-Iஇன் திரவ உந்துவிசை நிலையை திட உந்துவிசை மோட்டாரால் பதிலீடு செய்ததன் மூலம் அக்னி-II முழுமையான திட-உந்துசக்திக் கட்டமைப்பாக மாற்றப்பட்டிருந்தது. ஏவுகணையின் மறுநுழைவு வாகனம் (Re-entry Vehicle), பின்தேக்க வாகனத்துடன் (Post Boost Vehicle) இணைக்கப்பட்டது. ஒடிசா கடற்கரையில் உள்ள வீலர் தீவில் (2015இல் இது அப்துல் கலாம் தீவு எனப் பெயர் மாற்றப்பட்டது) 1999ஆம் ஆண்டு ஏப்ரல் 11 அன்று அது சோதிக்கப்பட்டது. மாற்றியமைக்கப்பட்ட ரயில் பெட்டியே நகரும் ஏவுதளமாகப் பயன்படுத்தப்பட்டது. ஏவுகணையைச் செங்குத்தான ஏவுதல் நிலைக்கு உயர்த்தும் இரண்டு பெரிய ஹைட்ராலிக் பிஸ்டன்களைப் பொருத்துவதற்காக ரயில் பெட்டியின் கூரை நீக்கப்பட்டிருந்தது.

டாக்டர் கலாமின் பணி வெற்றிகரமாக முடிவடைந்தது. அவர் தனது பொறுப்புகளைக் கொச்சியில் உள்ள NPOLஇன் முன்னாள் தலைவரும் அப்போது தலைமைக் கட்டுப்பாட்டாளர் (R&D) என்னும் பொறுப்பில் இருந்தவருமான டாக்டர் வி.கே. ஆத்ரேயிடம் ஒப்படைத்தார்.

டாக்டர் கலாம் பிரதமரைச் சந்தித்து விடைபெறச் சென்றபோது, வாஜ்பாய் சிரித்துக்கொண்டே, "நீங்கள் எங்கேயும் போகவில்லை." என்று குறிப்பிட்டார். அடுத்த நாள் பிரஜேஷ் மிஸ்ரா டாக்டர் கலாமிடம், மத்திய அமைச்சரவைக்கு இணையான நிலையில், இந்திய அரசாங்கத்தின் முதன்மை அறிவியல் ஆலோசகர் (PSA) என்ற புதிய அலுவலகம் நிறுவப்பட்டதாகவும், அதன் முதல் பணியாளராக அவர் நியமிக்கப்பட்டிருப்பதாகவும் தெரிவித்தார்.

முதன்மை அறிவியல் ஆலோசகர் அலுவலகம் மௌலானா ஆசாத் சாலையில் உள்ள விக்யான் பவன் இணைப்புக் கட்டிடத்தில் அமைக்கப்பட்டது. டாக்டர் கலாம் ஒய்.எஸ். ராஜனைத் தனது அறிவியல் செயலாளராக இருக்குமாறு கேட்டுக்கொண்டார். தனது தனிச் செயலாளர் ஹாரி ஷெரிடனையும் DRDOவிலிருந்து புதிய அலுவலகத்திற்கு வரவழைத்துக்கொண்டார்.

புதிய அலுவலகம் எவ்வாறு செயல்படும் என்பதில் முதல் சில வாரங்களில் அவருக்குத் தெளிவு இல்லை. இந்த அலுவலகத்தின் செயல்பாடுகளைத் தீர்மானிக்க விரிவான ஆலோசனைகளை நடத்தினார். அந்த ஆலோசனைகளில் அவர் முக்கியமான கேள்விகளை எழுப்பினார்: தேசிய ஆய்வகங்களும் அமைப்புகளும் எதையேனும் தவறவிடுகின்றனவா? அறிவியல், தொழில்நுட்பத்தின் பலன்கள் மக்களைச் சென்றடைவதில் ஏதேனும் இடைவெளி உள்ளதா? யாருக்கு மிகவும் அவசியமாக உதவி தேவைப்படுகிறது? ஏழு லட்சம் கிராமங்கள் நாட்டின் மைய நீரோட்டத்துடன் இணைக்கப்பட்டுள்ளனவா?

இதற்கான தீர்வைக் கண்டறிய டாக்டர் கலாமுக்குப் பேராசிரியர் பி.வி. இந்திரேசன் உதவினார். ஐஐடி மெட்ராஸின் முன்னாள் இயக்குநரான இவர் கிராமப்புறப் பொருளாதார மாதிரி ஒன்றை உருவாக்கியிருந்தார். ஒரு நிகழ்வில் டாக்டர் கலாம் இந்திரேசனைச் சந்தித்தபோது, அரசு அதிகாரிகளும் அவரது ஆலோசனையை ஏற்றுக்கொண்டார்களா என்று கலாம் விசாரித்தார். அதற்குப் பேராசிரியர் இந்திரேசன், அதிகாரிகளுக்கு என்ன ஆலோசனை தேவையோ அதைத்தான் எடுத்துக்கொள்வார்கள், மற்ற எதையும் எடுத்துக்கொள்ள

மாட்டார்கள் என்று பதிலளித்தார். இதைக் கேட்டுப் பெருமூச்சு விட்ட டாக்டர் கலாம், அமைப்பை மாற்றுவது கடினம், ஆனால் அதற்காகத் தங்கள் வேலையைச் செய்யாமல் இருக்க முடியாது என்றார். பேராசிரியர் இந்திரேசனைத் தில்லிக்கு வருமாறு கேட்டுக்கொண்டார். கிராமங்கள் தங்களுக்கு வேண்டியவற்றைத் தாங்களே செய்துகொள்வதற்கான வழியைக் கண்டுபிடிக்க, வளங்களை ஒன்றிணைக்கலாம் என்று கூறினார். கிராமப்புறங்களில் நகர்ப்புற வசதிகளை வழங்குவது, வேகமாக வளர்ந்துவரும் நகரமயமாக்கலின் சவால்களைச் சமாளிக்க உதவும் என்பதை அவர்கள் உணர்ந்திருந்தார்கள். இந்தத் திட்டத்திற்கு PURA (Provision of Urban Amenities to Rural Areas – கிராமப்புறப் பகுதிகளுக்கு நகர்ப்புற வசதிகளை வழங்குதல்) என்று பெயரிடப்பட்டது.

இந்தியாவில் பல கிராமங்கள் தொலைதூரங்களில் உள்ளன. அடிப்படை வசதிகளைக்கூட ஏற்படுத்திக்கொள்வதற்குத் தேவையான நிதியைத் திரட்ட முடியாத அளவுக்குச் சிறியவை. பள்ளிகள், மருத்துவமனைகள், சந்தைகள், பிற சேவைகளைப் பராமரிக்க அந்தக் கிராமங்களால் இயலாது. இந்தப் பிரச்சினையைச் சமாளிக்க 'புரா' திட்டம் ஒரு வழியை வழங்கியது. இந்தத் திட்டம் ஒவ்வொரு கிராமத்தையும் தனித்தனி அலகுகளாகக் கருதவில்லை. மாறாக, அருகருகே உள்ள, ஒட்டுமொத்தமாகச் சேர்த்தால் முப்பதாயிரம்முதல் ஐம்பதாயிரம்வரை மக்கள்தொகை வரக்கூடிய கிராமங்கள் சிலவற்றை இணைத்தால் நகர்புறத்தில் கிடைக்கக்கூடிய அடிப்படையான சேவைகளை வழங்குவதற்குப் போதிய நிதியாதாரங்களைத் திரட்ட முடியும் என்று கருதியது. அடிப்படையான நகர்ப்புறச் சேவைகள் பலவற்றை வழங்க இந்த அணுகுமுறை முன்னெடுக்கப்பட்டது. வணிக நிறுவனங்களின் தலைவர்களையும் பெருநிறுவனங்களையும் இந்தக் கருத்து ஈர்த்தது.

2001ஆம் ஆண்டு செப்டம்பர் 30ஆம் தேதி, புதிதாக உருவாக்கப்பட்ட ஜார்க்கண்ட் மாநிலத்தின் அறிவியல், தொழில்நுட்பக் கவுன்சில் கூட்டத்தில் கலந்துகொள்வதற்காக டாக்டர் கலாம் ராஞ்சியிலிருந்து பொகாரோவுக்கு ஹெலிகாப்டரில் சென்றார். ஜார்க்கண்ட் மாநில அறிவியல், தொழில்நுட்ப அமைச்சர் சமரேஷ் சிங் அவருடன் இருந்தார். கீழே இறங்கும்போது, ஹெலிகாப்டரின் ரோட்டார் செயலிழந்ததில், ஹெலிகாப்டர் சுமார் 100 மீட்டர் உயரத்திலிருந்து தரையில் விழுந்தது. நல்வாய்ப்பாக, அதில் இருந்த அனைவரும் லேசான காயங்களுடன் தப்பினார்கள். மறுநாள் காலையில், உத்தரப்

பிரதேசத்தின் மைன்புரி என்னும் பகுதியில், இளம் தலைவர் மாதவராவ் சிந்தியாவையும் பத்திரிகையாளர் குழுவையும் ஏற்றிச் சென்ற விமானம் விபத்துக்குள்ளானதாகவும், அதில் இருந்த அனைவரும் பலியானதாகவும் டாக்டர் கலாம் செய்தித்தாள்களில் படித்தார்.

தில்லிக்குத் திரும்பிய டாக்டர் கலாம், பிரதமரைச் சந்தித்து, அரசுப் பணியிலிருந்து தன்னை விடுவிக்குமாறு கோரினார். "ஐயா, நான் சூரியனைச் சுற்றி எழுபது சுழற்சிகளை முடித்துவிட்டேன். நான் இப்போது ஓய்வுபெறலாமா?" என்று அவர் கேட்டார். பிரதமர் அவருக்கு அமைச்சகப் பதவியை வழங்க முன்வந்தார். ஆனால் டாக்டர் கலாம் அதை ஏற்கவில்லை. இருவரிடையே சில நிமிடங்கள் மௌனம் நிலவியது. பேசப்படாத வார்த்தைகள் காற்றில் அலைந்தன. பிறகு பிரதமர், "உங்கள் விருப்பப்படியே ஆகட்டும்" என்றார்.

தில்லியில் தனது வேலைகளை முடித்துக்கொண்டு கிளம்ப டாக்டர் கலாமுக்குச் சுமார் ஒரு மாதம் ஆனது. பல நிறுவனங்கள் தங்கள் நிறுவனத்தில் இணையுமாறு அவரிடம் கோரிக்கை விடுத்தன. இறுதியில், அவர் தனது முன்னாள் கல்வி நிலையமான சென்னையின் அண்ணா பல்கலைக்கழகத்தில் கற்பிக்கும் பணியில் சேர்ந்தார்.

துணைவேந்தர் பேராசிரியர் அ. கலாநிதி, டாக்டர் கலாமுக்குத் தொழில்நுட்பம் மற்றும் சமூக மாற்றம் என்னும் துறையின் பேராசிரியர் பதவியைத் தந்தார். அவருக்கு ஒரு அலுவலகத்தையும் விருந்தினர் மாளிகையில் ஒரு அறையையும் வழங்கினார். விருந்தினர் மாளிகையில் உணவுக்கூடம் இல்லை; காலை உணவு முதுகலை விடுதியிலிருந்து வர வேண்டும். பேராசிரியர் கலாநிதி தன் வீட்டிலிருந்தே கலாமுக்கான உணவை அனுப்புவதாகக் கூறினார். அவருடைய இந்தக் கனிவான செயல் டாக்டர் கலாமின் தயக்கத்தைப் போக்கியது.

கிண்டியில் 100 ஹெக்டேருக்கும் அதிகமான பரப்பளவில், வடக்கே அடையாறு ஆற்றை ஒட்டி அமைந்துள்ள பரந்த, பசுமையான பல்கலைக்கழக வளாகம் சொர்க்கத்தைப் போலக் காட்சியளித்தது. டாக்டர் கலாம் தனது ஓய்வு நேரத்தை மாணவர்களுடன் செலவிட்டார். அவர்களின் அபிலாஷைகளைக் கேட்டு, அவர்களின் கேள்விகளுக்குப் பதிலளித்தார். மொழியியல்ரீதியாகவும் கலாச்சாரரீதியாகவும் இந்த இடத்தைத் தனது பூர்வீகமான இராமேஸ்வரத்திற்கு நெருக்கமாக உணர்ந்தார். உண்மையிலேயே மகிழ்ச்சியாக இருந்த அவர், அந்தச் சூழலையும் தன்னுடைய பணியையும் மிகவும்

ரசித்தார். தனது பயணத்தை முடித்துக்கொள்ள இதுவே சிறந்த வழி என்று அவர் நம்பினார்.

சென்னைக்கு வந்த முதல் வார இறுதியில் டாக்டர் கலாம் காஞ்சிபுரத்திற்குச் சென்றார். PURA கருத்தின் அடிப்படையில் அறிவின் மூலம் அதிகாரமளிக்கப்பட்ட கிராமப்புற மேம்பாட்டுத் திட்டத்தைத் தொடங்க நூற்றுக்கணக்கான கிராமங்களைச் சேர்ந்த விவசாயிகளைக் காஞ்சி சங்கராச்சாரியார் அழைத்திருந்தார். கூட்டம் முடிந்ததும், சுவாமி ஜெயேந்திரரும் சுவாமி விஜயேந்திரரும் டாக்டர் கலாமைத் தனியாகச் சந்தித்துப் பேசினார்கள். தனது பணி மூலம் அனைத்து உயிரினங்களிலும் ஒரே ஆன்மாவின் இருப்பை டாக்டர் கலாம் உணர்ந்திருக்கிறார் என்று விஜயேந்திரர் அவரிடம் கூறினார். மக்களிடையே அன்பையும் கருணையையும் பரப்புங்கள் என்று அவர் அறிவுறுத்தினார்.

2002ஆம் ஆண்டு ஜூன் 10ஆம் தேதி டாக்டர் கலாம் துணைவேந்தர் அலுவலகத்திற்கு வர வேண்டும் என்றும், பிரதமர் அவரிடம் பேச வேண்டும் என்றும் டாக்டர் கலாநிதியின் அலுவலகத்திலிருந்து அவருக்குச் செய்தி வந்தது. அவர் குழப்பமடைந்தார். ஓராண்டுக்கும் மேலாக எந்த அரசு அதிகாரியிடமிருந்தும் அவருக்கு எந்தச் செய்தியும் வரவில்லை.

பிரதமர் அடல் பிகாரி வாஜ்பாய் தொலைபேசியில் பேசியபோது, டாக்டர் கலாமை இந்தியக் குடியரசுத் தலைவராக ஆக்க விரும்புவதாகத் தெரிவித்தார். டாக்டர் கலாம் அமைதியாக இருந்தார். பிரதமருக்கு நன்றி தெரிவித்த அவர், இதுபற்றிச் சிந்திக்க ஒரு மணிநேரம் அவகாசம் கேட்டார். அவருடைய சம்மதத்தையே தான் எதிர்பார்ப்பதாகப் பிரதமர் கூறினார்.

அன்று மாலை, பாதுகாப்பு அமைச்சர் ஜார்ஜ் பெர்னாண்டஸ், நாடாளுமன்ற விவகார அமைச்சர் பிரமோத் மகாஜன், ஆந்திரப் பிரதேச முதல்வர் சந்திரபாபு நாயுடு, உத்தரப் பிரதேச முதல்வர் மாயாவதி ஆகியோர் வெளியிட்ட கூட்டறிக்கையில் டாக்டர் கலாம் குடியரசுத் தலைவர் வேட்பாளராக அறிவிக்கப்பட்டார். அந்த மாலை நேரத்தை அண்ணா பல்கலைக்கழக வளாகம் கொண்டாடியது. நூற்றுக்கணக்கான மாணவர்கள் தங்கள் பாராட்டுகளைத் தெரிவித்தார்கள். மறுநாள் காலையில் குடியரசுத் தலைவர் வேட்பாளருக்குக் காவல்துறைப் பாதுகாப்பு வழங்கப்பட்டது. டாக்டர் ஆ.ப.ஜெ. அப்துல் கலாம் இப்போது அறிவியல், தொழில்நுட்பத்தைத் தாண்டி விகாசம் அடைந்திருந்தார். பொது ஆளுமையாக உருவெடுத்திருந்தார்.

மறுநாள், குடியரசுத் தலைவர் வேட்புமனுவைத் தாக்கல் செய்யப் பொருத்தமான நேரம் குறித்து விவாதிப்பதற்காகப் பிரமோத் மகாஜன் டாக்டர் கலாமைத் தொலைபேசியில் அழைத்தார். டாக்டர் கலாம், பூமியாகிய கிரகத்தை இயக்குவது சோதிடம் அல்ல, வானியல்தான் என்று அவரிடம் கூறினார். புதுதில்லியில் பாதுகாப்பு அமைச்சர் ஜார்ஜ் பெர்னாண்டஸ் விமான நிலையத்தில் அவரை வரவேற்றார். டாக்டர் கலாம் ஏஷியாட் கிராமத்தில் உள்ள DRDO விருந்தினர் மாளிகையிலேயே மீண்டும் தங்க முடிவுசெய்து அனைவரையும் ஆச்சரியத்தில் ஆழ்த்தினார்.

2002ஆம் ஆண்டு ஜூன் 18ஆம் தேதி டாக்டர் கலாம் வேட்புமனு தாக்கல்செய்தார். சோனியா காந்தி தலைமையில் காங்கிரஸ் கட்சி டாக்டர் கலாம் சார்பில் முதல் வேட்புமனுவைத் தாக்கல்செய்தது. பிரதமர் வாஜ்பாய், உள்துறை அமைச்சர் லால் கிருஷ்ண அத்வானி, வெளியுறவுத் துறை அமைச்சர் ஜஸ்வந்த் சிங், பாதுகாப்பு அமைச்சர் ஜார்ஜ் பெர்னாண்டஸ் ஆகியோர் தேசிய ஜனநாயகக் கூட்டணி சார்பில் இரண்டாவது வேட்புமனுவைத் தாக்கல் செய்தார்கள். டாக்டர் கலாமுக்கு இவ்வளவு வலுவான அரசியல் ஆதரவு இருந்தாலும் எதிர்ப்பும் இருந்தது. வயது முதிர்ந்த சுதந்திரப் போராட்ட வீரர் லட்சுமி சாகல் இடதுசாரி முன்னணியின் வேட்பாளராகத் தனது வேட்புமனுவைத் தாக்கல் செய்தார்.

இந்தியக் குடியரசுத் தலைவரைத் தேர்ந்தெடுக்கும் வாக்காளர் குழுவில் நாடாளுமன்ற உறுப்பினர்கள், மாநிலங்கள், யூனியன் பிரதேசங்களின் சட்டமன்ற உறுப்பினர்கள் ஆகியோர் அடங்குவார்கள். டாக்டர் கலாம் கையெழுத்திட்ட கடிதங்கள் எம்.பி.க்களுக்கும் எம்.எல்.ஏ.க்களுக்கும் அனுப்பப்பட்டன.

தேர்தலையொட்டி டாக்டர் கலாம் தெற்கில் பயணிக்கும் போது ஜூலை 9 அன்று இராமேஸ்வரத்திற்குச் சென்றார். அவரது அண்ணன் ஆ.ப.ஜெ. மரைக்காயர், உள்ளூர் மசூதியின் இமாம் ஏ.சி.எம். நூர்–உல்–ஹுடாவுடன் இணைந்த பிரார்த்தனைக் கூட்டத்தை ஏற்பாடுசெய்தார்.

பிரார்த்தனைக் கூட்டம் முடிந்த பிறகு டாக்டர் கலாம் தனது பள்ளித் தோழரும் அப்போது புரோகிதராக இருந்தவருமான பி.எல்.வி. சாஸ்திரியின் வீட்டிற்கு நடந்து சென்றார். கலாம் ஞானம்பெற்றவராகவும், விவரமறிந்தவராகவும், அல்லாஹ்விடம் அர்ப்பணிப்புக் கொண்டவராகவும் இருப்பதாகக் கருதிய கலாமின் அன்னை அவருக்கு ஆரிஃப் என்று பெயரிட விரும்பியதாக அன்று இரவு மரைக்காயர் கூறினார். சிறந்த

லட்சியத்திற்காக உழைக்க மக்களை ஊக்குவிப்பதற்கான வலுவான உள்ளார்ந்த உந்துதலைத் தன் மகனுக்குக் கொடுக்க வேண்டும் என்று அவரது அன்னை விரும்பினார். அவரது தந்தை, அந்தக் காலத்தின் மிகவும் மரியாதைக்குரிய முஸ்லிமான மௌலானா அபுல் கலாம் ஆசாத் நினைவாக அவருக்கு அப்துல் கலாம் எனப் பெயரிட்டார். டாக்டர் கலாம் தனது தாயார், தந்தை ஆகிய இருவரின் நம்பிக்கையையும் நிரூபித்துவிட்டதாக அவரது அண்ணன் கருதினார்.

2002ஆம் ஆண்டு ஜூலை 25ஆம் தேதி, தன் பதவிக்காலத்தை முடிக்கவிருந்த இந்தியக் குடியரசுத் தலைவர் கே.ஆர். நாராயணன் டாக்டர் கலாமை நாடாளுமன்றத்தின் மைய மண்டபத்திற்கு அழைத்துவந்தார். துணைக் குடியரசுத் தலைவர் கிருஷண் காந்த், மக்களவைத் தலைவர் முரளி மனோகர் ஜோஷி ஆகியோர் அவரை வரவேற்றார்கள். டாக்டர் கலாமின் சகோதரரும் பிற உறவினர்களும் முதல் வரிசையில் அமர்ந்திருந்தார்கள். அவர்களிடம் பேசுவதற்காகச் சிறிது நேரம் நின்ற டாக்டர் கலாம், அந்த தருணத்தின் முக்கியத்துவத்தையும் புனிதத்தன்மையையும் உணர்ந்து, மேடையை நோக்கி நடந்தார்.

இந்தியத் தலைமை நீதிபதி நீதிபதி பி.என். கிருபால் பதவிப் பிரமாணம் செய்துவைக்க, டாக்டர் கலாம் இந்தியாவின் பதினொன்றாவது குடியரசுத் தலைவராகப் பதவியேற்றார். இந்திய ஜனநாயகத்தின் புகழ்பெற்ற பாரம்பரியத்தின்படி, புதிய குடியரசுத் தலைவராகத் தனது முதல் கடமையை – பதவி விலகும் குடியரசுத் தலைவரை வழியனுப்புவது – முதலில் நிறைவேற்றினார் டாக்டர் கலாம்.

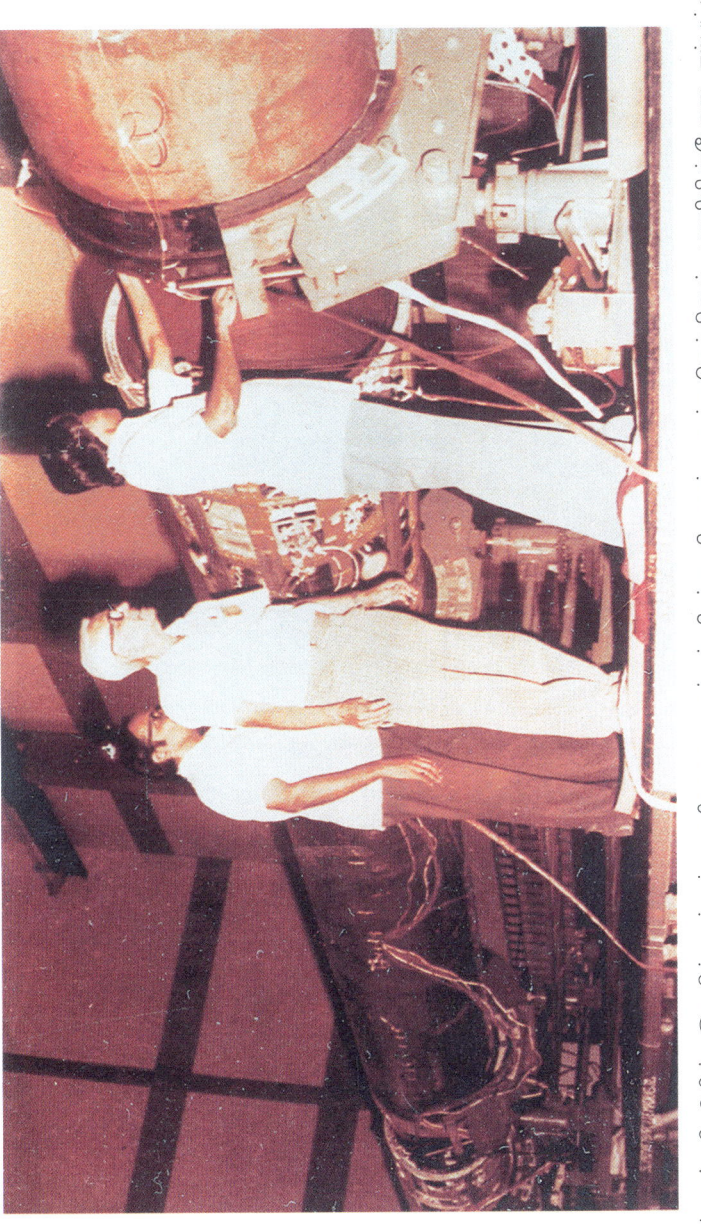

எஸ்.எல்.வி.-3யின் இறுதிக் கட்டப் பணிகளை டாக்டர் பிரம்ம பிரகாஷ் ஆய்வுசெய்கிறார். பணியின்போது ஏற்பட்ட பின்னடைவுகளைக் கையாள உதவியவர். நான் மிகவும் சோர்ந்திருந்தபோது ஆறுதல் அளித்தவர்.

ஏவுதளத்தின் மீது எஸ்.எல்.வி.-3. எங்களை மிகவும்
பதற்றத்திற்குள்ளாக்கிய பணி இது.

முழுமையாக ஒருங்கிணைக்கப்பட்ட ஏ.எஸ்.எல்.வி. (ASLV) ஏவுதளத்தில். (பட உதவி: எவர் அப்வர்ட்ஸ்: இஸ்ரோ இன் இமேஜஸ், யுனிவர்சிட்டிஸ் பிரஸ், 2019)
- இந்தப் பதிப்பில் சேர்க்கப்பட்ட புதிய படம்.

முழுமையாக அசெம்பிளி செய்யப்பட்ட பி.எஸ்.எல்.வி.யுடன், மொபைல் ஏவு மேடை (mobile launch pedestal) வாகன அசெம்பிளி கட்டிடத்தை விட்டு வெளியேறுகிறது. வாகன விவரக் குறிப்புகள் - உயரம்: 44 மீ, புறப்படும் எடை: 320 டன், பேலோட்: 1750 கிலோ சூரிய ஒத்திசைவுத் துருவச் சுற்றுப்பாதையில். (பட உதவி: எவர் அப்வர்ட்ஸ்: இஸ்ரோ இன் இமேஜஸ், யுனிவர்சிட்டிஸ் பிரஸ், 2019) - இந்தப் பதிப்பில் சேர்க்கப்பட்ட புதிய படம்.

தரையிலிருந்து தரைக்குப் பாயும் பிருத்வி ஏவுகணைச் சோதனை வெற்றி.

என்னுடைய நீண்டகாலக் கனவான அக்னி ஏவுகணை ஏவுதளத்தின் மேல் உள்ளது.

அக்னி வெற்றிக்குப் பின் அணியினர் தங்கள் தோள்களில் என்னைச் சுமந்த காட்சி.

குடியரசுத் தலைவர் கே.ஆர். நாராயணனிடமிருந்து பாரத் ரத்னா விருது பெறும் காட்சி.

முப்படைத் தளபதிகளுடன் – எனக்கு இடப்புறம் அட்மிரல் வி.எஸ். ஷெகாவத்.
வலப்புறம் ஜெனரல் பி.சி. ஜோஷி, ஏர் சீஃப் மார்ஷல் எஸ்.கே. கவுல்.

1998இல் நடைபெற்ற பாரத ரத்னா விருது விழாவில் எம்.எஸ். சுப்புலட்சுமியுடன். 1997–98ஆம் ஆண்டிற்கான விருது பெற்ற மற்றவர்கள்: குல்சாரிலால் நந்தா (மறைவுக்குப் பின்), அருணா ஆசஃப் அலி (மறைவுக்குப் பின்), சிதம்பரம் சுப்பிரமணியம். சத்யஜித் ராயின் மகனும் தனது தந்தையின் சார்பாக (1992இல் வழங்கப்பட்டது) விருதைப் பெற வந்திருந்தார். (பட உதவி: ஹாரி ஷெரிடன், கலாமின் தனிச் செயலாளர்) – இந்தப் பதிப்பில் சேர்க்கப்பட்ட புதிய படம்.

1998 மே 11; பொக்ரான்–II அணு ஆயுதச் சோதனைகள் நடந்த இடத்தில் ஏற்பட்ட பள்ளங்களில் ஒன்றின் வான்வழிப் படம்.
(படஉதவி: ஹாரி ஷெரிடன், கலாமின் தனிச் செயலாளர்)
– இந்தப் பதிப்பில் சேர்க்கப்பட்ட புதிய படம்.

அணுச் சோதனைகளுக்குப் பின் நடந்த பத்திரிகையாளர் சந்திப்பில் ராஜகோபால சிதம்பரத்துடன்.
(படஉதவி: அக்னிச் சிறகுகள்: மாணவர்களுக்கான சிறப்புப் பதிப்பு, யுனிவர்சிட்டிஸ் பிரஸ், 2004)
– இந்தப் பதிப்பில் சேர்க்கப்பட்ட புதிய படம்.

அணுச் சோதனை நடந்த இடத்தில் பிரதமர் அடல் பிஹாரி வாஜ்பாயுடன். இந்தியா அணுசக்தி நாடாக மாறுவதற்கு வாஜ்பாய் கருவியாக இருந்தார். (ஆதாரம்: ஹாரி ஷெரிடன், கலாமின் தனிச் செயலாளர்) – இந்தப் பதிப்பில் சேர்க்கப்பட்ட புதிய படம்.

இந்தியாவின் பதினொன்றாவது குடியரசுத் தலைவராகப் பதவியேற்பது. (பட உதவி: புகைப்படப் பிரிவு, குடியரசுத் தலைவர் செயலகம், ராஷ்டிரபதி பவன்) – இந்தப் பதிப்பில் சேர்க்கப்பட்ட புதிய படம்.

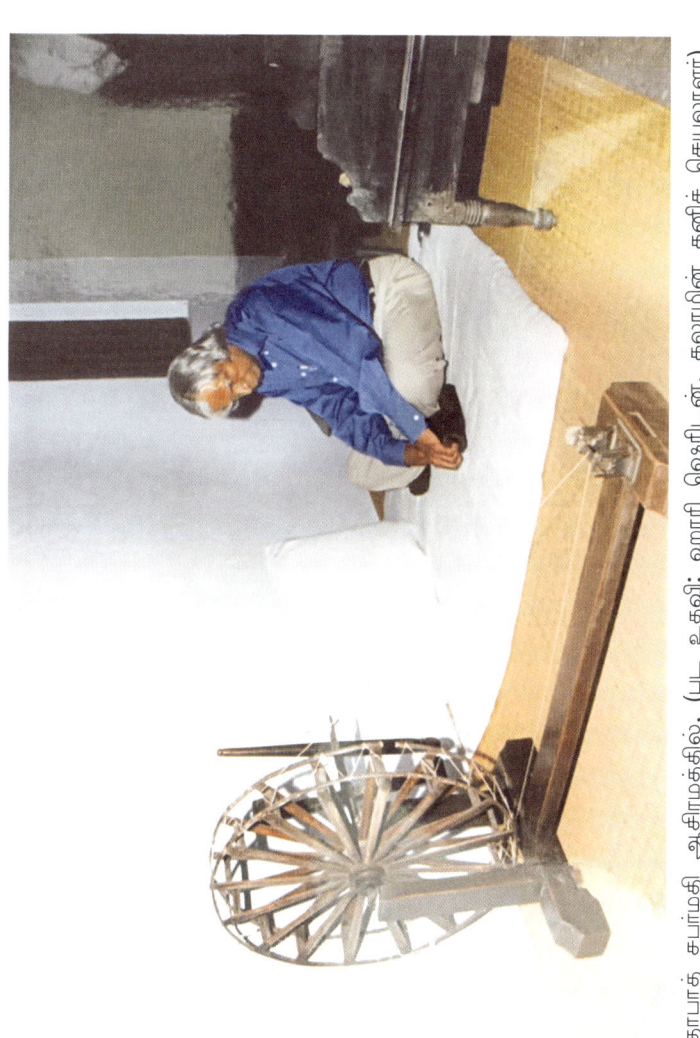

அகமதாபாத் சபர்மதி ஆசிரமத்தில். (பட உதவி: ஹாரி ஷெரிடன், கலாமின் தனிச் செயலாளர்) – இந்தப் பதிப்பில் சேர்க்கப்பட்ட புதிய படம்.

சியாச்சின் பேஸ் கேம்ப்பில் ஜவான்களுடன். (பட உதவி: புகைப்படப் பிரிவு, குடியரசுத் தலைவர் செயலகம், ராஷ்டிரபதி பவன்) – இந்தப் பதிப்பில் சேர்க்கப்பட்ட புதிய படம்.

பிரதானக் கட்டிடத்தின் முன் பேராசிரியர் சாராபாயின் மார்பளவுச் சிலையைத் திறந்தபோது வி.எஸ்.எஸ்.சி.யில் எடுக்கப்பட்ட படம். நின்றிருப்பவர்கள் (இடமிருந்து): ஏ.சி. பால், டி.எஸ். ராணே, பி.சி. பிள்ளை, அப்துல் மஜீத், (அடையாளம் காணப்படாதவர்), ஸ்ரீதரன் தாஸ், இ.வி.எஸ். நம்பூதிரி, பி.என். சுரேஷ், வி. சுந்தர ராமையா, கே. நாராயணா, (அடையாளம் காணப்படாதவர்), ஆர்.வி. பெருமாள், பி.எஸ். கோயல், என். வேதாச்சலம், சுதாகர் ராவ், யஷ் பால், (அடையாளம் காணப்படாதவர்), (அடையாளம் காணப்படாதவர்), பி.எஸ். வீராகவன், டி. நாராயண மூர்த்தி, எஸ். ராமகிருஷ்ணன், ஆர்.ஏ.டி. பிள்ளை, கே.கே. ஆதித்தன், (அடையாளம் காணப்படாதவர்), ஒய்.எஸ். ராஜன், பிரபாகரன், கார்த்திகேய சாராபாய். அமர்ந்திருப்பவர்கள் (இடமிருந்து): எம்.கே. முகர்ஜி, எஸ்.சி. குப்தா, ஏ.இ. முத்துநாயகம், கே. கஸ்தூரிரங்கன், திருமதி மேனன், எம்.ஜி.கே. மேனன், மிருணாளினி சாராபாய், கலாம், இ.வி. சிட்னிஸ், ஜி. மாதவன் நாயர், டி.என். சேஷன், மல்லிகா சாராபாய். (பட உதவி: எவர் அப்வர்ட்ஸ்: இஸ்ரோ இன் இமேஜஸ், யுனிவர்சிட்டிஸ் பிரஸ், 2019) – இந்தப் பதிப்பில் சேர்க்கப்பட்ட புதிய படம்.

உஸ்தாது பிஸ்மில்லா கானின் தெஹ்னாய் இசைக் கச்சேரியில். (பட உதவி: புகைப்படப் பிரிவு, இடியாகதி தலைவர் செயலகம், ராஷ்டிரபதி பவன்) - இந்தப் பதிப்பில் சேர்க்கப்பட்ட நடுப் பக்கப்பட்ட படியா நடிப்பட்ட படம்.

VI
இந்தியத் தலைமை
[2002-2015]

19

மக்களுக்காக

பதவியேற்புக்காக இராமேஸ்வரத்திலிருந்து வந்த டாக்டர் கலாமின் குடும்பத்தினர் *DRDO* விருந்தினர் விடுதியில் தங்கியிருந்தார்கள். டாக்டர் கலாமின் வேண்டுகோளின்படி அவரது முன்னாள் தனிச் செயலாளர் ஹாரி ஷெரிடன், பார்வையாளர்களை அனைத்துச் சுற்றுலாப் பகுதிகளுக்கும் அழைத்துச் செல்வதற்காக ஒரு தனியார் பேருந்தை வாடகைக்கு எடுத்தார். அரசாங்க வாகனம் எதையும் பயன்படுத்தக் கூடாது என்று டாக்டர் கலாம் வலியுறுத்தியிருந்தார். அவர்கள் தங்குவதற்கும் உணவுக்குமான செலவுகளையும் அவரே ஏற்றார். ஒவ்வொரு அரசு அலுவலகத்திலும் இந்தியக் குடியரசுத் தலைவர், பிரதமர் ஆகியோரின் புகைப்படங்களை வைப்பது மரபு. டாக்டர் கலாம் விஷயத்தில் இரண்டு சிக்கல்கள் எழுந்தன: அவரது சிகை அலங்காரமும் உடையும். அவர் தன்னுடைய வசதிக்காக அணிந்திருந்த தனித்துவமான வெளிர் நீலச் சட்டையும் ஸ்போர்ட்ஸ் காலணிகளும் அவரது புதிய பதவிக்குப் பொருத்தமற்றதாக இருந்தன. எனவே, அவர் கழுத்துவரை பொத்தானிடப்பட்ட 'பந்த் கலா' எனப்படும் ஒரு விதமான ஜாக்கெட்டை அணியத் தொடங்கினார்.

தில்லியின் மிகவும் பிரபலமான தையல்காரர்களில் ஒருவர் குடியரசுத் தலைவருக்கான புதிய ஆடைகளைத் தைப்பதற்காக அழைக்கப்பட்டார். அவர் அளவெடுக்க வந்தார். பதவியேற்பு விழாவுக்கு முன்பு, அந்தத் தையல்காரரும் அவரது

ஊழியர்களும் கச்சிதமாகத் தைக்கப்பட்ட மூன்று பந்த் கலா உடைகளைக் கொண்டுவந்தார்கள். டாக்டர் கலாம் புதிய அடர் நிற உடையை அணிந்தார்; அது அவருக்கு மிகவும் பொருத்தமாக இருந்தது. கோட் அவரது தோள்களில் சரியாகப் பொருந்தியிருந்தது. நீளமும் அமைப்பும் துல்லியமாக இருந்தன. இருப்பினும், அவர் திருப்தி அடையவில்லை. அந்த உடை தன்னை மூச்சுத் திணறச் செய்வதாகக் கூறினார். தையல்காரரும் அவரது குழுவினரும் குழப்பமடைந்தார்கள். அவர்கள் தங்கள் கடமைகளைச் சரியாகவே செய்திருந்தார்கள். அனுபவம் மிகுந்த அவர்களுடைய கண்களுக்கு அந்த உடையில் எந்தக் குறையும் தெரியவில்லை.

டாக்டர் கலாம் தனது பணிக்காலத்தில் பல விஷயங்களை வடிவமைத்துவந்தவர். ஆடை வடிவமைப்பை மட்டும் விட்டுவைப்பாரா என்ன? கோட்டின் கழுத்துப் பகுதியில் ஒரு அங்குல அகலத்திற்கு ஒரு துளையைப் போடும்படி தையல்காரரிடம் சொன்னார். இதனால் பந்த் கலாவுக்கு ஒரு புதிய வடிவமைப்பு உருவானது. இது "கலாம் சூட்" என்று பெயர்பெற்றது. திறந்த கழுத்துடனான பந்த் கலா உடை. அவர் சிகை அலங்காரத்தில் எந்த மாற்றத்தையும் செய்யப் பிடிவாதமாக மறுத்துவிட்டார். ஆனால் அடங்காத அவரது நரை முடியைக் குறைத்துத் திருத்தியதோடு அந்தப் பிரச்சினை முடிந்தது. வாரப்படாத கேசம் கொண்ட தத்துவஞானி– விஞ்ஞானியின் கவர்ச்சி மறைந்து, உலகத் தலைவரின் பாங்கு அவரது தோற்றத்தில் குடிபுகுந்தது.

2001இல் குஜராத் மாநிலம் புஜ்ஜில் ஏற்பட்ட பூகம்பத்தால் ஆயிரக்கணக்கான உயிர்கள் பலியாயின; லட்சக்கணக்கானோர் வீடுகளை இழந்தார்கள். மாபெரும் மறுசீரமைப்புப் பணி மேற்கொள்ளப்பட்டது. பிரதமரின் முதன்மை அறிவியல் ஆலோசகர் என்ற முறையில் டாக்டர் கலாம் மறுவாழ்வுக்கான நடவடிக்கைகளில் ஈடுபட்டிருந்தார்.

அதற்கு ஐந்து மாதங்களுக்குப் பிறகு, 2002இல் மத வன்முறை வெடித்ததில், அந்த மாநிலம் மீண்டும் அதிர்ந்தது. பூகம்பத்தால் ஏற்பட்ட அழிவிலிருந்து முழுமையாக மீண்டு வராத குஜராத், இந்த வன்முறையால் முடங்கியது.

இந்தியாவின் புதிய குடியரசுத் தலைவராக டாக்டர் கலாம் தனது முதல் பயணமாகக் குஜராத்திற்குச் சென்றார். பிரதமர் அலுவலகத்தைச் சேர்ந்தவர்கள் உள்ளிட்ட மூத்த அதிகாரிகள், அவர் தனது முதல் பயணமாக வேறு இடத்தைத் தேர்ந்தெடுக்கலாம் என்றுபணிவான குரலில் பரிந்துரைத்தார்கள்.

ஆனால் டாக்டர் கலாம் தனது முடிவை மாற்றிக்கொள்ளும் மனநிலையில் இல்லை.

குஜராத்தின் அப்போதைய முதலமைச்சர் நரேந்திர மோடி விமான நிலையத்தில் குடியரசுத் தலைவர் கலாமை வரவேற்றார். கலவரத்தால் பாதிக்கப்பட்ட மேலும் ஒன்பது இடங்கள், மூன்று நிவாரண முகாம்கள் உட்பட அவரது பயணம் முழுவதும் மோடி குடியரசுத் தலைவருடன் சென்றார். தான் சந்தித்த மக்களுடன் கலாம் பேசினார். அவர்களின் கவலைகளைத் தீர்ப்பதற்குத் தேவையான நடவடிக்கைகள் குறித்த தனது ஆலோசனைகளை முதலமைச்சரிடம் தெரிவித்தார். மக்களுக்குத் தெளிவான செய்தியைத் தெரிவிப்பதற்காக அவர் மோடியின் கையைப் பற்றிக்கொண்டார். தில்லி திரும்புவதற்கு முன்பு புஜ்ஜுக்கும் விஜயம் செய்தார்.

டாக்டர் கலாம் பொதுவாகப் பிறந்தநாள் கொண்டாட்டங் களைத் தவிர்த்துவிடுவார். குறிப்பாகத் தன்னுடைய பிறந்தநாளை அவர் கொண்டாடுவதில்லை. ஆனால் அவர் இப்போது பொது ஆளுமை என்பதால் அப்படி இருக்க முடியாது. அவரது பிறந்தநாளான அக்டோபர் 15 அன்று தலைநகரை விட்டு விலகியிருப்பது அவரது பிறந்தநாளுக்காகத் திட்டமிடப்பட்ட நிகழ்ச்சிகளிலிருந்து தப்பிக்க உதவியது. 2002ஆம் ஆண்டு அக்டோபர் 15 அன்று அவர் அருணாச்சலப் பிரதேசத்தின் தவாங் பகுதியில் உள்ள புத்த மடாலயத்தில் நடைபெற்ற புத்த மகோத்சவக் கொண்டாட்டத்தில் கலந்துகொள்ள முடிவு செய்தார். குவாஹாத்தி விமான நிலையத்தை அடைந்ததும் அவர் 14,000 அடி உயரமான சேலா மலையைக் கடக்க இந்திய விமானப் படையின் ஹெலிகாப்டரில் ஏறினார்.

குடியரசுத் தலைவர் கலாம், வஜ்ராயன புத்த மதத்தின் கெலுக் பிரிவைச் சேர்ந்த காடென் நாம்ஜியால் லத்சே எனப் பெயர் கொண்ட மடாலயத்திற்குச் சென்றார். இதை, "குதிரையால் தேர்ந்தெடுக்கப்பட்ட இடம், முழுமையான வெற்றியின் சொர்க்கம்" என்று தோராயமாக மொழிபெயர்க்கப்படலாம். குதிரை என்பது மனித உடலையும், வெற்றி என்பது மனம், புலன்களின் மீதான வெற்றியையும் குறிக்கின்றன. டாக்டர் கலாம் மடாலயத்தின் தலைமை குருவான ரிம்போச்சேவைச் சந்தித்தார். அவர்கள் இருவரும் கைகளைப் பற்றிக்கொண்டபோது அங்கே மொழி ஒரு தடையாகவே இல்லை.

அன்றைய தினம் மாலையில், ஆளுநர் அரவிந்த் தவேயும் முதலமைச்சர் முகுத் மிதியும் கலாமுக்கு இரவு விருந்து அளித்தார்கள். அந்த விருந்து பெரும் உற்சாகத்தை ஏற்படுத்தியது;

200க்கும் மேற்பட்ட விருந்தினர்களுக்கு இடமளிக்கும் அளவுக்குத் தவாங்கில் பெரிய இடம் எதுவும் இல்லை. எனவே பெரிய கூடாரம் அமைக்கப்பட்டது. அனைவரும் குளிர் காய்வதற்காகப் பல சொக்கப்பனைகள் மூட்டப்பட்டன. பொக்ரான் சோதனைகளின்போது ஆளுநர் தவே ஆராய்ச்சி மற்றும் பகுப்பாய்வுப் பிரிவின் (Research and Analysis Wing – RAW) இயக்குநராக இருந்தார். அப்போதே அவர் டாக்டர் கலாமுக்கு அறிமுகமாகியிருந்தார். குடியரசுத் தலைவர் அவரைத் தன்னுடைய வழக்கப்படி தவே சாகிப் என்று அழைத்தார்.

2002இல் புனித ரமலான் மாதம் நவம்பர் 5ஆம் தேதி தொடங்கியது. தில்லியில் உள்ள மரபின்படி குடியரசுத் தலைவர், பிரதமர், அரசியல் தலைவர்கள், தூதுவர்கள், தொழிலதிபர்கள் என முக்கியப் பிரமுகர்கள் அனைவரும் இஃப்தார் கொண்டாட்டங்களை நடத்துவார்கள். ஊடகங்கள் இந்த இஃப்தார் விருந்துகளை முக்கிய நிகழ்வாக மாற்றியிருந்தன. யார் கலந்துகொண்டார்கள், யார் கலந்துகொள்ளவில்லை என்றெல்லாம் பரபரப்பாகச் செய்திகள் வரும். ராஷ்டிரபதி பவனில் குடியரசுத் தலைவர் கலாம் பெரிய இஃப்தார் கொண்டாட்டத்தை நடத்துவார் என்று பலர் ஆவலுடன் எதிர்பார்த்தார்கள். ஆனால் அவர் வேறு திட்டம் வைத்திருந்தார். தனது செயலாளர் பி.எம். நாயரிடம், வசதியான நபர்களுக்கு விருந்து அளிக்காமல், அனாதை இல்லங்களுக்கு உணவு, ஆடைகள், போர்வைகளைத் தருமாறு கூறினார். இதற்கான பட்ஜெட் இருபத்தைந்து லட்சம் ரூபாய். அவர் தனது சேமிப்பிலிருந்து ஒரு லட்சம் ரூபாய்க்கான காசோலையை நாயரிடம் கொடுத்தார். அதிகாரிகளையே அனைத்தையும் திட்டமிட்டு நடத்தச் சொல்லிவிட்டார்.

2003 ஜனவரியில் அசாமில் நடந்த தேஹிங்பட்காய் கலாச்சார விழாவுக்குக் குடியரசுத் தலைவர் கலாம் அழைக்கப்பட்டார். பிரம்மபுத்திரா ஆற்றின் தெற்கே காம்ரூப் நாட்டிற்குள் அஹோம் மன்னர் சுகபாவின் வருகையைக் கொண்டாடுவதற்காகக் கட்டப்பட்ட சுகபா நல்லிணக்க வளைவைத் திறந்துவைத்தார். ஒருவருக்கொருவர் சண்டையிட்டுக்கொண்டிருந்த பிரபுக்களின் சகாப்தத்தை முடிவுக்குக் கொண்டுவந்த அஹோம்கள், ஆறு நூற்றாண்டுகள் ஆட்சி செய்தார்கள். டாக்டர் கலாமுக்கு ஆளுநர் ஸ்ரீனிவாஸ் குமார் சின்ஹாவுடன் இணக்கமான உறவு ஏற்பட்டது. ஓய்வுபெற்ற ஜெனரலான ஆளுநர் சின்ஹா, தன் தந்தை பிகார் காவல்துறை இன்ஸ்பெக்டர் ஜெனரலாகவும் அவரது தாத்தா பிரிட்டிஷ் இந்தியாவின் முதல் இந்திய இன்ஸ்பெக்டர் ஜெனரலாகவும் இருந்ததாக அவரிடம் கூறினார்.

குடியரசுத் தலைவர் கலாம் 2007இல் காஷ்மீரில் சின்ஹாவை மீண்டும் சந்தித்தார்.

குடியரசு தினத்தை முன்னிட்டு அவர் இந்தியாவின் குடியரசுத் தலைவராக நாட்டு மக்களிடம் முதன்முறையாக உரையாற்றினார். அறிவுச் சமூகத்தைக் கட்டியெழுப்ப அறைகூவல் விடுத்தபடி அவர் தன்னுடைய உரையைத் தொடங்கினார். இரண்டாவது பசுமைப் புரட்சி, கிராமங்களுக்கு நகர்ப்புற வசதிகளை வழங்குதல், ஊழலையும் தாமதங்களையும் தவிர்க்க மின்-ஆளுகையைப் பயன்படுத்துதல் ஆகியவைபற்றிப் பேசினார். மதச்சார்பின்மை, சோஷலிசம், தார்மிக விழுமியங்கள் ஆகியவை குறித்துப் போதனைசெய்வார் என்று எதிர்பார்த்தவர்களுக்கு ஏமாற்றமாக இருந்தது. தொழில்நுட்பம், மூலதனம், உழைப்பின் மேலாண்மை ஆகியவற்றின் மூலம், மனித உழைப்பு மிக முக்கியமான அங்கமாக இருந்த விவசாய நாகரிகம் வலுவான தொழில்துறைச் சமூகமாக எப்படி மாறியது என்பதைச் சிறப்பாக விளக்கினார். இப்போது நாம் தகவல் யுகத்தில் இருக்கிறோம், அங்குத் தொடர்புத்திறனும் மென்பொருள் தயாரிப்புகளும் இந்தியா உள்ளிட்ட சில நாடுகளின் பொருளாதார வளர்ச்சியைத் தூண்டியுள்ளன என்பதை விளக்கினார். இருபத்தியோராம் நூற்றாண்டில் வளர்ந்துவரும் புதிய சமூகத்தில் பணத்தையும் உழைப்பையும்விடத் தகவலே முன்னணி உற்பத்தி வளமாக இருப்பதை விளக்கினார். அடுத்த நாள் காலை, தி டெலிகிராஃப் பத்திரிகை குடியரசுத் தலைவர் கலாமின் உரையை 'அரசியல், அறிவியல், பொருளாதாரம் ஆகியவற்றின் கலவை' என்று பாராட்டியது.

குடியரசுத் தலைவர் கலாமின் முதல் அதிகாரப்பூர்வ வெளிநாட்டுப் பயணம் 2003 அக்டோபர் 19ஆம் தேதி தொடங்கியது. ஏழு நாள் பயணமாக அவர் ஐக்கிய அரபு அமீரகம், சூடான், பல்கேரியா ஆகிய நாடுகளுக்குச் சென்றார். சூடானுக்கு விஜயம் செய்த முதல் இந்தியக் குடியரசுத் தலைவர் அவர்தான். சூடான் நாடாளுமன்றத்தில் உரையாற்றினார். இந்தியர்கள் கார்ட்டூம், அத்பரா ஆகிய இடங்களில் எஃகு தொங்கு ரயில் பாலங்களைக் (Steel Suspension Rail Bridges) கட்டியதையும் இந்திய அதிகாரிகள் 1953இல் முதல் சூடான் நாடாளுமன்றத் தேர்தலை மேற்பார்வையிட்டதையும் நினைவுகூர்ந்த கலாம், இந்தியாவின் தேசியப் பாதுகாப்பு அகாடமியில் உள்ள சூடான் பிரிவு இந்த நட்புக்குச் சாட்சியாக நிற்கிறது என்று கூறினார்.

DRDOவில் இருந்த காலத்திலிருந்தே, பல்கேரியாவின் கணிதம், இயற்பியல், கணினி வன்பொருள், துல்லியமான தயாரிப்பு

ஆகியவற்றில் உள்ள வலிமை டாக்டர் கலாமுக்குத் தெரியும். சோவியத் காலத்திலிருந்தே இந்தோ–பல்கேரிய ஒத்துழைப்பு பல துறைகளில் நடந்துகொண்டிருந்தது. இரு நாடுகளின் குடியரசுத் தலைவர்களும் (பர்வனோவும் கலாமும்) கணினி வன்பொருள், மென்பொருள் துறையில் இரு நாடுகளும் இணைந்து பணியாற்ற வேண்டும் என்று பரிந்துரைத்தார்கள். மேற்கத்திய நாடுகளுக்கு வெளியே, மென்பொருளில் இந்தியாவின் அறிவும் வன்பொருள் உற்பத்தி உள்கட்டமைப்பில் பல்கேரியாவின் திறனும் சிறந்த கலவையாக அமையக்கூடியவை. எனினும், இது நடைமுறைக்கு வரவில்லை. வரலாற்றுப் பிணைப்பைப் பயன்படுத்திப் பழைய நண்பர்களுடன் எதிர்கால வாய்ப்புகளை உருவாக்கிக்கொள்ள வேண்டியதன் அவசியத்தை அரசு அமைப்புக்கு உணர்த்த டாக்டர் கலாம் முயற்சித்தார்.

வரலாற்றுச் சிறப்புமிக்க ரிலா மடாலயத்திற்கும் குடியரசுத் தலைவர் கலாம் விஜயம் செய்தார். பிஷப் ஜோனுடன் கலந்துரையாடினார். மடாலயத்தை நிறுவிய துறவி புனித இவான் ஆஃப் ரிலா தனக்கென்று எந்த உடைமையும் இல்லாமல் மடாலயத்திலிருந்து விலகி ஒரு குகையில் வாழ்ந்ததாக பிஷப் தெரிவித்தார். அவரிடம் கல்வி கற்க அங்கே வந்த அவரது மாணவர்களே இந்தக் கட்டிட வளாகத்தைக் கட்டினார்கள் என்றும் அவர் கூறினார்.

"இந்தக் கிறிஸ்தவ மடாலயம் 15ஆம் நூற்றாண்டுமுதல் 19ஆம் நூற்றாண்டுவரையிலான 134 கையெழுத்துப் பிரதிகள் உட்பட 16,000 நூல்களைக் கொண்ட நூலகத்துடன் கூடிய பல்கேரியாவின் மிகப்பெரிய மறுமலர்ச்சி, ஆன்மிக, கலாச்சார மையம். இந்தப் புனிதத் தலம் இடைக்காலப் பல்கேரியாவின் ஆன்மிக, சமூக வாழ்க்கையில் முக்கியப் பங்காற்றியது. 19ஆம் நூற்றாண்டின் தொடக்கத்தில் படையெடுப்பால் ஏற்பட்ட தீ விபத்தில் அழிக்கப்பட்ட இந்த வளாகம் பின்னர் மீண்டும் கட்டப்பட்டது. இப்போது ஒரு பெரிய கோட்டையால் அது சூழப்பட்டுள்ளது. அந்தத் தெய்வீகச் சூழலில், 80 முதல் 90 வயதுக்குட்பட்ட வணக்கத்திற்குரிய பாதிரியார்களுக்கு மத்தியில் இருந்தபோது எனக்குப் பிரார்த்தனை செய்யத் தோன்றியது. நான் பலிபீடத்திற்குச் சென்று, வணக்கத்திற்குரிய பிஷப் ஜோனிடம், புனித பிரான்சிஸின் (St. Francis of Assisi) பிரார்த்தனையின் ஒரு பகுதியைச் சொல்ல அனுமதி கேட்டேன். நான் சொன்ன பிறகு மடாலயத்தில் இருந்த அனைவரும் அந்தப் பிரார்த்தனையை மீண்டும் சொன்னார்கள்" என்று டாக்டர் கலாம் அந்தச் சந்திப்பு குறித்துப் பின்னர் கூறினார். அவர் கூறிய அந்தப் பிரார்த்தனை இதுதான்:

ஆண்டவரே, உம்முடைய சமாதானத்தின் கருவியாக என்னை
ஆக்கும்;
எங்கு வெறுப்பு இருக்கிறதோ, அங்கே நான் அன்பை விதைப்பேன்
எங்கு காயம் இருக்கிறதோ, அங்கே மன்னிப்பை
எங்கு சந்தேகம் இருக்கிறதோ, அங்கே விசுவாசத்தை;
எங்கு அவநம்பிக்கை இருக்கிறதோ, அங்கே நம்பிக்கையை;
எங்கு இருள் இருக்கிறதோ, அங்கே ஒளியை;
எங்கு துக்கம் இருக்கிறதோ, அங்கே மகிழ்ச்சியை.

"இந்தப் பிரார்த்தனையின் அமைதியான செய்தியை வணக்கத்திற்குரிய பிஷப் உணர்ந்தார். அவர், 'நீங்கள் உலக அமைதிக்காகப் பாடுபடுகிறீர்கள்' என்று கூறி என்னை ஆசீர்வதித்தார். எனது நண்பர்களே, இந்த அழகான தெய்வீக அன்பின் செய்தி உலகளாவிய அமைதிக்காக உழைக்க நம் வாழ்வை ஒளிரச் செய்யட்டும்" என்று கலாம் கூறினார்.

குடியரசுத் தலைவர் கலாம் 2003 நவம்பர் 20 அன்று திருமலைக்கு விஜயம் செய்தார். ஸ்ரீ வெங்கடேஸ்வரா பல்கலைக்கழகத்தில் முன் தயாரிப்பு இல்லாமல் அவர் ஆற்றிய முப்பது நிமிட உரையில் இந்தியாவைத் தொழில்மயமாக்கப்பட்ட நாடுகளின் சிறப்புப் பட்டியலில் கொண்டுவருவதற்கான தனது திட்டத்தை விளக்கினார். 'மேம்பாட்டுச் சட்டம்' என அதை அவர் குறிப்பிட்டார். இந்தியப் பொருட்கள் சர்வதேசச் சந்தையில் போட்டியிடுவதற்கு, குறைந்த உற்பத்திச் செலவு, தரம், சரியான நேரத்தில் வழங்குதல் ஆகிய முப்பரிமாண அணுகுமுறையை அவர் முன்மொழிந்தார்.

பின்னர், அப்போதைய முதலமைச்சர் என். சந்திரபாபு நாயுடு, மலைமீது அமைந்திருக்கும் ஸ்ரீ வெங்கடேசப் பெருமாள் கோயிலுக்கு அவருடன் சென்றார். ரங்கநாயக்குலா மண்டபத்தில் கோயில் அர்ச்சகர்கள் வேத ஆசீர்வசனத்தை (வாழ்த்துரை) வழங்கினார்கள். அவர்கள் கலாமிடம் தமிழில் பேசினார்கள். நாட்டிற்கும் மக்களுக்கும் நன்மை உண்டாக ஒரு ஆசீர்வசனம் செய்யுமாறு குடியரசுத் தலைவர் கலாம் அர்ச்சகர்களைக் கேட்டுக்கொண்டார். தொன்னையில் அவர்கள் தந்த பிரசாதத்தைத் தரையில் அமர்ந்து சாப்பிட்டு, உண்டியலில் பணம் செலுத்தினார்.

2004 ஜனவரி 5 அன்று குடியரசுத் தலைவர் கலாம் சண்டிகரில் நடந்த இந்திய அறிவியல் காங்கிரஸின் தொண்ணூற்று ஒன்றாவது அமர்வில் உரையாற்றினார். இந்தியாவிலிருந்தும் வெளிநாடுகளிலிருந்தும் சுமார் 4000 விஞ்ஞானிகள் அந்த அமர்வில் கலந்துகொண்டார்கள். டாக்டர் கலாம் தனது மனதில் உள்ளவற்றைத் தெரிவிக்கப் பல்வேறு மேடைகளைப்

பயன்படுத்துவதில் தேர்ச்சி பெற்றிருந்தார். அன்றைய தினம், தொழில்நுட்பத்தைக் கொண்டு அனைத்துப் பிரச்சினைகளையும் தீர்க்க முடியும் என்ற கருத்துக்கு எதிராக அவர் எச்சரிக்கை விடுத்தார். தொழில்நுட்பம் ஒருபோதும் சமூக அல்லது கட்டமைப்புப் பரிமாணங்களிலிருந்து விலகிய சுதந்திரமான கருவியல்ல என்றும், அதைப் பயன்படுத்துபவர்களின் அடிப்படையில் பார்க்கும்போது மட்டுமே அது பொருத்தமானது என்றும் அவர் கூறினார்.

“ஆய்வகங்களில் இருப்பவர்கள் ‘நான் ஏற்கெனவே செய்துவிட்டேன்’ என்று சொல்வார்கள். இது நம்முடைய சில ஆய்வகங்களில் இருக்கும் பிரச்சினைகளில் ஒன்று. இதை நான் ‘ஆய்வக நோய்க்குறி’ என்று அழைப்பேன். தொழில்நுட்பத்தை ஆய்வகத்திலிருந்து களத்திற்குத் கொண்டுசெல்வதில் உள்ள ‘கடைசிக் கட்ட’ பிரச்சினைகளைப் பலரும் குறைத்து மதிப்பிடுகிறார்கள். ஒரு தொழில்நுட்பம் மக்களுக்குத் தேவையான வகையில் மாற்றப்பட்டு, உள்வாங்கப்பட்டு, நடைமுறைக்குக் கொண்டுவரப்படும்போது மட்டுமே அதன் வளர்ச்சி முழுமையடைகிறது” என்று டாக்டர் கலாம் கூறினார்.

உரைக்குப் பிறகு டாக்டர் கலாம் விஞ்ஞானிகளுடன் தீவிரமாக உரையாடினார். இதற்கு முன் எந்தத் தலைவரும் அறிவியல் சமூகத்தினரிடையே இத்தகைய உற்சாகத்தை ஏற்படுத்தியதில்லை. விவசாயத்திற்கும் மானுட ஆரோக்கி யத்திற்கும் எழும் சவால்களுக்கான தீர்வாக உயிரித் தொழில் நுட்பத்திற்குத் தான் அளிக்கும் ஆதரவு கண்மூடித்தனமானது அல்ல என்று உயிரித் தொழில்நுட்ப வல்லுநர்கள் குழுவிடம் டாக்டர் கலாம் தெரிவித்தார். அந்தத் துறையில் உள்ள பிரச்சினைகளைக் கட்டுப்படுத்துவதற்கான செயல்முறைகளை உருவாக்க முயற்சிப்பதாகவும் கூறினார். உலகின் பூச்சிக்கொல்லித் துறையில் 80%க்கும் அதிகமாகவும் மருந்துத் துறையில் 53% சந்தைப் பங்கையும் முதல் 10 பன்னாட்டு நிறுவனங்களே கட்டுப்படுத்துகின்றன என்றார். உணவுப் பொருட்களுக்கான சில்லறை விற்பனைத் துறையில் முதல் 10 நிறுவனங்கள் உலகச் சந்தையில் 57 சதவீதத்தைத் தம் வசம் வைத்திருக்கின்றன என்று கூறிய அவர், “நாம் எங்கே இருக்கிறோம்?” என்ற கேள்வியை எழுப்பினார்.

குவாஹாத்தியில் நடந்த 12ஆவது தேசியக் குழந்தைகள் அறிவியல் மாநாட்டில் குடியரசுத் தலைவர் கலாம் குழந்தைகளுக்குத் தனது ‘சிந்தனையின் மந்திரத்தை’ வழங்கினார். இது மாணவர் மன்றங்களில் அவரது உரைகளில் தொடர்ந்து இடம்பெற்றது. இதுதான் அந்த மந்திரம்:

சிந்தனையே முன்னேற்றம்.
சிந்தனையின்மை தனிநபரையும் அமைப்பையும் நாட்டையும் தேக்கமடையச் செய்கிறது.
சிந்தனை செயலுக்கு வழிவகுக்கிறது.
செயல் இல்லாத அறிவு பயனற்றது, பொருத்தமற்றது.
செயலுடன் கூடிய அறிவு செழிப்பைக் கொண்டுவருகிறது.*

மனித மூளை நமக்குக் கிடைத்த சிறப்புப் பரிசு என்பதை உணர்ந்துகொள்ளுமாறு குழந்தைகளைக் குடியரசுத் தலைவர் கலாம் வலியுறுத்தினார். ஆர்வமும் சிந்தனையுமே பிரபஞ்சத்தின் அதிசயங்களை அணுகுவதற்கான வழிகள். வாழ்வில் ஏற்றமும் இறக்கமும் வந்தாலும் அவற்றையெல்லாம் பொருட்படுத்தாமல், சிந்தனையே ஒருவரின் மூலதனமாக மாற வேண்டும் என்று அவர் கூறினார். "வானத்தைப் பாருங்கள். நாம் தனியாக இல்லை. பிரபஞ்சம் நமக்கு நட்பாக உள்ளது. பெரிய கனவுகளைக் கண்டு அதை நனவாக்க உழைப்பவர்களுக்குச் சிறந்ததைக் கொடுப்பதற்காக இந்தப் பிரபஞ்சமே மறைமுகமாக உதவுகிறது" என்று அவர்களிடம் கூறினார்.

2004இல் பொதுத் தேர்தல் நடைபெறவிருந்தது. குடியரசு தினத்தை முன்னிட்டு நாட்டு மக்களிடம் ஆற்றிய தனது இரண்டாவது உரையில், குடியரசுத் தலைவர் கலாம் மக்களவைத் தேர்தல் பற்றிப் பேசினார். 2020க்குள் இந்தியாவை வளர்ந்த நாடாக மாற்றுவதற்கான தங்கள் பார்வை, செயல் திட்டம், உத்திகள் ஆகியவற்றை ஒவ்வொரு அரசியல் கட்சியும் வெளிப்படையாகக் கூற வேண்டும் என்று அவர் வலியுறுத்தினார். வளர்ச்சி தொடர்பாக அரசாங்கத்தை விமர்சிப்பது என்னும் எல்லையைத் தாண்டிச் செல்லுமாறு அரசியல் கட்சிகளை அவர் கேட்டுக்கொண்டார். வளர்ச்சிக்கான தங்கள் பார்வையையும் மாற்றுச் செயல் திட்டத்தையும் முன்வைக்குமாறு கோரினார். அடுத்த மக்களவைத் தேர்தலுக்குத் தூய்மையான பின்னணி கொண்ட வேட்பாளர்களை நிறுத்த வேண்டும் என்றும் அவர் கூறினார்.

நம் நாட்டின் கிட்டத்தட்ட நாற்பத்து நான்கு கோடி இளைஞர்களைக் குறிப்பிட்டுப் பேசிய குடியரசுத் தலைவர் கலாம், இருபத்தியோராம் நூற்றாண்டின் தொடக்கத்தில் இந்தியா உலகின் இளம் நாடு என்றும், இளைஞர்கள் வளர்ச்சியடைந்த, ஊழலற்ற நாட்டில் வாழ விரும்புவதாகவும் கூறினார். சமூகத்தில் ஸ்திரமின்மையைத் தவிர்க்க வேண்டுமென்றால்

---

* குடியரசுத் தலைவர் அ.ப.ஜெ. அப்துல் கலாம். குழந்தைகளுக்கான 12ஆவது அறிவியல் மாநாட்டின் ஆற்றிய உரை. குவாஹாத்தி. https://presidentofindia.nic.in/dr-apj-abdul-kalam/speeches/address-12th-national-childrens-science-congress-guwahati

இந்தியாவை வளர்ந்த நாடாக ஆக்க வேண்டும் என்றார். *DRDO*வில் அவரோடு பணிபுரிந்த ஆர். சுவாமிநாதன் இப்போது அவரது உதவியாளராகப் பணிபுரிந்துகொண்டிருந்தார். அரசியல்வாதிகள் அவர் கூறுவதைக் கேட்க முன்வருவார்களா என்று சுவாமிநாதன் அவரிடம் கேட்டார். பேச வேண்டியது என் கடமை; அது ஏற்கப்படாவிட்டால் எனக்குக் கவலையில்லை என்று டாக்டர் கலாம் பதிலளித்தார். பிறரிடத்தில் தனக்கு ஆதரவு குறைந்துவிடுமோ என்ற அச்சமில்லாமல் தன் கடமையைச் செய்ய விரும்புவதாகவும் அவர் கூறினார்.

2004 ஏப்ரல் 2 அன்று, குடியரசுத் தலைவர் கலாம் சியாச்சினில் அமைந்துள்ள முகாமுக்கு விஜயம் செய்தார். ஏழு நாட்களுக்குத் தேவையான உணவு, தண்ணீர், ஆயுதங்கள், வெடிமருந்துகள், போதுமான உளவுத்தளவாடங்கள் ஆகியவற்றை ஒவ்வொருவரும் சுமக்க வேண்டியிருப்பது குறித்து அவர் கவலை எழுப்பியது அனைவரையும் வியப்பிலாழ்த்தியது. ஒவ்வொரு வீரரும் இதைக் கொண்டுசெல்ல வேண்டியிருந்தது. மேம்பட்ட பொருட்களையும் உணவுப் பதப்படுத்தும் தொழில்நுட்பத்தையும் பயன்படுத்துவதன் மூலம் தளவாடங்களின் எடையைப் பாதியாகக் குறைக்க வேண்டும் என்று அவர் பரிந்துரைத்தார்.*

2004 ஏப்ரல் 18 அன்று மக்களவைத் தேர்தலை முன்னிட்டுக் குடியரசுத் தலைவர் கலாம் மீண்டும் பேசினார். அடுத்த ஐந்து ஆண்டுகளுக்கு நாட்டிற்குத் தலைமை தாங்குபவர்களைத் தேர்ந்தெடுக்கத் தங்களது ஜனநாயகத்தை நேர்மறையாகப் பயன்படுத்துமாறு வாக்காளர்களை அவர் வலியுறுத்தினார். தூர்தர்ஷனிலும் அனைத்திந்திய வானொலியிலும் வெளியான இந்த உரையில் குடியரசுத் தலைவர் கலாம் இவ்வாறு கூறினார்: "மக்களவையில் உங்களைப் பிரதிநிதித்துவப்படுத் தக்கூடியவர் என்று நீங்கள் கருதும் ஒரு வேட்பாளருக்கு வாக்களிப்பதன் மூலம் நீங்கள் வளமான இந்தியா, மகிழ்ச்சியான இந்தியா, பாதுகாப்பான இந்தியா, எல்லாவற்றிற்கும் மேலாக, மேன்மையுள்ள இந்தியாவை உருவாக்குவதற்கான விதைகளை விதைக்கிறீர்கள்." நவீன இந்தியாவில் தேர்தலுக்கு முன்பு ஒரு குடியரசுத் தலைவர் மக்களிடம் இத்தகைய கோரிக்கையை விடுத்தது இதுவே முதல்முறை.

2004 மே 13 அன்று அறிவிக்கப்பட்ட முடிவுகள் ஆளுங்கட்சிக்கு அதிர்ச்சியாக இருந்தன. காங்கிரஸுக்கும் பாஜகவுக்கும் வாக்களித்தவர்களின் எண்ணிக்கை 1999ஐப் போலவே இருந்தது;

---

* குடியரசுத் தலைவர் அ.ப.ஜெ. அப்துல் கலாம். சியாச்சின் சிகரத்தில் ராணுவ முகாமில் ஆற்றிய உரை https://presidentindia.nic.in/dr-apj-abdul-kalam-speeches-address-base-camp-siachen-glacier

ஆனால், காங்கிரஸ் கூடுதலாக முப்பத்துயோரு இடங்களைப் பெற்றது. பாஜக கடந்த தேர்தலைக் காட்டிலும் நாற்பத்து நான்கு இடங்கள் குறைவாகப் பெற்றது.

2004 மே 15 அன்று பதவி விலகும் பிரதமருக்கும் அவரது அமைச்சரவை சகாக்களுக்கும் குடியரசுத் தலைவர் கலாம் ராஷ்டிரபதி பவனில் பிரியாவிடை நிகழ்ச்சியை நடத்தினார். பிரதமர் வாஜ்பாய் குடியரசுத் தலைவர் கலாமைப் பெரிதும் பாராட்டினார், "நான் டாக்டர் கலாமைச் சந்திக்கும் போதெல்லாம் மகிழ்ச்சி அடைந்து, உற்சாகம் பெற்றேன்" என்று கூறினார்.

2004 மே 22 அன்று குடியரசுத் தலைவர் கலாம், ராஷ்டிரபதி பவனின் அசோக் ஹாலில் டாக்டர் மன்மோகன் சிங்குக்கு இந்தியாவின் பிரதமராகப் பதவிப் பிரமாணம் செய்துவைத்தார்.

20

உறுதிப்பாடு

குடியரசுத் தலைவர் பதவிக்கு டாக்டர் கலாம் அசாதாரணத் தேர்வாக இருந்ததுபோலவே, டாக்டர் மன்மோகன் சிங்கும் பிரதமர் பதவிக்கு அசாதாரணத் தேர்வாகவே இருந்தார். நவீன இந்திய வரலாற்றில் வேறு எந்தப் பிரதமருக்கும் இல்லாத சில தகுதிகள் அவருக்கு இருந்தன. பி.வி. நரசிம்ம ராவ் அரசாங்கத்தில் நிதி அமைச்சராகத் தேர்ந்தெடுக்கப்படுவதற்கு முன்பு மன்மோகன் சிங் தொழில்நுட்ப வல்லுநராகப் பல முக்கிய அரசுப் பதவிகளை வகித்திருந்தார். 1998முதல் 2004வரை தேசிய ஜனநாயகக் கூட்டணி அரசாங்கத்தின்போது மாநிலங்களவை எதிர்க்கட்சித் தலைவராக இருந்தார். அரசு அதிகாரியாக அவர் பல்கலைக்கழக மானியக் குழுவின் தலைவராகவும் இந்திய ரிசர்வ் வங்கியின் ஆளுநராகவும் இருந்துள்ளார். குடியரசுத் தலைவர் கலாமும் பிரதமர் சிங்கும் தங்கள் கடந்த காலத்திற்கு முற்றிலும் தொடர்பில்லாத பதவிகளில் அமர்ந்தார்கள்.

இந்தியக் குடியரசுத் தலைவருக்குப் பொதுவாகத் தன்னிச்சையாகச் செயல்பட அதிக வாய்ப்பு இல்லை. ஆனால் குடியரசுத் தலைவர் பதவி பெருமைக்கும் மரியாதைக்கும் உரிய இடம். பிரதமரால் இதை எளிதில் ஒதுக்கிவிட முடியாது. குடியரசுத் தலைவர் நாட்டின் தலைவர்; பிரதமரும் அமைச்சர்களும் நிர்வாகச் செயல்பாடுகளை மேற்கொள்கிறார்கள். அரசாங்கம் எடுக்கும் முடிவுகள், நடவடிக்கைகள் குறித்துக் குடியரசுத் தலைவரிடம் தெரிவிக்க வேண்டும்.

2004இல் தென் ஆப்பிரிக்காவின் ஜோகன்னஸ்பர்க்கில் நடந்த ஆப்பிரிக்கப் பாராளுமன்றத்தில் (Pan-African Parliament) பேச டாக்டர் கலாமுக்கு அழைப்பு வந்தது. செல்லும் வழியில், அவர் தான்சானியாவில் சிறிது நேரம் தங்கினார்.

பரந்த ஆப்பிரிக்கக் கண்டத்தில் வளர்ச்சிக்கு மிகப் பெரிய தடையாகத் தான் கருதும் இணைப்பு என்னும் அம்சம் குறித்து அவர் இந்த பேசினார். ஃபைபர் ஆப்டிக்ஸையும் செயற்கைக்கோள் தொடர்பையும் ஒருங்கிணைக்கும் ஆப்பிரிக்கா முழுமைக்குமான இணைய நெட்வொர்க்கை அவர் தொடங்கிவைத்தார். அந்தப் பிராந்தியத்தில் மின்–ஆளுகை, மின்–வர்த்தகம், புவியியல் வள வரைபடம், வானிலைக் கண்காணிப்பு ஆகியவற்றில் புதிய சகாப்தத்தை உருவாக்கக்கூடிய வலைப்பின்னல் அது. அறிவுப் பரிமாற்றத்திற்காக இந்தியப் பல்கலைக்கழகங்களும் மருத்துவமனைகளும் ஆப்பிரிக்கா விலுள்ள பல்கலைக்கழகங்களுடனும் மருத்துவமனை களுடனும் இணைக்கப்படும் என்றும் அறிவித்தார். திறன் மேம்பாட்டிற்காக இந்தியா 150 மில்லியன் அமெரிக்க டாலர்களை ஒதுக்குவதாக உறுதியளித்தது.

டாக்டர் கலாம் தனது நாயகர்களில் ஒருவரான நெல்சன் மண்டேலாவைச் சந்தித்துப் பேசினார். மண்டேலா டாக்டர் கலாமின் கையைப் பிடித்தபடி அவருடன் சில அடிகள் நடந்தார். டாக்டர் கலாம் மகாத்மா காந்தியைப் பற்றிக் குறிப்பிட்டபோது, மண்டேலா கிண்டலாக, தனது நாடு ஒரு வழக்கறிஞரைத் துறவியாக மாற்றியது, ஆனால் அவரோ இந்தியாவில் கொல்லப்பட்டார் என்று கூறினார். கொடூரமான காலனித்துவ சக்திகளிடமிருந்து ஆப்பிரிக்கர்கள் தங்கள் வாழ்க்கை முறையை எவ்வாறு பாதுகாத்துக்கொண்டார்கள் என்பதையும் டாக்டர் கலாம் அறிந்துகொண்டார். எதிர்ப்புணர்வு மக்களின் இதயங்களில் வேரூன்றியிருந்தது. அது மிகவும் வன்முறையான வழிகளிலிருந்து அமைதியான ஆனால் பிடிவாதமான எதிர்ப்புவரை வெவ்வேறு வடிவங்களில் வெளிப்பட்டது.

2005இல் குடியரசு தினத்தை முன்னிட்டு டாக்டர் கலாம் நாட்டு மக்களுக்கு ஆற்றிய உரையைத் தத்துவார்த்தமான குறிப்புடன் தொடங்கினார். "ஒவ்வொருவருக்குள்ளும் ஒரு நல்ல செய்தி இருக்கிறது. நீங்கள் எவ்வளவு சிறந்தவராக இருக்க முடியும் என்று உங்களுக்குத் தெரியாது என்பதே அந்தச் செய்தி" என்றார். குழந்தைகள் களங்கமில்லாமல் புன்னகைக்கிறார்கள். ஆனால் அவர்கள் இளம் பருவத்தை அடையும்போது இந்தப் புன்னகைகள் மெல்ல மெல்ல மறைந்துவிடுகின்றன என்றார்.

எடுத்துக்காட்டாக, கல்விக்குப் பிறகு என்ன செய்வது, வேலை தேடுவது போன்ற அச்சங்கள் அவர்களின் புன்னகையைத் திருடுகின்றன என்றார். அவரைப் போல எந்தத் தலைவரும் பேசியதில்லை. அவர் உயர்ந்த ஆன்மிக நிலைக்கு உயர்ந்திருந்தார். ஆனால் ஒவ்வொரு வளர்ச்சிக்கும் ஒரு சோதனை வரும். விரைவில் அவருக்கான சோதனை வந்தது.

2005 ஏப்ரலில் பாகிஸ்தான் அதிபர் பர்வேஸ் முஷாரஃப் இந்தியா வந்தார். குடியரசுத் தலைவர் கலாம் அவருக்கு மதிய விருந்து அளித்தார். இரண்டு தலைவர்களும் அரை மணிநேரம் சந்தித்தார்கள், அப்போது குடியரசுத் தலைவர் கலாம் ஸ்லைடு விளக்கக்காட்சியைக் காட்டியது முன்னாள் இராணுவ ஜெனரலை வியக்கவைத்தது.

டாக்டர் கலாம் ரஷ்யாவிற்கு அரசு முறைப் பயணமாகச் சென்றார். மாஸ்கோவை அடைந்ததும், அதிகாலை 2.00 மணியளவில் டாக்டர் கலாம் தூங்கச் செல்லும்போது, பிகார் சட்டமன்றம் கலைக்கப்பட்ட தகவல் புதுதில்லியிலிருந்து வந்தது. இது மத்திய அமைச்சரவையின் முடிவு. முன்னதாக மாநிலத்தில் நடைபெற்ற தேர்தல் தொங்கு சட்டமன்றத்தை உருவாக்கியிருந்தது. பல மாதங்களுக்குப் பிறகும் எந்த அரசாங்கமும் அமைக்கப்படவில்லை. கலாம் பிரதமர் மன்மோகன் சிங்குடன் பேசி அந்த முடிவுக்குச் சம்மதம் தெரிவித்தார். இரவோடு இரவாக நடந்த சட்டமன்றக் கலைப்பு அடுத்த நாள் காலையில் அரசியல்ரீதியான எதிர்ப்பை உருவாக்கியது. மாநிலங்கள் மீதான மத்திய அரசின் அதிகாரம் இந்திய அரசியலில் சர்ச்சைக்குரிய விஷயமாகவே உள்ளது. ஆனால் அதைவிட முக்கியமாக, இவ்வளவு முக்கியமான முடிவை நாடு திரும்பி விவாதிக்கும்வரை குடியரசுத் தலைவர் ஏன் நிறுத்திவைக்கவில்லை என்று கேள்வி எழுப்பினார்கள்.

நாடாளுமன்றத்தின் இரு அவைகளும் இந்தக் கலைப்பு அறிவிப்பை அங்கீகரித்தன. இந்த நிகழ்வு பல கேள்விகளை எழுப்பியது. கையெழுத்திடுவதைத் தவிர குடியரசுத் தலைவருக்கு வேறு வழி இருந்ததா? முடிவை அவரால் தாமதப்படுத்தியிருக்க முடியாதா, அல்லது தான் திரும்பும்வரை காத்திருக்குமாறு அரசாங்கத்தைக் கேட்டிருக்க முடியாதா? ஆனால் அரசின் முடிவை மறுபரிசீலனை செய்யுமாறு அவர் திருப்பி அனுப்பியிருந்தால், குறிப்பான காரணங்களைச் சுட்டிக்காட்டியிருக்க வேண்டும். மாஸ்கோவிலிருந்தபடி அவர் என்ன காரணங்களைக் காட்டியிருக்க முடியும்? ஒரு அரசியல் முட்டுக்கட்டை தானாகவே தீரும்வரை காத்திருப்பது இந்தியக் குடியரசுத் தலைவரின் சிறப்புரிமையாக இருக்க முடியுமா?

டாக்டர் கலாம் விதிமுறைகளின்படியே செயல்பட்டார். விதிமுறைகளே தவறாக இருந்தால் என்ன செய்வது?

குடியரசுத் தலைவர் கலாமின் தொனியும் உள்ளடக்கமும் படிப்படியாகப் பரிந்துரையிலிருந்து சிபாரிசுக்கு, வேண்டுகோளிலிருந்து வற்புறுத்தலுக்கு, உற்சாகத்திலிருந்து சந்தேகத்திற்கு மாறின. 2005 ஜூலை 1 அன்று தேசிய மருத்துவர்கள் தின விருது விழாவில் மருத்துவத்தின் வணிகமயமாக்கல் பற்றிப் பேசினார். மருத்துவ முன்னேற்றங்கள் வசதியான வாடிக்கையாளர்களுக்குச் சேவை செய்யும் விலையுயர்ந்த மருத்துவமனைகளுக்குள் நின்றுவிடாமல், ஏழைகளைச் சென்றடைய வேண்டும் என்றார். நாம் சமூக வாழ்வில் ஈடுபட்டாலும் அல்லது அரசியலில் இருந்தாலும், நாம் செய்வதில் நேர்மை அவசியம் என்று அவர் கூறினார். அறநெறியின் அடிப்படையிலேயே வலிமையான குடும்பம், நாடு, உலகம் ஆகியவற்றைக் கட்டியெழுப்ப முடியும் என்று சொன்ன அவர், அனைவரும் செயல்படக்கூடிய திடமான அடித்தளத்தை நாம் வழங்க வேண்டும் என்று வலியுறுத்தினார்.

2005 அக்டோபர் 15 அன்று டாக்டர் கலாமிற்கு எழுபத்தி நான்கு வயது ஆனது. தனது பிறந்தநாளுக்காக, கேர் மருத்துவமனையில் பிறவி இதயக் குறைபாடுகளுக்குச் சிகிச்சை பெற்ற தான்சானியக் குழந்தைகள் குழுவைச் சந்திக்க அவர் ஹைதராபாத்திற்குச் செல்ல முடிவு செய்தார். டாக்டர் கலாமின் கோரிக்கையை அடுத்து அவர்கள் ஏர் இந்தியா விமானம் மூலம் அழைத்துவரப்பட்டார்கள். டாக்டர் கலாம் ஒவ்வொரு குழந்தையின் தலையையும் அன்புடன் தடவி, தில்லியிலிருந்து கொண்டுவந்த இனிப்புகளை அவர்களுக்கு வழங்கினார்.

2006 ஜனவரி 25 அன்று, மாநில சட்டமன்றத்தைக் கலைக்கப் பரிந்துரைத்ததற்காக பிகார் ஆளுநரை உச்ச நீதிமன்றம் விமர்சித்தது. அரசு அமைப்பதில் எதிர்க்கட்சிகள் உரிமை கோருவதைத் தடுப்பதற்காக ஆளுநரின் அதிகாரத்தைத் தவறாகப் பயன்படுத்தியதாக நீதிமன்றம் கருதியது.

2006இல் நாட்டு மக்களுக்கு ஆற்றிய குடியரசு தின உரையில் டாக்டர் கலாம் அப்துல் காதிர் என்ற சிறுவனின் கதையைக் குறிப்பிட்டார். பாலைவனத்தில் ஒரு வணிகக் குழுவைக் கொள்ளையர்கள் வழிமறித்தார்கள். அந்தக் குழுவில் இருந்த அப்துல் காதிர், தனது ஜாக்கெட்டில் நாற்பது தங்கக் காசுகளை மறைத்து வைத்திருப்பதை அவர்களிடம் சொன்னான். கொள்ளையர் ஏன் இதை ஒப்புக்கொண்டாய் என்று ஆச்சரியத்துடன் கேட்டார். உயிரே போகும் நிலை வந்தாலும்

நேர்மையாக இருக்க வேண்டும் என்று தன்னுடைய தாயார் கூறியதாக அப்துல் காதிர் பதிலளித்தான். இழப்பது வெறும் நாற்பது தங்கக் காசுகள்தான், ஆனால் தனது தாய்க்கு அளித்த வாக்குறுதி விலைமதிப்பற்றது என்று அவன் கூறினான். நீடித்து நிற்கும் முன்னேற்றத்திற்கு உதவுவது நெறிமுறைகள் சார்ந்த கொள்கைகளே அன்றி நடைமுறைவாதம் அல்ல என்பதை இந்தக் கதையின் மூலம் டாக்டர் கலாம் வலியுறுத்தினார்.

அடுத்த மாதம், டாக்டர் கலாம் நீர்மூழ்கிக் கப்பலில் நீருக்கடியில் பயணம் செய்தார். அப்படிப் பயணம்செய்த முதல் குடியரசுத் தலைவர் அவர்தான். விசாகப்பட்டினத்தில் அட்மிரல் அருண் பிரகாஷின் துணையுடன் ஐஎன்எஸ் சிந்துரக்ஷக் கப்பலில் ஏறினார். கடற்படை அதிகாரியான கமாண்டர் பிரவேஷ் சிங் பிஷ்ட், தான் கடற்படையை எப்போதும் தனது தாயாகவே கருதுவதாக டாக்டர் கலாமிடம் குறிப்பிட்டார். டாக்டர் கலாமைப் பார்ப்பது தன் தந்தை, தன் தாயைச் சந்திப்பதைப் போல இருப்பதாகக் கூறினார். டாக்டர் கலாமின் ஆளுமை அத்தகைய உணர்ச்சிகளைத் தூண்டக்கூடியதாக இருந்தது.

2006 மார்ச்சில், அமெரிக்க அதிபர் ஜார்ஜ் டபிள்யூ புஷ்ஷின் வருகையின்போது, இந்தியாவின் அணுசக்தித் திட்டத்தைச் சர்வதேசச் சமூகம் தனிமைப்படுத்தியது முடிவுக்கு வந்ததில் டாக்டர் கலாம் மகிழ்ச்சியடைந்தார். எரிசக்தி உற்பத்தியும் ஆயுத மேம்பாடும் தெளிவாகப் பிரிக்கப்பட்டன. சர்வதேச அணுசக்தி முகமை முன்வைக்கும் தர அளவுகோல்களைப் பின்பற்றுவதற்கான உறுதிப்பாடும் மேற்கொள்ளப்பட்டது. இனி சிவில் அணுசக்தி உற்பத்திக்கு அமெரிக்கா உதவி செய்யும்; தேவையான அனைத்து அணுசக்திப் பொருள் விநியோகத்தையும் அனுமதிக்க அணுசக்தி விநியோகஸ்தர்கள் குழுவுடன் ஒத்துழைக்கும். இடதுசாரிக் கட்சிகளும் சமாஜ்வாதி கட்சியும் இந்த ஒப்பந்தத்தை விமர்சித்தன. ஆனால் முலாயம் சிங் டாக்டர் கலாமைச் சந்தித்த பிறகு, தனது நிலைப்பாட்டை மாற்றிக்கொண்டு நாடாளுமன்றத்தில் அரசாங்கத்தை ஆதரித்தார்.

பனாரஸ் இந்துப் பல்கலைக்கழகத்தின் எண்பத்தெட்டாவது பட்டமளிப்பு விழா கலாமிற்குப் பண்பாட்டுத் தூதுவராகச் செயல்படுவதற்கான வாய்ப்பை வழங்கியது. காசிக்கும் ராமேஸ்வரத்திற்கும் இடையேயான கலாச்சாரத் தொடர்பை அவர் நன்கு அறிவார். 1991இல் அவர் இந்தப் பல்கலைக்கழகத்தில் உள்ள இந்தியத் தொழில்நுட்பக் கழகத்தின் (ஐஐடி) பட்டமளிப்பு விழாவிற்குத் தலைமை தாங்கினார். அப்போது, காசி மன்னர் விபூதி நாராயண் சிங் அவரை அறிமுகப்படுத்திப் பேசியிருந்தார்.

விபூதி நாராயண் சிங் 2000 டிசம்பரில் காலமாகிவிட்டார். விழிப்புணர்வு பெற்ற குடியுரிமையின் பரிணாமத்திற்கான தனது திட்டத்தை அவருக்கு அஞ்சலி செலுத்தும் விதமாக டாக்டர் கலாம் வெளியிட்டார்.

முன்முயற்சி எடுப்பதே மனிதர்களின் தனிச்சிறப்பு என்று மார்ச் 3 அன்று பனாரஸ் இந்துப் பல்கலைக்கழகத்தில் பேசுகையில் குடியரசுத் தலைவர் கலாம் கூறினார். துருவி ஆராயும் திறன், புதுமைகளைப் படைக்கும் திறன், தொழில்நுட்பத் திறன்கள், தொழில்முனைவோருக்கான செயல்பாடுகள், தார்மீகத் தலைமை ஆகியவற்றை வளர்க்கும் விதத்தில் கல்வி இருக்க வேண்டும் என்றார். இந்த ஐந்து திறன்களை மாணவர்களிடம் வளர்த்தால், தாங்கள் செல்ல வேண்டிய திசையை அறிந்த, சுய கட்டுப்பாடு கொண்ட, அதிகாரத்தை மதித்துப் பொருத்தமாகக் கேள்வி கேட்கக்கூடிய, வாழ்நாள் முழுவதும் கற்க விரும்பும் விழிப்புணர்வு பெற்ற குடிமக்களை உருவாக்க முடியும் என்று அவர் கூறினார். ஒரு நல்ல மாணவர் சூழ்நிலையை மாற்றவும் மேம்படுத்தவும் நம்பிக்கையைப் பயிரிட வேண்டும்; "நம்மால் முடியும்" என்ற உணர்வைத் தனக்குள் வளர்த்துக்கொள்ள வேண்டும் என்றார்.

தொழில்நுட்பத் திட்டங்களில் வாழ்நாள் முழுவதும் பணியாற்றிய டாக்டர் கலாம், தனது வெளிநாட்டுப் பயணங்களை இருதரப்பு ஒத்துழைப்புக்கான வாய்ப்புகளாகக் கருதினார். நம்மைக் காட்டிலும் வளர்ந்த நாடுகளிடமிருந்து நாம் என்ன கற்றுக்கொள்ள முடியும், குறைவாக வளர்ந்த நாடுகளுக்கு நம்மால் என்ன கொடுக்க முடியும் என்று அவர் சிந்தித்தார். மியான்மரில் பெட்ரோலியம், விண்வெளி, கல்வித் துறை ஆகியவற்றில் இரு நாடுகளுக்கிடையே மூன்று ஒப்பந்தங்கள் நிறைவேறுவதை உறுதிசெய்தார். மியான்மரில் புகழ்பெற்ற ஸ்வேடகன் பகோடாவிற்கு விஜயம் செய்தார். தங்கத்தால் ஆன அந்த உயரமான கட்டுமானம் அவரைப் பெரிதும் கவர்ந்தது.

நாடு கடத்தப்பட்டு அங்கேயே இறந்துவிட்ட இந்தியாவின் கடைசிப் பேரரசரான பகதூர் ஷா ஜஃபரின் கல்லறையையும் அங்கே பார்வையிட்டார். பகதூர் ஷா நாடு கடத்தலைக் குறித்து வருந்தி, வேதனையையும், அவநம்பிக்கையையும் கையறு நிலையையும் வெளிப்படுத்தி ஒரு கவிதை எழுதியிருந்தார். டாக்டர் கலாம் கல்லறையின் அருகே ஒரு மெழுகுவர்த்தியை ஏற்றிவிட்டுப் பிரார்த்தனையில் அமர்ந்தார். பார்வையாளர்கள் புத்தகத்தில் அவர் இவ்வாறு எழுதினார்: "இந்தியப் பேரரசரே, நான் இன்று சூரா ஃபாத்திஹாவை ஓத இங்கே வந்தேன். இங்கே மலர்களைச் சமர்ப்பித்து மெழுகுவர்த்தியை ஏற்றியுள்ளேன். இது

கைவிடப்பட்ட ஒருவரின் கல்லறை அல்ல; இந்தியப் பேரரசரின் கல்லறை. உங்கள் ஆன்மா அமைதியில் உறங்கட்டும்."

சிறந்த இசைக் கலைஞர்களைக் கௌரவிக்கக் குடியரசுத் தலைவர் கலாம் ராஷ்டிரபதி பவனில் இந்திரதனுஷ் என்ற இசைக் கச்சேரித் தொடரைத் தொடங்கினார். 2006 மார்ச் 4 அன்று, குடியரசுத் தலைவர் கலாம் ஷெனாய் இசை மேதையான பாரத ரத்னா பிஸ்மில்லா கானை ராஷ்டிரபதி பவனில் உள்ள முகலாயத் தோட்டங்களில் நிகழ்ச்சி நடத்த அழைப்பு விடுத்தார். ராஷ்டிரபதி பவனில் மூன்று நாள் தங்குமாறு குடியரசுத் தலைவர் பிஸ்மில்லா கானைக் கேட்டுக்கொண்டார். இந்த நிகழ்வு அந்த ஆண்டின் பிற்பகுதியில் காலமான அந்த ஷெனாய் மேதையின் கடைசிப் பொது நிகழ்ச்சியாக அமைந்தது.

இதற்கிடையில் மற்றொரு புயல் உருவாகிக் கொண்டிருந்தது. சமாஜ்வாதி கட்சியின் மாநிலங்களவை உறுப்பினரும் நடிகையுமான ஜெயா பச்சன், சட்டத்தால் தடைசெய்யப்பட்ட லாபகரமான அரசுப் பதவியை வகித்ததால், அவரைத் தகுதி நீக்கம் செய்யக் கோரித் தேர்தல் ஆணையத்திடம் மனு தாக்கல் செய்யப்பட்டது. இது பூதம்போலக் கிளம்பியது. காங்கிரஸ் தலைவர் சோனியா காந்தியின் உறுப்பினர் பதவியும் கேள்விக்கு உள்ளானது. சட்டமன்ற, நாடாளுமன்ற உறுப்பினர்களைத் தகுதி நீக்கக் குற்றச்சாட்டுகளிலிருந்து விடுவிப்பதற்காக நாடாளுமன்றம், ஐம்பத்தாறு அரசுப் பதவிகளுக்கு விலக்கு அளிக்கும் சட்டத்தை முன்தேதியிட்டு நிறைவேற்றியது. 2006 நாடாளுமன்றத் (தகுதி நீக்கம் தடுப்பு) திருத்த மசோதா (Parliament Prevention of Disqualification Amendment Bill, 2006) குடியரசுத் தலைவர் கலாமின் ஒப்புதலுக்காக வந்தபோது, அவர் கையெழுத்திடாமல் அதைத் திருப்பி அனுப்பினார். நாடாளுமன்றம் அதை மறுஆய்வு செய்ய வேண்டுமென்று அறிவுறுத்தினார். இது கொந்தளிப்பை உருவாக்கியது.

நாடாளுமன்றம் எந்த மாற்றமும் செய்யாமல் மசோதாவை டாக்டர் கலாமிற்குத் திருப்பி அனுப்பியது. குடியரசுத் தலைவர் உடனடியாகக் கையெழுத்திட்டு அதைச் சட்டமாக்காமல், நாடாளுமன்றம் இந்த விஷயத்தில் கவனம் செலுத்துவதற்காக *17 நாட்கள் காத்திருந்தார்*. அடுத்த ஆண்டு தன் பதவிக்காலம் முடிவடையும்வரை அந்த மசோதாவின் மீது அவர் முடிவெடுக்க மாட்டார், இதனால் அரசியல் நெருக்கடி ஏற்படும் என்று வதந்திகள் பரவின. 2006 ஆகஸ்ட் 18 அன்று டாக்டர் கலாம் மசோதாவில் கையெழுத்திட்டார். இந்தக் காலகட்டத்தில் அவர் ஒரு கடுமையான தார்மீகச் சிக்கலை எதிர்கொண்டார். மசோதாவில் கையெழுத்திடாமல் பதவி விலகும் எண்ணமும்

அவருக்கு வந்தது. ஆனால் இது பெரிய அரசியல் நெருக்கடியை ஏற்படுத்தியிருக்கும். அதை டாக்டர் கலாம் விரும்பியிருக்க மாட்டார்.

இந்த நெருக்கடிக்குச் சற்று முன்னர், 2006 ஜூன் 8 அன்று விமானம் ஓட்டுவது என்ற தனது குழந்தைப் பருவக் கனவைக் குடியரசுத் தலைவர் கலாம் நிறைவேற்றிக்கொண்டார். புனேயில் உள்ள லோஹேகான் விமான நிலையத்திலிருந்து விங் கமாண்டர் அஜய் ரத்தோருடன் இணைந்து சுகோய்–30–எம்கேஐ போர் விமானத்தின் இணை விமானியாகப் பறந்தார். 24,000 அடி உயரத்தில் ஒலியின் வேகத்தைப் போல ஒன்றேகால் மடங்கு வேகத்தில் பறந்தார். இந்தப் பயணத்தின்போது போர் விமானத்தின் திறன்களை அவர் நேரடியாகக் காணும் வகையில் சில சாகசங்களையும் அந்த விமானம் செய்துகாட்டியது.

டாக்டர் கலாம் அரசியல்வாதியல்ல. அவர் பொதுப்பதவியை ஒருபோதும் நாடியதில்லை. சில அரசியல் காரணங்களால் குடியரசுத் தலைவர் பதவி அவரைத் தேடி வந்தது. குடியரசுத் தலைவராகத் தனது பொறுப்புகளை யாராலும் விஞ்ச முடியாத ஆர்வத்துடனும் விடாமுயற்சியுடனும் அவர் மேற்கொண்டார் என்பதில் எந்த ஐயமும் இல்லை. ஆனால் அவர் ஒருபோதும் அவர் தனது பதவியின்மீது பற்றுக் கொண்டிருக்கவில்லை. மனித வாழ்க்கையின் நோக்கம் குறித்த உறுதி அவரிடம் இருந்தது. அடுத்த ஓராண்டிற்குள் பொது விவகாரங்களின் ஈர்ப்பு விசையிலிருந்து விடுபட்டுத் தனது இயல்பான உணர்வுகளுடன் வாழத் தொடங்க வேண்டும் என்று உறுதிகொண்டார்.

21

அகத்தின் ஒளி

குடியரசுத் தலைவர் கலாம் 2007இல் குடியரசு தினத்தை முன்னிட்டு நாட்டு மக்களுக்கு ஆற்றிய இறுதி உரையில் சக்திவாய்ந்த கேள்வியை எழுப்பினார். இந்திய மக்களுக்கு அவர் விடுத்த அழைப்பு, நாற்பத்து ஆறு ஆண்டுகளுக்கு முன்னர் அமெரிக்க அதிபர் ஜான் எஃப் கென்னடி தனது தொடக்க உரையில், நாடு உங்களுக்கு என்ன செய்தது என்று கேட்காமல், நீங்கள் நாட்டுக்காக என்ன செய்ய முடியும் என்று கேளுங்கள் என்று வலியுறுத்தியதை நினைவூட்டியது. டாக்டர் கலாம், "என்னால் என்ன தர முடியும்?" என்று கேட்டார். "நான் என்ன எடுத்துக்கொள்ள முடியும்" என்ற அணுகுமுறையைத்தான் அனைத்து ஊழல்களுக்குமான மூல காரணமாக டாக்டர் கலாம் கண்டார். திரும்பக் கொடுப்பதைப் பற்றிச் சிந்திப்பது இதற்கான தீர்வை வழங்கும் என்று அவர் நம்பினார்.

ரஷ்ய அதிபர் விளாடிமிர் புடினும் குடியரசு தின அணிவகுப்பின்போது உடனிருந்தார். இந்தியாவுக்கும் ரஷ்யாவுக்கும் இடையில் வலுவான தந்திரோபாயத் தொடர்பு உள்ளது. ஏவுகணை மேம்பாட்டுத்துறையில் இருநாடுகளுக்கிடையிலான உறவு ஆழமாகவும் விரிவாகவும் உள்ளது. ரஷ்ய விண்வெளி மற்றும் பாதுகாப்பு நிறுவனங்களுடன் இணைந்து டாக்டர் கலாம் ஆற்றிய பணிகளைக் கருத்தில் கொண்டு பார்க்கையில், குடியரசுத் தலைவர் என்ற முறையில் அவர் கடைசி உரையை ஆற்றியபோது ரஷ்ய அதிபர் அவர் அருகில் இருந்தது பொருத்தமானதாக இருந்தது.

2007 பிப்ரவரி 21 அன்று, டாக்டர் கலாம் DRDOவின் இயக்குநர்களிடையே எழுச்சியூட்டும் உரையை வழங்கினார். ஐந்து நோபல் வெற்றியாளர்களின் கதைகளைச் சொல்லி, பயனுள்ள அறிவியல் வாழ்க்கையின் ஐந்து அம்சங்களைக் கோடிட்டுக் காட்டினார். லட்சியங்கள், வாழ்நாள் அர்ப்பணிப்பு, உலகளாவிய கண்ணோட்டம், தடைகளைச் சாத்தியங்களாக மாற்றுவது, தாராளமான மனப்பான்மை ஆகியவையே அந்த ஐந்து அம்சங்கள்.

இந்தக் குணங்களை முன்னிறுத்தும் பல எடுத்துக்காட்டுகளை அவர் விவரித்தார். 1954இல் சர் சி.வி. இராமன் முதல் பாரத ரத்னா விருது பெற்றவர்களில் ஒருவராக இருந்தார். குடியரசுத் தலைவர் டாக்டர் ராஜேந்திர பிரசாத் அவரை ராஷ்டிரபதி பவனில் தனது விருந்தினராக இருக்குமாறு அழைத்தார். ஆனால் அவர் மரியாதையுடன் அந்த அழைப்பை மறுத்துவிட்டார். ஏனெனில் அவருடைய முனைவர் பட்ட மாணவர் தனது ஆய்வுக் கட்டுரையை எழுதும் இறுதிக் கட்டத்தில் இருந்தார். இராமனின் நேரடி வழிகாட்டுதல் தேவைப்பட்டது. தனது மாணவருக்குத் தனது கடமையை நிறைவேற்றுவதற்காக, நாட்டின் மிகவும் மதிப்புமிக்க விருதுடன் இணைந்த ஒரு பெரிய நிகழ்வைத் தியாகம் செய்த கல்வியாளர் இராமன். மற்ற எல்லாவற்றையும் விடவும் தனது பணிக்கு மதிப்பளிப்பது மகத்தான மனிதர்களின் பண்பு.

1947இல் இயற்பியலாளர் டாக்டர் சுப்பிரமணியன் சந்திரசேகர், சுங்–தாவோ லீ, சென் நிங் யான் ஆகியோருக்கு வழிகாட்டியாக இருந்தார். விஸ்கான்சின், லேக் ஜெனிவாவில் உள்ள யெர்கேஸ் ஆய்வகத்தில் பணிபுரிந்த சந்திரசேகர், கடினமான வானிலை நிலவும்போதும், ஒவ்வொரு வாரமும் தனது மாணவர்களுக்கு வழிகாட்டுவதற்காக சிகாகோவுக்கு 100 மைல் தொலைவு வாகனம் ஓட்டிச் செல்வார். இந்த இரண்டு மாணவர்களும் 1957இல் இயற்பியலுக்கான நோபல் பரிசைப் பெற்றார்கள். அறிவியல் என்பது தொடர் ஓட்டம். இதில் ஒரு தலைமுறையின் பயணம் அடுத்த தலைமுறையில் தொடர்கிறது.

ஜெர்மன் மருத்துவரான பேராசிரியர் பெர்ட் சக்மன், பொறியியல் கருத்தாக்கங்கள் உயிருள்ள விஷயங்களைப் புரிந்துகொள்ள உதவும் என்பதை உணர்ந்தார். மின் பொறியாளர்களுடனும் கணினிப் பொறியாளர்களுடனும் இணைந்து பணியாற்றிய அவர், பார்வையின் அடிப்படைப் பொறிமுறையையும் செல் சவ்வுகளில் அயனி அலைவரிசைகள் இருப்பதையும் வரையறுத்தார். இது நீரிழிவு, கால்–கை வலிப்பு,

இதய நோய்கள், சில நரம்புத்தசை நோய்கள் உட்படப் பல நோய்களின் புதிரை விடுவித்தது. அறிவியல் எல்லைகளற்றது என்பதைப் பேராசிரியர் சக்மன் காட்டினார்.

டச்சு விஞ்ஞானி பேராசிரியர் பால் க்ரூட்சன், நைட்ரஜன் ஆக்ஸைடுகளின் இரசாயனக் கூறுகள் பூமியைச் சூரியனின் புற ஊதாக் கதிர்வீச்சிலிருந்து பாதுகாக்கும் ஸ்ட்ரேடோஸ்பியரிக் ஓசோனின் அளவை வேகமாகக் குறைக்கின்றன என்று நிரூபித்ததற்காக வேதியியலுக்கான நோபல் பரிசைப் பெற்றார். க்ரூட்சன் தொடக்கத்திலிருந்தே பல கஷ்டங்களை எதிர்கொண்டார். அவரது குடும்பச் சூழ்நிலை மிகவும் கடினமானதாக இருந்தது. இரண்டாம் உலகப் போரும் கட்டாய ராணுவச் சேவையும் அவரது படிப்பைத் தடுத்தன. அவர் தனது கஷ்டங்களை வாய்ப்புகளாக மாற்றினார். உறுதியான மனம் தடைகளை எவ்வாறு வெல்ல முடியும் என்பதைக் காட்டினார்.

இறுதியாக அவர் பேராசிரியர் நார்மன் போர்லாக் பற்றிக் குறிப்பிட்டார். டாக்டர் கலாம் 2005இல் விவசாயத்தில் தலைமைத்துவத்திற்கான முதல் எம்.எஸ். சுவாமிநாதன் விருதை டாக்டர் போர்லாக்கிற்கு வழங்கினார். டாக்டர் போர்லாக் பார்வையாளர்களிடையே இருந்த தனது சகாக்களைத் தனது உடன் பணியாற்றுபவர்கள் என்று குறிப்பிட்டு, அவர்களையும் எழுந்து நின்று பாராட்டுகளைப் பெற்றுக்கொள்ளுமாறு கேட்டுக்கொண்டார். வெற்றியைக் குழுவுடன் பகிர்ந்துகொள்வதும், சகாக்களுக்குக் கௌரவமளிப்பதும் நல்ல விஞ்ஞானியின் அடையாளம்.

இந்த நிகழ்வில்தான் டாக்டர் கலாம் தைரியம் பற்றி முதன்முதலில் பேசினார்; அதன் பிறகு இளைஞர்களுக்கான அவரது உரைகளில் இது தொடர்ந்து இடம்பெற்றது.

மாறுபட்டுச் சிந்திக்கும் தைரியம்
புதிதாகக் கண்டுபிடிக்கும் தைரியம்
சாத்தியமற்றதைக் கண்டறியும் தைரியம்
அறியப்படாத பாதையில் பயணிக்கும் தைரியம்
அறிவைப் பகிர்ந்துகொள்ளும் தைரியம்
வலியை நீக்கும் தைரியம்
எட்டாதவர்களைச் சென்றடையும் தைரியம்
பிரச்சினைகளை எதிர்த்துப் போராடி
வெற்றி பெறும் தைரியம்
இவையே இளைஞர்களின் அலாதியான குணங்கள்.*

* குடியரசுத் தலைவர் அ.ப.ஜெ. அப்துல் கலாம். DRDO இயக்குநர்கள் கருத்தரங்கில் பேசியது DRDO பவன், புது தில்லி. https://presidentofindia.nic.in/ Isdr-apj-abdul-kalam/speeches/address-drdo-directors-conference-drdo-bhavan-new-delhi

தனது வாழ்நாள் முழுவதும் டாக்டர் கலாம் தைரியத்தை வெளிப்படுத்தினார். அவர் வீண் ஆரவாரங்களைக் கிளப்புபவர் அல்ல. இதன் காரணமாகவும், மற்றவர்களுடைய நிலை சார்ந்து அவருக்கு இருந்த நுண்ணுணர்வு, அவர்கள்மீதான அக்கறை ஆகியவை காரணமாகவும், பலரும் அவரது அசைக்க முடியாத மன உறுதியை கவனிக்கவில்லை. அண்மையில்தான் அவர் பதவியை வைத்து லாபமடைவது தொடர்பான சர்ச்சையில் நாடாளுமன்றத்துடன் ஏற்பட்ட மோதலில் தனது தைரியத்தை வெளிப்படுத்தினார். சமுதாயத்தின் மேம்பாட்டிற்காகப் பாதுகாப்புத் தொழில்நுட்பத்தின் மூலம் மக்களுக்குப் பலன் கிடைக்கச்செய்த அவரது முயற்சிகளில் மற்றவர்கள் மீதான அவரது அக்கறையைப் பலரும் அறிந்துகொண்டார்கள்.

ஊட்டிக்கு அருகிலுள்ள வெலிங்டன் இராணுவ மருத்துவமனையில் சாம் பகதூர் அன்புடன் அழைக்கப்பட்ட பீல்ட் மார்ஷல் எஸ்.எச்.எஃப்.ஜே. மானெக் ஷா சிகிச்சைபெற்றுவந்தார். 2007 பிப்ரவரி 24 அன்று குடியரசுத் தலைவர் கலாம் அவரைச் சந்தித்தார். இந்தியாவின் சிறந்த ராணுவ நாயகருடன் குடியரசுத் தலைவர் கலாம் சிறிது நேரம் செலவிட்டார். மானெக் ஷாவின் கையைப் பிடித்தபடி அவரது படுக்கை அருகே அமர்ந்தார்.

அறையிலிருந்து வெளியே வந்ததும் அவர் சாம் பகதூரின் உதவியாளரான சுபேதார் பிக்ரம் சிங் தாபாவிடம் பேசினார். அவரது ரெஜிமென்ட்டிலிருந்து இவ்வளவு தூரம் அவர் வந்ததற்கான காரணத்தை டாக்டர் கலாம் விசாரித்தார். 1950இல் 5ஆவது கூர்க்கா ரைபிள்ஸ் சாம் பகதூரின் தலைமையில் இருந்தது என்றும், அவரது வாழ்நாள் முழுவதும் அவரைக் கவனித்துக்கொள்வது அந்த ரெஜிமென்ட்டின் கடமை என்றும் சுபேதார் தெரிவித்தார். மருத்துவமனையின் பார்வையாளர்கள் புத்தகத்தில் குடியரசுத் தலைவர் கலாம் இவ்வாறு எழுதினார்: ‘ராணுவ மருத்துவமனை வெலிங்டன் சிறந்த பங்களிப்பைச் செய்துவருகிறது. நமது மகத்தான செல்வமான நமது பீல்ட் மார்ஷல் மானெக் ஷாவை நன்கு கவனித்துக்கொள்ளுங்கள்.’

2006 அக்டோபரில் ஐரோப்பிய நாடாளுமன்றத்தின் இருபத்தி இரண்டாவது தலைவரான ஜோசப் போரல் போண்டெல்லஸ் கலாமைச் சந்தித்துப் பேசினார். ஐரோப்பிய நாடாளுமன்றத்தில் உரையாற்ற அப்துல் கலாம் ஒப்புக்கொண்டார்.

அவர் 2007 ஏப்ரல் 24 அன்று ஐந்து நாள் பயணமாக பிரான்ஸுக்கும் கிரீஸுக்கும் புறப்பட்டார். ஸ்ட்ராஸ்பர்க்கில்

உள்ள விண்வெளிப் பல்கலைக்கழகத்திற்கு விஜயம் செய்தார். இது அமைதி சார்ந்த நோக்கங்களுக்காக விண்வெளி ஆராய்ச்சியை முன்னெடுப்பதற்கு அர்ப்பணிக்கப்பட்ட உலகளாவிய உயர் கல்வி நிறுவனம். சர்வதேச விண்வெளிப் பல்கலைக்கழகத்தின் தலைவர் பேராசிரியர் மைக்கேல் சிம்சன், 3-1 என்னும் கோட்பாட்டைப் பற்றி டாக்டர் கலாமிடம் தெரிவித்தார். விண்வெளி வல்லுநர்களுக்கும் முதுகலை மாணவர்களுக்கும் பயிற்சி அளிக்கவும் கற்பிக்கவும் பன்முகத் துறையிலான, பன்முகக் கலாச்சார, சர்வதேச சூழலை உருவாக்குவதற்கான கோட்பாடு இது.

இந்தியாவில் 500க்கும் மேற்பட்ட நிறுவனங்களும் பல்கலைக்கழகங்களும் உள்ளன. இவற்றுடன், பல்வேறு ஆராய்ச்சி மையங்களில் உள்ள 14,000 அறிவியல், தொழில்நுட்பம் சார்ந்த பணியாளர்களின் துணையுடன் இந்தியாவால் எந்தவொரு செயற்கைக்கோள் ஏவுகணையை உருவாக்கவும், வானிலை ஆய்வு, தகவல் தொடர்பு, தொலை உணர்வு ஆகிய செயற்கைக்கோள்களைப் பல்வேறு சுற்றுப்பாதைகளில் நிலைநிறுத்தவும் முடியும்.

இன்று கிட்டத்தட்ட அன்றாட வாழ்க்கை முழுவதிலும் விண்வெளிப் பயன்பாடுகள் உள்ளன. இந்தியாவுக்குச் சொந்தமாக ஆறு தொலையுணர்வுச் செயற்கைக்கோள்கள், பத்து தகவல் தொடர்புச் செயற்கைக்கோள்கள் ஆகியவை உள்ளன. அவை தொலைக் கல்வி (10,000 வகுப்பறைகள்), தொலை மருத்துவம் (200 மருத்துவமனைகள்), வானிலை ஆய்வு, பேரழிவு மேலாண்மைக்கான உதவி, இயற்கை வள ஆய்வு, தகவல் தொடர்பு ஆகியவற்றைச் செயல்படுத்துகின்றன. பொது-தனியார் கூட்டு அணுகுமுறை மூலம், கிராமப்புற மக்களுக்கு நம்பகமான தகவல்களை வழங்க, நாடு முழுவதும் ஒரு லட்சம் பொதுச் சேவை வசதிகளை இந்தியா உருவாக்கியிருக்கிறது. பொதுச் சுகாதாரம், விவசாய நுட்பங்கள், அரசு சேவைகளைப் பெறுதல் உள்ளிட்ட பல சேவைகளைக் கிராம அறிவுக் கூடங்கள் வழங்குகின்றன. இது டாக்டர் கலாமின் எண்ணத்தில் உதித்த *PURA* திட்டத்தின் ஒரு வடிவமாகும்.

டாக்டர் கலாம் தனது உரையைத் தொடர்ந்து மாணவர்களுடன் பேசினார். விண்வெளி ஆய்வுகளில் முதுகலைப் பட்டம் பயிலும் ஒரு இந்திய மாணவர், முதல் இந்தியப் பெண் செவ்வாய் அல்லது நிலவில் கால் பதிக்க எவ்வளவு காலம் ஆகும் என்று கேட்டார். விண்வெளிப் பயணங்களில் இருந்த மூன்று விண்வெளி வீரர்களில் இந்திய வம்சாவளியைச் சேர்ந்தவர்கள் ராக்கேஷ் சர்மா, கல்பனா சாவ்லா, சுனிதா வில்லியம்ஸ்

என்று டாக்டர் கலாம் பதிலளித்தார். இந்த மூன்றில் இருவர் பெண்கள். எனவே, இந்தியப் பெண்கள் நிலவில், செவ்வாயில் காலடி எடுத்துவைக்கச் சிறந்த வாய்ப்புகள் உள்ளன என்று அவர் நம்பினார்.

குடியரசுத் தலைவர் கலாம் மறுநாள் ஸ்ட்ராஸ்பர்க் நகர மையத்திற்கு வெளியே உள்ள ஐரோப்பிய நாடாளுமன்றத்தில் இருந்தார். தமிழ்க் கவிஞர் கணியன் பூங்குன்றனாரின் 'யாதும் ஊரே யாவரும் கேளிர்' என்னும் வரியை மேற்கோள் காட்டியபடி தன் உரையைத் தொடங்கினார். மனித வரலாற்றில் ஐரோப்பிய நாகரிகத்திற்கு ஒரு சிறப்பு நிலை உள்ளது என்றும் அவர் கூறினார். சமகால ஐரோப்பா அறிவியல் தொழில்நுட்பத்தில் பெரும் பாய்ச்சல்களை ஏற்படுத்தியிருக்கிறது. ஆனால் ஐரோப்பா இரண்டு உலகப் போர்கள் உட்பட நூற்றுக்கணக்கான ஆண்டுகளாகப் பகைமைக்கான மேடையாகவும் இருந்தது. இந்தப் பின்னணியில், இந்தச் சக்திகளைக் கருத்தில் கொண்டு, இந்தக் கண்டத்தில் அமைதியையும் செழிப்பையும் மேம்படுத்துவதற்காக ஐரோப்பிய ஒன்றியம் உருவாக்கப்பட்டது என்றார்.

உலக அமைதிக்கும் செழிப்புக்கும் பங்களிக்கக்கூடிய மூன்று முக்கியமான இந்தோ-ஐரோப்பிய பணிகளைத் தொடங்க இந்தியாவிடமிருந்து ஒரு செய்தியைத் தான் கொண்டு வந்ததாக டாக்டர் கலாம் குறிப்பிட்டார். இந்தியாவின் வரலாற்றையும் ஐரோப்பிய ஒன்றியத்தின் இயங்குமுறையையும் கணக்கில் எடுத்துக்கொண்டு, அவர் பின்வரும் முயற்சிகளை முன்மொழிந்தார்: "முதல் பணி குடிமக்களுக்கான விழுமியங்களைக் கொண்ட அறிவொளி பெற்ற சமூகத்தின் பரிணாமம். இது செழிப்பான, அமைதியான உலகிற்கு வழிவகுக்கும். இரண்டாவது யோசனை எரிசக்தி சுதந்திரம். பொதுவாக எல்லோரும் எரிசக்திப் பாதுகாப்பைப் பற்றிப் பேசுகிறார்கள். நான் எரிசக்தி சுதந்திரம் பற்றிப் பேசுகிறேன். சுத்தமான உலகை உருவாக்குவதை நோக்கமாகக் கொண்ட எரிசக்தியைப் பெறுவதற்கான முப்பரிமாண அணுகுமுறை தேவை. மூன்றாவது இலக்கு, நீர், சுகாதாரம், திறன் மேம்பாடு போன்ற முக்கியமான பிரச்சினைகளுக்குத் தீர்வுகளை வழங்குவதற்காகச் சில துறைகளில் ஐரோப்பிய ஒன்றியம், இந்தியா ஆகியவற்றின் முக்கியத் திறன்களை ஒன்றிணைப்பதற்கான அறிவுக் களம்."

நாற்பத்தைந்து நிமிட உரையின் முடிவில் டாக்டர் கலாம் தான் எழுதிய "இந்திய அன்னையிடமிருந்து ஐரோப்பிய ஒன்றியத்திற்கான செய்தி" என்ற கவிதையை வாசித்தார். இந்தக்

---

*   ஐரோப்பிய நாடாளுமன்றம். (2007, April 25). நிகழ்வுகளின் பதிவுகள். https://www.europarl.europa.eu/doceo/document/CRE-6-2007-04-25-ITM-010 EN.html?redirect

கவிதை ஐரோப்பிய நிலப்பரப்பின் சாராம்சத்தையும் அங்கு வாழ்ந்தவர்களின் தைரியமான, ஆக்கப்பூர்வமான, உன்னிப்பான மனப்பான்மையையும் பிரதிபலித்தது.

ஒரு அழகான சூழல்
அழகான மனங்கள் உருவாக வழிவகுக்கிறது.
அழகான மனங்கள் புத்துணர்ச்சியையும்
ஆக்கத்திறனையும் உருவாக்குகின்றன.

நிலத்தையும் கடலையும் ஆராய்பவர்களை உருவாக்கியது.
புதுமைகளைப் படைக்கும் மனங்களை உருவாக்கியது.
எல்லா இடங்களிலும் சிறந்த அறிவியல் மனங்களை
உருவாக்கியது.

எதற்காக ?

பல கண்டுபிடிப்புகளைச் செய்தது.
ஒரு கண்டத்தையும் அறியப்படாத நிலங்களையும்
கண்டுபிடித்தது.
அறியப்படாத பாதைகளில் துணிந்து சென்றது.
புதிய பாதைகளை உருவாக்கியது.*

பின்னர் கவிதை ஐரோப்பிய வரலாற்றில் நிகழ்ந்த மோதல்களைப் பற்றிப் பேசியது. இறை நம்பிக்கையின் பெயரால் ரத்த ஆறு ஓடச்செய்த போர்களைப் பற்றியும், உலகம் முழுவதும் உள்ள நாடுகளில் காலனித்துவ ஆதிக்கம் பரவியதைப் பற்றியும் பேசியது.

சிறந்த மனிதர்களின் மனதில்
மோசமான எண்ணமும் பிறந்தது.
போரின், வெறுப்பின் விதைகள் முளைவிட்டன.
நூற்றுக்கணக்கான ஆண்டுகள் போரும் இரத்தக் களரியும்.

எனது அற்புதமான குழந்தைகள் லட்சக் கணக்கில்
நிலத்திலும் கடலிலும் தொலைந்தனர்.
பல தேசங்களில் கண்ணீர் வெள்ளம்.
பல நாடுகள் துயரக் கடலில் மூழ்கின.**

ஐரோப்பிய ஒன்றியத்தில் இருந்த மிகச்சிறந்த மனங்கள், மிக மோசமான செயல்கள் என்ற முரண்பாடுகளை விவரித்த டாக்டர் கலாம், அதன் பிறகு மானுட சாத்தியக்கூறுகளின் ஆதாரமான உருவமாக ஐரோப்பிய ஒன்றியத்தைச் சித்தரித்தார்.

பிறகு ஐரோப்பிய ஒன்றியம் என்னும் லட்சியம் உதயமானது.
மானுட அறிவை நமக்கோ மற்றவர்களுக்கோ எதிராக
ஒருபோதும் திருப்புவதில்லை என்று
அது சபதம் எடுத்துக்கொண்டது.

---

* மேலது.

** மேலது.

ஐரோப்பியர்கள் சிந்தனையில் ஒன்றுபட்டார்கள்
ஐரோப்பாவைச் செழிப்பாக்குவதற்கான
செயல்கள் பிறந்தன
ஐரோப்பிய ஒன்றியம் அமைதியால் பிணைக்கப்பட்டது.

அந்த இன்பகரமான மாற்றங்கள்
என் விண்மீன் மண்டலத்தின் கோள்களின் மக்களைக்
கவர்ந்தன.
ஐரோப்பிய ஒன்றியமே, உனது பணி
எல்லா இடங்களிலும் பரவட்டும் நாம் சுவாசிக்கும்
காற்றைப் போல.*

குடியரசுத் தலைவர் கலாம், இருபத்தி எட்டு ஐரோப்பிய நாடுகளின் எழுநூறுக்கும் மேற்பட்ட தலைவர்கள் தங்களைத் தாங்களே பார்த்துக்கொள்ளும் வகையில் அவர்கள் முன்னால் ஒரு கண்ணாடியை நிறுத்திய விதம் குறிப்பிடத்தக்கது. அவர் தனது உரையை முடித்தபோது கைகளைக் கூப்பி "நமஸ்கார்" என்று சொன்னபோது, நாடாளுமன்ற உறுப்பினர்கள் பெரிதாக அவரைப் பாராட்டினார்கள். பலரும் அவரைச் சந்திக்க எழுந்து வந்தார்கள். ஐரோப்பிய நாடாளுமன்றத்தின் தலைவர் ஹான்ஸ்–ஜெர்ட் பாட்டெரிங் கலாமின் உரையை மிகச் சிறந்த உரை என்று பாராட்டினார். இதற்கு முன் கேட்டிராத உரை என்றார்.

இந்தியாவில் ராஜஸ்தான் மாநிலத்தின் ஆளுநரான பிரதிபா பாட்டீலைக் குடியரசுத் தலைவர் தேர்தலில் தங்கள் வேட்பாளராக அரசாங்கம் அறிவித்தது. குடியரசுத் தலைவர் கலாம் இரண்டாவது முறையாகப் பதவிக்கு வர விரும்பவில்லை என்று அவர்களுக்கு உறுதியாகத் தெரிந்த பிறகு இந்த முடிவை எடுத்தார்கள். ஜெயலலிதா தலைமையிலான அனைத்திந்திய அண்ணா திராவிட முன்னேற்றக் கழகம், முலாயம் சிங் யாதவ் தலைமையிலான சமாஜ்வாதி கட்சி, சந்திரபாபு நாயுடு தலைமையிலான தெலுங்கு தேசம் கட்சி, ஓம் பிரகாஷ் சௌதாலா தலைமையிலான இந்திய தேசிய லோக் தளம் ஆகிய கட்சிகள் போட்டியிடுமாறு அவரை வலியுறுத்தின. ஆனால் கலாம் மறுத்துவிட்டார்.

2007இல் பிரதிபா பாட்டீல் இந்தியாவின் பன்னிரண்டாவது குடியரசுத் தலைவராகத் தேர்ந்தெடுக்கப்பட்டார். குடியரசுத் தலைவர் கலாம் தனது கல்வித் திறமையாலும் கனிவான மனிதப் பண்புகளுக்காகவும் நாடு முழுவதிலிருந்தும் தன்மீது பொழியும் அன்புடன் தனது பதவிக்காலத்தை முடிப்பதாக முன்னணி இந்திய வழக்கறிஞரும் சட்டமன்ற உறுப்பினருமான டாக்டர்

---

* மேலது.

எல்.எம். சிங்வி தி டிரிப்யூன் நாளிதழில் எழுதினார். அவர் மக்களின் குடியரசுத் தலைவர் என்று நினைவுகூரப்படுவார் என்றும் அவர் குறிப்பிட்டார். மதிப்புமிக்க பதவியையும் அமைப்பையும் அவர் மிகச் சிறப்பாகக் கையாண்டதாக சிங்வி கூறினார். தனிப்பட்ட நோக்கம் எதையும் அவர் முன்னிறுத்தவில்லை என்றும், அவரது ஆன்மிக, தார்மீக ஆற்றல் இந்தியாவைத் தட்டி எழுப்பவும் அதன் ஆன்மிக, கலாச்சார, பொருளாதார, சமூக இலக்குகளை நிறைவேற்றவும் பயன்படுத்தப்பட வேண்டும் என்றும் கூறினார். 'இந்தத் தேசத்திற்கு கலாமின் தெளிவும் சமத்துவ உணர்வும் தேவை' என்று சிங்வி எழுதினார்.*

டாக்டர் கலாம் ராஷ்டிரபதி பவனை விட்டு வெளியேறும்போது இரண்டு பெட்டிகளை மட்டுமே எடுத்துச்சென்றார். இந்தியாவின் குடியரசுத் தலைவராகத் தான் பெற்ற அனைத்துப் பரிசுகளையும் ராஷ்டிரபதி பவனிலேயே விட்டுச் சென்றார். அவரது உடைமைகளில் ஐந்து ஆண்டுகளில் எந்தத் தனிப்பட்ட பொருளும் சேரவில்லை. அண்ணா பல்கலைக்கழகத்தின் துணைவேந்தர் பேராசிரியர் டி. விஸ்வநாதனுடன் 2007 ஜூலை 25 அன்று மாலை சென்னைக்கு விமானத்தின் மூலம் சென்றார். டாக்டர் கலாமைப் பொறுத்தவரை எப்போதும் சிக்கனமே சிறந்த வழி.

---

* சிங்வி எல்.எம். (2007, July 24). Welcome Citizen Kala. The Tribune. https://www.tribuneindia.com/2007/20070724/edit.htm#5

22

கலங்கரை விளக்கம்

குடியரசுத் தலைவர் பதவியிலிருந்து விலகிய பின்னரும் டாக்டர் கலாம் அதிக அளவில் விரும்பப்படும் ஆளுமையாக இருந்தார். பெரும்பாலானோர் தங்கள் செயல்பாடுகளைக் குறைத்துக்கொள்ளும் வயதில் அவர் உற்சாகமாகச் செயல்பட்டார். அவரது ஆரோக்கியத்தில் வெளிப்படையான எந்தச் சரிவும் காணப்படவில்லை. அவரது தந்தையும் தனது தொண்ணூறுகள்வரையிலும் சுறுசுறுப்பாக இருந்தார். அவரது அண்ணன் ஆ.ப.ஜெ. மரைக்காயரும் அதே வயதில் நல்ல நிலையில் இருந்தார். டாக்டர் கலாம் சிறந்த ஆரோக்கியத்தைக் குடும்பச் சொத்தாகப் பெற்றிருந்தார் என்று தோன்றியது. இந்தியாவில் மிகவும் விரும்பப்பட்ட குடியரசுத் தலைவரான அவர் லட்சிய உணர்வால் உந்தப்பட்டார். நாட்டிற்கான கடமை உணர்வு, அதன் நீட்சியாக உலகிற்கான கடமை உணர்வு ஆகியவற்றிலிருந்து தனது எல்லையற்ற ஆற்றலை அவர் பெற்றார்.

பதவிக்காலம் முடிந்த பிறகு டாக்டர் கலாமால் தனது நேரத்தையும் சக்தியையும் குழந்தைகள் தங்கள் முழுத் திறனையும் அடைய ஊக்குவிப்பதில் செலுத்த முடிந்தது. இது அவர் மிகவும் விரும்பிய பணி. 2007 ஜூலை 28 அன்று ஹைதராபாத்தில் உள்ள சர்வதேசத் தகவல் தொழில்நுட்ப நிறுவனத்தின் (IIIT) ஆறாவது பட்டமளிப்பு விழாவின்போது அவர் பகுதி நேர ஆசிரியராகப் பணியாற்ற விரும்புவதாக அறிவித்தார். அதைக்

கேட்ட மாணவர்கள் எழுந்து நின்று கைதட்டி அதை வரவேற்றார்கள். இந்த நிறுவனத்தை அவர் 2003 மார்ச் 15 அன்று முறையாக நாட்டிற்கு அர்ப்பணித்திருந்தார்.

சமூக நலன் தொடர்பான திட்டங்களும் டாக்டர் கலாமை ஈர்த்தன. 2007 ஜூலை 30 அன்று அவசரகால மேலாண்மை மற்றும் ஆராய்ச்சி நிறுவனத்தின் (*Emergency Management and Research Institute - EMRI*) நிர்வாகக் குழு அவரைக் கௌரவத் தலைவராக நியமித்தது. 2005 ஆகஸ்ட் முதல் இது லாப நோக்கற்ற நிறுவனமாகச் செயல்பட்டுவருகிறது. உலகத் தரம் வாய்ந்த அவசரகாலச் சேவையை இலவசமாக வழங்கிவருகிறது.

ஆகஸ்ட் 15 அன்று ஆயிரத்துக்கும் மேற்பட்ட மாணவர்கள் மத்தியில், இந்திய சுதந்திரத்தின் அறுபத்தைந்து ஆண்டுகளை நினைவுகூரும் வகையில் டாக்டர் கலாம் IIIT ஹைதராபாத்தில் தேசியக் கொடியை ஏற்றினார். பின்னர், முதலமைச்சர் டாக்டர் ஒய்.எஸ். ராஜசேகர ரெட்டியுடன் இணைந்து ஆந்திரப் பிரதேச மக்களுக்கு '108' இலவச ஆம்புலன்ஸ் சேவையை வழங்கும் திட்டத்தைத் தொடங்கிவைத்தார். பொது–தனியார் கூட்டுத் திட்டங்களின் மீது அவர் பெரும் நம்பிக்கை வைத்திருந்தார். எல்லா இடங்களிலும் இதைப் பின்பற்ற வேண்டும் என்று கருதினார். தனியார்துறை தனது சமூகப் பொறுப்பிலிருந்து விலகக் கூடாது என்றும், சமூகத்தின் சேவைக்குப் பங்களிக்க வேண்டும் என்றும் அவர் கூறினார்.

2009 ஏப்ரலில், டாக்டர் கலாம் சியாட்டிலுக்குச் சென்றார். முன்னதாக, 2002 நவம்பரில் உலகின் மிக முக்கியமான மென்பொருள் நிறுவனத்தின் தலைமைச் செயல் அதிகாரி பில் கேட்ஸ் இந்தியாவிற்கு வந்திருந்தார். தொலைநோக்குள்ள 'தொழில்நுட்ப வல்லுநராக' விளங்கிய குடியரசுத் தலைவரை அவர் சந்தித்தார். அந்தச் சந்திப்பில் குடியரசுத் தலைவர் கலாம் மக்களுக்கு இலவசமாக மென்பொருளை வழங்குமாறு (*open-source software*) வலியுறுத்தத் தொடங்கியபோது சற்றுச் சலசலப்பு ஏற்பட்டது. ஆனால் அந்தக் கருத்து அதன் பிறகு பெரும் ஆதரவு பெற்றுச் செழித்து வளர்ந்தது. கைப்பேசிகளில் இணையம் வந்த பிறகு களமே மாறிவிட்டது. பில் கேட்ஸின் தந்தை வில்லியம் ஹெச். கேட்ஸ், டாக்டர் கலாமிடம் தான் எழுதிய '*Showing Up for Life*' என்ற புத்தகத்தைக் கொடுத்தார். "இந்தப் புத்தகத்தின் பேசுபொருளுக்கு வாழும் சான்றாக நீங்கள் இருக்கிறீர்கள்" என்று அவர் டாக்டர் கலாமிடம் கூறினார்.

ஏப்ரல் 24 அன்று போயிங் இண்டர்நேஷனல் டிரேடிங்கின் துணைத் தலைவரான தினேஷ் கேஸ்கர், சியாட்டிலில் உள்ள

போயிங்கின் எவரெட் தொழிற்சாலையை டாக்டர் கலாமுக்குச் சுற்றிக் காட்டினார். நூறு ஏக்கர் பரப்பளவில் அமைந்துள்ள இந்த ஆலை, 4 பில்லியன் கன அடி அளவிலான கட்டுமானப் பகுதியைக் கொண்டுள்ளது. போயிங்கில் 4,500 பேர் கொண்ட வடிவமைப்புக் குழுவின் பணிகளை மேற்பார்வையிட்ட, '747 விமானத்தின் தந்தை' என்று அழைக்கப்படும் ஜோசப் "ஜோ" சுட்டர் கலாமைச் சந்தித்தார். அப்போது சுட்டருக்கு எண்பத்தெட்டு வயது. சர்வதேசப் புகழ்பெற்ற இசைக்கலைஞர் டாக்டர் கன்னிக்ஸ் கன்னிகேஸ்வரன் டாக்டர் கலாமின் முன்னிலையில் இசை நிகழ்ச்சி வழங்கினார்.

எதையும் சொல்வது எளிது; ஆனால் செயல்படுத்துவது எளிதல்ல. ஆனால் சிலருக்கு மட்டும் அது மிகவும் எளிதாக இருக்கிறது. சீதாராம் ஜிண்டால் அறக்கட்டளை (SJF) டாக்டர் கலாமுக்கு விருது அளிக்க முன்வந்தது. விருதுப் பணத்தைத் தனது விருப்பப்படி சில அமைப்புகளுக்கு நன்கொடையாக அளிப்பேன் என்ற நிபந்தனையுடன் அந்த விருதை டாக்டர் கலாம் ஏற்றுக்கொண்டார். ஒரு கோடி ரூபாய் தொகையைக் கொண்ட அந்த விருதைப் பெற்ற அதே நாளில், நான்கு தொண்டு நிறுவனங்களுக்குத் தலா இருபத்தைந்து லட்சம் ரூபாய் நன்கொடையாக வழங்கினார். அந்தச் செய்தி ரகசியமாக இருக்க வேண்டும் என்றும் கேட்டுக்கொண்டார்.

2012 மார்ச்சில் உத்தரப் பிரதேசச் சட்டமன்றத் தேர்தலில் சமாஜ்வாதி கட்சி பெரும் வெற்றி பெற்றது. முலாயம் சிங் யாதவின் மகனான அகிலேஷ் யாதவ் இந்தியாவின் அதிக மக்கள்தொகை கொண்ட மாநிலத்தின் முதலமைச்சரானார். முப்பத்தெட்டு வயதில் மாநிலத்தின் இளைய முதல்வராக ஆன அவர், இந்துஸ்தான் டைம்ஸ் நாளிதழின் உதவியுடன் ஒரு கருத்தரங்கை நடத்தினார். உத்தரப் பிரதேசத்தின் வளர்ச்சிக்கான தொலைநோக்குப் பார்வையை அந்தக் கருத்தரங்கில் முன்வைக்குமாறு டாக்டர் கலாமை அழைத்தார். ஆஸ்திரேலியாவின் சிட்னி பல்கலைக்கழகத்தில் சுற்றுச்சூழல் பொறியியலில் முதுகலைப் பட்டம் பெற்ற இளம் முதலமைச்சருடன் டாக்டர் கலாம் இணக்கமான உறவு கொண்டிருந்தார்.

உத்தரப் பிரதேசம் வளங்கள் நிறைந்த மாநிலம் என்று டாக்டர் கலாம் தனது உரையில் கூறினார். மாநிலத்தின் தனிநபர் வருமானத்தை ஆண்டுக்கு 26,000 ரூபாயிலிருந்து 100,000 ரூபாயாக உயர்த்த வழி உண்டா என்று கேட்டார். நாட்டின் பத்துக் கோடி இளைஞர்களில் ஐந்தில் ஒரு பகுதியினர் உத்தரப் பிரதேசத்தைச் சேர்ந்தவர்கள். உத்தரப் பிரதேச

இளைஞர்களின் திறன்களைப் பயன்படுத்துவதன் மூலம், திறன் சார்ந்த வேலை வாய்ப்புகளில் எட்டு விழுக்காடு உத்தரப் பிரதேசத்தில் உருவாகக்கூடும் என்று டாக்டர் கலாம் கணித்தார். பின்னோக்கிப் பார்க்கும்போது, 2016ஆம் ஆண்டில் தேசிய அளவில் தொடங்கப்பட்ட 'திறன் இந்தியா' இயக்கம், அன்று அவர் கூறிய கருத்துக்களை அடிப்படையாகக் கொண்டிருந்ததை உணர முடிகிறது.

டாக்டர் கலாமை மீண்டும் குடியரசுத் தலைவராக்க வேண்டும்என்று அவரது ரசிகர்களும் சில அரசியல் தலைவர்களும் பேசிக்கொண்டிருந்தார்கள். 2012ஆம் ஆண்டுக்கான குடியரசுத் தலைவர் தேர்தலுக்கான வேட்பாளராக ஆளும் ஐக்கிய முற்போக்குக் கூட்டணி பிரணாப் முகர்ஜியைப் பரிந்துரைத்தது. எதிர்க்கட்சிகள் டாக்டர் கலாம் போட்டியிட வேண்டும் என்று விரும்பின. டாக்டர் கலாமின் மறுபிரவேசம் பற்றி ஊடகங்கள் ஊகங்களைத் தூண்டின. இறுதியாக டாக்டர் கலாம் 2012 ஜூன் 18 அன்று தன் கருத்தைத் தெரிவித்தார். குடியரசுத் தலைவர் தேர்தலில் போட்டியிடப்போவதில்லை என்றார். பிரணாப் முகர்ஜி இந்தியாவின் பதின்மூன்றாவது குடியரசுத் தலைவராகத் தேர்ந்தெடுக்கப்பட்டார்.

2012இல் பெய்ஜிங் மன்றத்தில் முக்கியமானதொரு உரையை வழங்குவது டாக்டர் கலாம் ஆவலுடன் எதிர்பார்த்த ஒன்று. அவரது படைப்புகளான 'அக்னிச் சிறகுகள்' (2002), 'வழிகாட்டும் ஆன்மாக்கள்' (Guiding Souls) (2007) ஆகியவை சீன மொழியில் மொழிபெயர்க்கப்பட்டதிலிருந்தே அவருக்கு அந்த நாட்டிற்குச் செல்ல வேண்டும் என்ற விருப்பம் இருந்தது. கடந்த முப்பது ஆண்டுகளில் உலகளாவிய சக்தியாக உருப்பெற்றிருந்த சீனாவின் வளர்ச்சி அவரைக் கவர்ந்திருந்தது. அந்த நாகரிகம் காலங்களைக் கடந்து நீடித்து நிலைத்திருப்பதும் அவரை வியப்பில் ஆழ்த்தியது. பெய்ஜிங் மன்றம் பெய்ஜிங் பல்கலைக்கழகத்தில் நடைபெற்றது; இது உலகெங்கிலும் சிறந்த கல்வியையும் சமூக மாற்றத்தையும் முன்னெடுப்பதற்கான வழிகளைக் கண்டறியும் உலகளாவிய கூட்டமாகும்.

2012 நவம்பர் 2 அன்று டாக்டர் கலாம் கருத்தரங்கின் முக்கிய உரையை வழங்கினார். கொரியக் குடியரசின் முன்னாள் பிரதமர் ரோ ஜெய்–பாங், ஐ.நா. பொதுச் செயலாளர் பான் கி–மூன் உள்ளிட்ட பல புகழ்பெற்ற பிரமுகர்களும் கருத்தரங்கில் கலந்துகொண்டார்கள். பாதுகாப்பாக வாழக்கூடிய இடமாகப் பூமியை ஆக்குவதற்கான தனது இலக்கின் ஒரு பகுதியாக, ஏழு பில்லியன் மக்கள் எதிர்கொள்ளும் நீர், எரிசக்தி, சுகாதாரம், கல்வி மேலாண்மை பிரச்சினைகள் குறித்து டாக்டர் கலாம்

பேசினார். பான் கி—மூன், உலக வெப்பமயமாதலை முக்கியப் பிரச்சினையாக அடையாளம் கண்ட முதல் தலைவர்களில் ஒருவர் என்பதை டாக்டர் கலாம் அறிந்திருந்தார். அணுசக்தி உருவாக்கப்போகும் மூடுபனிக்காலத்திற்கு நிகராக உயிரினத்திற்கு மாபெரும் அச்சுறுத்தலாகக் காலநிலை மாற்றம் உருவாகவிருப்பது குறித்தும் தான் அச்சம் கொள்வதாக டாக்டர் கலாம் கூறியது அனைவரது கவனத்தையும் ஈர்த்தது.

2013 மே 24 அன்று, அமெரிக்காவின் தேசிய விண்வெளிக் கழகம் (National Space Society), கலிபோர்னியாவின் சான் டியாகோவில் நடைபெற்ற 32ஆவது சர்வதேச விண்வெளி மேம்பாட்டுக் கருத்தரங்கில் டாக்டர் கலாமுக்கு ‘வெர்ன்ஹர் வான் பிரவுன் நினைவு விரு’தை வழங்கியது. இந்தச் சந்தர்ப்பத்தில் டாக்டர் கலாம், வான் பிரவுன் 1973ஆம் ஆண்டு இந்தியாவிற்கு வந்தது பற்றிப் பேசினார். அப்போது தொடர்பு அதிகாரியாகத் தான் ஆற்றிய பங்கையும் நினைவுகூர்ந்தார்.

இந்தக் காலகட்டத்தில், டாக்டர் கலாம் யாத்திரையில் இருக்கும் ஆன்மாவாகத் தன்னைக் கருதிக்கொண்டார். தனது அனுபவங்களைத் தனது ஆன்மிகப் பரிணாமத்தின் ஒரு பகுதியாகக் கருதினார். ஒருவர் தனது உணர்வை விரிவுபடுத்துவதும் எந்த அடையாளத்திற்குள்ளும் அதைக் கட்டுப்படுத்திக்கொள்ளாமல் இருப்பதும்தான் சரியான வாழ்க்கை முறை என்று அவர் கூறுவார்.

எடின்பரோ பல்கலைக்கழகத்தில் உள்ள எடின்பரோ இந்தியா நிறுவனம் 2014 மே மாதம் டாக்டர் கலாமை அழைத்தது. தேசிய உயிரியல் அறிவியல் மையம், தில்லிப் பல்கலைக்கழகம், டாடா அடிப்படை ஆராய்ச்சி நிறுவனம், தேசியக் கடல் தொழில்நுட்ப நிறுவனம், இந்திய அறிவியல் நிறுவனம் ஆகியவற்றுக்கிடையே ஒத்துழைப்புக்கான ஒப்பந்தம் ஏற்படுத்திக்கொள்ளப்பட்டது. இந்திய மாணவர்களுக்கான தேவை அதிகமாக இருந்தது. இந்த ஏற்பாடு, மிகவும் நம்பிக்கைக்குரிய திறமையாளர்களுக்கு ஆகச்சிறந்த வாய்ப்புகள் கிடைக்கச்செய்யும். இந்தியாவின் முதல் இரசாயன நிறுவனத்தை நிறுவிய பிரஃபுல்ல சந்திர ராய், பத்தொன்பதாம் நூற்றாண்டின் பிற்பகுதியில் எடின்பர்க் பல்கலைக்கழகத்தில் படித்தவர் என்பதை டாக்டர் கலாம் அறிந்திருந்தார்.

துணைவேந்தர் சர் திமோதி ஓ’ஷியா டாக்டர் கலாமை வெவ்வேறு ஆய்வகங்களுக்கு அழைத்துச் சென்றார், ஜேம்ஸ் கிளார்க் மேக்ஸ்வெல், சார்லஸ் டார்வின், அலெக்சாண்டர் கிரஹாம் பெல் ஆகியோர் இங்கு வருகை தந்திருப்பதாக

அவர் குறிப்பிட்டார். ஓ'ஷியா டாக்டர் கலாமுக்குக் கௌரவ 'டாக்டர் ஆஃப் சயின்ஸ்' பட்டத்தை வழங்கினார். உலகின் மிகப் பழமையான பல்கலைக்கழகங்களில் ஒன்றான எடின்பரோ பல்கலைக்கழகம் தந்த இந்தப் பட்டம் கலாமின் நாற்பத்தெட்டாவது முனைவர் பட்டம். அதுவே அவரது கடைசிக் கௌரவப் பட்டமாகவும் அமைந்தது.

ஷில்லாங் ஐஐஎம்மில் நடைபெறும் கூட்டத்தில் கலந்துகொள்வதற்காக 2015 ஜூலை 27 அன்று பிற்பகல் டாக்டர் கலாம் குவாஹாத்திக்குச் செல்லும் விமானத்தில் ஏறினார். அவரிடம் வழிகாட்டுதல் பெற்றுவந்த ஸ்ரீஜன் பால் சிங்கும் அவருடன் சென்றார். டாக்டர் கலாம் தனது அடையாளமாகவே ஆகிவிட்டிருந்த 'கலாம் சூட்' அணிந்திருந்தார். மழை காரணமாக ஷில்லாங்கிற்கான பயணம் கூடுதலாக இரண்டரை மணிநேரம் எடுத்தது. தனக்காகப் பலரும் காத்திருப்பதை மனதில் கொண்டு, பயணத்திற்குப் பின்பு ஓய்வு எடுத்துக்கொள்ளாமல் நேராகச் சொற்பொழிவு மண்டபத்திற்குச் சென்றார். அவர் அரங்கிற்குள் நுழைந்தபோது நூற்றுக்கணக்கான மாணவர்கள் ஆரவாரத்துடன் வரவேற்றார்கள்.

"வாழ்வதற்குத் தகுதியான பூமி என்பதே இன்று பேசுவதற்காக நான் தேர்ந்தெடுத்த தலைப்பு. அன்பான நண்பர்களே"

இப்படிக் கூறித் தன் உரையைத் தொடங்கிய மாத்திரத்தில் டாக்டர் கலாம் சரிந்து விழுந்தார். பார்வையாளர்கள் அதிர்ச்சியில் உறைந்தார்கள். பேசத் தொடங்கிய மறுகணம் அவர் தடுமாறி விழுந்து நிரந்தர அமைதிக்குச் சென்றுவிட்டார். அவரது வாழ்வின் கடைசி நிமிடங்களில் எந்தவித ஆரவாரமும் இல்லை. அவர் மயங்கி விழுந்துவிட்டார் என்றுதான் பலரும் கருதினார்கள். ஒரு கணம் தனது மென்மையான குரலால் கூட்டத்தினரைக் கட்டிப்போட்டவர், மறுகணம் மறைந்துவிட்டார். இந்தியாவின் மிகவும் நேசிக்கப்பட்ட விஞ்ஞானிகள், அரசியல் தலைவர்கள், தொலைநோக்குச் சிந்தனையாளர்களில் ஒருவர் இறந்துவிட்டார். அது 2015 ஜூலை 27, மாலை 6:30 மணி. அவரது வாழ்க்கையைப் போலவே மரணமும் வெளிப்படையாக இருந்தது.

நாடு முழுவதும் ஏழு நாட்கள் துக்கம் கடைப்பிடிப்பதாக மத்திய அமைச்சரவை அறிவித்தது. அவரது புகழுடல் தேசிய மூவர்ணக் கொடி போர்த்தப்பட்டு இந்திய விமானப்படை விமானத்தில் புதுதில்லிக்குக் கொண்டுசெல்லப்பட்டது. தேசபக்தரான அவர், தேசியக்கொடி தன்மீது போர்த்தப்படுவதை நிச்சயம் விரும்பியிருப்பார். பிரதமர் மோடி விமான

நிலையத்திற்கு வந்திருந்தார். அனைத்துக் கட்சிகளைச் சேர்ந்த பிரமுகர்கள், நாடாளுமன்ற உறுப்பினர்கள், அதிகாரிகள், நண்பர்கள், குடிமக்கள் உட்பட ஆயிரக்கணக்கானோர் டாக்டர் கலாமின் உடலுக்கு அஞ்சலி செலுத்தக் கூடினர்கள். நள்ளிரவு கடந்தும் நீண்ட வரிசைகள் காணப்பட்டன.

2015 ஜூலை 30 அன்று ராணுவ மரியாதையுடன் ராமேஸ்வரத்தில் டாக்டர் கலாம் நல்லடக்கம் செய்யப்பட்டார். பிரதமர் நரேந்திர மோடி இறுதி அஞ்சலி செலுத்தினார்.

டாக்டர் கலாமை நேசிக்கும், மதிக்கும், பொக்கிஷமாகக் கருதும் கோடிக்கணக்கான மக்கள் அவர் வெளிப்படுத்திய உணர்வைத் தங்கள் வாழ்வில் கொண்டுவர என்ன செய்கிறார்கள்? வாழ்வதற்கு ஏற்ற பூமியை உருவாக்குவது பற்றியும் விழிப்புணர்வுள்ள, பொறுப்புள்ள குடிமக்கள் குறித்தும் அவர் விடுத்த இறுதி வேண்டுகோளிலிருந்து அவரது ஆரம்ப ஆண்டுகள்வரை அவரது வாழ்க்கையைத் திரும்பிப் பார்க்கும்போது நாம் மூன்று அடித்தளங்களைக் காணலாம்: கற்பனை, இறையுணர்வு, நம்பிக்கை. இந்த மூன்றிலிருந்தே நேர்மை, ஒருமைப்பாடு, தைரியம் ஆகியவை உருவாகின்றன.

தனது வாழ்வின் கடைசி ஆண்டுகளில் காலநிலை மாற்றத்தின் விளைவுகளைக் குறைப்பதற்கான தொழில்நுட்பங்களை உருவாக்குதல், உணவை அதிகமாக உற்பத்தி செய்தல், சுத்தமான சுற்றுச்சூழலை உருவாக்குதல் ஆகியவை மூலம் நமது பூமியை வாழக்கூடிய இடமாக மாற்றுவதற்காக ஒரு இயக்கத்தை உருவாக்க டாக்டர் கலாம் விரும்பினார். பெருநிறுவனங்களும் அவை உருவாக்கியுள்ள மிகப் பெரிய செல்வமும், எந்த ஒரு மனிதரும் பசியுடன் உறங்காத, எந்த இளைஞரும் வாழ்வாதாரத்தை எதிர்நோக்கிக் காத்திருக்க வேண்டியதில்லாத, சமத்துவமான உலகத்தை உருவாக்கப் பயன்படுத்தப்பட வேண்டும்.

இந்தக் கனவு நடைமுறைப்படுத்தப்பட்டால் அதுவே டாக்டர் ஆ.ப.ஜெ. அப்துல் கலாமுக்குச் செலுத்தப்படும் இறுதி அஞ்சலியாக இருக்கும்.

முடிவுரை

இந்தியாவின் முதல் செயற்கைக்கோள் ஏவுகணைத் திட்டத்திலும் அக்னித் திட்டங்களிலும் ஆழமாக ஈடுபட்டிருந்தேன். அதைப் பற்றித்தான் இந்த நூல் பேசுகிறது. அந்த ஈடுபாடுதான் 1998 மே மாதம் நடைபெற்ற மிக முக்கியமான, தேசிய முக்கியத்துவம் வாய்ந்த அணு ஆயுதச் சோதனை வரை என்னைக் கொண்டுசென்றது. விண்வெளி, பாதுகாப்புக்கான ஆராய்ச்சி, அணுசக்தி ஆகிய மூன்று அறிவியல் அமைப்புகளிலும் பணிபுரியும் மகத்தான வாய்ப்பு எனக்குக் கிடைத்தது. சிறந்த மனிதர்களும் மிகச் சிறந்த புதுமை விரும்பும் மனங்களும் நமது நாட்டில் அபரிமிதமாக இருப்பதை அறிந்துகொண்டேன்.

இந்த மூன்று அமைப்புகளைச் சேர்ந்த அறிவியலாளர்களும் தொழில்நுட்ப நிபுணர்களும் பரிசோதனைகளின்போது ஏற்படக்கூடிய தோல்வி களைப் பற்றிக் கவலைப்படாமல் இருப்பது இந்த மூன்று அமைப்புகளின் பொதுவான அம்சம். தோல்விகள் மேலும் கற்றுக்கொள்வதற்கான விதைகளைத் தங்களுக்குள் கொண்டிருக்கின்றன. இந்தக் கற்றல் மேலும் சிறந்த தொழில்நுட்பத்தைப் பெறவும், அதைத் தொடர்ந்து மிகச் சிறப்பான வெற்றியைப் பெறவும் உதவுகிறது. இந்த மனிதர்கள் மகத்தான கனவுகளைக் கொண்டவர்கள். அவர்களுடைய கனவுகள் அற்புதமான சாதனை களாக வெளிப்பட்டன. இந்த அறிவியல் அமைப்பு களின் ஒட்டுமொத்தத் தொழில்நுட்ப வலிமை

உலகின் எந்த இடத்தில் இருக்கும் சிறந்த தொழில்நுட்ப வலிமையோடும் ஒப்பிடக்கூடியது.

எல்லாவற்றுக்கும் மேலாக, பேராசிரியர் விக்ரம் சாராபாய் பேராசிரியர் சதீஷ் தவன், டாக்டர் பிரம்ம பிரகாஷ் ஆகிய மாபெரும் லட்சிய நோக்கைக் கொண்ட மகத்தான மனிதர்கள் சிலரோடு பணிபுரியும் வாய்ப்பைப் பெற்றேன். இவர்கள் என் வாழ்வுக்குப் பெருமளவில் வளமூட்டியவர்கள்.

ஒரு தேசம் வளர்ச்சியடையப் பொருளாதார வளமையும் வலுவான பாதுகாப்பு அமைப்பும் தேவை. பாதுகாப்புத் துறையில் சுயசார்புத் திட்டம் 1995-2005 (Self Reliance Mission in Defence System 1995-2005) என்னும் திட்டம் இந்தியாவின் ஆயுதப் படைகளுக்கு அதிநவீனப் போர்த் தளவாடங்களைத் தருவதை இலக்காகக் கொண்டது. 2020க்கான தொழில்நுட்பத் தொலைநோக்குத் திட்டம் (The Technology Vision -2020) பொருளாதார வளர்ச்சிக்கும் வளமைக்குமான திட்டங்களைக் கொண்டிருக்கிறது. இவை தேசத்தின் கனவுகளிலிருந்து பிறந்தவை.

சுயசார்பையும் தொழில்நுட்பத் திறனையும் இலக்காகக் கொண்ட இந்த இரண்டு திட்டங்களும் நமது நாட்டை மேலும் வலுவாகவும் வளமாகவும் ஆக்கி, "வளர்ந்த" நாடுகளின் வரிசையில் நம்மைக் கொண்டுசேர்க்கும் என்று நம்புகிறேன்.